Phật Giáo: Tầm Nhìn Lịch Sử và Thực Hành

Hiệu đính: Thích Hạnh Chánh và Thích Nữ Giới Hương

Bảo Anh Lạc Bookshelf 77

PHẬT GIÁO
Tầm Nhìn Lịch Sử và Thực Hành

Hội Thảo Phật Học Tại Delhi ngày 1/7/2023

Hiệu đính
Thích Hạnh Chánh và Thích Nữ Giới Hương

NXB TÔN GIÁO

Liên lạc:
HUONG SEN BUDDHIST TEMPLE
19865 Seaton Avenue, Perris, CA 92570, USA
Tel: 951-657-7272 Cell: 951-616-8620
Email: huongsentemple@gmail.com
Fanpage: Huong Sen
(https://www.facebook.com/Huong.Sen.Riverside)
Web: www.huongsentemple.com

MỤC LỤC

Lời Tựa 9

Lời Giới Thiệu 11

Phát Biểu Khai Mạc 22

Diễn Văn Chào Mừng của Ban Bảo Trợ 24

Cảm Tạ của Ban Tổ Chức 28

Chương I: LÝ TƯỞNG BỒ TÁT ÁP DỤNG TRONG THẾ GIỚI THỰC 31

1.1. Quan niệm về lãnh đạo của Giáo điển Phật Giáo Đại Thừa và lý thuyết chính trị hiện thực: Khám phá những điểm tương thích và tích hợp - Thích Hạnh Chánh 33

1.2. Kỹ thuật an tĩnh trong hành trình nhập thế của Bồ tát - Thích Nữ Tâm Lạc 53

1.3. Biểu hiện của lý tưởng Bồ tát trong hành trình cuộc sống - Thích Nữ Tuệ Mãn 67

1.4. Tầm quan trọng của việc phát Bồ đề tâm trên con đường tu tập của vị Bồ tát- Thích Nữ Thuan Nguyen 80

1.5. Lý tưởng Bồ tát giữa đời thường - Thích Nữ Khiêm Tốn 91

1.6. Tinh thần Bồ tát trong tác phẩm Nāgānanda - Thích Nữ Tịnh Hỉ 110

1.7. Ứng dụng phương tiện thiện xảo trong cuộc cách mạng công nghiệp lần thứ 4 - Thích Nữ Diệu Trí 125

1.8. Tinh thần dấn thân của Bồ tát đạo trong Tăng đoàn Phật Giáo Việt Nam ở xã hội đương đại - Thích Nữ An Trí 137

Chương II: BẢN ĐỒ ĐỊA LÝ CỦA PHẬT GIÁO ĐẠI THỪA Ở ẤN ĐỘ **147**

Các bản đồ địa lý của kinh điển Phật Giáo Đại Thừa tại Ấn Độ - Thích Huyền Như và Thích Thiện Tâm 149

Chương III: PHẬT GIÁO GANDHARA **163**

3.1. Phật Giáo Gandhara - Thích Nữ Pháp Huệ 165

3.2. Gandhara cổ đại: vùng đất Phật Giáo phương Bắc - Thích Nguyên Đạo 177

3.3. Những biểu hiện nghệ thuật Phật Giáo từ Gandhara và Mathura - Thích Quảng Giáo 193

3.4. Điểm đặc trưng của tượng Phật trong trường phái nghệ thuật Phật Giáo Gandhara - Thích Nữ Đức Trí 203

Chương IV: PHONG TRÀO PHỤC HƯNG PHẬT GIÁO ẤN ĐỘ TRONG THẾ KỶ 20 VÀ 21 **213**

4.1. Tiến sĩ Bhimrao Ramji Ambedkar với những tác động thay đổi xã hội ở Ấn Độ - Thích Thanh Tâm 215

4.2. Diễn giải quan trọng về niết bàn từ quan điểm của tiến sĩ Ambedkar trong phong trào Phật Giáo dấn thân của Ấn Độ - Thích Đồng Đắc 231

4.3. Ambedkar và phong trào chấn hưng Phật Giáo ở Ấn Độ - Thích Nữ Thanh Nhã 248

4.4. Vai trò của Alexander Cunningham trong phong trào phục hưng Phật Giáo ở Ấn Độ - Thích Nữ Huệ Ngôn 261

4.5. Những ý tưởng cho sự hồi sinh của Phật Giáo Ấn Độ trong tương lai - Thích Nữ Thanh Diệu 274

Chương V: CÁC BÀI VIẾT ĐÁNG CHÚ Ý VỚI CHỦ ĐỀ MỞ RỘNG **291**

5.1 Triết lý Phật Giáo đã đến các trường đại học Hoa Kỳ - Thích Nữ Giới Hương 293

5.2. Bàn luận về triết lý vô thường theo cái nhìn thực dụng - Thích Minh Phú 328

5.3. Những lời dạy ý nghĩa của Đức Phật về công ơn cha mẹ trong kinh tạng - Thích Nữ Viên Nhuận 352

5.4. Cuộc vận động Phật Giáo Đại Thừa và sự truyền bá trên đất nước Ấn Độ - Thích Nữ Tuệ Anh 373

5.5. Di tích Phật Giáo Đại Thừa tại Andhra Pradesh - Thích Đạt Huyền 391

Tường trình Chuyến Hành Hương, Từ Thiện và Hội Thảo Phật Giáo tại Hàn Quốc, Ấn Độ và Tích Lan - Thích Nữ Giới Hương 412

Hình ảnh của Hội thảo tại Trường Đại Học Sharda 431

Tủ Sách Bảo Anh Lạc 448

LỜI TỰA

Chúng tôi vô cùng hân hạnh giới thiệu với độc giả cuốn sách hội thảo đáng xem này - **Phật Giáo- Tầm Nhìn Lịch Sử và Thực Hành**. Trong những trang sách này là một tấm thảm trí tuệ tuyệt đẹp được dệt nên bởi sự cống hiến chung và làm việc chăm chỉ của các học giả, và các thầy, các sư cô nghiên cứu sinh trẻ tuổi của Phật giáo Việt Nam, những người đã và đang khám phá di sản của Phật giáo một cách sâu sắc.

Từ việc khám phá sự tương thích và tích hợp của giáo lý Phật giáo Đại thừa với Lý thuyết Chính trị Thực tế về lãnh đạo cho đến giới thiệu về triết lý Phật giáo đã thâm nhập và việc thành lập cũng như ý nghĩa của các trường đại học Phật giáo ở Hoa Kỳ; mỗi bài viết đều là một minh chứng cho sự đa dạng sống động và sự liên quan lâu dài của tư tưởng Phật giáo. Trong số những bài viết đầy gợi mở, bạn sẽ khám phá ra những nghiên cứu sâu sắc về lý thuyết thực tế về vô thường như một phương tiện để nâng cao trải nghiệm sống của chính mình. Ngoài ra, một cách giải thích phê phán về Niết Bàn từ quan điểm của Tiến sĩ Ambedkar trong Phong trào Phật giáo Dấn thân của Ấn Độ đã làm sáng tỏ chiều sâu các khía cạnh xã hội và biến đổi sâu sắc của triết học Phật giáo. Các bản đồ địa lý của kinh điển Đại thừa ở Ấn Độ cung cấp cái nhìn hấp dẫn về chiều sâu lịch sử và không gian của các kinh sách Phật giáo, giúp ta hiểu sâu hơn về sự tương tác giữa địa lý và giảng dạy tâm linh. Hơn nữa, các bài viết về Phật giáo Gandhara tiết lộ các biểu hiện nghệ thuật và ý nghĩa văn hóa của truyền thống cổ xưa này trong khi khám phá các mối liên hệ của nó với sự phát triển của Phật giáo phương Bắc. Cuốn sách hội thảo cũng đi sâu vào hiện thân của lý tưởng Bồ tát trong các khía cạnh khác nhau của cuộc sống, từ sự trưởng thành và chuyển hóa cá nhân đến tinh thần dấn thân của Bồ tát trong xã hội đương đại. Các bài viết khám phá phong trào chấn hưng Phật giáo ở Ấn Độ, bao gồm cả những đóng góp của Tiến sĩ Bhimrao Ramji Ambedkar và Alexander Cunningham, đã làm sáng tỏ những nỗ lực phục hưng Phật giáo tại nơi chôn nhau cắt rốn của chính mình. Trong hành trình khám phá những cảnh quan tri thức được trình bày trong những trang sách này, chúng ta bắt gặp những hiểu biết sâu sắc về những lời dạy của Đức Phật, bao gồm tầm quan trọng của việc phát Bồ đề tâm trên con đường Bồ tát và những lời dạy của Đức Phật về lòng biết ơn đối với cha mẹ của mình. Tầm quan trọng của các phương tiện thiện xảo trong bối cảnh của Cuộc cách mạng công nghiệp lần thứ tư và vai trò của các di tích Phật giáo Đại thừa cổ xưa ở Andhra Pradesh cũng được khám phá một cách minh tường.

Những đóng góp sâu sắc cho các câu chuyện lịch sử, khám phá địa lý và các phong trào phục hưng đã định hình Phật giáo ở Ấn Độ, cả trong quá khứ và hiện tại. Điều này làm chứng cho sức sống mãnh liệt và động lực sáng tạo của Phật giáo với những bài viết được kết thành một tấm thảm sinh động và đa dạng trong quyển sách này.

Cầu mong những trang sách mang lại những hiểu biết sâu sắc và khám phá dẫn dắt chúng ta hướng đến một thế giới từ bi hơn, kết nối hơn và sâu sắc hơn.

Cầu mong cuốn sách "Phật giáo: Một tầm nhìn lịch sử và thực hành" sẽ tỏa sáng như một ngọn hải đăng tri thức, soi sáng con đường dẫn đến trí tuệ và mang đến nguồn cảm hứng chuyển hóa cho tất cả những ai cố gắng hiểu sâu hơn và nhiệt tâm thực hành về giáo lý của Đức Phật.

Tiến sĩ Thích Hạnh Chánh

và Tiến sĩ Thích Nữ Giới Hương

LỜI GIỚI THIỆU

Chúng tôi trân trọng gửi đến độc giả có sở thích về lĩnh vực quan điểm lịch sử và ứng dụng quyển sách của hội thảo về Phật giáo: Tầm nhìn Lịch sử và Thực hành. Các bạn hãy bắt đầu khám phá một cách thú vị qua các trang sách và hãy nhớ cấu trúc cuốn sách này được phân chia 5 năm chương; bốn chương theo các chủ đề được qui định trong Thư kêu gọi góp bài cho hội thảo và chương thứ năm dành cho các bài với đề tài mở rộng cùng nội dung chất lượng và đa dạng trong trình bày. Chúng ta bắt đầu cùng đọc.

NHÓM THỨ NHẤT

Lý tưởng Bồ tát áp dụng trong thế giới thực

Trong số các bài có ảnh hưởng tích cực đến tư duy của bạn, "*Những lời dạy của Phật giáo Đại thừa và Lý thuyết Chính trị Thực tế về Lãnh đạo: Khám phá Khả năng Tương thích và Tích hợp*" của Thích Hạnh Chánh đào sâu vào khả năng tương thích và tích hợp của những lời dạy của Phật giáo Đại thừa về lãnh đạo với khuôn khổ của Lý thuyết Chính trị Thực tế. Bất chấp những cách tiếp cận trực diện và đơn giản ban đầu, nghiên cứu này đã đem đến cái nhìn rõ ràng về khả năng hòa hợp hai lĩnh vực này trong phạm vi một chế độ tạo nên sự hài hòa trong quản lý và điều hành xã hội một cách hiệu quả hơn.

Bằng cách khuyến khích sự đối thoại đa dạng và khơi gợi sự suy ngẫm nhằm tạo ra tinh thần thiện lương, trong bài viết có tựa đề *" Kỹ thuật tĩnh tâm: Từ thực tại đến Bồ tát"* được viết bởi Thích Nữ Tâm Lạc, ý tưởng tĩnh tâm được khám phá như một sự khẳng định của trí tuệ và tinh thần mang lại sự thoải mái, độc lập khỏi lo lắng và một cảm giác sâu sắc về sự hòa hợp và ổn định nội tại. Bài viết nhấn mạnh rằng sự yên bình không chỉ có lợi cho con người mà còn giúp người thực hành lan tỏa tinh thần này đến những người khác, thể hiện bản chất tinh túy của một Bồ-tát. Việc trở thành một Bồ-tát cũng đồng nghĩa với việc đạt được sự thanh thản nội tâm trong khi tích cực bố thí, giúp đỡ và tăng cường sự vô úy và hòa hợp với những người xung quanh.

Hãy tiếp tục đọc. Các bạn sẽ bắt gặp một bài viết nhiều thử thách mang tên "*Hiện thân của lý tưởng Bồ-tát trong hành trình của cuộc đời*" của Thích Nữ Tuệ Mãn. Bài viết này khám phá về lý tưởng Bồ-tát và ứng dụng của nó trong cuộc sống, tìm kiếm sự giải thoát trong hiện tại và tương lai trong đạo Phật đương đại và đào sâu vào cách người tu hành Bồ-tát thể hiện tinh thần Bồ-đề và tiếp cận giác ngộ, thông qua việc tu hành hàng ngày và áp dụng Sáu Pháp Ba la mật (pāramitās), nuôi dưỡng Tứ vô lượng tâm và Trí tuệ Vô ngã.

"Tầm Quan Trọng Phát Bồ Đề Tâm Trên Con Đường Bồ Tát " của Thích Nữ Thuần Nguyên nêu bật ý nghĩa sâu xa của việc nuôi dưỡng Bồ đề tâm, trí tuệ giác ngộ, trên con đường Bồ tát trong Phật giáo Đại thừa. Bồ đề tâm phục vụ nguyện vọng sâu xa để thành tựu Phật quả vì lợi ích của tất cả chúng sinh, bao hàm cả trí tuệ và lòng từ bi. Nó xác định bản chất tối cao của một Bồ-tát và đóng vai trò là một nguồn lực hướng dẫn mạnh mẽ đằng sau những hành động vị tha.

Tiếp theo, chúng ta tìm hiểu bài viết sâu sắc "*Thể hiện Lý tưởng Bồ-tát trong đời sống hàng ngày*," của Thích Nữ Khiêm Tốn. Tác giả bài viết này xem xét sự liên quan của lý tưởng Bồ-tát trong cuộc sống hiện đại của Phật giáo Đại thừa và đặt câu hỏi về cách con người có thể thể hiện lý tưởng này trong trải nghiệm hàng ngày, nuôi dưỡng lòng tử tế và vị tha. Bài viết này cũng khám phá việc ứng dụng thực tế của con đường Bồ tát và kiểm tra vai trò của nó trong việc giải quyết các cuộc khủng hoảng nhân đạo, chẳng hạn như các vấn đề môi trường, bất bình đẳng xã hội và bạo lực gia đình. Hơn nữa, tác giả đề xuất những lời khuyên và kỹ thuật thực tiễn để phát triển các phẩm chất nhân đạo như sự đồng cảm, lòng tử tế và lòng hào phóng, giúp cá nhân thể hiện lý tưởng Bồ-tát trong cuộc sống hàng ngày và đóng góp tích cực vào việc giải quyết các thách thức xã hội.

Bằng cách trình bày bài viết "*Lý tưởng Bồ-tát trong tác phẩm của Nāgānanda*," Thích nữ Tịnh Hỷ đưa lý tưởng Bồ-tát từ những lĩnh vực cuộc sống thông thường đến kịch diễn đầy ấn tượng. Bài viết này khám phá sự miêu tả hoàn hảo của lý tưởng Bồ-tát trong vở kịch cổ Ấn Độ "Nāgānanda" hay "Niềm vui của những con rắn". Vở kịch này nhấn mạnh các khía cạnh quan trọng của lý tưởng Bồ-tát qua các hành động của nhân vật Jīmūtavāhana, đồng thời tạo ra những liên kết với câu chuyện về tiền thân của Đức Phật Gautama. Bằng cách đào sâu vào bồ tát một cách hoàn hảo trong tác phẩm ấn tượng này, bài viết đã làm sáng tỏ bản chất từ bi và vị tha của các vị bồ tát, nhấn mạnh cam kết không lay chuyển của họ đối với lợi ích của người khác.

Khi chúng ta tiếp tục, Thích Nữ Diệu Trí giới thiệu cho chúng ta bài viết đầy thách thức "*Áp dụng phương tiện thiện xảo trong cuộc cách mạng công nghiệp lần thứ tư*". Bài viết này xem xét sự liên quan của Phật giáo và việc áp dụng các phương tiện thiện xảo trong bối cảnh của cuộc cách mạng công nghiệp lần thứ tư, còn được gọi là Công nghiệp 4. 0. Nó khám phá cách ý tưởng về các phương tiện thiện xảo, được thực hiện bởi các vị Bồ tát, tìm thấy sự cộng hưởng trong cuộc sống hiện đại và giải quyết các cơ hội, thách thức và giải pháp liên quan đến việc kết hợp lý tưởng Bồ-tát vào thế giới đang tiến triển không ngừng của chúng ta.

Cuối cùng, chúng ta gặp phần đóng góp sâu sắc của Thích Nữ An Trí trong bài viết mang tựa đề "*Tinh thần hành động của Bồ-tát trong Giáo hội Phật giáo Việt Nam thời xã hội đương đại.*" Bài viết này nêu bật tinh thần dấn thân của Giáo hội Phật giáo Việt Nam, vượt ra ngoài hoạt động thông thường của tăng ni để cùng tham gia tích cực với nam nữ Phật tử trong nhiều hoạt động xã hội. Sự tham gia này bao gồm một loạt các hoạt động từ thiện, nỗ lực cứu trợ thiên tai và giúp đỡ những người kém may mắn. Điều này minh chứng cho tầm quan trọng và tác động sâu sắc của lý tưởng Bồ-tát trong xã hội đương đại của chúng ta.

NHÓM THỨ HAI

Bản đồ địa lý của Phật giáo Đại thừa ở Ấn Độ

Trọng tâm của chúng ta bây giờ chuyển sang chủ đề hấp dẫn về bản đồ địa lý Phật giáo Đại thừa ở Ấn Độ trong lĩnh vực khám phá địa lý của Phật giáo Đại thừa. Chủ đề này rất quan trọng mặc dù chỉ có một bài báo tham gia cho hạng mục này. Mang tựa đề "*Bản đồ địa lý về kinh điển Đại thừa ở Ấn Độ,*" bài viết của Thích Huyền Như và Thích Thiện Tâm đi sâu vào ý nghĩa sâu sắc của kinh điển Đại thừa trong sự phát triển của Phật giáo và sự liên quan về mặt địa lý của chúng. Bài viết còn khám phá ảnh hưởng của những kinh điển này đối với các thực hành, hệ tư tưởng và bối cảnh lịch sử và triết học trong đó Phật giáo truyền bá. Ngoài ra, việc áp dụng Hệ thống thông tin địa lý (GIS) và bản đồ địa lý của kinh điển Đại thừa ở Ấn Độ được điều tra để hiểu rõ hơn về sự phân bố địa lý của các địa điểm Phật giáo Đại thừa và các tuyến đường hành hương kết nối chúng với nhau.

NHÓM THỨ BA

Phật giáo Gandhara

Chúng ta chuyển sang nhóm chủ đề thứ ba, bao gồm ngôn ngữ học, lịch sử, triết học, điêu khắc và nghệ thuật trong truyền thống Phật giáo Gandhara. Nhóm chủ đề này đưa ra một loạt quan điểm về trường phái Phật giáo đặc biệt này.

Bài viết đầu tiên do Thích Nữ Pháp Huệ viết về *Phật giáo*

Gandhara, đi sâu vào nghệ thuật, trải nghiệm, thiết kế và văn chương của Phật giáo Gandhara. Nó mang đến cái nhìn về những đặc điểm độc đáo của truyền thống này đã xuất hiện vào thế kỷ thứ nhất sau Công nguyên. Tập trung vào di sản phong phú của Phật giáo Gandhara, bài viết này nhấn mạnh các khía cạnh lịch sử, nghệ thuật và văn chương của nó.

Thích Nguyên Đạo đóng góp cho nhóm chủ đề này với bài viết "*Gandhara cổ đại: Một vùng đất liên kết với sự trỗi dậy của Phật giáo Bắc tông.*" Tầm quan trọng của vùng Gandhara trong sự phát triển và lan truyền của đạo Phật Đại Thừa, đặc biệt là liên quan đến Phật giáo Bắc phương, là trọng tâm chính của bài viết này. Nó chỉ ra vai trò quan trọng của các luận sư nổi tiếng như Vasumitra, Lokaksema, Kumralta, Vasubandhu và Asanga trong sự phát triển của Phật giáo ở Gandhara. Ngoài ra, bài viết còn tập trung vào ba thời kỳ quan trọng của Phật giáo trong khu vực, đã đóng góp vào sự lan truyền của Phật giáo đến các vùng lân cận và sự hình thành của Phật giáo Bắc tông hay Đại Thừa.

Bài viết "*Biểu hiện nghệ thuật của Phật giáo từ Gandhara và Mathura*" của Thích Quảng Giáo thu hút sự chú ý của chúng ta đến những biểu hiện nghệ thuật của Phật giáo Gandhara. Những biểu hiện nghệ thuật của Phật giáo xuất phát từ hai trung tâm Gandhara và Mathura của tiểu lục địa Ấn Độ là đề tài chính của bài viết này. Nó xem xét những phong cách nghệ thuật đặc trưng và những tác động đã phát triển trong các trung tâm nghệ thuật Phật giáo quan trọng của Ấn Độ cổ. Bài viết thảo luận về cách Gandhara và Mathura tạo ra những biểu hiện nghệ thuật độc đáo và cuốn hút bằng cách kết hợp các tác động văn hóa và nghệ thuật khác nhau, như truyền thống Ấn Độ bản địa, Hy Lạp và Ấn Độ.

Cuối cùng, chúng ta tìm hiểu bài viết của Thích Nữ Đức Trí có tựa đề "*Đặc Điểm Tượng Phật Trong Phật Giáo Gandhara*". Phần giới thiệu, lịch sử, địa lý và đặc điểm của Phong cách Gandhara đều được đề cập trong bài viết toàn diện này, tập trung vào cách nó ảnh hưởng đến điêu khắc và nghệ thuật Phật giáo. Việc chạm khắc các bức tượng Phật, đặc trưng bởi những nhân vật có nét mặt cổ điển như miệng nhỏ, mũi thon, giao điểm rõ nét của lông mày và mắt, và mái tóc gợn sóng, được biết là chịu ảnh hưởng của trường phái Nghệ thuật Gandhara. Sự kết hợp giữa các yếu tố lấy cảm hứng từ Hy Lạp và các khái niệm Phật giáo trong những mô tả về Đức Phật được lý tưởng hóa này đã tạo nên những tác phẩm điêu khắc độc đáo. Bộ sưu tập bài viết này mang đến một cuộc điều tra đa tầng về Phật giáo Gandhara, bao gồm lịch sử, nghệ thuật, triết học và tác động văn hóa. Những bài viết này toàn diện hiểu sâu về tầm quan trọng và sự phong phú của Phật giáo Gandhara thông qua phân tích ngôn ngữ, nghiên cứu lịch sử, nhìn nhận triết học và khảo sát nghệ thuật.

NHÓM THỨ TƯ

Phong trào phục hưng Phật giáo Ấn Độ trong thế kỷ 20 và 21

Nhóm chủ đề thứ tư tập trung xoay quanh vào các phong trào phục hưng Phật giáo Ấn Độ trong thế kỷ 20 và 21. Nó đi sâu vào các nhân vật có ảnh hưởng, những hiểu biết cơ bản, đóng góp lịch sử và kỳ vọng trong tương lai liên quan đến sự hồi sinh của Phật giáo ở Ấn Độ. Nhóm chủ đề này thảo luận về những nỗ lực để đánh thức lại sự hiện diện của Phật giáo trong đất nước và sức mạnh biến đổi của Phật giáo như một yếu tố thay đổi xã hội thông qua năm bài viết.

Bài viết đầu tiên của Thích Thanh Tâm, "*Tiến sĩ Bhimrao Ramji Ambedkar với những tác động thay đổi xã hội ở Ấn Độ*," xem xét những nỗ lực đáng kinh ngạc của Tiến sĩ Ambedkar và ảnh hưởng của ông đối với ý nghĩa văn hóa và Phật giáo dấn thân vào xã hội. Tiến sĩ Ambedkar, được thúc đẩy bởi cái nhìn sâu sắc và tầm nhìn của mình, đã khơi mào một cuộc cách mạng ở Ấn Độ dẫn đến thay đổi xã hội trong thực tế. Bài viết nhấn mạnh sức mạnh biến đổi của công việc của ông trong việc thúc đẩy các thay đổi xã hội quan trọng, làm nổi bật các vai trò đa dạng và tầm quan trọng lâu dài của ông như một ngọn hải đăng hy vọng.

Thích Đồng Đắc xem xét cách Tiến sĩ Ambedkar hiểu về Nibbāna trong bài viết "*Một diễn giải phê phán về Nibbāna từ quan điểm của Tiến sĩ Ambedkar trong Phong trào Phật giáo Dấn thân ở Ấn Độ.*" Dựa trên cuốn sách "Đức Phật và Pháp của Ngài" của Tiến sĩ Ambedkar, bài viết phân tích quan điểm của ông về việc giáo dục, nhấn mạnh việc xây dựng một "thế giới công bằng" và giảm bớt những khó khăn trong cuộc sống liên quan đến bất công văn hóa. Bài viết chú ý đến cách diễn giải của Tiến sĩ Ambedkar và những lời dạy của Đức Phật khác nhau về quan điểm Niết Bàn cũng như việc tập trung giảm bớt khổ đau và thúc đẩy hạnh phúc trong cá nhân và cộng đồng.

Bài viết thứ ba, "*Ambedkar và Phong trào Phục hưng Phật giáo ở Ấn Độ,*" của Thích Nữ Thanh Nhã, khám phá sự phục hồi Phật giáo ở Ấn Độ và vai trò to lớn của Tiến sĩ Bhimrao Ambedkar trong quá trình này. Bài viết xem xét nguồn gốc lịch sử của Phật giáo tại Ấn Độ và sự suy tàn sau này của nó. Được thúc đẩy bởi sự cống hiến của mình cho cải cách xã hội, Tiến sĩ Ambedkar đã đóng một vai trò quan trọng trong việc phục hồi và phát triển Phật giáo ở Ấn Độ để đối phó với sự bất bình đẳng xã hội và thúc đẩy một xã hội công bằng hơn. Bài viết tập trung vào cuộc đời và những đóng góp của Ngài cho sự chấn hưng Phật giáo nước nhà.

Bài viết "*Vai trò của Alexander Cunningham trong Phong trào Phục hồi Phật giáo ở Ấn Độ*" của Thích Nữ Huệ Ngôn xem xét sự đóng góp của Alexander Cunningham vào phong trào phục hồi Phật giáo ở Ấn Độ vào cuối thế kỷ 19. Sự cống hiến của Cunningham trong việc phục hồi và bảo vệ Phật giáo ở Ấn Độ được công nhận, đặc biệt là những nỗ lực của ông trong việc xác định và lưu trữ các địa điểm và hiện vật Phật giáo quan trọng. Công việc của ông đã mở

rộng sự hiểu biết về di sản Phật giáo giàu có của Ấn Độ và đóng vai trò quan trọng trong việc thúc đẩy việc nghiên cứu, bảo tồn và quan tâm đến Phật giáo của đất nước.

Cuối cùng, "*Ý tưởng cho Sự phục hồi Phật giáo Ấn Độ trong tương lai*" của Thích Nữ Diệu Học tập trung vào lòng khao khát và hoài niệm của tác giả về sự phục hồi của Phật giáo Ấn Độ trong đất nước của nó. Bài viết đưa ra ý kiến và đề xuất để làm sống lại Phật giáo Ấn Độ thông qua nghiên cứu và khảo sát, tập trung vào những người theo con đường Bồ tát.

Bằng việc nhấn mạnh những nỗ lực, diễn giải, đóng góp lịch sử và khát vọng tương lai của cá nhân và cộng đồng tận tụy trong việc khôi phục lại sự hiện diện của Phật giáo trong đất nước, những bài viết này đưa ra cái nhìn về các phong trào phục hồi Phật giáo ở Ấn Độ. Họ khuyến khích sự thảo luận, tư duy và hành động để phát triển và làm sống lại Phật giáo trong bối cảnh Ấn Độ.

NHÓM THỨ NĂM

Các bài viết đáng chú ý với chủ đề mở rộng

Phần thứ năm của cuốn sách hội thảo được dành cho các chủ đề liên quan đến Phật giáo bao gồm: sự thâm nhập triết lý và giáo dục Phật giáo ở các trường đại học tại Hoa Kỳ, việc ứng dụng thực tiễn của luật vô thường, các giảng dạy về lòng biết ơn cha mẹ, phong trào và sự lan truyền của Phật giáo Mahāyāna ở Ấn Độ, sự hiện diện của các đài tưởng niệm Phật giáo Mahāyāna ở Andhra Pradesh.

Trong bài viết chính *"Triết lý Phật giáo đã đến trong các trường đại học Phật giáo tại Hoa Kỳ"* của Thích Nữ Giới Hương. Tác giả giới thiệu về sự thâm nhập của triết lý Phật giáo trong các trường đại học tại Hoa Kỳ như Naropa University, the University of the West, Soka University và Dharma Realm Buddhist University, và những trường đại học này cung cấp các bằng cấp trong nhiều lĩnh vực với sự tập trung mạnh mẽ về nghiên cứu Phật giáo. Sứ mệnh của những tu viện Á châu này, kết hợp giáo dục tâm linh và nghề nghiệp, là giúp con người nhận ra bản chất Phật tử có sẵn trong mình. Giá trị của giáo dục dựa trên Phật giáo được công nhận trong văn hóa Mỹ hiện đại như là việc thúc đẩy tri thức và khai thông trí tuệ, trong khi nhấn mạnh lòng từ bi và sự hiểu biết trong cuộc sống hàng ngày.

Trong bài viết của Thích Minh Phú, có tựa đề *"Ứng dụng thực tiễn của lý thuyết vô thường để nâng cao chất lượng cuộc sống của mỗi người."* Bài viết này nghiên cứu về cách áp dụng thực tiễn của lý thuyết vô thường để cải thiện cuộc sống. Bài viết phân tích căn cơ tinh thần và triết học của sự vô thường và nhấn mạnh sự quan trọng của nó trong các quan điểm và hệ thống tín ngưỡng khác nhau. Nhằm khai thác sức mạnh biến đổi của vô thường và nuôi dưỡng sự chú ý, sự kiên nhẫn và sự trân trọng sâu sắc cho khoảnh khắc hiện tại, bài viết cung cấp các phương pháp thực hành chánh niệm mà mỗi người có thể áp dụng vào cuộc sống hàng ngày của mình.

Trong bài viết của Thích Nữ Viên Nhuận mang tựa đề "*Những lời dạy ý nghĩa của Đức Phật về lòng biết ơn cha mẹ trong Sutta,*" tác giả thảo luận về ý nghĩa của việc biết ơn cha mẹ, như Đức Phật đã nhấn mạnh trong Sutta Pitaka. Bài viết nêu bật sự hiếm có của lòng biết ơn chân thành ngày nay và khám phá ý nghĩa của việc tri ân và cảm tạ cha mẹ. Đức Phật nhấn mạnh rằng đó là nghĩa vụ đạo đức và thực hành lành mạnh để trả ơn lòng từ bi và sự tử tế mà cha mẹ đã ban cho chúng ta; ca ngợi những người có lòng biết ơn là những người mang phẩm chất đạo đức và văn minh.

Bài viết về "*Phong trào Phật giáo Mahāyāna và sự lan truyền của nó tại Ấn Độ*", do Thích Nữ Tuệ Anh viết, khám phá cách Phật giáo Đại thừa đã di chuyển và lan truyền trong hơn hai ngàn năm tại Ấn Độ. Phật giáo Đại thừa, có nguồn gốc ở miền Nam Ấn Độ, đã trở nên quan trọng nhờ các vị tổ sư có sự ảnh hưởng lớn như Nāgārjuna, Aśvaghoṣa, Asaṅga và Vasubandhu. Bài viết điều tra sự phát triển lịch sử của Phật giáo Đại thừa, sự đóng góp của nó cho việc hỗ trợ xã hội và tự do con người, và sự quan trọng vẫn còn của nó trong xã hội Ấn Độ và các quốc gia khác.

Bài viết cuối cùng trong danh mục này do Thích Đạt Huyền viết và có tiêu đề "*Các di tích Phật giáo Đại thừa tại Andhra Pradesh,*" điều tra sự hiện diện và ảnh hưởng của Phật giáo Đại thừa tại tiểu bang Ấn Độ Andhra Pradesh. Nghiên cứu này xem xét Phật giáo ở Andhra Pradesh từ triều đại Trung Maurya đến thế kỷ thứ sáu sau

Công nguyên. Các hệ phái Mahasanghika đã đóng góp quan trọng vào sự phát triển của tôn giáo này. Các trường phái Phật giáo Đại thừa nổi tiếng, như Dhanyakataka và Nagarjunakond, đã nổi lên trong khu vực này. Các luận sư trác tuyệt nổi tiếng như Nāgārjuna, Āryadeva, Dinnaga, Asanga và Vasubandhu đã ảnh hưởng đáng kể đến sự phát triển của tư tưởng và triết học Phật giáo Đại thừa. Ngoài ra, bài viết nhấn mạnh sự hiện diện của các bia ký và di tích Phật giáo tại Andhra Pradesh như bằng chứng về quá khứ Phật giáo của khu vực này.

Những chủ đề đa dạng trong hội thảo này giúp làm sáng tỏ việc Phật giáo vẫn mang ý nghĩa đối với thời đại ngày nay trong các ngữ cảnh khác nhau và cách nó ảnh hưởng đến con người và xã hội. Bằng cách đọc những bài viết này, những người tham dự hội thảo có thể hiểu một cách toàn diện về Phật giáo trong các bối cảnh khác nhau, bao gồm cả Ấn Độ và Hoa Kỳ.

Những điểm được đề cập giúp làm sáng tỏ về sự phù hợp của giảng dạy Phật giáo, việc áp dụng hợp lý các nguyên tắc Phật giáo, tầm quan trọng của lòng biết ơn, và sự phát triển lịch sử và ý nghĩa bền vững của Phật giáo Mahāyāna. Những đóng góp này cung cấp những hiểu biết quan trọng và đóng vai trò trong việc hiểu rõ hơn về tác động của Phật giáo đối với con người và xã hội.

Kết luận

Hội thảo này là một nền tảng cho các học giả; những nghiên cứu sinh trẻ tuổi là những tăng ni , Việt Nam đang theo học tại các đại học Ấn Độ cùng trao đổi học thuật, sự thiện xảo về diễn đạt bằng ngôn ngữ và kinh nghiệm tu tập liên quan đến giáo điển Phật giáo. Hội thảo này còn tạo điều kiện cho sự giao tiếp và khám phá tiềm năng của Phật giáo trong việc giải quyết những thách thức đương đại và thúc đẩy sự hòa bình và hạnh phúc, đồng thời tăng cường sự hiểu biết sâu sắc về giảng dạy Phật giáo, lịch sử, nghệ thuật và đóng góp xã hội. Khi hội thảo kết thúc, một điều có thể thấy một cách rõ ràng là Phật giáo vẫn là một truyền thống sống động và lưu xuất, mang đến trí tuệ sâu sắc và lời khuyên hữu ích cho con người và xã hội. Các bài viết được giới thiệu trong hội thảo này thể hiện sự quan trọng bền vững của Phật giáo và khả năng của nó trong việc truyền cảm hứng và thay đổi cuộc sống. Phù hợp với chủ đề của hội thảo, hy vọng kiến thức về Phật giáo của chúng ta sẽ ngày càng phát triển và truyền cảm hứng cho chúng ta nuôi dưỡng trí tuệ, lòng từ bi và hòa bình hơn trong cuộc sống và thế giới thông qua nghiên cứu và truyền bá.

Tiến sĩ Thích Hạnh Chánh

và Tiến sĩ Thích Nữ Giới Hương

trân trọng giới thiệu.

PHÁT BIỂU KHAI MẠC

Kính bạch TT.Thích Hạnh Chánh, chủ tọa hội thảo,

Kính bạch Ni Sư Thích Nữ Giới Hương, đồng chủ tọa hội thảo, Viện Chủ Chùa Hương Sen, California, Hoa Kỳ,

Kính thưa các pháp hữu và các hành giả,

Chúng con / chúng tôi nồng nhiệt chào đón các vị tại hội thảo Phật giáo này, nơi những người con Phật, tôn vinh, chia sẻ những giáo lý cổ xưa vẫn đang tiếp tục định hình thế giới hiện đại của chúng ta. Trong nhiều thế kỷ, Phật giáo là một trong những tôn giáo có ảnh hưởng nhất, với vô số triết lý đạo đức và hướng dẫn xã hội trong hành trình trí tuệ tâm linh xuyên suốt các nền văn hóa đa dạng trên toàn thế giới. Chúng ta, trong tu viện, là những tăng , ni và trong các trường đại học, là các học giả, nghiên cứu sinh Phật học; hôm nay cùng vân tập về đây từ các phương trời xa xôi trên khắp Ấn Độ để chia sẻ kiến thức cụ thể và kinh nghiệm thực tế.

Ngoài ra, chúng ta cũng ước mong góp mặt trong hội thảo này để cùng tìm hiểu sâu về quá khứ của Phật giáo, đặt nó vào bối cảnh trong các hệ thống xã hội hiện đại. Các thuyết trình viên được sắp xếp trình bày chủ đề của mình hôm nay sẽ không đem lại những dữ liệu hay danh mục hấp dẫn mà sẽ dẫn dắt các cuộc thảo luận khám phá các chủ đề như lòng từ bi & trí tuệ của Bồ tát và cho thấy truyền thống Phật giáo vẫn tác động đến xã hội đương đại như thế nào, đặc biệt là nghệ thuật cộng với văn hóa vẫn tồn tại vững chắc kể từ khi được tạo ra ở Ấn Độ hàng thiên niên kỷ trước .

Hãy cùng chúng tôi hòa nhập và thẩm thấu vào những giáo lý cốt lõi và niềm tin dẫn đến giác ngộ - điều mà tất cả chúng ta, những người con Phật, đều minh tường.

Chúng con/chúng tôi chân thành mong muốn hội thảo này sẽ được xem như một nguồn động lực hướng đến giác ngộ cho mỗi cá nhân hiện diện. Với lòng biết ơn sâu sắc nhất, chúng con/chúng tôi cảm ơn chư vị đã dành thời gian quý báu để có mặt cùng chúng tôi. Qua buổi hội thảo này, chúng con/chúng tôi tin tưởng sinh hoạt cộng đồng tăng ni chúng ta sẽ phong phú hơn, cùng nhau học hỏi nhiều hơn và phát triển hơn trong tu tập cũng như trong học tập.

Ban Tổ chức Hội thảo Phật học

tại Delhi ngày 1 tháng 7 năm 2023.

DIỄN VĂN CHÀO MỪNG CỦA BAN BẢO TRỢ

Nam mô Bổn Sư Thích Ca Mâu Ni Phật

Kính thưa Thượng Tọa Thích Hạnh Chánh, Trưởng Ban Đại diện Tăng Ni Sinh Việt Nam Tại Ấn Độ,

Kính thưa quý Thầy Cô Tăng Ni sinh đang du học tại nhiều trường Đại Học ở Ấn Độ,

Trước hết, thay mặt Chư tôn đức Tăng Ni và quý Phật tử trong ban Bảo trợ của Chùa Hương Sen, chúng con gởi lời kính chào Thượng Tọa Thích Hạnh Chánh và quý Thầy cô Tăng Ni sinh lời chào trân trọng và thân thiết nhất.

Kính thưa chư tôn thiền đức,

Thời gian thấm thoát trôi qua nhanh. Hồi tháng 02, năm 2023 con được dịp hầu chuyện viber với Thượng Tọa Hạnh Chánh về tổ chức Hội thảo Phật học do Ban đại diện Tăng Ni sinh Ấn độ liên kết với Chùa Hương Sen, Hoa kỳ, tổ chức tại Delhi. Thời gian 4 tháng đã trôi qua nhan, thời điểm hôm nay ngày 1 tháng 7 năm 2023 là giờ thuyết trình hội thảo và chuyển tặng 2 tập sách Anh Việt "Phật Giáo - Tầm Nhìn Lịch Sử và Thực Hành" và "Buddhism - A Historical and Practical Vision", là thành quả của hội thảo đã được đúc kết.

Với tinh thần bình đẳng, khoa học và trân trọng, chúng con đã chọn được 23 bài viết cho tập sách: "Phật Giáo - Tầm Nhìn Lịch Sử và Thực Hành." Hôm nay gởi tặng sách và quý Thầy cô đang cầm trên tay ấn phẩm in tại Delhi và chúng con cũng đang tiến hành xin giấy phép in tại Việt Nam và Hoa Kỳ cũng như sẽ post trên các truyền thông webiste, facebook Chùa Hương Sen, Đạo Phật Ngày Nay, Trang Nhà Quảng Đức, Hoa Vô Ưu và các trang mạng điện tử khác để phổ biến.

Tập sách khổ lớn, dày khoảng 400 trang là gói ghém tất cả tâm tư của người con Việt học Phật nơi phương xa quan tâm đến tiền đồ Phật pháp, mượn chữ nghĩa để mô tả những tầm nhìn sâu rộng nhiều khía cạnh đa dạng năng động của trí tuệ Phật giáo hữu dụng trong cuộc sống tâm linh hàng ngày.

Có câu nói: "Sách là kho tàng đã và đang cho ta trí tuệ và biến ta thành người có tri thức, học rộng, hiểu biết và vị tha." Vâng, đúng như vậy. Tập sách như một hiện hữu, một giá trị tinh thần, một kỷ niệm trí thức và một bảo vật truyền cảm hứng trong sáng tác văn học Phật giáo để khơi nguồn giá trị thực hữu đạo Phật ở mọi thời và mọi nơi. Điều này rất cần thiết cho tất cả mọi chúng ta, nhất là những tăng ni nghiên cứu sinh.

Kính thưa chư tôn thiền đức tăng ni,

Là một cựu sinh viên của trường đại học Delhi, trái tim của con luôn hướng về Delhi, hướng về Ấn Độ và hướng về Tăng ni sinh du học đang trải qua những bước tu học đầy khó khăn thử thách và nhẫn nại mà chúng con đã từng trải qua. Một chút bánh kẹo từ phương xa con gởi tới tăng ni sinh cũng rất quý. Tặng một ít tịnh tài để trang trải kinh phí học cũng rất quý, nhưng có lẽ đối với con tạo cơ hội thiện trí thức, động não cống hiến chất xám trí tuệ cho xã hội Phật giáo hiện nay và tương lai thì quý hơn và khó hơn. Đó là điều mà con hướng đến và con cảm ơn Thượng Tọa Thích Hạnh Chánh và quý Tăng Ni sinh đã đồng một tư tưởng với chúng con, để cùng Ban bảo trợ chúng con thực hiện chí nguyện hội thảo cống hiến này.

Tịnh tài phần thưởng chỉ là phương tiện trong thế giới tương đối. Cầm bút viết là công cụ cho trí tuệ của con người. Dấn thân viết, suy nghĩ viết, trầm ngâm để viết về tầm nhìn của Phật Giáo, những giây phút đó là sự thành công thật sự rất lớn cho tất cả những người cầm bút trong cuộc hội thảo này và đó cũng là phần thưởng rất lớn mà quý thầy cô cầm bút đã tặng lại cho ban bảo trợ chúng con.

Chúng con biết quý Tăng ni sinh rất bận rộn lo học bài, thi cử, viết luận án rất căng thẳng... rồi bây giờ lại gồng gánh viết thêm bài luận cho ban hội thảo. Rất tri ân sự hy sinh thời gian quý báu của quý tăng ni sinh cho đại cuộc chung này. Tri ân sư cô Viên Nhuận, sư cô Đức Trí phụ với ban Bảo trợ chuẩn bị kinh sách và quà thưởng cho hội thảo. Tri ân Thầy Huyền Như, Thầy Minh Phú, Thầy Vạn Thiện, Thầy Nguyện Đạo và quý sư cô giúp liên lạc, lo ẩm thực và nhiều ban khác cho buổi hội thảo thành tựu. Và đặc biệt cuối cùng tri ân Thượng Tọa Hạnh Chánh, trưởng ban tổ chức, đồng chủ tọa hội thảo, Thượng Tọa đã đại diện ban tổ chức để liên lạc tiếp xúc với tăng ni sinh, nhận bài, sữa bài, chấm bài, rồi cả thiết kế in ấn sách để kịp tặng trong ngày hội thảo. Nếu không có tâm huyết, tấm lòng hy sinh và trí sáng của Thượng Tọa, thì cuộc hội thảo này sẽ khó thành công như bây giờ. Thành kính tri ân cho tất cả những hy sinh, cống hiến của từng vị được nêu tên hay ẩn danh. Thành kính tri ân nhân duyên hội ngộ trong cuộc hội thảo đầy ý nghĩa này. Nguyện rằng hôm nay hay mãi mãi trong tương lai, chúng ta luôn có nhau. Có nhau trong niềm tin yêu quý kính, có nhau trong đạo tình pháp lữ, bằng hữu phụng sự nhân sinh.

Kính chúc Thượng Tọa Thích Hạnh Chánh và quý thầy cô Tăng ni sinh luôn phát huy năng lực tánh Phật sẵn có và thành công trên mỗi bước chân du phương hoằng hóa.

Kính nguyện các thí chủ cúng dường bảo trợ cho cuộc hội thảo tại Delhi này sức khỏe dồi dào, thắng duyên thành tựu và luôn là những vị mạnh thường quân ủng hộ cho ngôi Tam bảo được hiện diện tại thế gian này.

Nam Mô Công Đức Lâm Bồ Tát Ma Ha Tát tác đại chứng minh.

Trường đại học Delhi, ngày 01 tháng 07 năm 2023

Thay mặt Ban bảo trợ Chùa Hương Sen,

Thích Nữ Giới Hương thành tâm kính lễ,

CẢM TẠ CỦA BAN TỔ CHỨC

Kính thưa Ni sư TS Thích Nữ Giới Hương, đồng chủ tọa hội thảo, Viện chủ chùa Hương Sen, California, Hoa Kỳ, cùng quý cư sĩ.

Kính thưa chư vị pháp hữu,

Trước hết, cho phép tôi có những lời chân thành từ trái tim để cảm tạ chư vị trong hội thảo này .

Chúng tôi vô cùng biết ơn ni sư và những phật tử trong Ban bảo trợ có tầm nhìn xa trông rộng, nhiệt tâm tài trợ cho hội thảo về Phật học đầu tiên cho các tăng ni nghiên cứu sinh đang tu học tại các trường đại học khác nhau trên toàn Ấn Độ. Điều này, nói không ngoa, là một hiện thực phi thường.

Nằm giữa khung cảnh thiêng liêng của Ấn Độ và trong chánh điện chùa Mahabodhi, một ngôi chùa có giá trị lịch sử và đi đầu trong phong trào phục hưng Phật giáo Ấn Độ, hội thảo lần này tổ chức nơi đây như một sự tôn nghiêm để trao đổi kiến thức và kinh nghiệm tu tập thực tế giữa các nghiên cứu sinh tăng ni Việt Nam đầy tâm huyết đang theo đuổi sự nghiệp học thuật tại các trường đại học Ấn Độ nhằm mục đích soi sáng con đường trí tuệ và từ bi.

Lòng biết ơn sâu sắc nhất của chúng tôi dành cho vị ni sư đặc biệt Thích Nữ Giới Hương, đồng chủ tọa và là nhà tài trợ nhiệt thành và hảo tâm của hội thảo, cùng quý cư sĩ chùa Hương Sen, California, Hoa Kỳ, những người đã hỗ trợ không ngừng để đưa hội thảo này lên một tầm cao mới.

Với lòng biết ơn vô hạn, chúng tôi thừa nhận tác động to lớn của các nhà tài trợ, những người mà sự hảo tâm, nhân ái của họ đã mở ra cánh cửa cho sự khám phá và hiểu biết sâu sắc; mở đường cho những kết nối có ý nghĩa, tạo điều kiện cho tăng ni nghiên cứu sinh chúng tôi những cơ hội, phương thức mới trong việc nghiên cứu Phật học qua các trao đổi học thuật trong hội thảo này. Thông qua sự hỗ trợ đáng kể của họ, chúng tôi được trao quyền để làm sáng tỏ chiều sâu của trí tuệ Phật giáo, làm sáng tỏ sự liên quan của nó trong thế giới hiện đại của chúng ta. Sự nhiệt tâm về tinh thần và trái tim từ bi của các vị là minh chứng cho sức mạnh chuyển hóa của giáo lý Phật giáo, soi sáng con đường giác ngộ vì lợi ích của tất cả chúng sinh.

Với tư cách là chủ tọa hội thảo, tôi xin phép gửi lời tri ân chân thành đến những pháp lữ tinh tấn, siêng năng, chăm chỉ, đã tự thân vượt qua lịch trình bận rộn của thi cử và viết luận án để đóng góp bài vở và đến dự hội thảo cũng như những pháp lữ không thể hiện diện hôm nay.

Tôi trân quý tinh thần cống hiến, sự tinh tấn và rất tự hào về các pháp hữu.

Tôi chân thành hy vọng hội thảo này đã khởi xướng những cuộc trao đổi mang tính xây dựng và mở đường cho những nghiên cứu mới trong tương lai về nghiên cứu Phật học.

Cuối cùng, xin chân thành cảm ơn tất cả những người đã góp phần tạo nên sự thành công của hội thảo Phật học 2023 trên xứ Phật.

Xin chân thành cảm ơn và hẹn gặp lại các bạn trong một ngày không xa.

Ban Tổ chức Hội thảo Phật học Delhi,

ngày 1 tháng 7 năm 2023.

CHƯƠNG I

LÝ TƯỞNG BỒ TÁT ÁP DỤNG TRONG THẾ GIỚI THỰC

1.1

QUAN NIỆM VỀ LÃNH ĐẠO CỦA GIÁO ĐIỂN PHẬT GIÁO ĐẠI THỪA VÀ LÝ THUYẾT CHÍNH TRỊ HIỆN THỰC: KHÁM PHÁ NHỮNG ĐIỂM TƯƠNG THÍCH VÀ TÍCH HỢP

Tiến sĩ Hà Thanh Liêm -Thích Hạnh Chánh

Đại học Sharda

Tóm tắt

Phật giáo Đại thừa là một truyền thống trí tuệ giảng dạy về phương thức làm thế nào để có cuộc sống từ bi và tỉnh thức. Lý thuyết Chính trị Hiện thực là một phạm trù triết học nhằm làm sáng tỏ những điều khó hiểu xoay quanh quyền lực chính trị và quản lý đất nước. Thoáng nhìn, sự tiếp cận về lãnh đạo của hai trường phái này rõ ràng khác biệt, nhưng khám phá tỉ mỉ tính tương thích và tương hợp của chúng có thể lãm sáng tỏ khả năng về hình mẫu một chính thể nhân đạo và đạo đức hơn. Bài viết này sẽ gợi hứng tư duy của bạn khi khám phá tính tương thích và khả năng tương hợp giữa các nguyên tắc lãnh đạo của Phật giáo Đại thừa và Lý thuyết Chính trị Hiện thực.

Từ khóa: Phật Giáo Đại Thừa, Lý thuyết Chính trị Hiện thực, lãnh đạo, tính tương thích.

Giới thiệu tổng quan

Thoạt nhìn, chúng ta dễ thấy điểm giao thoa về lãnh đạo trong giáo điển Phật giáo Đại Thừa và Lý thuyết Chính trị Hiện thực có thể không rõ ràng ngay từ đầu. Tuy nhiên, một cuộc khám phá cận điểm về khái niệm tương quan tương duyên trong Phật giáo Đại Thừa cho thấy khả năng tồn tại và vận hành song song của các cấu trúc xã hội. Khái niệm này chứng minh rằng tất cả hiện tượng xảy ra dựa vào những hiện tượng khác, và không có hiện tượng nào tồn tại độc lập. Khi áp dụng khái niệm này vào xã hội con người, nó có thể cung cấp cái nhìn sâu sắc về sự phụ thuộc song song của các cấu trúc và mối liên kết xã hội đa dạng. Lý thuyết Chính trị Hiện thực có thể sử dụng khái niệm này để khám phá về các giao điểm phức tạp của các tầng lớp lãnh đạo và nhóm xã hội riêng biệt; và khái niệm này cho phép nghiên cứu cách thức thay đổi trong một lĩnh vực của xã hội mà có thể tạo ra những tác động lan tỏa đến các lĩnh vực khác.

Lý thuyết Chính trị Hiện thực, một phạm trù triết học tìm hiểu về quyền lực chính trị, về quản trị đất nước, về mối quan hệ giữa quyền lực và cá nhân, có thể diễn tiến phức tạp trước mắt một cách thầm lặng. Phạm trù này chỉ ra rằng con người có xu hướng chung về lợi ích cá nhân, gây ra hỗn loạn và bất ổn nếu không có một hệ thống quản trị có khả năng kiểm soát và cân bằng những lợi ích cá nhân này. Mặt khác, Phật giáo Đại thừa là một truyền thống trí tuệ tâm linh đưa ra những lời dạy về việc tồn tại cuộc sống từ bi và tỉnh thức mà sự tồn tại này có thể là im lặng, thâm sâu và đòi hỏi chúng ta tự thân thẩm thấu. Lý thuyết Chính trị Hiện thực công nhận mục tiêu chính của nó là tạo nên một nhà lãnh đạo mạnh mẽ và đủ sức thuyết phục để có thể đưa ra những quyết định khó khăn vì lợi ích tốt đẹp chung. Tương tự, sứ mạng của Phật giáo Đại thừa nhấn mạnh sự quan trọng của một nhà lãnh đạo có trí tuệ và bi tâm , người có thể dẫn dắt con người tiến tới hạnh phúc và giác ngộ. Để tích hợp những quan điểm rõ ràng khác biệt này, ta có thể nhìn vào tầm quan trọng của các phẩm chất lãnh đạo như sự đồng cảm, tự nhận thức và thiện chí lắng nghe.

Khi khám phá mối liên hệ giữa Phật giáo Đại thừa và chính

trị, trách nhiệm của lãnh đạo là một yếu tố quan trọng cần xem xét. Giáo điển Phật giáo Đại thừa nhấn mạnh tầm quan trọng của lãnh đạo đạo đức và từ bi như một phương tiện thúc đẩy hòa thuận xã hội và giảm bớt khổ đau. Ví dụ, tư tưởng Bồ-tát, một tư tưởng trọng tâm của Phật giáo Đại thừa , khuyến khích con người nuôi dưỡng lòng từ bi và trí tuệ với mục đích lợi ích cho tất cả chúng sinh. Tư tưởng này có thể được áp dụng vào lãnh đạo, đề xuất rằng nhà lãnh đạo phải ưu tiên sự phát triển tốt đẹp của tất cả mọi người, không chỉ quan tâm đến lợi ích cá nhân. Đây là điểm chung cho mục tiêu của bài viết này trong việc khám phá tính tương thích và tích hợp giữa Phật giáo Đại thừa và Lý thuyết Chính trị Hiện thựcvề lãnh đạo.

Định nghĩa

Định nghĩa Phật giáo Đại thừa

Giới thiệu ngắn gọn này sẽ tìm hiểu những động cơ dẫn đến sự xuất hiện của Phật giáo Đại thừa , vị trí của kinh điển trong Phật giáo Đại thừa , và các yếu tố chính đã góp phần vào sự thành công của nó trong việc lan rộng nhanh chóng ở Ấn Độ và các quốc gia khác.

Phật giáo Đại thừa (định danh) là một trường phái quan trọng của Đạo Phật xuất hiện tại Ấn Độ vào khoảng thế kỷ thứ nhất trước Công Nguyên và lan rộng khắp châu Á, bao gồm Trung Quốc, Tây Tạng, Nhật Bản và Việt Nam (Harvey, 2013, tr. 3). Trường phái Phật giáo này tập trung vào lý tưởng bồ tát và các giáo lý khác, trong đó khát vọng thành tựu giác ngộ của tất cả chúng sanh và vì lợi ích của tất cả chúng sinh.

Các giáo lý của Phật giáo Đại thừa rất sâu sắc trong ý nghĩa và linh hoạt trong tu tập cũng như ứng dụng. Càng thực thi càng lãnh hội được giáo nghĩa Phật giáo Đại thừa. Những giáo lý sâu sắc và linh hoạt này khiến cho Phật giáo Đại thừa có thể tương thích với các nền văn hóa khác nhau và môi trường chính trị đa dạng. Phật giáo Đại thừa cũng nhấn mạnh mối quan hệ liên kết của tất cả hiện tượng và quan niệm rằng tất cả chúng sinh đều có khả năng giác ngộ. Điều này có nghĩa là những giáo lý của Phật giáo Đại thừa phục vụ cho đại chúng.

Một trong những động cơ chính dẫn đến sự xuất hiện của Phật giáo Đại thừa là mong muốn mở rộng phạm vi của Phật giáo đối với cộng đồng tu sĩ và cư sĩ ở nhiều vùng khác nhau. Keown (2013) cho biết Phật giáo Đại thừa đã phát triển như một phản ứng với những thay đổi về điều kiện xã hội và chính trị ở Ấn Độ trong thế kỷ thứ nhất, tạo ra nhu cầu cho một hình thức Phật giáo đa dạng, rộng khắp và dễ tiếp cận hơn đối với những người theo Phật giáo. Phật giáo Đại thừa mang đến cho những người tu tập một con đường đạt giác ngộ thông qua lý tưởng bồ tát, được coi là sẽ dễ tiếp cận hơn và phù hợp với cuộc sống hàng ngày của người thế tục hơn những phương pháp khắc nghiệt của cộng đồng tu sĩ (tr.104).

Một đặc điểm cốt lõi khác của Phật giáo Đại thừa là số lượng kinh điển đồ sộ được ghi chép và luận giải. Kinh điển là những bài giảng của chính Đức Phật và các thánh đệ tử, và chúng đóng vai trò là nguồn chính trong hệ thống giáo lý Phật giáo. Theo Harvey (2012), các kinh điển Phật giáo Đại thừa được đặc trưng bởi những giáo lý sâu sắc và linh hoạt, cung cấp một loạt các phương pháp và phương thức để đạt giác ngộ. Các kinh điển Phật giáo Đại thừa cũng nhấn mạnh tầm quan trọng của lòng từ bi và sự hiểu biết, được coi là những đặc điểm quan trọng cho con đường của bồ tát (tr.305).

Sự thành công của Phật giáo Đại thừa trong việc lan rộng khắp cả Ấn Độ và các quốc gia khác có thể do nhiều yếu tố. Một trong những yếu tố chính là sự ủng hộ của các nhà lãnh đạo quyền lực và các gia đình giàu có, những người cung cấp, hỗ trợ tài chính và hậu thuẫn chính trị cho cộng đồng Phật giáo. Williams và Tribe (2000) chú thích rằng Hoàng đế Maurya Ashoka là một nhà ủng hộ, bảo trợ quan trọng của Đạo Phật, và sự hỗ trợ của ông đã giúp thiết lập Đạo Phật trở thành một tôn giáo nổi bật tại Ấn Độ. Hơn nữa, triều đại Gupta trong thế kỷ 5 và 6 cung cấp sự bảo trợ cho cộng đồng Phật giáo, cho phép xây dựng các công trình Phật giáo phức hợp cho các hoạt động truyền bá giáo lý (tr.246). Một yếu tố khác đã góp phần vào sự phát triển của Phật giáo Đại thừa là việc xây dựng một mạng lưới các tu viện và trường đại học. Dutt (2002) chỉ ra rằng Phật giáo Đại thừa phát triển mạnh ở Ấn Độ trong thế kỷ 5 và 6, khi các trường đại học Nalanda và Vikramashila được thành lập. Các cơ sở này thu hút các học giả và rất nhiều sinh viên từ khắp Ấn Độ và các nước khác; các đại học này là những trung tâm truyền trao kiến thức, nghiên cứu đổi mới trong triết học và thực hành Phật giáo (tr.103). Phật giáo Đại thừa cũng được hưởng lợi từ sự phát triển của thương mại và buôn bán tại Ấn Độ, dẫn đến việc lan truyền Đạo Phật qua các tuyến đường thương mại tới các nước khác như Trung Quốc, Việt Nam, Hàn Quốc và Nhật Bản. Các nhà sư Phật giáo Đại thừa và các học giả đi qua những tuyến đường này và chia sẻ giáo lý Phật giáo với người dân địa phương, góp phần xây dựng cộng đồng Phật giáo trong những vùng này (Harvey, 2012, tr.305).

Nhìn chung, sự lan truyền nhanh chóng của Phật giáo Đại thừa ở Ấn Độ và các quốc gia khác có thể được cho là do nhiều yếu tố, bao gồm sự hỗ trợ từ các vua chúa, những nhà phú hộ; sự nỗ lực không ngừng của giới tu sĩ trí thức trong việc phát triển văn bản và phương pháp thực hành dễ tiếp cận; việc xây dựng các tu viện và trường đại học, sự nhấn mạnh vai trò của các tín đồ; sự phát triển của thương mại và buôn bán, vv. Tất cả những yếu tố này đã giúp Phật giáo Đại thừa trở nên dễ tiếp cận và hấp dẫn hơn cho mọi đối tượng ; đóng vai trò quan trọng trong sự thành công của Phật giáo Đại thừa như một tôn giáo quan trọng trên toàn cầu cho đến ngày nay. Với những suy nghĩ này, chúng ta sẽ tiếp tục bước thêm để tìm hiểu về những gì Phật giáo Đại thừa mang lại về lãnh đạo và cách nó có thể được kết hợp với các yếu tố khác trong xã hội, trong trường hợp này là Lý thuyết Chính trị Hiện thực.

Định nghĩa Lý thuyết Chính trị Hiện thực

Lý thuyết Chính trị Hiện thực là một nhánh của triết học chính trị nhằm hiểu về động cơ quyền lực và lợi ích cá nhân trong chính trị. Ở bản chất, nó thừa nhận rằng cá nhân và quốc gia được thúc đẩy bởi lợi ích cá nhân và điều này hướng dẫn cho quyền lực là một yếu tố đã được xác định và là yếu tố cấu thành trong mỗi con người.

Sự diễn tả sớm nhất về quan điểm Lý thuyết Chính trị Hiện thực: quyền lực là đơn vị tiền tệ của chính trị và lợi ích cá nhân thúc đẩy hành động của cá nhân và quốc gia. Thucydides (1954), nhà sử học cổ Hy Lạp, mô tả rằng lợi ích của người mạnh luôn được quan tâm trước lợi ích của người yếu (Thucydides, Lịch sử chiến tranh Peloponnesus, số V, Chương 89, tr.400).

Lý thuyết Chính trị Hiện thực cho rằng quyền lực là đơn vị tiền tệ của chính trị và những người sở hữu quyền lực có vị trí tốt nhất để ảnh hưởng, tác động đến quá trình diễn biến sự kiện trong xã hội.. Henry Kissinger (1994) đã chứng minh rằng Lý thuyết Chính trị Hiện thực nhấn mạnh tầm quan trọng của quyền lực trong quyền lực và tiếp tục lập luận rằng các quốc gia thiếu quyền lực dễ bị tấn công và phòng thủ mạnh mẽ là cần thiết để tồn tại trong lĩnh vực quốc tế (tr.28).

Đây là một lý thuyết nhấn mạnh tầm quan trọng của quyết định thực tế và thực dụng.

Về bản chất, Lý thuyết Chính trị Hiện thực là một triết học nhận thức thực tế của thế giới chúng ta sống trong đó và cố gắng điều hướng nó. Nó nhận thức sự phức tạp cố hữu của chính trị và nhu cầu của các nhà lãnh đạo phải linh hoạt và chiến lược để đạt được mục tiêu của họ.

Lý thuyết này cung cấp một cơ cấu nhìn để hiểu về các hoạt động của các cá nhân, các nhóm và nhiều quốc gia trong lĩnh vực chính trị. Đây là một triết học chỉ cho chúng ta khi đối mặt những thách thức với tính bất ổn và không thể dự đoán của chính trị và tìm cách đạt được mục tiêu trong môi trường phức tạp và năng động này.

Lý thuyết Chính trị Hiện thực cũng nhấn mạnh sự cần thiết của những người lãnh đạo linh hoạt để đạt được mục tiêu trong thế giới chính trị phức tạp và không thể dự đoán. Như Henry Kissinger (1994) viết trong cuốn sách "Diplomacy", "trong một thế giới thay đổi nhanh chóng và không thể dự đoán, sự thành công trong ngoại giao đòi hỏi sự nhận thức liên tục về tác động của sự kiện và sẵn lòng điều chỉnh chiều hướng mà không đánh đổi mục tiêu của mình" (tr. 12). Trích dẫn này làm nổi bật tầm quan trọng của tư duy chiến lược và khả năng đưa ra quyết định nhanh chóng phản ứng với những thay đổi tình huống là các nguyên tắc cốt lõi của Lý thuyết Chính trị Hiện thực.

Trong khi đó, nhà triết học chính trị Hans Morgenthau (1948) phản ánh quan điểm của Lý thuyết Chính trị Hiện thực rằng các quan điểm thực tế nên được ưu tiên hơn những nguyên tắc đạo đức trừu tượng trong chính trị. Morgenthau lập luận rằng mặc dù giá trị đạo đức quan trọng, nhưng chúng phải cân nhắc đối mặt với thực tế của thế giới chúng ta sống trong đó (tr. 4). Mặt khác, Lý thuyết Chính trị Hiện thực tập trung vào những yếu tố thực tế của chính trị trong khi giá trị đạo đức cũng quan trọng, Lý thuyết Chính trị Hiện thực lập luận rằng chúng cần được cân nhắc đối mặt với thực tế của thế giới chúng ta sống trong đó. Như Morgenthau (1948) lưu ý, "người thực tế nhận thức được ý nghĩa đạo đức của hành động chính trị [...] nhưng họ không định đánh giá sự thành công của hành động của mình dựa trên các tiêu chuẩn đạo đức trừu tượng" (tr. 4). Trích dẫn này nhấn mạnh sự cần thiết cho những người lãnh đạo đưa ra những quyết định khó khăn và thực hiện những hành động có thể làm mờ giá trị đạo đức để đạt được mục tiêu của họ.

Tóm lại, Lý thuyết Chính trị Hiện thực thách thức chúng ta đối mặt với sự phức tạp và không chắc chắn của chính trị và tìm cách điều hướng trong môi trường đa dạng và phức tạp không thể dự đoán này. Nó nhắc chúng ta rằng sự theo đuổi quyền lực là một yếu tố cơ bản của chính trị, nhưng cũng nhấn mạnh sự cần thiết cho những người lãnh đạo phải linh hoạt và thích ứng để đạt được mục tiêu trong những môi trường đòi hỏi này.

Lãnh đạo

Những nguyên tắc lãnh đạo trong Phật giáo Đại thừa

Người lãnh đạo tập trung vào nhận thức sâu sắc, lòng từ bi và hành động vì lợi ích chung. Một nhà lãnh đạo nhận thức được hành động của mình và tác động của nó đối với người khác có thể truyền cảm hứng và tự tin trong lãnh đạo của mình. Những lời dạy của Phật giáo Đại thừa cũng gợi ý các thông tin về vai trò của lãnh đạo trong việc khuyến khích sự bình đẳng và công bằng xã hội. Các lời dạy nhấn mạnh sự quan trọng của tâm từ bi đối với tất cả chúng sinh và giảm bớt sự đau khổ trong thế giới này. Liên quan đến điều này, lãnh đạo có thể đóng một vai trò quan trọng trong khuyến khích sự bình đẳng và công bằng xã hội bằng cách đối phó với những cấu trúc bất bình đẳng và khuyến khích các chính sách ưu tiên cho những nhu cầu của các nhóm yếu thế.

Kinh Phạm Võng dạy rằng hành vi đạo đức là quan trọng đối với Lãnh đạo có sức thuyết phục và nó bao gồm việc hành xử theo nguyên tắc của Mười Giới và Mười Đức (Kinh Phạm Võng, Chương 34). Điều này bao gồm việc không làm những hành động gây hại, nuôi dưỡng những phẩm chất quyết định như lòng vị tha và lòng từ bi, và làm việc vì lợi ích của tất cả chúng sinh.

Phật giáo Đại thừa giảng dạy những quan điểm rõ ràng và độc đáo về lãnh đạo đặt ưu tiên cho trí tuệ, lòng từ bi và sự vị tha. Một trong những kinh Đại Thừa nhấn mạnh tầm quan trọng của lòng từ bi trong lãnh đạo là Kinh Pháp Hoa. Trong kinh này, Đức Phật được miêu tả như một nhà lãnh đạo đầy lòng từ bi, hướng dẫn những người theo mình tiến đến giác ngộ qua lời dạy và ví dụ. Kinh Pháp Hoa cũng nhấn mạnh sự quan trọng của những nhà lãnh đạo có lòng từ bi và làm việc vì hạnh phúc của tất cả chúng sinh (Lopez, 2001.tr.29).

Thay vì tìm kiếm quyền lực và danh vọng, lãnh đạo trong Phật giáo Đại thừa dựa trên tư tưởng Bồ-tát, được coi là phục vụ người khác, dựa trên niềm tin rằng mục tiêu cuối cùng của tu hành tâm linh không chỉ dành cho chính bản thân mình, mà còn dành cho tất cả chúng sinh. Một nguyên tắc quan trọng khác trong lãnh đạo Phật giáo Đại thừa là nguyên tắc phương tiện thiện xảo, còn được gọi là upāya. Nó bao gồm khả năng thích nghi với các cá nhân và tình huống khác nhau, sáng tạo và linh hoạt điều chỉnh cách tiếp cận nhằm đạt được lợi ích tối đa cho tất cả mọi người liên quan. Nguyên tắc này công nhận sự đa dạng của con người và tình huống và nhận ra rằng lãnh đạo thuyết phục cần sự bền bỉ và khéo léo.

Một nguyên tắc cơ bản khác của lãnh đạo trong Phật giáo Đại

thừa là hành vi đạo đức. Theo He và Zhu (2016), hành vi đạo đức quan trọng đối với vị lãnh đạo có sức thuyết phục và thiện chí hợp tác, và hành vi đạo đức này bao gồm sự tuân thủ nguyên tắc của Bát chánh đạo, hàm chứa không làm những hành động gây hại, nuôi dưỡng những phẩm chất quyết định như lòng vị tha và lòng từ bi, và làm việc vì lợi ích của tất cả chúng sinh (tr.333-344). Phật giáo Đại thừa cũng nhấn mạnh tầm quan trọng của nuôi dưỡng trí tuệ và lòng từ bi trong lãnh đạo. Trí tuệ bao gồm sự hiểu biết tổng quát về bản chất của hiện thực, trong khi lòng từ bi bao gồm quan tâm tuyệt đối đến hạnh phúc của người khác. Hai phẩm chất này là bổ sung và thuyết phục, và lãnh đạo trong Phật giáo Đại thừa cần sự phát triển cả hai.

Cuối cùng, các nguyên tắc lãnh đạo trong Phật giáo Đại thừa nhấn mạnh tư tưởng Bồ tát - ý nghĩa của việc đại diện cho người khác, thích nghi với các tình huống khác biệt bằng cách sử dụng phương pháp khéo léo, hành động đạo đức và nuôi dưỡng trí tuệ và lòng từ bi. Những nguyên tắc này góp phần tạo ra một xã hội đồng lòng và từ bi hơn cho tất cả chúng sinh.

Nguyên tắc lãnh đạo trong Thuyết Chính Trị Hiện Thực

Thuyết Chính Trị Hiện Thực nhấn mạnh ý nghĩa của lãnh đạo trong việc điều hướng sự phức tạp và không chắc chắn của thế giới chính trị. Thuyết này khẳng định rằng chính trị là một lĩnh vực phức tạp và khó đoán trước, nơi mà hiếm có những câu trả lời dễ dàng hoặc giải pháp rõ ràng. Do đó, lãnh đạo có sức thuyết phục và thiện chí hợp tác đóng vai trò quan trọng trong việc vượt qua những thách thức này và đạt được mục tiêu chính trị. Trong ngữ cảnh này, Thuyết Chính Trị Hiện Thực nhấn mạnh nhiều nguyên tắc cốt lõi của lãnh đạo mà cần thiết để thành công trong lĩnh vực chính trị.

Thực dụng : Thực dụng là quan điểm rằng người lãnh đạo cần tập trung vào những yếu tố thực tế và thích nghi với những biến đổi trong mọi tình thế để đạt được mục tiêu của mình. Như Henry Kissinger (1994) lưu ý trong cuốn sách của ông Diplomacy, "trong một thế giới thay đổi nhanh chóng và không thể dự đoán được, sự chủ trương thành công đòi hỏi sự nhận thức liên tục về tác động của sự kiện và sẵn lòng điều chỉnh hướng đi mà không đánh đổi mục tiêu của mình" (tr. 12). Trích dẫn này nhấn mạnh sự quan trọng của tư duy chiến lược và khả năng ra quyết định nhanh chóng đối với những thay đổi tình hình. Đây là một trong những nguyên tắc cốt lõi của lãnh đạo trong Thuyết Chính Trị Hiện Thực.

Tư duy chiến lược: Một nguyên tắc quan trọng khác của lãnh đạo trong Thuyết Chính Trị Hiện Thực là tư duy chiến lược. Tư duy chiến lược là khả năng nhìn nhận tổng thể và đánh giá tiềm năng kết quả của các hướng đi khác nhau. Như Robert Greene (1998) viết trong cuốn sách The 48 Laws of Power, "đừng bao giờ để mình mất trong chi tiết công việc của mình, vì quan trọng nhất là cái nhìn tổng quan" (tr. 152). Trích dẫn này nhấn mạnh sự cần thiết của lãnh đạo tập trung vào tầm quan trọng rộng hơn của quyết định và có cái nhìn toàn diện về mục tiêu của mình.

Tính linh hoạt: Tính linh hoạt là một nguyên tắc cơ bản của lãnh đạo trong Thuyết Chính Trị Hiện Thực. Người lãnh đạo cần có khả năng thích ứng với những biến đổi trong tình hình và mở ra những ý tưởng và quan điểm mới. Như Kissinger (1994) lưu ý, "Tính linh hoạt là chìa khóa cho lãnh đạo hiệu quả trong một thế giới luôn thay đổi" (tr. 12). Trích dẫn này nhấn mạnh sự quan trọng của sự cởi mở và sẵn lòng thay đổi hướng đi khi cần thiết.

Hiện thực: Hiện thực là một nguyên tắc quan trọng của lãnh đạo trong Thuyết Chính Trị Hiện Thực. Hiện thực là quan điểm rằng người lãnh đạo cần nhận thức về giới hạn của quyền lực của họ và hiểu rõ thực tế của thế giới mà họ hoạt động. Như Hans Morgenthau (1948) viết trong cuốn sách Politics Among Nations, "hiện thực chính trị... cho rằng cuộc đấu tranh vì quyền lực là phổ biến trong thời gian và không gian và là một sự thật không thể phủ nhận của kinh nghiệm" (tr. 3). Trích dẫn này nhấn mạnh sự quan trọng của nhận thức vai trò của quyền lực trong chính trị và sự cần thiết của việc có một cái nhìn hiện thực về những gì có thể đạt được.

Machiavellianism: Cuối cùng, Machiavellianism là nguyên tắc lãnh đạo trong Thuyết Chính Trị Hiện Thực. Machiavellianism là quan niệm rằng người lãnh đạo cần sẵn lòng thực hiện những hành động tàn nhẫn và đôi khi không đạo đức trong việc đạt được mục tiêu của mình, như Niccolo Machiavelli (1532/1998) viết trong cuốn sách The Prince, "tốt hơn là bị sợ hơn là được yêu, nếu bạn không thể là cả hai" (tr. 69). Trích dẫn này nhấn mạnh sự quan trọng của việc nhận thức thực tế khắc nghiệt của chính trị và sẵn lòng đưa ra những quyết định khó khăn nhằm đạt được mục tiêu của mình.

Đó là các nguyên tắc cốt lõi của lãnh đạo trong Thuyết Chính Trị Hiện Thực. Thuyết này nhấn mạnh rằng trong thế giới chính trị, lãnh đạo phải có khả năng thích nghi với những tình huống phức tạp, tư duy chiến lược để đánh giá tác động lớn hơn của quyết định, tính linh hoạt để thích ứng với biến đổi, hiểu rõ thực tế và giới hạn của quyền lực, và sẵn lòng thực hiện những hành động cần thiết để đạt được mục tiêu, ngay cả khi chúng có thể không đạo đức.

Với những nguyên tắc này, lãnh đạo theo Thuyết Chính Trị Hiện Thực có khả năng đối phó với những thách thức và không chắc chắn trong lĩnh vực chính trị và đạt được thành công trong việc thực hiện mục tiêu chính trị của mình.

Những nhà lãnh đạo có khả năng thể hiện những nguyên tắc này có khả năng cao hơn trong việc đạt được mục tiêu của họ và quản lý những khó khăn không thể tránh khỏi trong chính trị. Mặc dù những nguyên tắc này có thể có vẻ trái với các quan niệm thông thường về lãnh đạo đạo đức, nhưng chúng vẫn quan trọng đối với sự thành công trong lĩnh vực chính trị. Lãnh đạo hiệu quả cần sẵn lòng đưa ra những quyết định khó khăn và có những rủi ro tính toán để đạt được mục tiêu của mình, mặc dù điều này có nghĩa là phần nào đánh đổi nguyên tắc đạo đức của họ. Đáng lưu ý rằng những nguyên tắc lãnh đạo trong Thuyết Chính Trị Hiện Thực không được chấp nhận toàn cầu hay là không có những sự tranh luận về các nguyên tắc này.

Những nhà phê phán cho rằng cách tiếp cận này đối với lãnh đạo quá quan tâm đến quyền lực và lợi ích cá nhân và bỏ qua sự quan trọng của xem xét đạo đức và lợi ích chung. Hơn nữa, nhiều học giả đã chỉ trích tính thực tế của Thuyết Chính Trị Hiện Thực trong thế giới đương đại, nơi sự phụ thuộc toàn cầu và sự xuất hiện của các nhân tố phi nhà nước đã thách thức nhận thức thông thường về quyền lực.

Mặc dù có những chỉ trích này, Thuyết Chính Trị Hiện Thực vẫn là phạm trù được ưa chuộng để hiểu các khó khăn của lãnh đạo trong lĩnh vực chính trị. Bằng cách nhấn mạnh sự quan trọng của tính thực tế, tư duy chiến lược, tính linh hoạt, hiện thực và tư tưởng Machiavelli, thuyết này cung cấp một cách tiếp cận không thể thiếu để nghiên cứu và hiểu các vấn đề phức tạp trong chính trị.

Hơn nữa, những nguyên tắc lãnh đạo được đề cập trong Thuyết Chính Trị Hiện Thực có thể được áp dụng trong một loạt các ngữ cảnh, từ quan hệ quốc tế đến chính quyền địa phương. Mặc dù có những thách thức và tranh cãi, Thuyết Chính Trị Hiện Thực vẫn là một phạm trù hữu ích giúp hiểu và áp dụng trong lãnh vực lãnh đạo chính trị.

Tính tương thích và tích hợp của Phật giáo Đại thừa và Thuyết Chính Trị Hiện Thực về lãnh đạo.

Một phương pháp thực tế trong lý thuyết chính trị nhận thức rằng lãnh đạo là yếu tố quan trọng trong việc duy trì sự hòa hợp và thúc đẩy sự ổn định. Nó nhấn mạnh tầm quan trọng của những nhà lãnh đạo mạnh mẽ và hiệu quả, có thể đưa ra những quyết định khó khăn mang lại lợi ích cho lợi ích chung. Tương tự, triết lý Phật giáo Đại thừa nhấn mạnh sự cần thiết của những nhà lãnh đạo trí tuệ và từ bi, có thể hướng dẫn đạt đến sự giác ngộ. Quá trình tích hợp tầm nhìn này có thể bao gồm nhận ra tầm quan trọng của một số phẩm chất như lòng đồng cảm, nhận biết diễn biến đang diễn ra và thiện chí lắng nghe. Một nhà lãnh đạo có lòng trắc ẩn và nhạy bén với nhu cầu và mong muốn của nhân dân mình có thể thúc đẩy hiệu quả lòng tin và sự an toàn vốn dĩ là cơ sở để xây dựng một xã hội trung thành và đoàn kết. Liên quan đến điều này, giáo điển Phật giáo Đại thừa có thể cung cấp cái nhìn sâu săc và có giá trị về các phẩm chất của những nhà lãnh đạo hiệu quả.

Một cách khác để tích hợp các tầm nhìn này là nhận thức rằng lãnh đạo không chỉ liên quan đến quyền lực và quyền hành, mà còn liên quan đến trách nhiệm và sự chịu trách nhiệm. Thuyết chính trị hiện thực nhấn mạnh rằng những nhà lãnh đạo phải chịu trách nhiệm trước cử tri của họ và phải hành động vì lợi ích tối đa của cử tri. Tương tự, các lời dạy của Phật giáo Đại thừa nhấn mạnh tầm quan trọng của hành vi đạo đức và trách nhiệm đi kèm với quyền lực. Một nhà lãnh đạo nhận thức về hành động của mình và tác động của nó đối với người khác có thể tạo sự tin tưởng và tự tin trong lãnh đạo của mình. Hơn nữa, các lời dạy của Phật giáo Đại thừa có thể cung cấp những hiểu biết về trách nhiệm của lãnh đạo trong việc khuyến khích sự bình đẳng và công bằng xã hội. Các lời dạy nhấn mạnh tầm quan trọng của lòng nhân ái đối với tất cả chúng sinh và sự giảm bớt đau khổ trong thế giới này. Do đó, lãnh đạo có thể đóng một vai trò quan trọng trong việc khuyến khích công bằng bằng cách giải quyết những thể chế bất bình đẳng và thúc đẩy chính sách ưu tiên cho những nhóm bị yếu thế.

Một nhà lãnh đạo nhân ái hiểu và kết nối với hy vọng và khát vọng của nhân dân của mình có thể tạo niềm tin và sự tự tin, điều này quan trọng trong việc xây dựng một xã hội vững mạnh và đoàn kết. Những lời dạy về lòng từ bi của Phật giáo Đại thừa có thể đưa ra những hiểu biết không thể thiếu về những phẩm chất của một nhà lãnh đạo có hiệu quả.

Lý tưởng Bồ tát:

Để hiểu hơn về sự tương thích và tích hợp giữa thuyết chính trị hiện thực và những giảng dạy của Phật giáo Đại thừa về lãnh đạo, việc tường minh khái niệm "bồ tát", một khái niệm trọng tâm của Phật giáo Đại thừa, là điều rất quan trọng,

Đầu tiên, con đường của bồ tát có thể được xem là rất phù hợp với thuyết chính trị hiện thực theo nhiều cách.

Trước hết, con đường của bồ tát nhấn mạnh tầm quan trọng của phục vụ người khác và làm việc với sự chính xác cao hơn. Điều này phù hợp với khái niệm về dịch vụ công trong chính trị, nơi người lãnh đạo được dự đoán sẽ phục vụ lợi ích của cử tri vùng mình sau khi đắc cử và các lợi ích công cộng.

Kế tiếp, con đường của bồ tát nhấn mạnh tầm quan trọng của trí tuệ và phương tiện khéo léo trong đạt được mục tiêu của mình. Điều này phù hợp với khái niệm về thực dụng trong chính trị, nơi người lãnh đạo được kỳ vọng đưa ra những quyết định thực tế dựa trên sự thật và bằng chứng, thay vì ý thức hay giáo điều.

Thứ nữa, khái niệm về bồ tát cũng phù hợp với quan niệm về một nhà lãnh đạo trong thuyết chính trị hiện thực là sẽ cam kết thực thi những điều tốt nhất trong hiện tại như đã hứa; Lý thuyết Chính trị Hiện thực nhấn mạnh đến tầm quan trọng của những nhà lãnh đạo dâng hiến những phúc lợi cá nhân của mình, và sẵn lòng hy sinh vì lợi ích chung (Boucher, 2009 p.182).

Cuối cùng, trong Phật giáo Đại thừa , bồ tát hoàn hảo không chỉ quan tâm đến phúc lợi của người khác mà còn cố gắng lãnh đạo bằng tấm gương của mình, kêu gọi mọi người theo gương họ. Điều này phù hợp với khái niệm về một nhà lãnh đạo trong thuyết chính trị hiện thực, người lãnh đạo bằng tấm gương tích cực và khuyến khích mọi người theo sau họ.

Phương tiện thiện xảo:

Khái niệm về Phương tiện thiện xảo là một khía cạnh quan trọng của lời dạy về lãnh đạo trong Phật giáo Đại thừa . Phương tiện thiện xảo chỉ khả năng sử dụng các phương pháp và kỹ thuật đa dạng để đạt được mục tiêu của mình, dựa trên tình huống cụ thể. Điều này có thể bao gồm việc sử dụng thuyết phục, đàm phán, hoặc thậm chí sử dụng sức mạnh, nếu cần thiết.

Trong Kinh Pháp Hoa, một trong những kinh điển quan trọng nhất của Phật giáo Đại thừa , ý nghĩa của phương tiện khéo léo được thể hiện qua truyện ngụ ngôn về ngôi nhà cháy. Trong truyện này, một người cha sử dụng các phương pháp đa dạng, bao gồm hứa hẹn đồ chơi và đe dọa trừng phạt, để thuyết phục con cái rời khỏi ngôi nhà đang hừng hực cháy. Mục tiêu cuối cùng của người cha là bảo vệ con cái, và ông ta sử dụng mọi phương pháp cần thiết để đạt được mục tiêu đó.

Khái niệm về phương tiện thiện xảo có thể được coi là phù hợp với thuyết chính trị hiện thực, nhấn mạnh tầm quan trọng của thực dụng và việc áp dụng các phương pháp đa dạng để đạt được mục tiêu của mình. Điều này không có nghĩa là Phật giáo Đại thừa ủng hộ hành vi không đạo đức hay việc sử dụng bạo lực vì lợi ích riêng. Thay vào đó, khái niệm về phương tiện khéo léo nhấn mạnh tầm quan trọng của việc áp dụng bất kỳ phương pháp nào cần thiết để đạt được một mục tiêu đáng giá, ví dụ như lợi ích của tất cả chúng sinh.

Tính tương thích giữa lý thuyết chính trị hiện thực và những giảng dạy về lãnh đạo trong Phật giáo Đại thừa nằm ở việc cả hai đề cao sự đa năng của phương pháp khéo léo. Cả hai quan điểm đều nhấn mạnh tầm quan trọng của việc áp dụng các phương pháp cần thiết để đạt được mục tiêu mong muốn. Trong lý thuyết chính trị hiện thực, điều này có nghĩa là sử dụng quyền lực để duy trì ổn định và bảo vệ quyền lợi của quốc gia. Còn trong Phật giáo Đại thừa , điều này ám chỉ sử dụng lòng từ bi và phương pháp khéo léo để dẫn dắt mọi người đến giác ngộ và phúc lợi cho tất cả chúng sinh.

Ngoài ra, sự nhấn mạnh của Phật giáo Đại thừa về lòng từ bi và trí tuệ trong lãnh đạo cũng phù hợp với các lý tưởng của lý thuyết chính trị hiện thực. Lòng từ bi là một yếu tố quan trọng trong những giảng dạy về lãnh đạo trong Phật giáo Đại thừa , vì tin rằng những người lãnh đạo biết đồng cảm sẽ hiểu được những nhu cầu của người dân và đưa ra những quyết định có lợi cho mọi người. Tương tự, trí tuệ được nhấn mạnh trong Phật giáo Đại thừa , vì tin rằng những người lãnh đạo thông thái có khả năng đưa ra những quyết định có ích cho người dân trong dài hạn (Bhattacharya, 2008).

Ví dụ, một nhà lãnh đạo được thúc đẩy bởi cả lý thuyết chính trị hiện thực và Phật giáo Đại thừa có thể đưa ra những quyết định vừa thực tế vừa từ bi, dựa trên nhu cầu của tất cả mọi người và nỗ lực xây dựng một xã hội công bằng và bình đẳng cho tất cả. Hơn nữa, sự nhấn mạnh về trí tuệ trong Phật giáo Đại thừa có thể cải thiện quy trình ra quyết định logic trong lý thuyết chính trị hiện thực, vì một nhà lãnh đạo thông thái được trang bị đầy đủ để đưa ra những quyết định thực tế và thuyết phục.

Lãnh đạo từ bi là một khái niệm được nhấn mạnh trong Phật giáo Đại thừa , chủ yếu qua sự hiện thân của lý tưởng bồ tát. Kinh Pháp Hoa dạy rằng một nhà lãnh đạo đích thực là người tìm kiếm phúc lợi cho tất cả chúng sinh, thay vì chỉ tập trung vào đam mê cá nhân của mình. Sự nhấn mạnh tương tự cũng được đặt vào lòng đồng cảm trong Bát Nhã Tâm kinh, nhấn mạnh sự tương quan phụ thuộc lẫn nhau của tất cả hiện tượng và phải nuôi dưỡng bi tâm đối với tất cả chúng sinh. Tính chất đạo đức và tinh thần chính trực là một khía cạnh quan trọng của lãnh đạo trong Phật giáo Đại thừa được thể hiện qua các quy tắc của vị bồ tát hoàn hảo. Kinh Hoa Nghiêm dạy rằng một nhà lãnh đạo tuyệt đối duy trì các quy tắc không gây tổn hại, độ lượng và từ bi.

Tương tự, Kinh Kim Cương nhấn mạnh tầm quan trọng của tính chất đạo đức và tránh dính mắc vào tài sản vật chất. Hiện thực và thực dụng là những yếu tố quan trọng của lý thuyết chính trị, và Phật giáo Đại thừa công nhận sự quan trọng của chúng trong lãnh đạo.

Cuối cùng, chúng ta hãy so sánh một số điểm chung tương thích về Lãnh đạo giữa giáo điển Phật giáo Đại thừa và Lý thuyết Chính trị Hiện thực.

Thực dụng : Cả Phật giáo Đại thừa và Lý thuyết Chính trị Hiện thực nhìn nhận sự quan trọng của những xem xét thực tiễn trong quyết định. Lý thuyết Chính trị Hiện thực nhấn mạnh việc theo đuổi lợi ích quốc gia và giành được quyền lực, trong khi Phật giáo Đại thừa nhấn mạnh sự khéo léo trong đáp ứng nhu cầu của người khác. Cả hai quan điểm đều đề cao một phương pháp tiếp cận thực dụng đối với lãnh đạo, điều chỉnh kỹ thuật và hành động theo ngữ cảnh và kết quả mong muốn.

Tính linh hoạt: Lý thuyết Chính trị Hiện thực công nhận bản chất năng động của quan hệ quốc tế và nhu cầu của lãnh đạo thích nghi với sự thay đổi của hoàn cảnh. Tương tự, Phật giáo Đại thừa nhấn mạnh sự quan trọng của việc thích ứng khéo léo để giải quyết một cách hiệu quả nhu cầu và kỳ vọng cũng như khát vọng của người khác. Cả hai quan điểm đều đề cao những nhà lãnh đạo có thể điều hướng trong môi trường phức tạp và điều chỉnh cách tiếp cận của mình một cách tương ứng.

Cân bằng lợi ích: Lý thuyết Chính trị Hiện thực nhấn mạnh việc theo đuổi lợi ích cá nhân và bảo vệ lợi ích quốc gia. Phật giáo Đại thừa, mặt khác; nhấn mạnh tầm quan trọng của việc xem xét phúc lợi và lợi ích của người khác (bao gồm tất cả các chúng sanh). Mặc dù có thể có sự khác biệt về các tiêu điểm, nhà lãnh đạo có thể tìm cách cân bằng lợi ích cá nhân với lòng nhân ái và sự quan tâm đến phúc lợi rộng lớn của các cá nhân và cộng đồng.

Xem xét đạo đức và luân lý: Lý thuyết Chính trị Hiện thực có xu hướng thường ưu tiên việc khẳng định lợi ích trên các vấn đề đạo đức và luân lý, trong khi Phật giáo Đại thừa đặt một sự nhấn mạnh lành mạnh về lòng từ bi, hành vi đạo đức và giảm bớt khổ. Các nhà lãnh đạo có thể kết hợp xem xét đạo đức và luân lý vào khung lý thuyết hiện thực bằng cách nhận ra lợi ích kéo dài của hành vi đạo đức, khuyến khích sự hợp tác và tìm kiếm những giải pháp có lợi cho cả hai bên và phù hợp với các giá trị đạo đức rộng lớn hơn.

Điều quan trọng để kết luận là sự tương thích giữa những nguyên tắc trên sẽ phụ thuộc vào cách hiểu và áp dụng cụ thể của Lý thuyết Chính trị Hiện thực và nguyên tắc lãnh đạo Phật giáo Đại thừa . Các nhà lãnh đạo khác nhau có thể áp dụng các phương pháp và nhấn mạnh các khía cạnh khác nhau trong các tầm nhìn này. Khám phá sự tương thích và cộng sinh tiềm năng giữa những nguyên tắc này có thể giúp tăng cường hiểu biết sâu hơn về lãnh đạo và quyết định trong các bối cảnh đa dạng. Bằng cách kết hợp các tầm nhìn này, chúng ta có thể xây dựng một phương pháp tiếp cận toàn diện hơn đối với lãnh đạo.

Tích hợp giữa những nguyên tắc này đòi hỏi sự linh hoạt và điều hòa. Trong khi Thuyết Chính Trị Hiện Thực nhấn mạnh tính thực tế và khả năng thay đổi, lời dạy của Phật giáo Đại thừa tập trung vào khả năng thích nghi và đồng hóa với mọi người và tình huống đa dạng. Sự linh hoạt trong tư duy và hành động, cùng với khả năng nhìn nhận thế giới một cách thực tế và hiểu biết về sự thay đổi của nó, có thể làm nền tảng cho một lãnh đạo thành công và hiệu quả.

Mặc dù có thể có sự khác biệt và mâu thuẫn giữa các nguyên tắc lãnh đạo của Phật giáo Đại thừa và Thuyết Chính Trị Hiện Thực, việc tích hợp chúng có thể mang lại lợi ích cho lãnh đạo hiện đại. Bằng cách nhìn nhận tầm quan trọng của lòng từ bi, trách nhiệm và tính thực tế, lãnh đạo có thể tạo ra một xã hội hòa bình, công bằng và đáng tin cậy. Việc kết hợp các nguyên tắc này yêu cầu sự linh hoạt và sự hiểu biết sâu sắc về cả hai lĩnh vực, tạo nên một cách tiếp cận đa chiều và sáng tạo trong lãnh đạo chính trị.

Kết luận:

Để kết luận, chúng ta có thể thấy khả năng tương thích và tích hợp giữa Lý thuyết Chính trị Hiện thực và giáo điển về lãnh đạo trong Phật giáo Đại thừa là rất hứa hẹn. Bằng cách khám phá tiềm năng này, chúng ta khám phá ra một mô hình mới về lãnh đạo chính trị, nhấn mạnh tầm quan trọng của cả hai, xét đến đạo đức và hành động thực tế. Mô hình này mang đến một sự lựa chọn mới, khác biệt so với viễn cảnh lãnh đạo chính trị thông thường chỉ tập trung vào quyền lực và lợi ích cá nhân. Mặc dù con đường phía trước có thể gian truân, chúng ta không nên bỏ lỡ những lợi ích to lớn mà sự thay đổi mô hình như thế này có thể mang lại.

Một thế giới, nơi những người lãnh đạo được thúc đẩy bởi lòng từ bi, trí tuệ và ý thức sâu sắc về trách nhiệm đối với tất cả chúng sinh là một thế giới mà chúng ta cần phấn đấu. Hãy chấp nhận khả năng này và cùng nhau làm việc để xây dựng một kỷ nguyên mới về một chính thể, một thế giới công bằng hơn, nhân văn hơn và bảo vệ môi trường hơn.

***

Tài liệu tham khảo

Sách:

1. Bhattacharya, A. (2008). *An introduction to Buddhist philosophy*. London: Routledge.
2. Boucher, D. (2009). *The Lotus Sūtra: A biography*. Princeton, NJ: Princeton University Press.
3. Dutt, N. (2002). *Buddhist Sects in India*. Motilal Banarsidass.
4. Greene, R. (1998). *The 48 laws of power*. Penguin Books.
5. Harvey, P. (2012). *An Introduction to Buddhism: Teachings, History and Practices*. Cambridge University Press.
6. Harvey, P. (2013). *An introduction to Buddhism: Teachings, history and practices* (2nd ed.). Cambridge University Press.
7. Keown, D. (2013). *Buddhism: A Very Short Introduction*. Oxford University Press.
8. Lopez, D. S. (2001). *The Story of Buddhism: A Concise Guide to Its History & Teachings*. HarperCollins Publishers.
9. Machiavelli, N. (1998). *The prince* (T. B. L. Webster, Trans.). Penguin Books. (Original work published 1532).
10. Morgenthau, H. (1948). *Politics among nations: The struggle for power and peace*. Knopf.
11. Thucydides. (1954). *The history of the Peloponnesian War*. Penguin Classics.
12. Williams, P., & Tribe, A. (2000). *Buddhist Thought: A Complete Introduction to the Indian Tradition*. Routledge.

Tạp chí:

He, H., & Zhu, M. (2016). A study of leadership from a Buddhist perspective. Journal of Business Ethics, 138(2), 333-344.

Website:

1. The Avataṃsaka Sūtra. (n.d.). Chapter 40. Retrieved from https://www.buddhanet.net/e-learning/history/sutras.htm
2. The Brahmajāla Sūtra. (n.d.). Chapter 34. Retrieved from https://www.buddhanet.net/e-learning/history/sutras.htm
3. The Diamond Sutra. (n.d.). Chapter 4. Retrieved from https://www.buddhanet.net/e-learning/history/sutras.htm
4. The Heart Sutra. (n.d.). Retrieved from https://www.buddhanet.net/e-learning/history/sutras.htm
5. The Lotus Sutra. (n.d.). Chapter 2. Retrieved from https://www.buddhanet.net/e-learning/history/sutras.htm

1.2

KỸ THUẬT AN TĨNH TRONG HÀNH TRÌNH NHẬP THẾ CỦA BỒ TÁT

Lê Thị Kim Ngân[1]

***Tóm tắt*:**

An tĩnh là trạng thái tâm trí, tinh thần của một người khi cảm thấy thoải mái, không có lo lắng, áp lực, một cảm giác yên bình và ổn định từ bên trong. An tĩnh chính là thước đo cho độ chín chắn, tự tin và bản lĩnh, và một loại năng lực vô hình. An tĩnh được xem là một trong những yếu tố quan trọng hết đặt biệt trong thế giới sống nhanh, chuộng sống ảo, nhiều áp lực và bận rộn. Sự an tĩnh giúp chúng ta tập trung, chánh niệm, làm việc nhanh hiệu quả, cải thiện duy trì sức khỏe vật chất cũng như tinh thần. Xa hơn, an tĩnh không chỉ giúp cho mình đạt được giá trị cốt lõi sự đỉnh đạt từ bên trong mà còn giúp hành giả cho đi, giúp đỡ, truyền trải sự bình an vô uý đó đến cho mọi người xung quanh- một loại thông điệp mang tinh thần Bồ Tát đạo. An bên ngoài tĩnh bên trong cũng là một giá trị cấp thiết và cần thiết trên con đường tốt đạo đẹp đời, lợi mình lợi người của Phật giáo. Bài viết gửi sử dụng các kỹ thuật định tính phân tích, tổng hợp các nguồn tài liệu kinh điển Phật giáo và các thành tựu của chư hiền Tăng, mong muốn truyền tải các phương pháp an tĩnh để hành giả tự chữa lành

1 TN. Tâm Lạc, nghiên cứu sinh Tiến sĩ tại khoa Tâm Lý Học, Đại Học New Delhi, Ấn Độ.
Email:lethikimngan.du@gmail.com

tâm mình, có thể nhìn sâu bên trong và tìm hiểu về bình an nội tại.

Từ khóa: An tĩnh, chữa lành, Bồ tát

Lời Giới Thiệu

Có thể nói ai cũng sẽ có những lúc nóng giận, mất kiểm soát, mất bình tĩnh để những suy nghĩ, lời nói thiếu chín chắn chi phối hành vi của mình. Vậy làm thế nào để học được cách sống an tĩnh? Điều này cần xuất phát từ quá trình rèn luyện, trau dồi, thay đổi bản thân qua việc thực tập chánh pháp, giúp chuyển hoá nội tâm từ nóng giận đến việc học cách trở nên điềm tĩnh, dần dần tận hưởng việc sống an tĩnh như một thói quen tốt theo ta suốt đời. Người an tĩnh là người có thể giữ tâm thế một cách vững vàng, chắc chắn, không nóng vội để tìm hiểu và phân tích những gì đang xảy ra trong một trang thái hài hoà, đơn giản và hiệu quả, đem đến giá trị thiết thực cho bản thân và mọi người xung quanh. Đối với đạo Phật, an tĩnh là một chi pháp của bảy pháp giác ngộ (Thất Bồ-đề phần), thuật từ này thường được dịch là *khinh an giác chi*. Vì là chi pháp quan trọng của sự giác ngộ, là đặc tính tâm lý của một chân nhân, cho nên, bài viết này sẽ thảo luận chi tiết những nội dung căn bản của sự an tĩnh gồm: Khái niệm, nguồn gốc, tác hại, giá trị, và phương pháp thực tập.

Khái niệm an tĩnh trong Phật giáo

An tĩnh (安靜) trong Pāli là passaddhi, Sanskrit là praśrabdhi (nhấn mạnh đến niềm tin/sự tự tín [trust/confidence]), trong Phật học thường được dịch là khinh an (輕安), an tức (安息), chỉ (止); Anh ngữ gọi là calmness (bình tĩnh), tranquillity (yên tĩnh), serenity (trầm lặng).[2] Sự bình tĩnh khi kiểm soát cảm xúc liên quan đến ít nhất hai ý tưởng chính: Một là mọi người có thể học cách kiểm soát cảm xúc của mình. Hai là điều này dẫn đến một trạng thái bình yên và hạnh phúc tương đối, đáng để đạt được.[3] Nghĩa là một trạng thái tâm lý chỉ sự bình an, vững

2 Pāḷi Dictionary: https://palidictionary.appspot.com/browse/p/passaddhi.

chãi, làm chủ năng lực hành vi; không lo lắng, không nóng giận, không hoảng hốt, không bối rối. Đó là chỉ cho thân hành, khẩu hành, và tâm thức được thanh thản, yên bình, giải phóng. Muốn đạt được tâm an tĩnh cần phải học các kỹ thuật tu - giữ gìn - bảo hộ và phát triển tâm hỷ (pīti). Bên cạnh, thông qua sự thực tập "cầu nguyện, hành thiền, nghỉ ngơi,…" để chuyển hóa thân hành (kāyasaṅkhāraṃ) và tâm hành (cittasaṅkhāraṃ), nhằm có sự an tĩnh (passambhayaṃ), đạt sự bình tĩnh trước muôn sự, 'dĩ bất biến ứng vạn biến'. Như vậy, thuật từ bình tĩnh ở tâm lý học được hiểu ở đây là 'an tĩnh' hay 'an tịnh'; vì lấy niềm vui làm nền tảng, từ an tịnh hướng đến sự định tĩnh (samādhi) [khinh an giác chi - sau hỷ giác chi nhưng trước định giác chi]. Nói khác đi, an tĩnh là trạng thái sự an lạc của tâm và sự thư thái của thân hành. Tâm không có sự lo lắng và giận dữ, thân không phóng dật và manh động.

Nguồn gốc của sự an tĩnh

Con người trong mối quan hệ với tự nhiên và xã hội đã phát sinh ra những áp lực, những lo lắng, những sợ hãi, những ưu tư và những ham muốn khác nhau. Trước tiên phải nói đến là nguyên nhân bên ngoài, những áp lực đến từ nhiều nguyên nhân, nhưng chung quy lại là tác động của những ảnh hưởng gián tiếp lẫn trực tiếp như xã hội, môi trường, con người đối với chính chúng ta. Hai là nguyên nhân nội tại, con người là tập hợp của năm nhóm (ngũ uẩn) chịu sự tác động của luật tự nhiên. Yếu tố sắc (hình thể) là cấu trúc vật chất, làm nền tảng để tiếp nhận trực tiếp các dòng thông tin hay áp lực từ tự nhiên và xã hội; thông qua sáu căn phát sanh cảm thọ, tưởng tri, ý hành và nhận thức. Khi cảm thọ có mặt, sự tưởng tri, ý hành và nhận thức hiện hành gọi là yếu tố tinh thần, sự phản ánh của ngoại giới (tự nhiên và xã hội) vào trong tâm/tinh thần.

Theo Phật giáo, tâm có hai trạng thái: một là chịu sự chi phối và tác động của ngoại giới (bị động). Hai là tâm hoạt động độc lập,

3 Heli Tissari (2019) Calmness Conquers Anxiety: What Language Tells Us about Mind and Body Control
DOI: http://dx.doi.org/10.5772/intechopen.86138

chi phối ngược lại những tác động của thế giới hiện tượng (chủ động). Nghĩa là một mặt do áp lực của ngoại giới, một mặt bởi thân - tâm chủ thể; Phật học không tách rời thân khỏi tâm, như một thực thể độc lập, mà xem xét trong quan hệ tương quan sinh diệt, gọi là bất nhị (non-dualism). Nói khác đi, người không có sự tỉnh thức, bị tác động bởi ngoại cảnh là người không an tĩnh, mất bình tĩnh. Ngược lại, người an tĩnh là người làm chủ tâm thức, tỉnh giác và an nhiên trước những đổi thay cũng như áp lực ngoại tại. Đây là sự biện chứng và duyên sinh của pháp an tĩnh. Người hiểu được pháp an tĩnh, sẽ biết cách thức hay kỹ thuật để tạo sự an tịnh và tĩnh tại cho bản thân.

Ở đây, có sự phân chia thành hai hạng người là người an tĩnh và người không an tĩnh. Như vậy, khi hiểu được nguồn căn và nguyên nhân của sự an tĩnh và không an tĩnh sẽ biết làm thế nào để sống trong thế giới này, biết mình đang là hạng người nào, làm sao để chuyển hóa hướng thượng thành an tĩnh nhân. Người an tĩnh là người giác ngộ. Bởi, vấn đề căn cội của đời sống là làm sao có tâm bình tĩnh rồi làm chủ thân, điều phối và cân bằng cảm xúc trong mọi hoàn cảnh. Nghĩa là nguyên nhân chính của sự mất an tĩnh nằm ở khả năng làm chủ và cân bằng cảm xúc, hay thiếu hai yếu tố là niềm an vui và sự định tĩnh của chủ thể; đồng thời cũng do cường độ và nhịp độ của những áp lực ngoại tại. Tóm lại, nguyên nhân ngoại tại và nội tại được phản ánh, xem xét, và nhận thức đầy đủ để đưa ra những kỹ thuật trị liệu sự không an tĩnh một cách phù hợp nhất, tùy theo cấp độ mà có phương pháp xử lý phù hợp, ở cả phương diện lý thuyết và thực hành, trong cả cấp độ phổ quát và trường hợp cụ thể.

Sẽ thế nào nếu mất đi sự an tĩnh?

Bởi vì, chỉ ai nhận thức được sự nguy hại của sự không an tĩnh và giá trị của sự an tĩnh, thì mới dành hết tâm lực, chấp nhận học và thực hành đầy đủ những kỹ thuật thiền quán để nhận diện 'vị ngọt, mối hại, sự nhàm chán, sự xa lìa, ly tham, và đoạn diệt', để rồi mới quý sự an tĩnh, bằng không sẽ không biết quý và kính. Như thầy Minh Châu xác nhận, đức Phật và các Thánh giả dạy rằng, sự nguy hiểm của thiếu an tĩnh là nguồn gốc của mọi tội ác và khổ đau.[4] Bởi, thiếu an tĩnh chính là giận hờn, được ví như ngọn lửa đốt cháy cả bản thân và mọi thứ xung quanh. Một ngọn lửa nhỏ cũng có thể thiêu cháy cả khu rừng. Đó là tác hại to lớn của sự mất an tĩnh. Vì lẽ đó, không gì nguy hại hơn không có tâm an tĩnh, nhìn xa thì không an tĩnh là gốc của luân hồi sanh tử; nhìn gần thì không an tĩnh là nguồn cơn của tội lỗi, thất bại và khổ đau. Các quyết định sai lầm người người không an tĩnh có thể dẫn đến đau khổ hiện tiền như mất sức khỏe, tổn gia tài, bạn bè chia ly, tan nhà nát cửa, tiền mất tật mang, tai nạn giao thông, mất an ninh trật tự, vân vân.

Bồ Tát dùng an tĩnh đi vào đời

Về phương diện cá nhân, tâm an tĩnh là chất liệu quý báu của thành công. Bởi, sự bình tĩnh, an ổn là điểm tựa, chất nền, để đem lại tầm nhìn xa và rộng, chi phối đến những quyết định, đưa ra những ý tưởng, tạo ra những sáng kiến, nên quý hơn châu báu. Đặc biệt, người an tĩnh còn có khả năng đem lại sự không sợ hãi cho mọi người (thí vô úy), và người có khả năng lan tỏa - chia sẻ năng lượng bình an, là người hạnh phúc nhất. An tĩnh trước muôn sự là biểu hiện của một tâm hồn mạnh mẽ. Nghĩa là bình tĩnh quyết định sự thành công và hạnh phúc.

Phương diện chính trị xã hội và chân lý, có một ví dụ thú vị để suy ngẫm giá trị của an tĩnh, tâm giống như mặt hồ, nếu gợn sóng sẽ không thể phản chiếu hình ảnh sự vật. Cũng vậy, khi tâm xao động sẽ không nhận ra sự thật, cái đúng, vị ngọt của cuộc sống. Do đó, bình tâm và an tĩnh sẽ tỏ đạo trời, rõ chuyện mình, ngộ chuyện người. Như Hoà Thượng Thiện Siêu dẫn lời Phật để thấy cái quý của sự bình tĩnh trong công việc chính trị - xã hội, đời sống gia đình, và cuộc sống tu học:

"*Này các Tỳ-kheo, các thầy khi nghe ai khen chớ vội mừng, vội mừng thì bị sa đọa; khi nghe ai chê chớ vội buồn, vội buồn thì bị sa đọa. Bình tĩnh xét người khen đó có đúng với ta hay không*

---

4 "Các vị ấy cũng đã trung thành với quan niệm của Đức Phật đã xem mê mờ và thái độ thiếu bình tĩnh là nguồn gốc của mọi ác nghiệp và khổ đau." Xem Thích Minh Châu, (2005). Đức Phật nhà đại giáo dục, Nxb. Tôn Giáo, Hà Nội, tr.223.

đúng với ta".[5]

Như vậy, sự an tĩnh vô cùng quan trọng, bởi có bình tĩnh mới sáng suốt, có sáng suốt mới chánh niệm, có chánh niệm mới có thấy đúng, có thấy đúng mới quyết định đúng đắn, có quyết định đúng mới đạt được thành công trong công việc. Ngược lại, nếu không có sự bình tĩnh, thì chúng ta sẽ thất bại hoàn toàn; do không chánh niệm, không thấy đúng, không quyết định đúng, thì làm sai, nhận hậu quả nghiêm trọng, gây hại hay ảnh hưởng đến mình và người khác. Vì vậy, thái độ an tĩnh có giá trị trong đối nhân xử thế, quan hệ xã hội, nhất là các vấn đề ngoại giao và quyết sách chính trị. Về phương diện tu học, đức Phật dạy, tâm an tĩnh là một đặc tính của sự giác ngộ, tiền đề để đạt tuệ giác, tam minh[6]. Điều mà được thầy Trí Quảng diễn giải, "*bình tĩnh là tạo được Pháp thân thứ hai gọi là định Pháp thân.*"[7] Trước những giá trị cao quý đó, yêu cầu đặt ra là phương pháp để giữ bình tĩnh; và điều này thì cần học hỏi từ đức Phật, với vô số bài pháp giảng dạy về nghệ thuật an tịnh thân tâm.

Phương pháp tu tập và kỹ thuật đưa đến an tĩnh

Hơi thở trị liệu

Phương pháp thiền quán lấy an tĩnh thân hành và tâm hành làm nền tảng để thực tập thiền quán niệm hơi thở: "*An tịnh thân hành... An tịnh tâm hành, tôi sẽ thở vô... sẽ thở ra", vị ấy tập.*"[8] Đây là pháp tu tập quan trọng lấy quán thân và thọ làm điểm tựa,

5 Thích Thiện Siêu, (2000). *Chữ Nghiệp Trong Đạo Phật*, Nxb. Hà Nội, 2002, tr.62.

6 "Với tâm định tĩnh, thuần tịnh trong sáng không cấu nhiễm, không phiền não, nhu nhuyến, dễ sử dụng, vững chắc, bình tĩnh như vậy, Ta dẫn tâm, hướng tâm đến Túc mạng minh... Thiên nhãn minh,... Lậu tận trí." Xem 'Đại Kinh Saccaka' trong *Kinh Trung Bộ,* (2012), Thích Minh Châu dịch, Nxb. Tôn Giáo, Hà Nội, t.1, tr.307.

7 Xem 'Giới đức pháp thân', trong Thích Trí Quảng, *Phật Giáo Nhập Thế Và Phát Triển,* (2008), Nxb. Tôn Giáo, Hà Nội, t.1, tr.214."

8 Xem 'Kinh Nhập Tức, Xuất Tức Niệm; Đại Kinh Giáo Giới La-Hầu-La' trong *Kinh Trung Bộ,* (2012), Sđd, t.1, tr.412-13 & 519.

làm phương thức quán chiếu hơi thở để trị liệu, gọi là hơi thở trị liệu, hay hơi thở an tĩnh.

Niềm vui tròn đầy không liên hệ vật chất, loại bỏ năm triền cái

Khi tinh cần tu tập có niềm vui không liên hệ đến vật chất, làm cho sung mãn tròn đầy hỷ giác chi thì thân tâm vị này được an tịnh, khinh an. Nghĩa là sự an tịnh của thân tâm do hỷ, niềm vui làm nhân, nhưng niềm vui này (pāmojja: hân hoan) do tinh cần tu tập tròn đầy và không liên hệ đến vật chất.[9] Đặc biệt trong kinh Sa Môn Quả, nhấn mạnh tâm hân hoan được sanh khởi do dứt năm triền cái[10], hỷ sanh, nên tâm hoan hỷ, đạt thân an tịnh, rồi lạc thọ sanh nên được định tĩnh, chứng thiền thứ nhất với năm thiền chi.[11]

Sáu loại an tịnh liên hệ đến thiền quán

Đó là lời nói được an tịnh, tầm tứ được an tịnh, hỷ được an

9 "Này các Tỷ-kheo, trong khi Tỷ-kheo tinh cần tinh tấn và hỷ không liên hệ đến vật chất khởi lên, Hỷ giác chi trong khi ấy bắt đầu được khởi lên nơi Tỷ-kheo; Hỷ giác chi trong khi ấy được Tỷ-kheo tu tập; Hỷ giác chi trong khi ấy được Tỷ-kheo làm cho đi đến sung mãn. Thân của vị ấy được tâm hoan hỷ trở thành khinh an, tâm cũng được khinh an. Này các Tỷ-kheo, trong khi Tỷ-kheo với ý hoan hỷ được thân khinh an, được tâm cũng khinh an, trong khi ấy, Khinh an giác chi bắt đầu khởi lên nơi Tỷ-kheo; trong khi ấy, Khinh an giác chi được Tỷ-kheo tu tập; trong khi ấy, Khinh an giác chi được Tỷ-kheo làm cho đi đến sung mãn. Một vị có tâm khinh an, an lạc, tâm vị ấy được định tĩnh." Xem 'Kinh Nhập Tức, Xuất Tức Niệm' trong *Kinh Trung Bộ,* (2012), Sđd, t.1, tr.416.

10 Năm triền cái (Nīvarana): dục (kāmacchanda), sân (vyāpāda/byāpāda), hôn trầm - thùy miên (thīna-middha), trạo hối (uddhacca-kukkucca), nghi (vicikicchā). Xem 'Kinh Niệm Xứ, Kinh Gò Mối' trong *Kinh Trung Bộ,* (2012), Sđd, t.1, tr.90-91&191; "Thế nào là năm? Dục cái, sân cái, hôn trầm thụy miên cái, trạo hối cái, nghi cái." Xem *Kinh Trường Bộ,* (2013), Sđd, 2013, tr.220. "Lại có năm pháp, tức là năm cái: tham dục cái, sân nhuế cái, thụy miên cái, trạo cử cái, nghi cái." Xem 'Kinh Chúng Tập' trong *Kinh Trường A-hàm,* (2007). Tuệ Sỹ dịch, Nxb. Tôn Giáo, Hà Nội, t.1, tr.251.

11 "Khi quán tự thân đã xả ly năm triền cái ấy, hân hoan sanh; do hân hoan nên hỷ sanh; do tâm hoan hỷ, thân được khinh an; do thân khinh an, lạc thọ sanh; do lạc thọ, tâm được định tĩnh. Tỷ-kheo ly dục, ly ác pháp, chứng và trú thiền thứ nhất, một trạng thái hỷ lạc do ly dục sanh, với tầm, với tứ." Xem *Kinh Trường Bộ,* (2013), Sđd, 2013, tr.78.

tịnh, hơi thở vô - ra được an tịnh, tri giác và cảm thọ được an tịnh, tham sân - si được an tịnh.[12]

Bảy điều kiện để sự an tĩnh có mặt

Trong Thanh Tịnh Đạo, thầy Phật Âm đã trình bày bảy việc đem lại sự an tịnh, khinh an cho thân hành và tâm hành. Đó là dùng thức ăn thượng diệu, sống trong điều kiện khí hậu tốt, luôn giữ thái độ dễ chịu/hài hòa, tuân theo phép trung đạo, tránh những người ác, nuôi dưỡng thái độ khoan thai trong thân hành, ý hành kiên quyết đường lối an tịnh.[13]

Hộ trì, sám hối và chăm sóc sáu căn

Hộ trì các căn là pháp ưu tiên, quan trọng vì liên hệ trực tiếp với đời sống hằng ngày. Tất cả mọi sự việc đều liên hệ đến các căn, sáu căn tiếp xúc với sáu trần, sáu thức có mặt. Chính vì lẽ đó, hộ trì sáu căn là pháp tu thù thắng, tránh xa các nguồn gốc bất thiện, dục ái, và nhiễm ô để phòng hộ từ xa các đối tượng liên hệ đến dục tham, sân hận và si mê. Phật dạy:

"Khi mắt thấy sắc, không nắm giữ tướng chung, không nắm giữ tướng riêng. Những nguyên nhân gì khiến con mắt không được chế ngự, khiến tham ái, ưu bi, các ác, bất thiện pháp khởi lên, chúng ta sẽ tự chế ngự nguyên nhân ấy, hộ trì con mắt, thực hành sự hộ trì con mắt. Khi tai nghe tiếng... mũi ngửi hương... lưỡi nếm

---

12 Chayimā, bhikkhu, passaddhiyo. Paṭhamaṃ jhānaṃ samāpannassa vācā paṭippassaddhā hoti. Dutiyaṃ jhānaṃ samāpannassa vitakkavicārā paṭippassaddhā honti. Tatiyaṃ jhānaṃ samāpannassa pīti paṭippassaddhā hoti. Catutthaṃ jhānaṃ samāpannassa assāsapassāsā paṭippassaddhā honti. Saññāvedayitanirodhaṃ samāpannassa saññā ca vedanā ca paṭippassaddhā honti. Khīṇāsavassa bhikkhuno rāgo paṭippassaddho hoti, doso paṭippassaddho hoti, moho paṭippassaddho hotī"ti. Này các Tỳ-kheo, có sáu khinh an này, khi chứng Thiền thứ nhứt, lời nói được khinh an; khi chứng Thiền thứ hai, tầm tứ được khinh an; khi chứng Thiền thứ ba, hỷ được khinh an; khi chứng Thiền thứ tư, hơi thở vô, hơi thở ra được khinh an;... khi chứng Diệt thọ tưởng định, tri giác và thọ được khinh an. Đối với Tỳ-kheo đã đoạn tận các lậu hoặc, tham được khinh an, sân được khinh an, si được khinh an." Xem 'Phẩm Sống Một Mình' trong *Kinh Tương Ưng Bộ,* (2013), Nxb. Tôn Giáo, Hà Nội, t.2, tr.286.

13 Bhadantacariya & Bhikkhu Ñāṇamoli (trans.) (1999). *The Path of Purification: Visuddhimagga.* Seattle, WA: BPS Pariyatti Editions, p.132.

vị... thân cảm xúc... ý nhận thức các pháp, không nắm giữ tướng chung, không nắm giữ tướng riêng. Những nguyên nhân gì khiến ý căn không được chế ngự, khiến tham ái, ưu, bi, các ác, bất thiện pháp khởi lên, chúng ta sẽ tự chế ngự nguyên nhân ấy, hộ trì ý căn, thực hành sự hộ trì ý căn."[14]

Đây là phương diện đầu tiên, hộ trì như phòng bịnh, như ông bà ta dạy 'phòng bệnh hơn chữa bệnh'. Ở phương diện thứ hai nhận diện tội lỗi của sáu căn theo "Lục Thì Sám Hối Khoa Nghi" của vua Trần Thái Tông. Nghĩa là phòng bệnh, nhưng thất bại, nên tiến hành pháp sám hối - chữa bệnh cũng đồng ngăn bệnh. Bởi vì, sáu căn là nguồn cơn của tội lỗi nên cần sám hối, tu tập dựa trên việc nhận ra lỗi và giải trừ lỗi của sáu căn. Hối lỗi cũ, dừng tất cả các sai lầm, hướng đến chấm dứt tạo tác các lỗi mới do sáu căn tạo ra. Đây là thọ trì giới, thực hành đạo đức, 'chỉ trì' (dừng lại là hành trì). Thực ra, hai phương diện này đều ở tư thế bị động, chỉ mới phòng bệnh và chữa bệnh. Còn phương cách thứ ba, đó là cung cấp thức ăn lành mạnh cho sáu căn, không dừng lại ở hộ trì và sám hối các lỗi, mà tiến đến chăm sóc, vun bồi, trưởng dưỡng, phát triển, cung cấp các thực phẩm lành mạnh cho sáu căn. Nói khác là đi tìm một môi trường tốt nhất để sống và tu tập. Chính là tránh xa các nguồn cơn gây ô nhiễm cho sáu căn, tránh các loại thức ăn ô nhiễm, biết thực hành 'bốn pháp vô lượng' và 'bốn niệm xứ'. Pháp Bốn Niệm Xứ là thức ăn tinh diệu nhất của Phật học; là độc lộ đưa đến tịnh lạc, an tĩnh; có công năng đưa đến nhất thừa Phật quả. Vì nguồn cung tịnh lành (input) nên thân thể - tâm thức an tịnh (physico-mental tranquility), dẫn đến đầu ra (output) là các hành động thiện lành, vì thân tâm chứa hạt giống an tĩnh, thiện và đạo đức.

Quán chiếu năm uẩn

Hằng ngày, chúng ta phải dành thời gian để quán sâu nhìn kỹ, ngẫm nghĩ bản chất của thân và tâm thức, thông qua phương thức phân tích con người là Năm uẩn. Phật dạy, thân tâm là một tập hợp của năm yếu tố cơ thể, cảm thọ, tưởng tri, ý chí, và tâm thức. Bản

---

14 Xem 'Đại Kinh Xóm Ngựa' trong *Kinh Trung Bộ,* (2012), Thích Minh Châu dịch, Nxb. Tôn Giáo, Hà Nội, t.1, tr.34.

chất của Năm uẩn vốn không thật có, như lời Phật dạy:

"*Sắc không bền vững, cũng không chắc chắn, không thể trông thấy, huyễn ngụy, không thật; thọ không bền vững, cũng không lõi chắc, cũng như đám bọt trên mặt nước, huyễn ngụy, không thật. Tưởng không bền vững, cũng không lõi chắc, huyễn ngụy, không thật, cũng như quáng nắng. Hành không bền vững, cũng không lõi chắc, giống như thân cây chuối, không có thật. Thức không bền vững, cũng không lõi chắc, huyễn ngụy, không thật.*"[15]

Tinh thần không thật được diễn nghĩa thành kệ ngôn là: "*Quán sắc như bọt nước,/ Thọ như bóng trên nước,/ Tưởng như ánh nắng gắt,/ Những hành như cây chuối,/ Tâm thức dường như huyễn,/ Thị hiện đủ mọi sự./ Biết năm uẩn như vậy/ Trí giả không chấp trước.*" Pháp tu này được cả Phật giáo Nguyên thủy và Phát triển thực hành như một pháp quán chính để tu học hằng ngày, để thấy rõ và tỏ ngộ bản chất 'khổ, không, vô ngã'.[16]

Nhớ niệm Bốn Thánh Đế

Là pháp nâng cao năng lực của tâm nhờ quán chiếu pháp 'bốn chân lý của bậc thánh', "*vị ấy sống quán pháp trên các pháp đối với Bốn Sự thật... như thật tuệ tri: "Đây là khổ"; như thật tuệ tri: "Đây là khổ tập"; như thật tuệ tri: "Đây là khổ diệt"; như thật tuệ tri: "Đây là con đường đưa đến khổ diệt".*"[17] Nghĩa là quán chiếu và nhớ nghĩa pháp Bốn Thánh Đế, để thấy khổ, nguyên nhân của khổ, sự chấm dứt khổ, và con đường diệt khổ; rồi từ đó vận dụng phương pháp này để trị liệu khổ đau của sự giận và thiếu bình tĩnh.

Học hỏi, tiếp cận, tham vấn từ các vị Tu sĩ Phật giáo

Đại sư Thiện Đạo dạy lấy niệm Phật hiệu A-di-đà để giữ tâm bình tĩnh, như sau: '*Nhất tâm chuyên niệm danh hiệu Phật A-di-*

15 Xem 'Phẩm Tà Tụ' trong *Tăng Nhất A-hàm,* (2011). Thích Đức Thắng dịch, Nxb. Phương Đông, TP. Hồ Chí Minh, t.2, tr.386.

16 "Sắc như chùm bọt nổi;/Thọ như bong bóng nước;/Tưởng giống như quáng nắng;/Hành như thân cây chuối;/Thức là pháp huyễn hóa." Xem *Tăng Nhất A-hàm,* (2011). Sđd, t.2, tr.386. Xem 'Phẩm Ly Thế Gian Thứ Ba Mươi Tám' trong *Kinh Đại Phương Quảng Phật Hoa Nghiêm*, Thích Trí Tịnh dịch, (2011). Nxb. Tôn Giáo, Hà Nội, tr.549.

17 *Kinh Trường Bộ*, (2013), Sđd, tr.453.

đà', hơn nữa dốc lòng 'không tranh với mọi người, không cầu gì trong thế gian này, trong tâm giữ cho được nhẹ nhàng bình tĩnh.'[18] Cũng vậy, thầy Trí Quảng chia sẻ về pháp niệm tâm, lấy tâm gắn với vị Phật, nhờ niệm Phật mà sanh định, niệm Phật tâm bình tĩnh trước hết thảy sự khó khăn và sanh tuệ giác.[19] Niệm Phật có giá trị to lớn trong việc an tĩnh, là đề mục quan trọng trong sự giữ niệm, chánh niệm, thiện niệm.

Theo Đại sư Ấn Quang, nếu sân hận và mê mờ nổi lên thì nên làm dịu bằng cách sử dụng các châm ngôn và danh ngôn mang ý nghĩa chữa lành; thứ hai là dùng thời gian để đối trị, bằng cách đợi sự nóng giận tự chấm dứt để sự ôn hòa bình tĩnh có mặt; thứ ba là nhớ kỹ không hành động bạo lực và nói năng khi đang nóng giận.[20]

Trong thời hiện đại, thầy Nhất Hạnh - người thành lập "Đạo Phật Dấn Thân", cũng chia sẻ rất nhiều các kỹ thuật giữ chánh niệm, như: lắng nghe, mỉm cười, buông thư, hít thở, ngồi thiền, v.v… Đặc biệt, Thầy có giới thiệu lại pháp môn quán chủ và khách trong kinh Lăng Nghiêm, "tất cả chúng sanh không thành Bồ-tát và A la hán đều do khách trần phiền não ngăn ngại."[21] Cũng vậy, theo *kinh Đại Bảo Tích*, "phàm phu ngu si không biết là tự tánh vốn thanh tịnh, nhưng vì khách trần phiền não mà bị

---

18 Pháp Sư Huệ Tịnh, Nhuận Hà dịch, (2015). 'Bất Luận Tội Hay Phước, Niệm Phật Đều Được Vãng Sanh' trong *Bản Nguyện Niệm Phật*, Nxb. Tôn Giáo, Hà Nội, tr.123.

19 Thích Trí Quảng, (2002). *Những Bài Giảng Về Hoằng Pháp Và Trụ Trì*, Nxb. Tôn Giáo, Hà Nội, tr.296.

20 "Còn như khi cái tánh ngu bướng, ngạo nghễ của người ấy trỗi dậy, nếu thấy đối trị được thì hãy dùng những danh ngôn chí lý để ôn hòa bình tĩnh đối trị. Nếu không được thì cứ mặc kệ, đừng động đến kẻ ấy nữa, đợi khi kẻ ấy hết nóng, lại ôn hòa, bình tĩnh cùng kẻ ấy bàn luận khúc chiết, lâu dần kẻ ấy cũng bị cảm hóa. Trọn chẳng nên dùng đến những phương cách bắt buộc, mạnh mẽ, dữ dội...". Như Hòa Chuyển Ngữ, (2013), *Ấn Quang Đại Sư Gia Ngôn Lục*, Taiwan, tr.289.

21 *Đại Phật Đảnh Như Lai Mật Nhân Tu Chứng Liễu Nghĩa Chư Bồ Tát Vạn Hạnh Thủ Lăng Nghiêm* Kinh 大佛頂如來密因修證了義諸菩薩萬行首楞嚴經 (卷1), T19, no. 945, p. 109c4-5. "一切眾生不成菩提及阿羅漢，皆由客塵煩惱所誤."

nhiễm ô."[22] Do đó, khi khách sẽ viếng thăm nhà, dù khách có yêu hay ghét… chúng ta vẫn là chủ nhà, không bị khách quấy nhiễu, khách đến rồi khách đi. Chúng ta vẫn an nhiên và hạnh phúc.

Tất cả là phương pháp quán chiếu để giữ chánh niệm, bình tĩnh, an tịnh hữu hiệu trước muôn sự đến - đi, được - mất, thành - bại, qua - lại, sanh tử - Niết-bàn.

Kết Luận

Thông qua những kỹ thuật trị liệu bằng Phật giáo như đã chia sẽ ở trên, phần này sẽ tóm tắt và đề xuất những phương pháp căn bản để giữ gìn, chữa lành, và bảo vệ sự an tĩnh của thân tâm trong đời sống hằng ngày, hành trình phát triển của Bồ Tát đạo. Đó là nắm vững kỹ thuật chữa lành, bằng cách phòng bệnh, trị bệnh và chăm sóc/nâng cao sự an tịnh như sau:

Phòng bệnh: hiểu đầy đủ nội dung - ý nghĩa - giá trị - vai trò của bình an; nhận biết các nguy hiểm, tác hại của mất an tĩnh; hộ trì và chế ngự sáu căn.

Trị bệnh: sám hối và trị liệu những nỗi khổ niềm đau, dứt bỏ tận gốc rễ ba độc trong sáu căn.

Nâng cao sự an tĩnh: nhận rõ bản chất vô thường, khổ, vô ngã của năm uẩn; nhận thức đầy đủ và tư duy Bốn Thánh Đế; thường xuyên niệm Phật, tự mình phản tỉnh (hỏi mình), quán niệm chủ - khách.

An tĩnh là một trong bảy pháp của sự giác ngộ. Con đường để thành tựu sự an tĩnh gồm có ba trụ cột, nguyên tắc nền tảng để tạo ra - làm mới - gây dựng - giữ vững - phát triển. Đây là cách chúng ta tự chữa lành, làm lớn mạnh sự an tĩnh nơi mình qua ba việc phòng bệnh, chữa bệnh và nâng cao năng lực đề kháng. Mỗi một thực tập Phật giáo muốn thành tựu bình an không gì hơn là phải tự mình chứng nghiệm, sống trong pháp ấy.

***

22 *Đại Bảo Tích Kinh* 大寶積經 (卷39), T11, no. 310, p. 226b21-22. "愚癡凡夫不覺如是自性清淨，而為客塵煩惱之所染污."

Sách tham khảo

1. Bhadantacariya & Bhikkhu Ñāṇamoli (trans.) (1999). *The Path of Purification: Visuddhimagga*. Seattle, WA: BPS Pariyatti Editions.
2. Đại Bảo Tích Kinh 大寶積經 (卷39), T11, no. 310.
3. Đại Phật Đảnh Như Lai Mật Nhân Tu Chứng Liễu Nghĩa Chư Bồ Tát Vạn Hạnh Thủ Lăng Nghiêm Kinh 大佛頂如來密因修證了義諸菩薩萬行首楞嚴經 *(卷1),* T19, no. 945.
4. Heli Tissari (2019) *Calmness Conquers Anxiety: What Language Tells Us about Mind and Body*, DOI: http://dx.doi.org/10.5772/intechopen.86138
5. Thích Trí Tịnh dịch (2011). *Kinh Đại Phương Quảng Phật Hoa Nghiêm* . Nxb. Tôn Giáo, Hà Nội.
6. Thích Minh Châu dịch (2012*). Kinh Trung Bộ*. Nxb. Tôn Giáo, Hà Nội.
7. Tuệ Sỹ dịch (2007*). Kinh Trường A-hàm*. Nxb. Tôn Giáo, Hà Nội
8. Thích Minh Châu dịch (2013). *Kinh Tương Ưng Bộ*, Nxb. Tôn Giáo, Hà Nội.
9. Như Hòa Chuyển Ngữ (2013). *Ấn Quang Đại Sư Gia Ngôn Lục*. Taiwan.
10. Pháp Sư Huệ Tịnh, Nhuận Hà dịch (2015). *Bất Luận Tội Hay Phước, Niệm Phật Đều Được Vãng Sanh trong Bản Nguyện Niệm Phật*. Nxb. Tôn Giáo, Hà Nội.
11. Thích Đức Thắng dịch (2011). *Tăng Nhất A-hàm*. Nxb. Phương Đông, TP. Hồ Chí Minh.
12. Thích Minh Châu (2005). *Đức Phật nhà đại giáo dục*. Nxb. Tôn Giáo, Hà Nội.
13. Thích Thiện Siêu (2002). *Chữ Nghiệp Trong Đạo Phật.* Nxb. Hà Nội.

14. Thích Trí Quảng (2002). *Những Bài Giảng Về Hoằng Pháp Và Trụ Trì.* Nxb. Tôn Giáo, Hà Nội.

15. Thích Trí Quảng (2008). *Phật Giáo Nhập Thế Và Phát Triển.* Nxb. Tôn Giáo, Hà Nội

16. Pāḷi Dictionary: https://palidictionary.appspot.com/browse/p/passaddhi.

1.3

BIỂU HIỆN CỦA LÝ TƯỞNG BỒ TÁT TRONG HÀNH TRÌNH CUỘC SỐNG

Nghiên cứu sinh Tiến Sĩ
Thích Nữ Tuệ Mãn -Trần Thị Bích Phượng
Khoa Phật học- Đại Học Delhi
E-mail: bodhi.tuemandn@gmail.com

Tóm tắt

Mục đích của bài này phân tích sự biểu hiện của lý tưởng Bồ tát về Phật giáo hiện đại. Chúng ta sẽ thảo luận về lý tưởng Bồ tát và hạnh nguyện vào đời sống dẫn đến sự giải thoát. Việc thu thập và phân tích dữ liệu các nguồn văn bản liên quan đến điểm chính của Phật giáo về lý tưởng Bồ tát sẽ được sử dụng. Đó là một trong những phần quan trọng nhất. Nó được thực hiện và nỗ lực để phân tích đầy đủ về chủ đề và mối quan hệ tổng quát về lòng từ bi và trí tuệ. Tôi sẽ trình bày cách hành giả Bồ tát phát Bồ đề tâm phải nhập thế tích cực thực hành sáu pháp Ba-la-mật và Tứ vô lượng tâm. Tôi nhận thấy cách trung hòa đạo Phật trí tuệ và lòng từ bi về thành tựu cá nhân như là nền tảng cơ bản cho triết học và tôn giáo. Bồ tát theo giáo lý "Vô ngã" để đạt sự giải thoát, vốn luôn đồng hành cùng lòng từ bi. Đức Phật đã chỉ dạy lý tưởng và hạnh nguyện của Bồ tát về xã hội và con người.khi chúng ta áp dụng vào tu tập hàng ngày lời dạy của Thế Tôn xã hội sẽ hạnh phúc, an vui.

Từ khóa: Lý tưởng Bồ tát, Phật giáo Đại Thừa, Phật quả, Áp dụng trong đời sống.

Lời Giới Thiệu

Theo Đạo Phật, Mahāyāna và Hīnayāna có những giải thích ý tưởng khác nhau về Bồ tát. Leighton và Teigen Daniel nói rằng: "Bồ tát là những vị cống hiến cho sự thức tỉnh và giác ngộ của tất cả chúng sanh. Sự hiện diện của Bồ tát như những người hướng dẫn và giúp đỡ cho chúng sinh thoát khỏi khổ đau và chỉ dẫn cho con người đời sống tinh thần có ý nghĩa."[23] Bồ Tát đã quyết định dùng kỹ năng vốn có của mình vì phát triển lợi ích của tất cả chúng sinh thấp hơn. Với ý định và mục đích đạt đến trí tuệ cao nhất cho tất cả nhưng Ngài tự nguyện trì hoãn việc thành tựu Niết bàn hay Phật quả. Trong tông phái Hīnayāna hướng đến quả vị A la hán, họ tìm kiếm sự hoàn toàn giác ngộ ngay. Người ta thường đề cập đến các lần tái sinh của Đức Phật Gotama thành các vị Bồ tát trong các câu chuyện Jātaka, khiến vị Bồ tát gần như trở thành một nhân vật lịch sử. Ngược lại, Māhayāna nhấn đến quả vị Bồ tát, có vô số vị Bồ-tát làm việc vì lợi ích của tất cả chúng sinh. Họ luôn làm việc để phục vụ cho tất cả chúng sinh, và các tín đồ nên cố gắng giống như họ dù họ có phải là tu sĩ hay không. Họ cũng có thể là giúp đỡ khi có sự cố xảy ra. Điều này phù hợp với văn hóa, xã hội phát triển của Thế giới hiện nay.

Hiện tại, tôi đang tu tập theo truyền thống Phật giáo Mahāyāna, nó ảnh hưởng đến cách tôi hình dung một vị Bồ tát trong tâm trí tôi. Đề tài nhằm nghiên cứu, phân tích sự biểu hiện của lý tưởng Bồ tát và suy ngẫm về Phật giáo hiện đại. Từ đó tôi muốn tu tập để trở thành một vị Bồ-tát tương lai, nên tôi phải học hiểu về lý tưởng Bồ-tát. Vì vậy, phạm vi bài viết này sẽ tập trung nghiên cứu về lý tưởng Bồ-tát và nguyện đem chúng ra thực hành trong hành trình của cuộc sống, đưa đến giải thoát bây giờ và mai sau. Kế hoạch của người viết cho nghiên cứu này như sau: Các công cụ phân tích là những cách để xem xét dữ liệu được thu thập trong quá trình đánh giá. Các nguồn văn bản liên quan đến quan điểm chính của Phật giáo về lý tưởng Bồ-tát sẽ được sử dụng để thu thập và phân tích

23 Leighton and Teigen Daniel, Bodhisattva Archetypes, New York: Penguin Akana, 1998, p.1 & http://tibetanbuddhistencyclopedia.com/en/index.php/Bodhisattva_Archetypes.

dữ liệu. Nó được coi là một trong những phần quan trọng nhất của nghiên cứu. Nó đã được thực hiện và một nỗ lực được thực hiện để đưa ra một nghiên cứu đầy đủ về chủ đề và mối quan hệ của nó, từ đó có thể rút ra tổng quát lòng từ bi và trí tuệ.

"Bồ-tát định nghĩa là người cố gắng để đạt được Bồ đề và không nghĩ nhập vào Niết bàn như vậy, vì anh ta muốn giúp đỡ đồng loại của mình trong thế giới khổ đau, tội lỗi và vô thường."[24]

Từ "Bồ tát" xuất phát từ tiếng Phạn, có nghĩa là "bất cứ ai đã phát bồ đề tâm, tự ước nguyện, và tâm từ bi để đạt được Phật quả vì lợi ích của tất cả chúng sinh. Bồ tát trong Phật giáo Đại thừa là tinh thần những người anh hùng luôn làm việc để đạt được sự tỉnh thức và được thúc đẩy lòng từ bi lớn mạnh."[25] Do đó, Bồ Tát từ chối nhập vào Niết Bàn cho đến khi tất cả chúng sinh được giải cứu. Điều này có thể nói rằng các vị Bồ tát từ chối hạnh phúc của Niết bàn, đến thế giới này vì lòng bi mẫn của họ. Sự thăng tiến trí tuệ cho một vị Bồ-tát kết thúc tại thời điểm vào Niết bàn, từ đó bắt đầu sự suy tàn của lòng từ bi. Vì thế, Bồ tát được phân biệt bằng hai hành động, một đi lên và một đi xuống. Con đường đi lên là tất cả việc học tập và thực hành Phật giáo, từ nhận thức của giới (*sīla*), thông qua thiền định (*dhyāna*), đến trí tuệ (*prajñā*), v.v.., Mỗi người đều được nuôi dưỡng tu tập với mục đích trên con đường dẫn đến giải thoát cuối cùng. Học thuyết về sáu pāramitā và mười bhūmi thuộc về con đường Bồ tát giống nhau. Trong bài viết này, tôi chỉ đề cập đến hạnh nguyện Bồ tát đặc trưng nhất là sự hoàn hảo của sáu con đường để đến bờ bên kia của Giác ngộ như con đường cúng dường (*dāna*), giữ giới (*sīla*), kiên nhẫn (*kṣānti*), tinh tấn (*vīrya*) thiền định (*dhyānā*) và trí tuệ (*prajñā*). Nếu đi theo những con đường này, người ấy chắc chắn sẽ đến bờ bên kia và họ sẽ tìm thấy sự giác ngộ. Bởi vì, việc thực hành cúng dường sẽ loại bỏ tính ích kỷ, trong khi việc thực hành Giới luật giữ cho người ta suy nghĩ về quyền lợi và tiện nghi của người khác; thực hành Sức

---

24 Har Dayal, The Boddhisattva Doctrine in Buddhist Sanskrit Literature, London: Kegan Paul, Trench, Trubner & Co., LTD., Broadway House, 1932, p.4

25 https://en.wikipedia.org/wiki/Bodhisattva

chịu đựng giúp người ta kiểm soát tâm trí sợ hãi hoặc tức giận; việc thực hành tinh tấn giúp một người siêng năng và trung thành; việc thực hành Định giúp người ta kiểm soát một tâm trí lang thang và vô ích; và việc thực hành Trí tuệ thay đổi một tâm trí đen tối và bối rối thành một cái nhìn sâu sắc rõ ràng và xuyên thấu. Việc cúng dường và giữ Giới luật làm nền tảng cần thiết để xây dựng một lâu đài vĩ đại. Nhẫn nhịn và tinh tấn là những bức tường của lâu đài bảo vệ nó chống lại kẻ thù từ bên ngoài. Sự tập trung và trí tuệ là áo giáp cá nhân bảo vệ một người chống lại các cuộc tấn công của sự sống và cái chết.

Giả sử một món quà không phải là một món quà thực sự nếu nó chỉ được đưa ra khi nó thuận tiện hoặc bởi vì nó đơn giản hơn là không cho. Khi ai đó đề nghị mà không được yêu cầu và mong đợi bất cứ điều gì được đáp lại, họ thực hiện một "Bố thí thực sự". Một Bố thí đích thực được trao tặng với niềm vui, mà không nghĩ đến người tặng, người nhận hoặc chính món quà sau khi cho; đây là cách duy nhất để hành động thực sự vị tha. Bố thí mà không mong đợi bất cứ điều gì được đền đáp vì ước muốn chân thành giúp người khác đạt được giác ngộ là điều mà chúng ta muốn nói về Bố thí chân chánh. Chẳng hạn, ngày xửa ngày xưa, hai người anh trai của hoàng tử Mahasattva đưa anh ấy vào rừng chơi. Một con hổ cái và bảy đứa con của nó bị phát hiện, và hổ mẹ đói đến mức định ăn thịt con nó. Để giải cứu mạng sống của những hổ con, Mahasattva đã trèo lên một tảng đá và lao mình vào hổ cái từ trên cao, trong khi những người anh kinh hoảng bỏ chạy. Hành động tử tế này của Hoàng tử Mahasattva hoàn toàn không phải ngẫu nhiên mà "Ngài muốn cứu họ… Vì vậy, Mahasattva đã cứu được con hổ cái đang sắp chết và đàn con của nó. Anh ấy đã chết để cứu các con hổ nhỏ, nhưng tinh thần vị tha giúp đỡ người khác dù phải trả giá bằng chính mạng sống của anh ấy không bao giờ chết."[26] Đó là một câu chuyện huyền thoại về kiếp trước của Đức Phật Gotama. Ngài nhận ra sự thay đổi và vô thường của cơ thể mình và biến nó thành một lễ vật cho con hổ cái này để Ngài thể hiện quyết tâm thực sự

26 Nhucche Bdr. Bjracharya, The Story of Jataka Mala, Book 3, Nepal: Ananda Kuti Vihar Trust, 1999, p.4-6

để đạt được Giác ngộ.

Người ta có thể thấy rằng tất cả giáo lý và thực hành được thể hiện trong Sáu Paramitas mà hành giả Bồ tát phát Bồ đề tâm cần phải thực hiện. Do đó, thực hành chính của Phật giáo thực sự là Bồ đề tâm, động lực vị tha. Khi một người suy ngẫm về những điểm này, nó được đòi hỏi trong việc trau dồi tâm Bồ đề và mở rộng lòng bi mẫn, trí tuệ, v.v. Đức Đạt Lai Lạt Ma giải thích rằng "Đầu tiên, người ta nói về Bồ đề tâm tối thượng, đề cập đến nhận thức trực tiếp về trạng thái thực sự của các hiện tượng. Đây là trí tuệ về Tánh không: một tuệ giác tức thời, bất nhị vượt qua khái niệm hóa. Thứ hai, có Bồ đề tâm tương đối, có nghĩa là nguyện vọng đạt được điều tốt đẹp cao nhất, hay Phật quả, vì lợi ích của tất cả, cùng với tất cả các bước thực tế cần thiết để đạt được mục tiêu này."[27]

Ngoài ra, còn có Tứ Vô Lượng Tâm, là những phẩm chất tinh thần thiết yếu mà Bồ tát nên tôn kính. Đó là lòng từ (*karuṇā*), bi (*mettā*), hỷ (*muditā*) và xả (*upekkhā*) bởi vì một người có thể loại bỏ lòng tham bằng cách trau dồi lòng từ bi. "Đó là lòng từ bi đối với tất cả chúng sinh đau khổ. Lòng từ bi không giống như tình cảm, đó là một trạng thái của tâm đi kèm với nỗi buồn."[28] Nhờ lòng tốt, người ta có thể xua tan cơn thịnh nộ. "Metta là tâm từ không ham muốn chiếm hữu. Đó là tình yêu không chọn lọc và loại trừ. Đó là tình thương bao trùm tất cả chúng sinh. Lòng nhân ái không giống như tình cảm ích kỷ."[29] Bằng cách vui vẻ, người ta có thể làm giảm bớt đau khổ. "Đó là khả năng cảm thấy hạnh phúc và vui vẻ trước thành công của người khác. Đó là sự chia sẻ hạnh phúc của người khác như thể đó là hạnh phúc của mình. Niềm vui vị tha là liều thuốc giải độc tốt nhất cho chất độc của sự ghen tị. Ghen tị là sự oán giận và cay đắng mà một người trải qua khi người khác thành công."[30] Bằng cách trao dồi tư duy công bằng, người ta có thể phá vỡ thói quen thiên vị đồng minh hơn kẻ thù. "Vì đó là sự

27 The Holiness Dalai Lama, The way of the Bodhisattvas: Bodhicharyāvatāra, London: Shambhala, 2011, p.12

28 Y.Karunadasa, Early Buddhist Teachings: The Middle Position in Theory and Practice, Srilanka: Buddhist Publication Society, 2015, p.108

29 Ibid, p.108

30 Ibid, p.108

cân bằng hoàn hảo, không thể lay chuyển của tâm. Đó không phải là sự thờ ơ tiêu cực mà là một đức tính xã hội tích cực. Hành xã là khả năng giữ bình tĩnh và không dao động khi chúng ta đối diện với tám thăng trầm của cuộc sống. Đó là được và mất, chê và vinh, xúc phạm và khen ngợi, vui và buồn… Như vậy, tâm xả giúp chúng ta vượt qua mọi suy nghĩ và cảm xúc chia rẽ dựa trên giai cấp, đẳng cấp, chủng tộc, tôn giáo, quốc gia, sắc tộc và mọi hình thức của chủ nghĩa địa phương, cũng như sự phân biệt giới tính."[31] Trong trường hợp đó, có thể nuôi dưỡng Tứ Vô Lượng Tâm và đoạn trừ tham, phẫn nộ, đau khổ và yêu-ghét, nhưng điều đó rất khó. Một tâm ác cũng khó diệt trừ như những chữ khắc trên đá, trong khi một tâm thiện để mất đi như những từ được khắc trong nước. Thật vậy, rèn luyện bản thân cho Giác ngộ là điều khó khăn nhất trong cuộc sống. Trong khi đó, Đức tin, Khiêm tốn, tinh tấn và Trí tuệ là những nguồn sức mạnh to lớn cho những ai theo đuổi sự giác ngộ. Điều quan trọng nhất là trí tuệ; Những cái khác là khía cạnh của trí tuệ. Một người đàn ông sẽ bị loại bỏ khỏi con đường dẫn đến giác ngộ trong quá trình tu tập của mình. Anh ta yêu thích những vấn đề trần tục, thích những cuộc trò chuyện phiếm và thiếu tỉnh thức. Khi theo đuổi sự giác ngộ, một số người có thể đạt được thành công nhanh hơn những người khác và đạt được giác ngộ trước. Khi một người đàn ông luyện tập bắn cung, anh ta không mong đợi thành công ngay lập tức, nhưng anh ta nhận thức được rằng anh ta sẽ trở nên chính xác hơn với sự kiên trì đều đặn. Bắt đầu như một con suối nhỏ, một dòng sông mở rộng cho đến khi nó đổ ra đại dương. Nó chỉ ra rằng ông ta nói học thuyết Phật giáo về "Vô ngã", vốn luôn là một hệ quả tất yếu của khái niệm từ bi và không bao giờ mâu thuẫn với nó. Cụ thể, anh ta nên cho phép lòng từ bi của mình tuôn chảy đối với những người thiếu kiến thức để theo đuổi Giác ngộ. Anh ta ước rằng anh ta có thể theo đuổi sự Giác ngộ, và sau đó nỗ lực quên mình để đánh thức sự quan tâm của anh ta. Nếu một người tuân theo giáo lý của Đức Phật, anh ta sẽ nhận ra rằng mọi thứ đều được đặc trưng bởi Tánh Không (Sūnyatā). Nó không tầm thường hóa những điều đi vào suốt cuộc hành trình của con người,

31 Ibid, p.109

mà nó chấp nhận con người thật của anh ta và sau đó cố gắng biến anh ta phù hợp công cụ để giác ngộ. Anh ta không được tin rằng thế giới này là vô nghĩa và hỗn loạn trong khi thế giới tràn ngập ý nghĩa và thanh thản giác ngộ. Thay vào đó, anh ta phải trải nghiệm con đường giác ngộ trong tất cả các vấn đề thế gian. Như đã nói trước đây, tất cả các sự kiện xảy ra là kết quả của sự tương tác của nhân duyên. Không có gì tồn tại trong sự cô lập; Mọi thứ tồn tại trong mối quan hệ với nhau. Mỗi khi có ánh sáng, phải có bóng tối. Nơi nào có chiều dài thì phải có ngắn; Nơi nào có màu trắng, ở đó phải có màu đen tối. Vì bản chất tự nhiên của các đối tượng này không thể tồn tại độc lập, chúng được coi là không thực chất. Theo cùng một lý luận, Giác ngộ không thể tồn tại ngoài vô minh, cũng không phải tách rời vô minh. Giác ngộ. Làm thế nào có thể có nhị nguyên nếu không có sự khác biệt về bản chất thiết yếu của sự vật?

Mọi người thường nghĩ rằng chúng có liên quan đến vấn đề sinh và tử, nhưng đây không phải vậy. Khi mọi người hiểu điều này, họ hiểu rằng sinh và tử không phải là hai điều khác nhau. Mọi người thích ý tưởng có tính cách bản ngã, vì vậy họ thích ý tưởng sở hữu tất cả. Tuy nhiên, vì không có cái gọi là "bản ngã", nên không thể có cái gọi là sở hữu mọi thứ. Khi con người hiểu được chân lý này, họ có thể hiểu được chân lý của bất nhị. Mọi người cũng coi trọng sự khác biệt giữa sạch sẽ và bụi bẩn. Tuy nhiên, không có sự khác biệt như vậy trong cách mọi thứ, trừ khi nó xuất phát từ những ý tưởng sai lầm và ngớ ngẩn của họ. Con người cũng phân biệt giữa thiện và ác, nhưng thiện và ác không phải là hai điều khác nhau. Những người đi trên con đường giác ngộ không thấy loại chia rẽ này, vì vậy họ không ca ngợi điều tốt và ghét điều xấu hoặc ghét điều tốt và chấp nhận điều xấu. Mọi người thường lo lắng về xui xẻo và hy vọng may mắn, nhưng nếu bạn nhìn kỹ, xui xẻo thường có thể là may mắn và may mắn đôi khi có thể là xui xẻo. Người khôn ngoan học cách đối phó với những thăng trầm của cuộc sống với một cái đầu điềm tĩnh, không quá phấn khích hoặc thất vọng khi mọi thứ diễn ra tốt đẹp hay tồi tệ. Đây là cách nhìn thấy sự thật về tính không nhị nguyên. Vì vậy, tất cả các từ mô tả nhị nguyên, như "tồn tại" và "không tồn tại", "đam mê thế gian" và "kiến thức thực sự", "thanh tịnh" và "ô uế", và "thiện" và "ác và suy nghĩ của một người không được thể hiện cũng như không được công nhận trong bản chất thực sự của chúng. Trong phạm vi mà các cá nhân có thể tránh sử dụng những từ như vậy và những cảm xúc mà chúng gợi lên, họ đã hiểu được sự thật tổng quát của Tánh Không.

Nếu một người nhìn thế giới bằng đôi mắt ô uế, vô minh, anh ta sẽ cảm nhận nó chứa đầy sai lầm; Tuy nhiên, nếu anh ta nhìn thế giới với trí tuệ trong sáng, anh ta sẽ nhận ra nó đúng như bản chất của nó: một thế giới của ánh sáng. Thực tế là chỉ có một vũ trụ, không phải hai, một vũ trụ không có ý nghĩa và vũ trụ kia giàu có của nó, hoặc thiện và ác. Do khả năng phân biệt đối xử của họ, mọi người tin rằng có hai vũ trụ. Nếu anh ta có thể giải thoát bản thân khỏi những phân biệt này và duy trì một tâm thanh tịnh với sự soi sáng của trí tuệ, anh ta sẽ chỉ thấy một thế giới mà mọi thứ đều có ý nghĩa.

Những người tin vào Đức Phật trải nghiệm sự đồng nhất thanh tịnh toàn cầu này trong mọi thứ; Trong tâm trạng đó, chúng ta cảm thấy từ bi đối với tất cả chúng sinh, và một thái độ khiêm tốn đối với việc phục vụ tất cả chúng sinh. Do đó, chúng ta phải thanh lọc bộ não của mình khỏi bất kỳ sự kiêu ngạo nào và đánh giá cao sự khiêm tốn, lòng tốt và sự phục vụ. Tâm của chúng ta phải giống như mảnh đất màu mỡ, nuôi dưỡng mọi thứ mà không phân biệt đối xử, phục vụ mà không phàn nàn, kiên nhẫn chịu đựng, không ngừng nhiệt tình và tìm thấy sự hài lòng lớn nhất trong việc giúp đỡ tất cả những người nghèo khó bằng cách gieo hạt giống giáo lý của Đức Phật trong tâm họ. Kết quả là, tâm từ bi trở thành mẹ của tất cả mọi người, kính trọng và xem tất cả như những bạn bè thân thiết và tôn trọng tất cả như một gia đình kết nối. Do đó, dù hàng triệu người ác ý đối với các tín đồ cư sĩ Phật giáo, họ cũng không thể làm hại vì tác hại đó như là một giọt thuốc độc trong một đại dương bao la.

Tôi đánh giá cao cách Phật giáo liên quan đến trí tuệ và lòng bi mẫn cứu giúp như một sự sửa chữa cho sự quan tâm hiện nay của chúng ta với sự phấn đấu cá nhân như là nền tảng cho triết học và tôn giáo. Khi nền kinh tế toàn cầu phát triển quá nhanh, cuộc sống ngày càng thiên về vật chất, khiến tinh thần của con người ngày càng suy giảm. Con người đã mong muốn không có giới hạn về vật chất và tinh thần vì lòng tha. Trong cuộc sống, chúng ta bị dục vọng chế ngự, nó dần dần phá hủy hạnh phúc của chúng ta. Chúng ta nên thực hành một trong sáu pháp Ba la mật để phát triển và đào sâu lòng từ bi. Chúng tôi đã gieo hạt giống của sự hào phóng và mong muốn làm cho mọi người hạnh phúc. Bố thí là một cách đơn giản để phát triển lòng bi mẫn, vì không phân biệt đối xử cho tất cả mọi người. "Đây là hình thức cho đi cao nhất. Nếu bạn bố thí như một vị Bồ tát, kết quả sẽ rất lớn lao, và hạnh phúc được tạo ra sẽ rất lớn. Hãy tìm hiểu thêm về việc cho đi. Chúng ta càng cho đi, chúng ta càng trở nên hạnh phúc hơn và chúng ta làm cho rất nhiều người xung quanh chúng ta hạnh phúc."[32] Đức Phật nói trong Kinh Aṅguttara Nikāya V rằng "Một người bố thí sẽ đạt được năm lợi ích. Thế nào là năm? (1) Được nhiều người ái mộ, ưa thích; (2) được bậc Thiện nhân, Chân nhân thân cận; (3) tiếng đồn tốt đẹp được truyền đi;(4) không có sai lệch pháp của người gia chủ;(5) khi thân hoại mạng chung được sanh lên cõi lành, Thiên giới. Đây là năm lợi ích của việc Bố thí".[33]

Chúng ta hãy giải quyết vấn đề bằng một vài câu hỏi tu từ: Liệu thế giới sẽ tốt đẹp hơn nếu không ai từng tin vào Bồ tát? Liệu có ít nhiều tình yêu thương và tình bạn hữu giữa con người với nhau nếu lời nguyện của Bồ tát khuyến khích mọi người giúp đỡ người khác mà không mong đợi bất cứ điều gì được đền đáp không bao giờ được thực hiện? Khái niệm về sự chuyển giao danh dự có nghĩa là để an ủi và trấn an các tín hữu hay để làm cho họ sợ hãi? Câu trả lời cho ba câu hỏi này quá rõ ràng. Ở nhiều nơi ở Đông Nam Á, ít nhất là trong những thế kỷ qua, con người phải cần có Bồ tát. Có lẽ, bất chấp sự tiến bộ của kiến thức và sức mạnh của con người, thế giới vẫn cần tình yêu, sự giúp đỡ và lòng trắc ẩn siêu nhiên. Một huyền thoại giả khoa học mới của thế kỷ thứ XXI đang phát triển, nhờ các chương trình kỹ thuật số phổ biến cũng

32 Thich Nhat Hanh, The Path of Emancipation, New Delhi: Full Circle Publishing, 2010, p.244

33 AN. V, p.661

như sự phát triển của internet, tập trung vào các siêu nhân và phụ nữ kỳ diệu, những người được trẻ em tin tưởng và một số người lớn tuổi của họ muốn tin một cách đăm chiêu, mặc dù chúng ta không thể từ bỏ lý trí của mình đủ để làm như vậy. Đây là những Bồ tát của thời đại chúng ta. Ngay cả trong thế giới hiện đại ngày nay, rõ ràng là lý tưởng Bồ-tát vẫn sống mãi.

Dường như giáo lý Đại Thừa về chư Bồ Tát có thể bắt nguồn từ lý luận niềm tin vào chư Phật tương lai. Câu chuyện về Đức Phật tương lai Metteyya (Di Lặc) ở phần cuối Kinh Cakkavatti-Sīhanāda,[34] nó là một bản văn dài mang tất cả các dấu hiệu của sự chậm trễ. Đức Phật đã tiên đoán về Metteyya, sau khi Ngài nói về cuộc sống ngày càng trở nên bạo lực như thế nào sau cái chết của Vua Daḷhanemi. Chúng ta được cho biết rằng Đức Phật tương lai sẽ là người đầu tiên trong giai đoạn tiếp theo của sự phát triển vũ trụ, đó sẽ là giai đoạn đi lên, và Ngài sẽ sinh ra làm người sau bảy ngày cầm kiếm khi thời kỳ suy tàn kết thúc với tàn dư của tất cả cuộc sống con người và những người còn lại bắt đầu thay đổi cách sống của họ và cố gắng sống hòa bình với nhau. Sau khi mô tả sự khủng khiếp của ngày tận thế, câu chuyện về Metteyya kết thúc bằng một thông điệp hy vọng, điều này cho thấy rằng nó đã được bổ sung sau này, nhưng điều này không có nghĩa là chắc chắn. Một khi ý tưởng về các vị Phật tương lai, đặc biệt là Đức Phật Metteyya, được chấp nhận, thì đức tin Bồ Tát có thể được đưa vào sử dụng trong thế giới hiện đại.

Thầy Thích Nhất Hạnh, người đã thiết lập thiền an trú Chánh niệm trong cuộc sống hiện tại, đã đưa những lời dạy của Đức Phật vào cuộc sống hiện đại và giúp nhiều người đi từ đau khổ đến hạnh phúc và an lạc trong tâm hồn. Ngài giống như một vị Bồ tát sống trọn đời để truyền bá Giáo pháp khắp nơi. Đặc biệt, Đức Đạt Lai Lạt Ma thứ 14, được biết đến là một vị Bồ tát từ bi và trí tuệ ngoài đời thực, cũng là niềm tin của Phật tử Tây Tạng ngày nay. Tuy nhiên, chúng ta có thể thực hành hạnh Bồ tát ngay trong đời sống hiện tại. Theo tôi, bệnh viện và nhà tù và những vùng nghèo

34 DN. III, p.395-397

khổ không khác gì địa ngục trần gian là nơi cần sự cứu giúp mà người thực tập Bồ tát có thể thực hiện. Tùy theo đối tượng chúng ta đem đến bình an cho mọi người. Khi đến những nơi nghèo khổ hay bệnh viện hay nhà tù vv chia sẽ thức ăn, đồ dùng và tinh thần sống tốt đẹp nhằm giúp thoát ra khổ như bóng theo hình, chỉ rõ sự thật khổ do tham sân si của chính mình, nhờ thấy rõ bản chất sự vật như thật không dính mắc vào cái gì cả, cũng chính vì chấp thủ mọi thứ là của mình nên không chấp nhận sự thật. Đối với những bệnh nhân, "Mọi người không nên quán ngũ uẩn như: 'Đây không phải của tôi, đây không phải là tôi, đây không phải là tự ngã của tôi'. Ngũ uẩn ấy của họ này biến hoại, đổi khác. Khi ngũ uẩn biến hoại, đổi khác, không khởi lên sầu, bi, khổ, ưu, não."[35] Có nghĩa là chia sẽ tình thương và tinh thần phấn chấn sống có ý nghĩa, chấp nhận sự tồn tại của năm uẩn là không phải là của ta, dù thân thể bị đau nhứt nhưng tinh thần không vì vậy mà đau khổ, "thân có bịnh, nhưng tâm không có bịnh."[36] hãy nên nhìn sâu vào sự vật mà hướng đến cuộc sống nhiệm màu nhiều tươi đẹp này. Chúng ta có thể chia sẽ những tù nhân về chân lý tối thượng của nhân quả, nghiệp báo, và con đường thoát khỏi chúng chính là sám hối, tu tập an trú trong hiện tại, hướng thân tâm đến cái thiện, giữ gìn các giới đã thọ nhận, giúp đỡ các bạn đồng tu cũng hưởng niềm hỷ lạc khi tu tập các điều này.

Nói tóm lại, chủ đề trình bày lời dạy của Đức Phật về lý tưởng và công việc của Bồ tát cho chúng ta, xã hội và con người. Hiện tại con nhìn sâu vào những gì Đức Phật nói về thế giới Bồ tát. Sẽ thật thú vị khi so sánh nó với những vấn đề của ngày hôm nay và cách con người đối xử với nhau bằng lòng từ bi và hiểu biết, dẫn đến hạnh phúc và bình an trên cuộc đời. Là người đệ tử của Đức Phật, hàng ngày tu tập Phật pháp, tôi đề nghị rằng chúng ta hãy suy ngẫm một cách nghiêm túc trong đạo đức xử lý tình huống bằng trí tuệ khi gặp bất cứ điều gì hay phiền não, và luôn duy trì tâm trong hơi thở của định và tuệ thâm sâu. Trong bất kỳ trường hợp nào, chúng ta thực hành Phật pháp để trưởng dưỡng Bồ đề tâm, và

35 SN.III, p.866-867
36 Ibid, p.856

thiền định miên mật dẫn đến thăng hoa trong cuộc sống hàng ngày. Nhận thức được vũ trụ tự nhiên đạt được khi tâm tĩnh lặng và nỗ lực để trau dồi sức mạnh của Giới, Định và Tuệ. Ngoài ra, đừng rời khỏi Kinh điển và nắm lấy Chánh Pháp, chúng ta làm quen bạn hữu tri thức trong tình huynh đệ. Chúng ta không chỉ biết phải làm những điều cho tất cả chúng sinh bằng cách giúp đỡ những người nghèo khó về vật chất với tình yêu thương và lòng từ bi trọn vẹn, mà còn hướng dẫn Phật tử thực hành giáo lý của Đức Phật, v.v. Điều này sẽ dẫn đến sự giải thoát trong Giáo pháp giống như "có khoảng tám, mười hay mười hai cái trứng của con gà mái, những trứng này được con gà mái khéo ấp, ngồi lên trên, khéo ấp nóng, khéo ấp dưỡng, thời dầu cho con gà mái không khởi lên sự mong ước: 'Mong rằng những con gà con của ta, sau khi đâm thủng vỏ trứng với móng chân nhọn của chúng, hay với mỏ của chúng, có thể thoát ra một cách yên ổn', những con gà con ấy, sau khi đâm thủng vỏ trứng với móng chân nhọn của chúng hay với mỏ của chúng, có khả năng thoát ra một cách yên ổn. Chư Tỳ-kheo, cũng vậy, Tỳ-kheo đầy đủ mười lăm pháp, kể cả nỗ lực, thời có đủ khả năng để phá vỡ, có đủ khả năng để chánh giác, có đủ khả năng để đạt thành vô thượng an ổn khỏi các ách phược."[37]

Trong một xã hội công nghệ tiên tiến, chúng ta truy cập thông tin toàn cầu thông qua phương tiện truyền thông, mạng xã hội và truyền hình... Chúng ta có thể dễ dàng thu được vô số thông tin trong mọi lĩnh vực, nhưng chúng ta phải sử dụng nó thông minh vì lợi ích của chính mình. Như là hiện thân của lý tưởng Bồ-tát vì lợi ích cho con người không chấp trước bất cứ điều gì, nó còn có thể giúp chúng ta nhanh chóng thu thập thông tin và hoằng dương giáo lý của Đức Phật trong hành trình đời sống.

***

SÁCH THAM KHẢO

1. - **The Aṅguttara Nikāya,** Ed. R. Morris and E. Hardy, 5 vols, PTS, London, 1885-1900; Tr. F. L. Woodward and E. M. Hare, The book of the Gradual Sayings, 5vols, PTS,

37 MN. I, p.197

London, 1955-1992 (reprints)

2. - **The Dīgha Nikāya,** Ed. T. W. Rhys Davids and J. E. Carpenter, 3 vols, PTS, London, 1980-1911; Tr. T. W. and C. A. F. Rhys Davids, The Dialogues of the Buddha, 3 vols, PTS, London, 1989-1990; Maurice Walshe, The Long Discourses of the Buddha, Wisdom publication, London, 1987.
3. - **The Majjhima Nikāya**, Ed. V. Trenker and R. Chelmers, 3 vols, PTS, London, 1883-1896; Tr. I. B. Horner, The Collection of the Middle Length Sayings, 3vols, PTS, London, 1954-1990 (reprints)
4. - **The Saṃyutta Nikāya**, Ed. M. L. Feer, 5 vols, PTS, London , 1884- 1898; Tr. C. A. F. Rhys Davids and F. L. Woodward, The book of the Kindred Sayings, 5 vols, PTS, London, 1950-1992 (reprints).
5. - **Leighton, Teigen Daniel**, *Bodhisattva Archetypes,* New York: Penguin Akana, 1998
6. - **Nhucche Bdr. Bjracharya**, *The Story of Jataka Mala*, Book 3, Nepal: Ananda Kuti Vihar Trust, 1999
7. - **Har Dayal,** *The Boddhisattva Doctrine in Buddhist Sanskrit Literature,* London: Kegan Paul, Trench, -Trubner & Co., LTD., Broadway House, 1932
8. - **Thich Nhat Hanh,** *The Path of Emancipation,* New Delhi: Full Circle Publishing, 2010
9. - **The Holiness Dalai Lama,** *The way of the Bodhisattvas: Bodhicharyāvatāra*, London: Shambhala, 2011
10. -**Y.Karunadasa**, *Early Buddhist Teachings: The Middle Position in Theory and Practice*, Srilanka: Buddhist Publication Society, 2015
11. https://en.wikipedia.org/wiki/Bodhisattva
12. http://tibetanbuddhistencyclopedia.com/en/index.php/Bodhisattva_Archetypes.

1.4

TẦM QUAN TRỌNG CỦA VIỆC PHÁT BỒ ĐỀ TÂM TRÊN CON ĐƯỜNG TU TẬP CỦA VỊ BỒ TÁT

NCS: Thich Nu Thuan Nguyen - Vo Thi Kim Nhi
Calcutta University
Email: thichnuhanhlien92@gmail.com
Mobile : +916287046359

Tóm tắt

Việc trưởng dưỡng bồ đề tâm, tâm giác ngộ, có ý nghĩa rất quan trọng trên con đường hành Bồ tát đạo của Phật giáo Đại thừa. Bồ đề tâm thể hiện cho ước muốn trở thành Phật vì lợi ích của tất cả chúng sinh và là hiện thân của trí tuệ và lòng từ bi. Nó biểu hiện cho lòng từ bi ở các vị Bồ tát và là động lực cho các hành động vị tha của quý Ngài. Hành trình Bồ đề tâm được minh họa bằng cuộc đời của chính Đức Phật, thể hiện ở lòng từ bi và chưa sẵn sàng chứng ngộ của Ngài, mà thay vào đó, Ngài đã phát tâm dẫn dắt chúng sanh hướng tới bến bờ giải thoát. Bồ đề tâm là động lực thúc đẩy lòng từ bi và tinh tấn của vị hành giả cũng như truyền cảm hứng cho sự phát triển Lục độ Ba-la-mật. Việc tu tập bồ đề tâm bao gồm các hành động bố thí, vị tha, giúp đỡ và trau dồi đức tính nhẫn nhục, yêu thương và xả ly. Mục tiêu cuối cùng của vị Bồ tát là đạt được giác ngộ và phụng sự như một vị hộ pháp, hướng dẫn và trợ giúp cho tất cả chúng sinh trên hành trình đến phía bên kia của Niết bàn.

Từ khóa: Bồ đề tâm, Phật giáo Đại thừa, Bồ tát.

Lời giới thiệu

Truyền thống Đại thừa được định danh và xuất hiện vào đầu thế kỷ thứ nhất SCN rất coi trọng việc trau dồi lòng từ bi. Loại từ bi này đến từ việc đánh thức tâm giác ngộ (bồ đề tâm), được nhấn mạnh trong hầu hết các diễn giải về con đường bồ tát. Bồ đề tâm có nghĩa là phát khởi trong lòng một ước muốn và quyết tâm thành Phật.

Theo Phật giáo Đại thừa, "bồ đề tâm" hay "tâm giác ngộ" là tâm (*citta*) hướng đến trí tuệ và lòng từ bi, hướng đến sự giác ngộ (*bodhi*) vì lợi ích của tất cả chúng sinh. Bồ đề tâm và một vị bồ tát đang hướng đến chúng sanh là hai yếu tố có mối quan hệ tương hỗ lẫn nhau. Theo từ nguyên của *bodhicitta*, từ này bắt nguồn từ hai từ trong Phạn ngữ, *bodhi* và *citta*. Theo thuật ngữ Phật giáo, *bodhi* có nghĩa là "tỉnh thức" hay "giác ngộ". *Citta* có gốc tiếng Phạn là *cit*, có nghĩa là "ý thức" (tức là tâm trí hay ý thức của một người). Từ bồ đề tâm có một số cách dịch, chẳng hạn như "tâm tỉnh thức" hay "tâm giác ngộ" (Das, 1998, tr. 145-146). Đôi khi nó cũng được dịch là "tư tưởng giác ngộ" (Wright, 2016, tr. 129ff).

Khi có bồ đề tâm thì hành giả càng có nhiều động lực để hy sinh và phấn đấu để đạt được mục tiêu cuối cùng. Cách giải thích tốt nhất cho động cơ cao quý của bồ đề tâm là việc Đức Phật Thích Ca Mâu Ni trở thành vị Bồ tát, rồi thành Phật, và chuyển Pháp luân. Đức Đạt Lai Lạt Ma thứ mười bốn diễn đạt ý tưởng này như sau:

Bồ đề tâm tức là ước muốn chứng đạt chánh đẳng giác vì lợi ích của tất cả chúng sinh, đó là động cơ cao quý đã khiến Đức Phật Thích Ca Mâu Ni trở thành một vị Bồ tát, sau đó là một vị Phật và chuyển Pháp luân (Lama & Chodron, 2014).

Đã từ rất lâu trong quá khứ, Śākyamuni với tư cách là Bà la môn Sumedha đã được Đức Phật Dīpaṃkara thọ ký và từ chối việc chứng đắc đạo quả ngay lập tức cho chính mình, dấn thân vào điều mà có thể được gọi là Bồ tát đạo, tu tập dần trên con đường đến

Phật quả. Đức Phật chấm dứt sự tìm cầu đã bắt đầu từ lâu dưới thời Phật Dīpaṃkara và từ đó, Ngài đã đi qua rất nhiều kiếp. Một trong nhiều kiếp của Ngài được đề cập trong *Kinh Bổn Sanh* (*Jātaka*). Đây là tác phẩm nói về các nguyện lực hy sinh của một vị bồ tát. Chú giải Kinh Bổn Sanh bằng Pali ghi lại không ít hơn 547 tiền kiếp của Đức Phật. Trước khi thành Phật, để hoàn thiện hạnh ba la mật cho bản thân, Ngài đã hóa thân vào nhiều hình tướng khác nhau như vua, tu sĩ khổ hạnh, thần cây, Bà la môn, hoàng tử, quý tộc, Thiên Vương (Đế Thích), khỉ, thương gia, nai, sư tử và không dưới mười lần trong hình dạng của muôn vàn sự sống khác. Jātaka nhấn mạnh quãng đường, sự khó khăn và bản chất phi thường của con đường dẫn đến Phật quả, cũng như những hạnh nguyện vĩ đại và oai dũng mà một vị bồ tát phải thực hiện để đạt được mục tiêu của mình. Trong hành trình tìm kiếm giác ngộ, Ngài không chỉ nhắm đến điều tốt đẹp và cao thượng như là niết bàn (*nirvāṇa*), mà còn vì lợi ích của tất cả mọi người. Có thể thấy bồ đề tâm là nguồn động lực to lớn giúp vị bồ tát vững tin trên con đường tu tập.

Trong câu chuyện về cuộc đời Đức Phật, chúng ta thấy tất cả những thứ xa hoa của đời sống cung đình, tất cả những sự từ bỏ vĩ đại của Ngài được nhấn mạnh để cho thấy sự hy sinh to lớn của vị bồ tát và những gì Ngài đã từ bỏ khi Ngài rời khỏi hoàng gia. Hạnh nguyện thành Phật của một vị bồ tát phải xuất phát từ lòng từ bi đối với sự đau khổ của chúng sinh. Vì vậy, Ngài quyết chí đi tìm con đường giải thoát, dẫu con đường phía trước còn rộng mở và không biết đi về đâu. Như Gampopa đã nói "bản chất của việc hình thành tư tưởng giác ngộ (bồ đề tâm) là mong muốn giác ngộ viên mãn để có thể làm lợi lạc cho những người khác" (Guenther, 1971, p.112). Do đó, có thể thấy, hạnh nguyện đi tìm con đường giải thoát và từ bỏ tất cả có thể được xem đó là nhờ vào bản chất của bồ đề tâm.

Có một điều chắc chắn là những tình tiết đặc biệt trong câu chuyện cuộc đời Đức Phật đều có sự đau khổ của những người xung quanh Ngài. Những sự kiện này đã phát khởi lòng từ bi của Ngài đối với họ và thúc đẩy Ngài phải đi tìm con đường giải quyết khổ đau. Vì vậy, chính nhờ bồ đề tâm như là động cơ chính phát triển lòng từ bi khiến Ngài có thái độ rất khác so với những người cùng thời với mình. Lúc còn là một đứa trẻ, lần đầu tiên Ngài trải nghiệm được trạng thái thiền định dưới gốc cây hồng táo khi nhận thức được mọi khía cạnh khác nhau của sự đau khổ. Khi quan sát từ xa, Ngài quan sát thấy những người đàn ông vã mồ hôi, gia súc đang làm việc, côn trùng và giun bị lưỡi cày xới lên và bị chim ăn thịt. Vị bồ tát trẻ nhận ra rằng sự sống và cái chết có mối liên hệ với nhau và những gì lẽ ra phải là một dịp vui vẻ, thú vị thì thực ra lại đầy đau khổ. Ngoài ra, lần đầu tiên bồ tát trải qua nhận thức đầu tiên về sự đau khổ khi đi xe ngựa đến một công viên bên ngoài thành phố, Ngài gặp một lão già, bệnh nhân và xác chết. Khi nhìn thấy bệnh nhân và tử thi, đại khái là đối thoại nội tâm và nhận thức đã khiến bồ tát trẻ rất khó chịu. Việc Ngài thuyết giảng sau này về tính tất yếu và phổ quát của ba sự kiện lão, bệnh và tử đã được đưa vào công thức chân lý đầu tiên của "khổ" (*duḥkha*) tức khổ đế của mình. Một tình tiết gây xúc động hơn là vào đêm ra đi, vị bồ tát đang cố gắng tìm ra giải pháp giải quyết khổ đau mà mọi người đang gánh phải. Một bản văn mô tả phụ vương đang ngủ say và thay vì đánh thức ông, vị bồ tát đã đi nhiễu quanh giường và nói: "Thưa phụ vương, con ra đi không phải vì bất kính… mà không vì lý do nào khác ngoài việc con muốn giải thoát cho chúng sanh … khỏi nỗi lo sợ về sự đau khổ đối với tuổi già và cái chết" (Strong, 2001, tr.72). Tôi tự hỏi nếu chúng ta không nhìn thấy nỗi đau của mình và của người, liệu chúng ta có động lực vững chắc để tu tập, làm điều gì đó để giảm bớt nỗi đau này cho người khác không? Do đó, mục tiêu của việc dấn thân vào thế gian của tư tưởng Đại thừa là để làm giảm bớt sự đau khổ của người khác và tạo cho bản thân mình động lực to lớn nhằm làm lợi lạc và xoa dịu đau khổ cho tất cả chúng sinh. Theo cách này, giúp đỡ người khác cũng là một cách hiệu quả để hoàn thiện mình và đạt được sự giải thoát.

Một ví dụ khác về hiệu quả của bồ đề tâm được minh họa bằng sự kiện Đức Phật hành thiền dưới sự hướng dẫn của hai vị thầy và tu tập khổ hạnh trong vòng sáu năm đến nỗi suýt mất mạng trong khi tu tập.

Thân của Ta trở nên hết sức gầy yếu. Vì Ta ăn quá ít nên tay chân Ta giống như thân cây leo hoặc tre có khớp nối; lưng Ta như móng chân trâu; xương sống của ta, uốn cong hoặc thẳng, giống như chuỗi hạt; những xương sườn nhô ra và gãy của Ta giống như những xà nhà nhô ra và gãy của một ngôi nhà hư nát; con ngươi long lanh của Ta trũng sâu trong hốc mắt, giống như tia nước được nhìn thấy sâu dưới đáy giếng thâm sâu.[38]

Có thể nói, bồ đề tâm đóng vai trò là nhiên liệu thôi thúc hành giả tiến lên cho dù đối diện với nghịch cảnh, khó khăn hay trở ngại. Có một ý thức mạnh mẽ về mục đích xuất phát từ đấy. Cần ghi nhận rằng Đức Phật đã trải qua hàng nghìn năm tu tập hạnh nguyện không mệt mỏi nhằm tìm cầu con đường giải thoát cho chính mình và dẫn dắt chúng sanh. Một ý nghĩa thiết yếu của bồ đề tâm là phát nguyện cao quý để "nỗ lực chấm dứt mọi đau khổ của người khác cũng như của chính họ", như được nêu trong các nguồn tham khảo Ấn Độ của Paul Williams (ví dụ: *Bodhipathapradipa* của Atisha). Hay nói cách khác, bồ đề tâm này dựa trên lòng bi mẫn sâu xa (*karuna*) đối với người đang chịu đau khổ (Williams, 2008, tr.194-195).

Trong các kinh điển Đại thừa, Đức Phật dạy rằng bồ tát đạo là con đường tâm linh cao nhất. Để bắt đầu sự nghiệp tu tập của một vị bồ tát, vị xuất gia hay tại gia đều phải có tâm bồ đề làm mục tiêu cho mình. Họ phải phát bồ đề tâm. Đáp ứng cho người khác bằng cách làm việc vì lợi ích cho chúng sanh. "Làm việc vì lợi ích cho người khác" có nghĩa là hai điều: giảm bớt đau khổ cho tha nhân trong vòng luân hồi bằng cách bố thí, hy sinh và giúp đỡ; và giảm bớt khổ hoàn toàn bằng cách chỉ cho người khác con đường thoát khỏi vòng luân hồi, con đường dẫn đến giác ngộ. Trải qua vô lượng kiếp, có thể thấy được những phẩm chất cao quý này nơi bồ tát, vị được mô tả trong *Kinh Bổn Sanh*. Do đó, bồ đề tâm hướng chúng ta tinh tấn hoàn thiện lục độ ba la mật. Do đó, Kamarahira đã tuyên bố trong "các giai đoạn thiền định" của mình rằng chỉ có lòng bi mẫn là đặc trưng chính cho mọi phẩm hạnh của Phật tính (Beyer, 1974, tr. 100). Mục đích là chỉ cho mọi người con đường thoát khỏi đau khổ. Điều cần thiết là hành giả phải đạt được sự giải

38 Trung Bộ Kinh, 36. Đại kinh Saccaka

thoát, chứng đắc đạo quả thì mới có thể dẫn dắt người khác. Do đó, họ được khuyến khích nỗ lực tinh tấn hơn để có trí tuệ và vượt qua được vô minh của chính mình. Để đạt đến ba la mật, hành giả phải không ngừng hoàn thiện chính mình, không chỉ trong một đời mà trong vô số kiếp.

Sau khi đạt được chứng quả cao nhất, chúng ta có khả năng chia sẻ với muôn loài hữu tình con đường dẫn đến sự giác ngộ. Như vậy, sứ mệnh của một vị bồ tát bắt đầu với sự xuất hiện của bồ đề tâm, như được giải thích trong *Thập Địa Kinh (Daśabhūmika Sūtra)* (Dayal, 1970, tr. 50). Có thể lưu ý ở điểm này, nó gợi nhớ đến những lời thệ nguyện mà Đức Phật đã lập từ lâu, khi Ngài còn là một Bà la môn Sumedha, được Đức Phật Dīpaṃkara trong quá khứ thọ ký, và sau đó cũng dấn thân vào con đường hướng đến Phật quả. Từ chối sự giác ngộ tức thì cho chính mình, Sumedha lập nguyện rằng "“Tôi sẽ… đạt được sự Giác Ngộ tối thượng và đưa nhân loại lên con thuyền Giáo Pháp giúp họ vượt qua bể luân hồi” (Jayawickrama, 1990, tr. 17-18). Mục tiêu cuối cùng trong sứ mệnh của vị bồ tát là đạt được mức độ giác ngộ tối thượng và dẫn dắt tất cả chúng sinh vượt qua bể khổ luân hồi. Nói cách khác, vị bồ tát đạt được giác ngộ trước khi giúp đỡ những người khác.

Chúng sanh sẽ có rất nhiều tính cách khác nhau. Bồ tát cần học cách vận dụng linh hoạt lời dạy của mình để có thể giúp đỡ mọi người. Do đó, vị bồ tát sẽ dùng trí tuệ và dùng các phương tiện để giải thích con đường và dẫn dắt tất cả chúng sinh đến con đường giải thoát. Phương tiện thiện xảo hay phương tiện (Skt. *upāya*) là giáo lý và đức tính then chốt khác trong Phật giáo Đại thừa. Người ta tin rằng Đức Phật đã điều chỉnh lời dạy của mình cho phù hợp với nhu cầu của mỗi cá nhân và có thể đã dạy những điều dường như mâu thuẫn với những người có cá tính khác nhau. Hay nói cách khác, bồ đề tâm còn giúp hành giả vận dụng khéo léo những phương tiện thiện xảo nhằm dẫn dắt mọi người tu tập đem đến lợi lạc cho chính họ.

Cuộc thảo luận tiếp theo của chúng ta sẽ tập trung vào cách mà các vị bồ tát giúp đỡ chúng sinh. Lời phát nguyện của vị bồ tát cũng mô tả cách một người có thể giúp đỡ tất cả chúng sinh trong sự nỗ lực quan trọng này. Một trong những lời nguyện được Śāntideva mô tả như sau "Nguyện cho tôi trở thành người bảo hộ cho những kẻ yếu ớt, người dẫn đường cho đoàn lữ khách, con thuyền, cây cầu, phương tiện giúp người vượt qua được đến bờ bên kia" (Strong, 2008, tr. 178). Bên kia có thể là nơi bình yên và an toàn hay còn được gọi là niết bàn. Các vị bồ tát đóng vai trò là người hộ pháp, dẫn dắt, cầu nối hoặc phương tiện giúp người đi qua hay ngầm hiểu là giúp hành giả đạt được mục tiêu của họ. Ngoài những lời nguyện khá chung chung này, những lời nguyên cụ thể và chi tiết hơn cũng được đề cập. Đây là một ví dụ về hành trình hy sinh bản thân tương tự như hành trình trong *Kinh Bổn Sanh*:

Nguyện cho tôi… là người phụng sự để vơi bớt hết tất cả mọi khổ đau của tất cả chúng sinh. Nguyện cho tôi là thuốc giúp bệnh nhân; tôi cũng có thể là bác sĩ và chăm sóc họ cho đến khi bệnh tật của họ không còn tái phát nữa. Nguyện cho tôi có thể xoa dịu nỗi đau đói khát của họ bằng trận mưa gồm thức ăn cùng nước uống, trong những lúc đại nạn đói kém, tôi có thể là thức ăn và nước uống cho cơn đói khát của họ. Nguyện cho tôi là kho chứa vô tận giúp người khốn khó và nguyện cho tôi luôn là người đầu tiên sẵn sàng phục vụ họ… Niết bàn có nghĩa là từ bỏ mọi thứ. Tâm tôi hướng về niết bàn, nên vì vậy tôi phải từ bỏ mọi thứ. Cách tốt nhất là tôi nên bố thí cho người khác. Do đó, tôi hiến dâng bản ngã này của tôi cho hạnh phúc của tất cả chúng sinh. Hãy để họ đánh tôi, chế giễu tôi, hay ném chất bẩn vào tôi… Hãy để họ làm bất cứ điều gì họ muốn nhưng đừng để ai vì tôi mà phải gánh chịu bất kỳ bất hạnh [nghiệp lực] nào. Cho dù họ nhắm trực tiếp vào tôi những ác ý của sự giận dữ hay thiện chí, nguyện chính những ý nghĩ đó là lý do kiên định giúp họ đạt được mọi mục tiêu của mình… Giống như chư Phật trong quá khứ đã phát tâm hướng đến đạo quả và tiếp tục tu tập bồ tát hạnh, tôi cũng phát khởi tâm đạo quả vì hạnh phúc của mọi loài và tôi cũng sẽ tu tập trên lộ trình bồ tát đạo.

(Strong, 2008, tr. 177-178)

Có thể thấy những hạnh nguyện phát khởi bồ đề tâm trong việc trợ giúp chúng sinh trong lúc ốm đau, đói khát hoặc khó khăn. Một vị Bồ tát tu tập hạnh bố thí ba la mật (*dāna pāramī*), phát nguyện cung cấp của cải vật chất cho những người cần đến. Khía cạnh quan trọng nhất của bồ đề tâm cũng là quán chiếu về vô ngã và tánh không để hoan hỷ đón nhận những lời cay nghiệt, hoàn cảnh khó khăn và những trải nghiệm không vừa ý. Bất cứ điều gì chúng sanh chọn làm cũng không bị ảnh hưởng bởi bất kỳ [nghiệp lực] nào đến với họ và mong rằng suy nghĩ của họ luôn giúp đạt được mọi mục tiêu của chính họ, cho dù họ đã từng có những suy nghĩ tức giận hay tốt đẹp đối với vị bồ tát. Ví dụ về điều này là minh chứng tốt nhất cho hạnh nhẫn nhục (*khanti*), xả ly (*nekkhamma*), từ bi (*mettā*) và buông bỏ (*uppekhā*) của các pháp ba la mật. Hơn hết, dù thế nào thì vị bồ tát đã phát khởi bồ đề tâm rồi thì họ luôn hướng đến lợi ích của chúng sanh hơn cả lợi ích của chính mình.

Người ta cho rằng lòng từ bi và bồ đề tâm như vậy sẽ đánh dấu bước ngoặt của con đường Bồ tát. Nhưng làm thế nào để gợi lên những cảm thọ này trong chính mình? Người ta thừa nhận rằng có một số phương pháp được các học giả Đại thừa chủ trương nhưng về cơ bản, chúng là con đường sơ bộ dẫn đến Bồ tát đạo. Họ mô tả rằng vị hành giả có thể quán chiếu, suy ngẫm về những phương thức đau khổ của chúng sinh do những con đường tái sinh khác nhau, và tưởng tượng rằng những chúng sinh này đã từng là người mẹ thân yêu của họ trong tiền kiếp. Do đó, cần phải phát triển lòng hiếu thảo mãnh liệt đối với sự đau khổ của người khác. Một số lại nhấn mạnh cái được gọi là "đặt bản thân mình vào người khác", tức là nhận thức rằng nỗi đau của chính mình không khác với nỗi đau của người khác và người ta nên xoa dịu nỗi đau của người khác cũng như là cách để xoa dịu nỗi đau của chính mình. Một vài người khác đã thêm lời khuyên thiết thực vào danh sách này. Ví dụ, Gampopa gợi ý rằng nếu bạn cảm thấy thất vọng khi nghĩ về chặng đường dài và khó khăn của con đường bồ tát, hãy nhớ rằng nỗ lực của bạn sẽ được đền đáp. Đề xuất của ông là tận dụng cơ hội tái sinh làm người để tu tập. Tác giả nhấn mạnh sự cần thiết của "thiện hữu tri thức", nghĩa là những bậc đạo sư có thể dẫn dắt hành giả hiểu được bản chất của luân hồi, quy y và phát bồ đề tâm (Guenther, 1971, tr. 2-141). Trong các bản văn như *Thanh Tịnh Đạo Luận* của Buddhaghosa, Ngài đề cập đến tứ vô lượng tâm (*brahmavihārā*), chẳng hạn như lòng nhân từ hay lòng từ (*mettā*), lòng bi (*karuṇā*), hoan hỷ (*muditā*) và xả ly (*upekkhā*). Phương pháp tu tập này thường được mô tả là mở rộng tình thương yêu trước tiên cho chính mình, sau đó đến những người thân yêu của mình, đến người quen biết, đến người khó tính, và sau đó đến tất cả chúng sinh. Cùng với việc tu dưỡng tình thương, lòng từ bi là mong muốn giải thoát khổ đau cho tất cả chúng sinh. Quá trình bắt đầu bằng cách tập trung vào một người đang đau khổ tột cùng, hoặc nghĩ về một kẻ thủ ác sẽ bị bắt và chịu đau khổ trong tương lai. Sau khi suy ngẫm về một hoặc hai người thuộc loại này, hãy mở rộng lòng từ bi của mình đến người thân yêu, người quen và cuối cùng là người khó tính. Để nuôi dưỡng sự hoan hỷ, trước tiên hành giả nên suy ngẫm và vui thích với thành công và hạnh phúc của người thân yêu, sau đó là người bình thường, v.v. Bước cuối cùng là nuôi dưỡng sự xả ly bằng cách quán chiếu một cách có hệ thống về tiền đề rằng tất cả chúng sinh đều có chung mong muốn là được hạnh phúc. Rõ ràng, phương pháp tu tập này đem đến trạng thái định tĩnh và an định trong tâm trí, dẫn đến cảm giác tĩnh lặng và hạnh phúc (Nyanamoli, 1964).

Trên con đường của Bồ tát, phát khởi bồ đề tâm đóng vai trò quan trọng. Ban đầu, có thể khó tạo ra được thái độ này khi chúng ta quá tập trung vào bản thân mình. Trong vô số kiếp luân hồi, chúng ta chỉ làm những việc vì hạnh phúc của chính mình. Vì bồ đề tâm, chúng ta đặt lợi ích cá nhân sang một bên và chỉ làm việc vì lợi ích của người khác. Khi chúng ta từ bỏ tính ích kỷ và làm việc vì người khác, hạnh phúc thực sự có thể dễ dàng xuất hiện như một sản phẩm phụ. Hơn nữa, chính động lực làm việc vì lợi ích của tất cả chúng sinh cũng là cơ hội để chúng ta nhận ra những phẩm hạnh cao quý của chính mình, tâm phát triển hướng tới tiềm năng tối thượng của nó, hoàn toàn tỉnh thức. Hạnh phúc thực sự bắt đầu khi chúng ta bắt đầu đánh giá cao những người xung quanh mình.

***

TÀI LIỆU THAM KHẢO

1. Beyer, S. (1974). *The Buddhist Experience: Sources and Interpretations*. Encino, Dickenson.
2. Bodhi, Bhikkhu. (2009). *The Middle Length Discourses of the Buddha.* With Saccaka, Mahāsaccakasutta, MN 36. Wisdom Publications.
3. Das, S. (1998). *Awakening the Buddha Within: Tibetan Wisdom for the Western World.* Broadway Books. ISBN 0-76790157-6.
4. Dayal, H (1970). *The Bodhisattva Doctrine in Buddhist Sanskrit Literature*. Motilal Banarsidass Publ.
5. Guenther, H. V. (1972). *Buddhist Philosophy in Theory and Practice*. Harmondsworth, Penguin Books.
6. Guenther. (1971). *The Jewel Ornament of Liberation by sGam.po.pa*. Berkeley, Shambhala
7. Jayawickrama, N. A. (1990). *The Story of Gotama Buddha: The Nidāna-kathā of the Jātakaṭṭhakathā.* Oxford, Pali Text Society.
8. Lama, Dalai; Thubten Chodron. (2014). *Buddhism: One Teacher, Many Traditions*. Wisdom Publications.
9. Nyanamoli, B. (Trans.). (1964). The Path of Purification (Visuddhimagga) by Buddhaghosa. Colombo, Ceylon: A. Semage Publications.
10. Strong, J. S. (2001). *The Buddha: A Beginner's Guide*. Oxford, Oneworld.
11. Strong, J. S. (2008). *The Experience of Buddhism: Sources and Interpretations* (3rd ed.). Belmont, Thomson Wadsworth.
12. Sujato, Bhikkhu. (2018). With Saṅgārava, Saṅgāravasutta, MN 100. Suttacentral. https://github.com/suttacentral/bilara-data/tree/published/translation/en/sujato/sutta/sn.
13. Williams, P. (2008). *Mahāyāna Buddhism: The Doctrinal*

Foundations. Routledge.

14. Wright, Dale S. (2016). *What Is Buddhist Enlightenment*. Oxford University Press. ISBN 9780190622596.

1.5

LÝ TƯỞNG BỒ TÁT GIỮA ĐỜI THƯỜNG

Họ tên: Nguyễn Thùy Chi
Pháp danh: TN. Khiêm Tốn
Trường: ĐH Andhra, Visakhapatnam, Andhra Pradesh, Ấn Độ
Email: thichkhiemton@gmail.com

Tóm tắt

Trường phái Phật giáo Đại thừa đề cao lý tưởng Bồ-tát như một khái niệm chính yếu, đặt ra mục tiêu đạt được giác ngộ cho tự thân và vô lượng chúng sinh. Theo truyền thống, lý tưởng này là một phần của hành trình tâm linh gắn liền với đời sống tu viện và những hành giả tìm kiếm con đường tâm linh chân chính. Tuy nhiên, lý tưởng Bồ-tát được coi là phù hợp với thế giới đương đại và được biểu hiện rõ ràng trong cuộc sống đời thường. Trong khi hành động của Bồ tát là rất cần thiết để chuyển hóa một người bình thường thành người chân chính, nó cũng có tiềm năng tích cực trong việc giải quyết các vấn đề xã hội. Bài viết này sẽ tìm hiểu làm thế nào các cá nhân có thể thể hiện lý tưởng Bồ-tát, phát triển lòng từ bi và lòng vị tha trong trải nghiệm cuộc sống hàng ngày của mỗi hành giả. Ngoài ra, bài viết còn phân tích sâu sắc vai trò của lý tưởng Bồ-tát trong việc giải quyết các vấn đề xã hội như vấn đề môi trường, bất bình đẳng xã hội và bạo lực gia đình. Rút ra từ sự khảo cứu các bình luận Phật giáo và văn bản đương đại, các bài nghiên cứu, bài viết sẽ đưa ra những kiến giải và chiến lược thiết thực để phát triển những phẩm chất của con người như sự đồng cảm, sự tử tế và sự hào phóng.

Từ khóa: Phật giáo Đại thừa, Lý tưởng Bồ-tát, đời thường, Từ bi, Vị tha,

Giới thiệu

Phật giáo Đại thừa xiển dương lý tưởng Bồ tát, một con đường giác ngộ nhấn mạnh lòng từ bi và sự tử tế như một. chất liệu cơ bản của một hành giả tu tập tâm linh lợi ích quần sinh. Văn học Đại thừa chủ trương rằng 'Bồ tát' là một chúng sinh đã thành tựu giác ngộ, nhưng thay vì nhập Niết bàn, các ngài chọn cách giải thoát cho chúng sinh khác bằng cách quay trở lại các cõi để phổ độ chúng sinh. Trong khi lý tưởng Bồ-tát là một giá trị thiết yếu gắn liền với đời sống khổ hạnh, thực tế nó vẫn được thực hành rộng rãi trong hàng ngày của các hành giả thông qua các phương pháp thực hành đa dạng, chẳng hạn như nuôi dưỡng lòng từ bi và lòng tốt đối với người khác, thực hiện các hoạt động xã hội như thiện nguyện, công tác xã hội, v.v. Hơn thế nữa, bài viết sẽ thảo luận về tầm quan trọng của việc nhận ra sự cùng tồn tại/liên kết với nhau của tất cả chúng sinh như một khía cạnh của lý tưởng Bồ-tát. Sự thấu hiểu ý nghĩa của lý tưởng Bồ-tát chỉ có thể quán sát được trong cuộc sống hàng ngày nếu người ta chỉ hiểu rằng bất kỳ hành động nào của chúng ta sẽ gây tác động đến thế giới xung quanh chúng ta - do đó tất cả chúng sinh đều hiện hữu một cách tương thuộc. Bằng cách chấp nhận mối liên kết lẫn nhau này, mọi người có thể cố gắng trau dồi ý thức trách nhiệm đối với hạnh phúc của tất cả chúng sinh và nỗ lực tạo ra một xã hội nhân ái và công bằng hơn. Từ quan điểm này, lý tưởng Bồ-tát đề xuất một mô hình thay thế cho sự tương tác tích cực với thế giới, nhấn mạnh tầm quan trọng của lòng từ bi, vị tha và hành vi đạo đức trong mọi hành động của cuộc sống thường nhật.

Bài viết bắt đầu với việc xem xét khái niệm '*Lý tưởng Bồ-tát*', ý nghĩa lịch sử và sự liên quan của nó đối với xã hội đương đại. Sau đó, nó sẽ khám phá những lợi ích tinh thần. của thực hành lòng từ bi và lòng vị tha, cũng như những thách thức và khó khăn có thể gặp phải trong việc thực hành. Để chứng minh lập luận, bài viết cung cấp một số trường hợp liên quan về cách các cá nhân thể hiện lý tưởng Bồ-tát trong cuộc sống của họ, dưới hình thức cuộc sống cá nhân, tổ chức, hoạt động dịch vụ, tổ chức xã hội dân sự. Bài báo sẽ kết thúc bằng cách nhấn mạnh tầm quan trọng của việc kết hợp lý tưởng Bồ-tát vào cuộc sống hàng ngày của một cá nhân, đặc biệt trong lĩnh vực chính trị để tạo ra một xã hội viên mãn và có ý nghĩa hơn. Bất kể nền tảng tôn giáo nào, các giá trị của lòng trắc ẩn, vị tha, bao dung là những giá trị phổ quát phải thành tựu để xây dựng xã hội thành một thế giới tốt đẹp hơn.

Ý nghĩa lịch sử lý tưởng Bồ tát

Trong các trường phái Phật giáo sơ khai, Phật giáo Nguyên thủy và Đại thừa có một khái niệm rất nổi bật là '*lý tưởng A la hán*' và '*lý tưởng Bồ tát*' thường được hiểu là lý tưởng trọng yếu tương ứng của hai trường phái. Tuy nhiên, giả định này không hoàn toàn chính xác, vì truyền thống Nguyên thủy đã tham gia vào việc quan sát lý tưởng bồ tát trong bối cảnh của nó và cuối cùng nhận ra ý nghĩa của cả *'quả vị A la hán'* và *'quả vị Phật*' như những chất liệu của tâm nguyện thành tựu. Do đó, sẽ thích hợp hơn nếu khẳng định rằng 'lý tưởng A la hán' và '*lý tưởng Bồ tát'* là những lý tưởng chỉ đạo tương ứng của Phật giáo Nguyên thủy và Phật giáo Đại thừa. Những lý tưởng về Bồ tát và Phật quả đã được phát triển dựa trên tác phẩm khác nhau của văn học Phật giáo trong suốt quá trình phát triển lịch sử của văn học Phật giáo. Theo nghĩa này, điều quan trọng là phải hiểu rằng những lý tưởng này là sản phẩm của quá trình lịch sử trong sự phát triển văn học Phật giáo, thay vì giả định rằng đó có thể là hai lựa chọn thờ cúng lý tưởng được Đức Phật cung cấp vào thế kỷ thứ 5 trước Công nguyên tại G|e Mahāyāna kinh, chẳng hạn như Mahāprajñāpāramitā Sūtra và Saddharmapuṇḍarīka Sūtra (Kinh Diệu Pháp Liên Hoa), tạo ấn tượng rằng Đức Phật đã dạy cả hai lý tưởng. Tuy nhiên, những kinh điển như vậy chắc chắn không phải là cổ xưa. Ngược lại, chúng là những nỗ lực tương đối muộn để phác họa các loại hình thực hành Phật giáo khác nhau đã phát triển trong khoảng thời gian khoảng bốn trăm năm sau khi Đức Phật nhập niết bàn" (Lý tưởng Bồ tát: Tiểu luận về Sự xuất hiện của Mahāyāna, 2013).[39]

Vai trò của tâm từ bi trong lý tưởng Bồ tát

Từ bi (Bồ đề tâm) là phẩm chất không thể thiếu của 'đóng một vai trò quan trọng trong các tương tác của một cá nhân với gia đình và xã hội. Sự chuyển đổi hiện nay trong khuôn mẫu gia đình và các chức năng xã hội đã kêu gọi nhu cầu về nền tảng đạo đức để nâng cao con người và xã hội khỏi tình trạng bất ổn, xáo trộn. Bất chấp sự tiếp cận nỗ lực của khoa học, nhân học và khoa học xã hội khác để hiểu về con người và các vấn đề của nó, các vấn đề trong gia đình và xã hội như bạo lực gia đình, tội phạm, phân biệt chủng tộc vẫn là một thách thức nghiêm trọng. Tuy nhiên, khía cạnh thiết yếu của lý tưởng Bồ-tát là 'lòng từ bi' có khả năng đồng cảm với nỗi đau và sự đau khổ của người khác, cùng với mong muốn chân chính giúp xoa dịu các vấn nạn đương thời. Lòng trắc ẩn cũng là một yếu tố quan trọng trong việc xây dựng cộng đồng giúp các cá nhân phát triển tự thân và làm lợi lạc cho tha nhân, đóng góp cho sự thịnh vượng của xã hội. '*Lý tưởng Bồ-tát*' mà tiêu biểu là hình thức dấn thân trong Phật giáo không trốn chạy sự đau khổ của thế gian, nhưng nỗ lực tìm cách chấm dứt những đau khổ về tinh thần và thể chất của tất cả chúng sinh. Những phẩm chất con người này nói chung đại diện cho tư tưởng của Phật giáo đối với mục tiêu cuối cùng của họ."[40] Như vậy, lòng trắc ẩn đóng vai trò thánh hóa các mối quan hệ và sự cùng tồn tại trong một xã hội thông qua việc nuôi dưỡng thiện ý như một hạt giống của lòng trắc ẩn trong mỗi cá nhân.

---

39 Ed. Bhikkhu Nyanatusita himi. *The Bodhisattva Ideal: Essays on the Emergence of Mahāyāna*, - Kandy: Buddhist Publication Society Inc., 2013. BP625. - 240P.; 22cm.

40 Ven. Vo Van Hoi, Asst. Prof. L.T. Dr. Banjob Bannaruji, Asst. Prof. Dr. Sanu Mahatthanadull. An Analytical Study of Bodhisattva Concept in Mahāyāna Buddhism. JIABU | Vol. 11 No.2 (July - December 2018). PP. 152

Nuôi dưỡng lòng từ bi trong gia đình và xã hội

Nuôi dưỡng lòng từ bi trong mỗi cá nhân quyết định phần lớn hạnh phúc như trong gia đình và xã hội. Lòng từ bi có thể được trau dồi, phát triển thông qua một số phương tiện, bao gồm giáo dục, văn hóa, thực hành giáo lý chuyển hoá cuộc sống. Tâm từ bi và sự tử tế luôn là những đức tính giúp chúng ta xa lìa tham sân, ngã mạn, giải thoát khỏi đau khổ. Trớ trêu thay, điều ích kỷ nhất mà tôi có thể làm lại là không ích kỷ. Để đối xử tốt nhất với bản thân, để giải thoát bản thân khỏi đau khổ, tôi không cần tập trung vào nỗi đau khổ của mình mà tập trung vào nỗi đau khổ của người khác. Nỗi đau khổ của tôi tự nuôi sống nó, và sự chú ý của tôi đối với nó là oxy làm đầy phổi nó. Vì vậy, lợi ích cá nhân được khai sáng đòi hỏi tôi phải tập trung vào bản thân[41]. Giáo dục có thể thúc đẩy sự đồng cảm và lòng trắc ẩn bằng cách dạy các cá nhân về trải nghiệm của người khác, thúc đẩy sự hiểu biết và lòng khoan dung. Tiếp xúc với các nền văn hóa khác nhau có thể làm tăng sự đồng cảm và lòng trắc ẩn bằng cách cung cấp cho các cá nhân một góc nhìn rộng hơn về thế giới và những thách thức mà những người khác phải đối mặt. Ngoài ra, các thực hành chánh niệm như thiền định có thể tăng khả năng đồng cảm với người khác và thúc đẩy lòng trắc ẩn của mỗi người (Fredrickson, 2016).

Gia đình là đơn vị chính của xã hội, và nó đóng một vai trò quan trọng trong việc hình thành thái độ và hành vi của các cá nhân. Lòng trắc ẩn trong gia đình là rất quan trọng để tạo ra một môi trường hỗ trợ và nuôi dưỡng các thành viên. Theo triết học Phật giáo Mahāyāna Ven. Võ Văn Hội, PGS. GS L.T. Tiến sĩ Banjob Bannaruji, Asst. GS.TS Sanu Mahatthanadull (2018), Bồ tát là người mang hay sứ giả giáo lý của Đức Phật tại thế gian. Hành động mang lại lợi ích cho người khác thông qua các cử chỉ khác nhau về mặt phục vụ xã hội, giúp đỡ nhỏ trong những lúc khó khăn và không phán xét con người và hoàn cảnh là những gì củng cố bản năng bẩm sinh, khả năng đồng cảm với những chúng sinh

---

41 William Irwin. *Liberation through Compassion and Kindness: The Buddhist Eightfold Path as a Philosophy of Life.* Journal of Philosophy of Life. P. 69

khác. Ví dụ, ý thức tôn trọng ý kiến của người bạn đời trong khi nuôi dạy con cái và cùng đưa ra các giải pháp để cải thiện sự phát triển của trẻ là một phần của lòng nhân ái. Hành động nhỏ như vậy xuất phát từ gia đình có tác động to lớn khi một người hoạt động ngoài xã hội. Như vậy, lý tưởng Bồ-tát là luôn luôn lắng nghe nỗi khổ của mọi người để giúp họ vượt qua khổ đau và tìm chân lý an lạc thực sự. "Các học giả của truyền thống Đại thừa và các triết gia Phật giáo đã sử dụng hình ảnh và lý tưởng của Bồ-tát trong Kinh điển của Phật giáo Đại thừa để áp dụng "phương tiện thiện xảo" để triển khai giáo lý chân chính của Đức Phật trong cuộc sống. Vì vậy, không có sự phản kháng nào của con người khi lòng từ bi tuôn chảy trong tâm thức của họ, nhất là khi tâm thức đang cảm nhận được dòng tri thức, trí tuệ và từ bi.[42] Hơn nữa, lòng trắc ẩn trong gia đình thúc đẩy văn hóa đồng cảm và sự tử tế, dẫn đến ý thức cộng đồng mạnh mẽ hơn. Các thành viên trong gia đình thể hiện lòng trắc ẩn đối với nhau có xu hướng hỗ trợ người khác nhiều hơn, dẫn đến một xã hội hài hòa hơn. Ví dụ, một đứa trẻ nhận được lòng trắc ẩn từ cha mẹ sẽ có nhiều khả năng thể hiện sự đồng cảm với người khác, dẫn đến mối quan hệ nhân ái và quan tâm hơn với bạn bè đồng trang lứa (Weng và cộng sự, 2013).

Lòng trắc ẩn giúp các thành viên trong gia đình hiểu và hỗ trợ lẫn nhau trong những thời điểm khó khăn, dẫn đến tăng cường sự tin tưởng và thân thiết trong gia đình. Ví dụ, cha mẹ thể hiện lòng trắc ẩn đối với con cái sẽ giúp chúng phát triển ý thức tích cực về giá trị bản thân và lòng tự trọng, dẫn đến các mối quan hệ lành mạnh trong tương lai (Ogden, 2018). Cuối cùng, điều rất quan trọng là phát triển và khắc sâu những giá trị như vậy thông qua cuộc sống gia đình và sự tương tác giữa các thành viên để đóng góp vào sự thịnh vượng của xã hội.

Lòng trắc ẩn là một điều kiện tiên quyết để xây dựng một xã hội công bằng. Nó cho phép các cá nhân liên kết với những người khác và xây dựng ý thức cộng đồng, kích thích sự gắn kết và hòa nhập xã hội. Các xã hội nhân ái là biểu hiện của thành viên và nâng

---

42 Ibid., P 152

cao sức sống của cộng đồng. Cuối cùng, những người từ bi có xu hướng khoan dung và chấp nhận hơn đối với sự khác biệt về văn hóa, đồng thời dẫn đến tăng cường sự hài hòa xã hội và giảm bất ổn xã hội. Hơn nữa, lòng trắc ẩn trong xã hội có thể dẫn đến hạnh phúc gia tăng cho các cá nhân. Các cộng đồng ưu tiên lòng trắc ẩn có xu hướng có mức độ căng thẳng và lo lắng thấp hơn, dẫn đến kết quả sức khỏe tâm thần được cải thiện. Ngoài ra, lòng trắc ẩn có thể dẫn đến mức độ hỗ trợ xã hội tăng lên, điều này có liên quan đến việc cải thiện kết quả sức khỏe thể chất (Neff và cộng sự, 2018).[43] Ví dụ, các xã hội ưu tiên lòng trắc ẩn như một khía cạnh quan trọng của đời sống xã hội, có xu hướng giúp đỡ nhiều hơn và cưu mang những nhóm dân số dễ bị tổn thương, chẳng hạn như người già, người bệnh và người khuyết tật. Từ bi là trở thành một người tuân thủ trách nhiệm thực sự, một nhà lãnh đạo vị tha vì lợi ích của tất cả chúng sinh.

Những phẩm chất của Bồ tát trong công tác lãnh đạo

Để tồn tại một xã hội công bằng, chính trực là phẩm chất tiên quyết của người lãnh đạo. Một xã hội hòa bình hay hỗn loạn đều được xây dựng dựa trên phẩm chất của một nhà lãnh đạo. Nhưng câu hỏi đặt ra, một xã hội hòa bình nên tuân theo kiểu lãnh đạo nào? Phẩm chất của một nhà lãnh đạo hiểu được ứng dụng của một xã hội một cách lành mạnh là gì? Theo nguyên lý nhà Phật, làm lãnh đạo xã hội là phải biết mình. Để biết những gì bạn không biết là đúng, và làm việc để mang lại sự chuyển hóa trong mỗi cá nhân. Vì vậy, đó là tìm kiếm bên trong hơn bên ngoài để hiểu bản thân mình hơn và cuối cùng là những thứ khác. Một nhà lãnh đạo vĩ đại là người có thể ưu tiên sự thật, sự công bằng như một yếu tố giúp. con người đồng hành trong việc xây dựng cuộc sống và xã hội mà không cần tham hay sân làm động lực (Phraphromkhunaphorn, P.A.Payutto, 2005).[44]

43 Bluth, K., & Neff, K. D. (2018). *New frontiers in understanding the benefits of self-compassion. Self and Identity.* PP. 605-608.

44 Phrakhrusangkharak Thawee Abhayoa , Phramaha Wiruth Wirojanob , Chanathip Srithoc , Suraphon Promgund *Leadership According to the Buddhist*

Sự biến đổi của một xã hội rất khó lường. Xã hội đó phải đối mặt với tác động của sự biến đổi về những hậu quả tích cực và tiêu cực. Theo truyền thống Phật giáo, khía cạnh tiêu cực của sự thay đổi như bất ổn xã hội, khủng hoảng môi trường và bất kỳ bất hạnh nào khác được cho là hậu quả gây ra bởi hành vi của con người. Tuy nhiên, Bồ tát xuống cõi người để bảo vệ và giúp đỡ con người xa lìa những trở ngại và bất hạnh. Vì vậy, những nhà lãnh đạo đạo đức hướng dẫn và bảo vệ quốc gia khỏi khủng hoảng kinh tế xã hội được cho là những vị Bồ tát sinh ra trong hình hài con người để cứu thế giới. Những giáo phái như vậy đã tham gia rất nổi bật ở các Vương quốc cổ đại và ngày nay cũng như ở nhiều Quốc gia Phật giáo. Theo truyền thống Đại thừa, Di Lặc là một vị bồ tát ở cõi trời Hoan Hỷ (Skt. *Tuṣita*), người sẽ xuống cõi người lục địa Jambudvīpa (trái đất) với tư cách là đức Phật vị lai. Văn học gợi ý rằng vị bồ tát đầu tiên ở Ấn Độ xuất hiện là của Di Lặc, ảnh hưởng đến sự phát triển sau này của các bồ tát khác, chẳng hạn như Bồ tát Quán Thế Âm và Văn Thù Sư Lợi. Sự sùng bái Bồ tát đã lan rộng ở Ấn Độ vào đầu thế kỷ thứ nhất và được phát triển mạnh mẽ ở Trung và Đông Á vào khoảng thế kỷ thứ 4 sau Công nguyên. Từ đó, vai trò của lý tưởng Bồ-tát, vị Phật tương lai, Đức Di-lặc có vai trò không nhỏ trong việc hình thành nhân cách của một người lãnh đạo, một vương quyền.[45]

Ở các Vương quốc cổ đại, việc sùng bái Bồ tát được kết hợp rộng rãi và được sử dụng rộng rãi cho các tổ chức chính trị xã hội. Các nguồn lịch sử trong các tài khoản Pali và văn học bi ký cung cấp một phác thảo lịch sử của quá trình này từ Anuradhapura đến thời kỳ Polonnaruva ở Srilanka. Lý tưởng Bồ-tát góp phần đáng kể vào tính hợp pháp và củng cố quyền lực và uy quyền của Hoàng đế hoặc Vua. Tính hợp pháp của vương quyền dựa trên phẩm chất của một nhà lãnh đạo có phẩm chất bảo vệ người dân và xã hội, đồng thời là người thúc đẩy sự phát triển tâm linh chẳng hạn như

Concepts. P. 242

45 Translated by the Dharmachakra Translation Committee. *The Noble Sūtra "The Bodhisattva Maitreya's Birth in the Heaven of Joy"*. P. 2 (section 1.2)

thông qua Phật giáo. Ví dụ, ở Sri Lanka, nơi Phật giáo được giới thiệu bởi sự chuyển đổi của một vị vua, đã được công nhận bởi vai trò của quốc vương như một đại lý và người bảo vệ Phật giáo. Do đó, những phẩm chất của một vị vua Phật giáo lý tưởng đã dần dần được mở rộng khắp các xã hội khác nhau ở châu Á.[46] Khái niệm về Bồ-tát vương đã trở nên phù hợp với hệ tư tưởng chính trị, và quyền lực cũng như tính hợp pháp của một hoàng đế đã được củng cố nhiều. Tính cách Bồ tát gắn liền với Vương quyền không chỉ thanh lọc cộng đồng Phật giáo mà các giá trị đạo đức cũng được gắn liền với trách nhiệm của một nhà lãnh đạo.

Lý tưởng Bồ-tát đã được áp dụng mạnh mẽ trong lịch sử các vấn đề chính trị xã hội ở Trung Quốc trong lịch sử lâu dài của nó. Tiến sĩ Shanta Ratnayaka viết trong cuốn sách "*Học thuyết Bồ tát trong Phật giáo*", tác phẩm của Kenneth Kuan Sheng Ch'en về "*Lý tưởng Bồ tát trong Phật giáo Trung Quốc*" rằng có từ thời nhà Đường, việc sùng bái Bồ tát xoay quanh việc thờ phụng các vị Bồ tát như Di Lặc, Quán Thế Âm và Văn Thù Sư Lợi. Các nhà lãnh đạo được coi là biểu hiện hoặc hóa thân của những vị Bồ tát này, những người đã xuống cõi người để bảo vệ thế giới loài người khỏi sự hỗn loạn của xã hội. Và giải thoát tất cả chúng sinh khác khỏi vòng khổ đau. Một trong những vị Bồ tát lý tưởng được tôn kính nhất ở Trung Quốc là Quán Thế Âm. Guanyin được tôn kính như là một biểu hiện của Quán Thế Âm, với tư cách là Quán Thế Âm, vị Bồ tát có lòng từ bi và thương xót đối với thần dân của mình. Quán Thế Âm là một trong những vị Bồ tát lý tưởng phổ biến nhất trong Phật giáo Trung Quốc và được hàng triệu người dân Trung Quốc tôn thờ. Hàng triệu người dân Trung Quốc tôn sùng và sùng bái Phật Bà Quan Âm như một vị thần bảo hộ, cứu tinh cho dân tộc và xã hội khỏi loạn lạc.[47] Cả hai văn bản này đều cung cấp một thực hành phổ biến về việc sùng bái Bồ tát ở Trung Quốc, bao gồm

46 YABUUCHI Satoko. *The Ideal of the Bodhisattva King in Sri Lanka and the Reform of the Sangha*. P. 1136

47 Ch'en, Kenneth Kuan Sheng. *"The Bodhisattva Ideal in Chinese Buddhism."* In The Bodhisattva Ideal: Essays on the Emergence of Mahayana, edited by Bhikkhu Nyanatusita, PP. 251-270

cả vai trò của Bồ tát Quán Âm, người liên kết nhân vật của mình dưới nhiều hình thức cá nhân khác nhau, bao gồm cả các nhà lãnh đạo nam và nữ.

Lý tưởng Bồ-tát thường được gắn với một Vương quyền ở hầu hết Vương quốc Phật giáo Himalaya. Trong bài phát biểu trước Quốc hội vào ngày 17 tháng 12 năm 2014, Quốc vương thứ Năm của Bhutan đã phát biểu trước công chúng rằng cha của ông, Quốc vương thứ Tư được tuyên bố là hiện thân của Ba vị Thần hộ mệnh của một quốc gia: Vì sự phát triển vượt bậc, Bệ hạ đã truyền cho quốc gia, người dân coi và tôn kính Hoàng thượng là hiện thân của Rigsum Gonpo (*Vajrapani, Avalokitesvara và Manjusiri*). Hơn nữa, Ngũ Vương Bệ Hạ bày tỏ, khi an ninh quốc gia bị đe dọa, Tứ Vương đã dũng cảm bảo vệ quốc gia, thậm chí liều mạng. Người mà anh ta có thể được coi là Chana Dorji (Vajrapani), một vị Bồ tát. Đối với lòng Từ bi mà Đức Vua ban cho vì sự an lành và hạnh phúc của những người thân yêu của Ngài, Ngài được tôn vinh và xem như một biểu hiện của Bồ tát Quán Thế Âm Quán Thế Âm. Với tầm nhìn xa trông rộng và sự rõ ràng trong các chính sách vạch ra cho con đường phát triển, ông được miêu tả là chúa tể trí tuệ, Jampelyang (Văn Thù).[48] Các tài khoản lịch sử miêu tả rằng nhà lãnh đạo đạo đức, từ bi và nhân từ thường được đại diện cho phẩm chất của Bồ-tát. Cuối cùng, các nhà lãnh đạo kế nhiệm duy trì phẩm chất của Bồ tát để bảo vệ và đảm bảo quốc gia khỏi xung đột và những thách thức không lường trước được.

Đạo đức Phật giáo và giải quyết khủng hoảng nhân đạo

Đạo đức là một trong những nguyên tắc cốt lõi trong giáo lý của Đức Phật. Ở Tây Tạng, Jangchub Sempai Cheypa (Hành động của Bồ tát) rất quan trọng đối với những người khao khát giải thoát khỏi luân hồi. Nó nhấn mạnh tầm quan trọng của việc sống một cuộc sống đạo đức và luân lý. Tại cốt lõi của đạo đức Phật giáo, bất bạo động (*ahimsa*) được coi là nguyên nhân chính của hòa bình và yên tĩnh cho cá nhân và xã hội. Tương tự như vậy, lòng từ bi, chánh

---

48 Françoise Pommaret. *The Cakravartin-King: Symbolism of the Bhutanese Monarchy.*2003. P.253

niệm và sự trau dồi trí tuệ là một khía cạnh quan trọng của đạo đức Phật giáo. Những nguyên tắc nói trên không chỉ hướng dẫn mỗi cá nhân trau dồi và hình thành nhân cách của mình để trở nên đáng tin cậy với người khéo léo mà còn có thể đóng góp cho hòa bình và hạnh phúc của một xã hội.

Học bổng về đạo đức Phật giáo gần đây đã có những đóng góp to lớn trong việc giải quyết các vấn đề xã hội như bất bình đẳng, tội phạm, bất công xã hội và cả các vấn đề toàn cầu như biến đổi khí hậu và khủng hoảng môi trường. Một trong những bậc thầy tâm linh Tây Tạng, Kongtrul trình bày ba đạo lý, hay lời thề mà mỗi con người phải theo đuổi trong đời. Sự giải thoát của cá nhân (*Prātimokṣa*), của tâm tỉnh thức (*Bodhichitta*) và sự giác ngộ (*vidyadhara*). Những nguyên tắc đạo đức này không chỉ đơn giản là một hệ thống hay quy tắc, về cơ bản chúng là một ứng dụng hợp lý được sinh ra từ nhiều giai đoạn diễn thuyết trong các lý thuyết Phật giáo. Những đạo đức này là một cách phổ quát hướng dẫn cá nhân trở nên chính trực, dựa trên lòng vị tha và bất bạo động. Một khi đạt được những phẩm chất này, một người ở trong trạng thái hoàn toàn bình an của bậc thánh (A La Hán), cuối cùng đầy đủ vạn hạnh, người đó đạt được Bồ tát và Phật quả.[49]

Tâm từ bi (Bodhichitta) được coi là phẩm chất căn bản của một cá nhân để đạt đến địa vị Bồ tát. Hành động không bị coi là lầm lỗi hoặc hạn chế nếu nó được thực hiện vì tâm từ bi. Hai mươi câu kệ về hạnh nguyện của Bồ-tát nêu rõ:

"*Khi hành động của một người bắt nguồn từ sự quan tâm từ bi, tình yêu thương hoặc ý định đạo đức, thì không có lỗi phát sinh.*"[50]

Khi một người hành động vì ba động cơ - quan tâm từ bi, tình yêu thương và ý định thiện, đó là việc một người thể hiện sự quan tâm đến lợi ích của người khác. Do đó, nó giải thích tại sao những động cơ này lại quan trọng để đạt được mục đích tốt cho một cá nhân cũng như cho xã hội rộng lớn hơn. Phương tiện bất hoại để đạt được ý thức sinh thái là nhờ tâm thức tỉnh thức mà phát sinh

49 Jamgon Kongtrul Lodro Thaye. *Buddhist Ethics*. PP.23-24
50 Ibid., P. 199

lòng từ bi, cuối cùng củng cố đạo đức của một con người. Kontrul Lodro Thaye viết: "Các học viên ưa thích nhận thức nguyên sơ nằm ngoài các quy tắc ứng xử." Một người đã đạt được nhận thức đã vượt qua mọi ý niệm về nhị nguyên, chủ thể và khách thể, bản thân và người khác. Và đây là những cam kết của một người để nhận ra mọi thứ xung quanh là một và phụ thuộc lẫn nhau. Câu hỏi đặt ra là làm thế nào chúng ta có thể giải quyết các cuộc khủng hoảng toàn cầu như biến đổi khí hậu và khủng hoảng môi trường?

Việc thiếu truyền thông hiệu quả về sự tham gia của cá nhân vào các vấn đề môi trường, đặc biệt là giữa phương Tây và châu Á đã là một nguyên nhân gây ra các vấn đề về môi trường, xã hội, kinh tế. vấn đề và một chi phí. Phật giáo và hệ sinh thái sâu trình bày những lời dạy của Đức Phật, đặc biệt là Pháp (sự thật) và mối quan hệ của chúng với hệ sinh thái sâu, và sự tham gia của cá nhân trong quá trình ra quyết định để giải quyết những vấn đề này. Trong cuốn sách Trái đất cân bằng: Hệ sinh thái và tinh thần con người A1, Gore viết: "*Càng tìm kiếm sâu xa nguồn gốc của cuộc khủng hoảng môi trường toàn cầu, tôi càng tin chắc rằng đó là biểu hiện bên ngoài của một cuộc khủng hoảng bên trong thiếu một từ tốt hơn, tinh thần.*"[51] Nhưng điều gì tạo nên sự bình an nội tâm có thể tác động tích cực đến thế giới bên ngoài? Đức Phật hiển nhiên thừa nhận rằng lục độ là một tinh túy quan trọng của Phật giáo để hướng dẫn cá nhân trở thành một chúng sinh vô ngã. Đó là nhờ sự quan tâm từ bi, yêu thương và chăm sóc và nhờ những hành động đức hạnh. Và đó là một phẩm chất của Bồ tát không chỉ làm cho xã hội tốt đẹp hơn để sống mà còn hình thành một cá nhân để sống một cuộc sống tâm linh.

Giữa thập kỷ cuối cùng của thế kỷ 20 và những thập kỷ đầu tiên của thế kỷ 21, các học giả Phật giáo sinh thái và những người thực hành Phật giáo đã nhận ra sức mạnh trong các nguồn nguyên tắc Phật giáo để xây dựng một nền đạo đức sinh thái Phật giáo. Các khái niệm như *'duyên khởi'*, các nguyên tắc *'từ bi'*, và có một số ý tưởng trong các trường phái tư tưởng Phật giáo cổ điển khuyến

51 Daniel H. Henning, Ph,D. *A manual of Buddhism and Deep Ecology.* P.5

nghị rằng Phật giáo đã liên tục duy trì sự hòa hợp đặc biệt với môi trường. Trong khi có một số nhà phê bình dành cho những người theo đạo Phật sinh thái cho rằng duyên khởi là một ý tưởng trừu tượng hơn là cung cấp một nền tảng đạo đức môi trường. Tuy nhiên, thay vì chỉ tập trung vào các khái niệm phổ quát mà còn có các đạo đức, nghi lễ và biểu tượng khác của Phật giáo được sử dụng để phát triển chủ nghĩa môi trường đương đại.[52] Ngay từ giai đoạn đầu tiên của truyền thống Phật giáo, và sau đó trong suốt quá trình truyền bá Phật giáo ở châu Á, thông qua các thực hành, học thuyết và câu chuyện, sự cùng tồn tại của Phật giáo và môi trường là rất mạnh mẽ. Nhiều câu chuyện Phật giáo Ấn Độ mô tả nhiều câu chuyện về sự đồng tồn tại giữa con người và các loài khác, chẳng hạn như các nhà sư biến rắn thành các vị thần Phật giáo và đổi lại các nhà sư được rắn hoặc rồng bảo vệ.[53] Thật vậy, sự đồng sinh là có thể nếu một người theo đuổi những phẩm chất của Bồ tát như đạo đức, lòng vị tha và hành động đức hạnh.

Bộ nguyên tắc Phật giáo, Bát chánh đạo cung cấp một mô hình để sống một cuộc sống viên mãn và có đạo đức. Ban đầu, Bát chánh đạo như một bộ nguyên tắc được hình dung cho sự phát triển tâm linh. Tuy nhiên, nó có thể được áp dụng cho nhiều khía cạnh của cuộc sống, bao gồm bảo vệ môi trường, giải quyết các khủng hoảng xã hội như bất bình đẳng, tội phạm, bạo lực gia đình, v.v. Bát Chánh Đạo, bao gồm chánh kiến, chánh tư duy, chánh ngữ, chánh nghiệp, chánh mạng, chánh tinh tấn, chánh niệm và chánh định. Đi theo Bát Chánh Đạo có thể giúp các cá nhân đạt được nhận thức tâm linh lớn hơn và giải thoát khỏi đau khổ. Bát chánh đạo là một khái niệm quan trọng trong triết học và thực hành Phật giáo. Đó là một tập hợp các nguyên tắc hướng dẫn các cá nhân hướng tới con đường giác ngộ. Bát chánh đạo bao gồm ba phạm trù chính: Trí tuệ, Đạo đức và Giới luật. Liên quan đến bảo vệ môi trường, ba nguyên tắc của Bát chánh đạo đặc biệt thích hợp là Chánh kiến, Chánh tư duy và Chánh nghiệp.[54]

---

52 William Edelglass. *Buddhism and the Environment*. PP. 1-2

53 Ibid., P.2

54 Bhikkhu Bodhi. *The Noble Eightfold Path: The Way to the End of*

Các nguyên tắc của Bát chánh đạo, đặc biệt là chánh kiến, chánh tư duy và chánh nghiệp đóng một vai trò lớn hơn trong việc định hình cá nhân và xã hội. Chánh kiến thấm nhuần để có chánh kiến hiểu biết về thế giới. Trong bối cảnh mối quan hệ của một người với việc bảo vệ môi trường, chánh kiến liên quan đến việc giúp hiểu được mối liên hệ qua lại của vạn vật trong thế giới tự nhiên và biết được tác động của các hành động của con người đối với môi trường. Điều này bao gồm sự hiểu biết về mối quan hệ nhân quả, tác động của hành động của một người đối với suy thoái môi trường, chẳng hạn như biến đổi khí hậu, phá rừng và ô nhiễm. Tương tự như vậy, Ý định đúng đắn hướng dẫn một người thực hiện các hành động chân thành và có đạo đức. Ý định đúng đắn thúc đẩy một mối quan tâm từ bi thực sự đối với sự thịnh vượng của môi trường và sự đảm bảo cho các thực hành sinh thái. Điều này bao gồm nuôi dưỡng cảm giác đồng cảm và quan tâm đến những sinh vật khác bao gồm cả con người và phi nhân loại, cũng như nhận ra tầm quan trọng của việc bảo tồn môi trường cho các thế hệ tương lai. Hành động đúng Hành động đúng theo cách có đạo đức, có trách nhiệm và hữu ích cho bản thân và người khác. Chánh nghiệp là kết quả của chánh kiến và chánh tư duy. Nó liên quan đến sự lựa chọn có ý thức và đúng đắn trong việc làm những việc góp phần giảm bớt sự suy giảm đối với môi trường để kích thích sự bền vững. Chẳng hạn, hành động góp phần giảm lượng khí thải carbon của một người, bảo tồn tài nguyên thiên nhiên và hỗ trợ các chính sách và thực hành thân thiện với môi trường.

Luật nghiệp (nhân quả) giải thích cách hiểu sự tương tác của con người với môi trường có thể có những hậu quả khác nhau. Không có chuyện người ta rùng mình vì đó là hậu quả do hành động của mình tạo ra. Nó giải thích trong '*Sutra of a Hundred Action*'

"*Niềm vui và nỗi buồn của chúng sinh Tất cả đều do hành động của họ, Đức Phật dạy. Sự đa dạng của các hành động.*"[55] Tạo ra

---

Suffering. PP. 12-39

55 Patrul Rinpoche. '*The words of my Perfect Teacher*." United States of America. Second Edition 1998. PP. 118

sự đa dạng của các sinh vật Và thực sự thúc đẩy tập hợp các hành động này!". Nó được định đề một cách rất phân tích trong kinh giáo huấn nhà vua rằng, tài sản, quyền lực hay sự giàu có sẽ không theo sau, mà chúng sinh đến từ đâu và đi đâu, hành động của người ta sẽ theo sau như hình với bóng của chính mình. Như vậy, hiệu quả của một hành động có thể có thời gian hoặc sẽ có ngay nhưng không bao giờ phai nhạt. Về vấn đề này, khái niệm nghiệp trong Phật giáo không phải là một khái niệm trừu tượng đơn thuần của triết lý sinh tử mà là một thực tế có thật mà con người trải nghiệm trong cuộc sống hàng ngày. Do đó, nghiệp chướng không phải do thần linh hay các đấng tối cao áp đặt mà là hậu quả do các hành động tâm lý của chính chúng ta tạo ra hoặc gây ra.

Nghiệp báo của đạo Phật không dựa vào đấng tối cao hay thượng đế nào để giải thích nguyên nhân dẫn đến hành động. Theo cách này, một người hoàn toàn chịu trách nhiệm về hành động của chính mình. Điều này cũng chỉ ra rõ ràng rằng chúng ta là những gì chúng ta đã tạo ra và chúng ta sẽ là những gì chúng ta tạo ra. Dhammapada (Chos-kyi-tseg-ched) khẳng định;

"*Không phải trên bầu trời, không phải giữa biển cả, cũng không phải bất cứ nơi nào khác trên trái đất có một nơi mà một người có thể giải thoát khỏi những hậu quả của những hành động xấu xa. Điều ác tự mình làm, tự mình chịu đựng. Điều ác tự mình hoàn tác, tự mình thanh tịnh.*"[56]

Nguyên tắc Karma đã trở thành một quy luật không thể tránh khỏi của nghĩa vụ cá nhân và công lý vô tư dựa trên những hành động do một người gây ra. Ở đây, bản chất của những hành động này phải được xem xét dưới hình thức ba phần: 'ngôn hành', 'thân hành' và 'ý hành'. Ý nghĩa đạo đức của ba hành động này không giống nhau. Lời nói và hành vi của thân thể về bản chất là hành động thể chất, chúng thực sự là những biểu hiện của ý nghĩ (hành động tinh thần). Do đó, bất kỳ hành động bằng lời nói hay thân thể nào đều là kết quả của tâm hành tồn tại trong vòng luân hồi. Trong kho báu của những phẩm chất quý giá, nó nổi bật;

56 Karma and Rebirth in Buddhism. PP. 14-15

"Khi đại bàng bay vút lên cao trên mặt đất, tạm thời không thấy bóng của nó; Tuy nhiên, chim và bóng vẫn được liên kết. Hành động của chúng ta cũng vậy: Khi các điều kiện kết hợp với nhau, tác động của chúng sẽ được nhìn thấy rõ ràng."[57]

Nó giải thích rằng hành động của chúng ta giống như con đại bàng cất cánh và bay rất cao vào bầu trời. Trong một lúc, bóng của nó dường như biến mất. Nhưng không có nghĩa là bóng chim mờ hẳn đi, không còn nữa. Cuối cùng khi đại bàng bay xuống và đáp xuống mặt đất, bóng của nó vẫn rất giống như khi đại bàng cất cánh bay khỏi mặt đất, chúng có mối liên hệ với nhau như vậy. Tương tự như vậy, những hành động của chúng ta trong quá khứ, dù tốt hay xấu có thể bị che khuất hoặc vô hình trong một khoảnh khắc. Tuy nhiên, hậu quả của một hành động gây ra sẽ không rời khỏi chúng ta cuối cùng. Đó là nơi Patruel Rinpoche, tác giả của 'những lời dạy của vị thầy hoàn hảo của tôi' thuyết giảng, "*làm sao không thể như vậy đối với những chúng sinh bình thường như chúng ta, khi ngay cả chư Phật và chư A La Hán, những người đã tự mình loại bỏ mọi che chướng của nghiệp và cảm xúc, vẫn phải chấp nhận hậu quả của những hành động trong quá khứ?*"[58] Về vấn đề này, thuyết nhân quả của đạo Phật nói về những hành động do một người thực hiện dưới hình thức lời nói, thể chất và tinh thần, những hành động này phải được trải nghiệm dưới hình thức quả xấu hoặc quả báo khi đến thời điểm thích hợp nó sẽ đến. Quan trọng hơn, trong tất cả các trường phái Phật giáo giải thích về luật nghiệp, tâm hành vẫn là nguyên nhân trước của lời nói và hành động.

Tuy nhiên, sự hiểu biết của Phật giáo về nghiệp cũng được giải thích trong khái niệm về khả năng thay đổi của nghiệp. Nó nói rằng bất cứ thứ gì được tạo ra đều phải bị hủy diệt và do đó, vì nghiệp tiêu cực hoặc phi đạo đức được tạo ra bởi ý định không trong sáng của một người, nó có thể áp dụng để sửa đổi trong hiện tại hoặc tương lai với tâm trong sáng.

---

57 The Words of my Perfect Teacher. P. 119
58 Ibid

Kết luận

Trong khi các nguyên tắc của Phật giáo, thường được mô tả như những phẩm chất của Bồ tát, là một trong những phương pháp không thể thiếu để tạo ra một xã hội công bằng và công bằng. Mặc dù các nguyên tắc của Phật giáo như từ bi, đạo đức và lòng nhân ái bắt đầu như một cách để thực hành các trường phái truyền thống Phật giáo sơ khai, nhưng nó có thể được áp dụng mạnh mẽ trong cuộc sống hàng ngày. Các cá nhân có thể thể hiện lý tưởng Bồ-tát trong kinh nghiệm sống hàng ngày, phát triển lòng từ bi và vị tha trong cuộc sống hàng ngày của cá nhân. Ngoài ra, vai trò của lý tưởng Bồ tát được sử dụng trong nhiều lĩnh vực khác nhau như lãnh đạo chính trị, nhà hoạt động môi trường, giải quyết các vấn đề xã hội như vấn đề môi trường, bất bình đẳng xã hội và bạo lực gia đình.

Rút ra từ cả bình luận Phật giáo và văn bản đương đại, phân tích đã cung cấp một mẹo và chiến lược thiết thực để phát triển các phẩm chất của con người như sự đồng cảm, lòng tốt và sự hào phóng để tạo ra một thế giới công bằng và công bằng. Các nguyên tắc của Phật giáo như đạo đức, quan tâm từ bi, vị tha, tình yêu và sự quan tâm đến người khác có thể dẫn đến sự đồng tồn tại, hạnh phúc của một cá nhân và môi trường của một người. Tương tự như vậy, đánh giá cao luật nhân quả có thể có tác động trực tiếp trong việc làm cho thế giới không còn hỗn loạn hoặc khủng hoảng trong xã hội. Tóm lại, đạo đức, nguyên tắc đạo đức, hành động phạm hạnh như một phẩm chất của lý tưởng Bồ tát rất phù hợp và thời sự trong thế giới đương đại này.

***

Tài liệu tham khảo

1. Bhikkhu Bodhi. *The Noble Eightfold Path: The Way to the End of Suffering*. PP. 12-39
2. Bluth, K., & Neff, K. D. (2018). *New frontiers in understanding the benefits of self-compassion. Self and Identity*, 17(6), 605-608.
3. Ch'en, Kenneth Kuan Sheng. "*The Bodhisattva Ideal in*

Chinese Buddhism." In The Bodhisattva Ideal: Essays on the Emergence of Mahayana, edited by Bhikkhu Nyanatusita. Kandy, Sri Lanka: Buddhist Publication Society, 1982.

4. Daniel H. Henning, Ph,D. *A manual of Buddhism and Deep Ecology*. 2002. Buddha Dharma
5. Education Association Inc. Library of Congress. P.5
6. Ed. Bhikkhu Nyanatusita himi. *The Bodhisattva Ideal: Essays on the Emergence of Mahāyān*a,
7. Kandy: Buddhist Publication Society Inc., 2013. BP625. - 240P.; 22cm.
8. Françoise Pommaret. The Cakravartin-King: Symbolism of the Bhutanese Monarchy. https://karmachoden.wordpress.com/2016/03/22/book-review-titlethe-bodhisattva-king-in-action/.2003
9. Jamgon Kongtrul Lodro Thaye. *Buddhist Ethics*. Trans. & edited by The International Translation Committee. Snow Lion Publication. 1998.PP.23-24
10. Phrakhrusangkharak Thawee Abhayoa, Phramaha Wiruth Wirojanob, Chanathip Srithoc, Suraphon Promgund *Leadership According to the Buddhist Concepts.* Turkish Journal of Computer and Mathematics Education Vol.12 No. 8 (2021), 2428-2433.
11. Translated by the Dharmachakra Translation Committee. The Noble Sūtra "*The Bodhisattva Maitreya's Birth in the Heaven of Joy*". Toh 199 Degé Kangyur, vol. 61 (mdo sde, tsa), folios 296.b-303. a. P. 2(section 1.2)
12. Ven. Vo Van Hoi, Asst. Prof. L.T. Dr. Banjob Bannaruji, Asst. Prof. Dr. Sanu Mahatthanadull. *An Analytical Study of Bodhisattva Concept in Mahāyāna Buddhism*. JIABU | Vol. 11 No.2 (July - December 2018).
13. William Irwin. *Liberation through Compassion and Kindness: The Buddhist Eightfold Path as a Philosophy of Life*. Journal of Philosophy of Life Vol.3, No.1 (January

2013):68-82 [Essay].

14. William Edelglass. *Buddhism and the Environment. Department of Philosophy*, Malboro College, Barre Center for Buddhist Studies, Emerson College https://doi.org/10.1093/acrefore/9780199340378.013.721 Published online: 28 June 2021. PP. 1-2

15. YABUUCHI Satoko. *The Ideal of the Bodhisattva King in Sri Lanka and the Reform of the*

16. Sangha. Journal of Indian and Buddhist Studies Vol. 55, No. 3, March 2007.

1.6

TINH THẦN BỒ TÁT TRONG TÁC PHẨM NĀGĀNANDA[59]

Họ và Tên: VÕ THỊ HẬU
Pháp danh: THÍCH NỮ TỊNH HỶ
Học giả nghiên cứu khóa: 2022-2023
Trường: Andhra University
Địa chỉ: Ladies Hotel, MVP Colony,
sector 10 Visakhapatnam, Andhra Pradesh
Email: tinhhysakya@gmail.com

59 History and mythology, Nagananda.

Tóm tắt

Trong văn học cổ Ấn Độ, thể loại kịch có giá trị ảnh hưởng Phật giáo sâu sắc. Đó chính là tác phẩm nổi tiếng *Nāgānanda* hay "*Niềm Vui Của Rắn*" được viết bằng tiếng sanskrit và prakit ở thế kỷ thứ bảy sau tây lịch và chuyển thể sang nhiều ngôn ngữ khác nhau.[60] Tác Phẩm "Niềm Vui Của Rắn" được gắn cho nhà vua Harṣa (Harṣadeva or Harṣavardhana) người trị vì vương quốc rộng lớn. Vở kịch kể câu chuyện Thái tử Jīmūtavāhana, người đã hiến thân mạng của chính mình để cứu loài rắn đang là đối tượng trở thành thức ăn cho vua các loài chim, Garuḍa. Điều này hàm ý tâm từ rộng rớn của một vị Bồ tát. Trong tác phẩm này, nhà vua Harṣa

đã xây dựng nhân vật Jīmūtavāhana mang lý tưởng một vị Bồ tát mong muốn đem lại hạnh phúc cho người khác. Dựa theo nội dung vở kịch, lý tưởng Bồ tát của Jīmūtavāhana được khắc họa theo những điểm quan trọng: phụng dưỡng cha mẹ già, tu tập đời sống tâm linh; tinh thần bất bạo động đối với kẻ thù, tâm từ, và Bố thí ba la mật hay Sự hy sinh thân mạng vì hạnh phúc người khác. Sự bố thí ba la mật này, tương tự câu chuyện tiền thân của Đức Phật Gautama trong truyện kể *Jātaka*, khi thấy con hổ cái đang gầy yếu và kiệt sức sau khi sinh con, nhưng do vì sự sống còn, nó suy nghĩ cách để ăn hổ con. Do vì lòng tư bi vô lượng, ngài đã quyết định hiến thân mạng của chính mình để cho hổ ăn.[61] Như vậy, có thể thấy rằng, có điểm tương đồng về lý tưởng bồ tát đạo gặp nhau giữa câu chuyện Jataka và vở kịch "*Niềm Vui Của Rắn.*" Đây là điều làm nên vở kịch "Niềm vui của rắn" và động cơ chính để chọn chủ đề: "***Tinh thần Bồ Tát trong Tác phẩm Nāgānanda***" làm bài nghiên cứu.

60 Dramatic works: South Asia, in: Brill's Encyclopedia of Buddhism online

61 Ven. Āryaśūra. Jātakamālā or Garland of Birth-Stoies. Published by London 1895. Trang 3.

I. Giới thiệu

1. Tác giả

Vua Harṣa_cai trị một đế chế rộng lớn ở miền bắc Ấn Độ từ năm 606 đến 647 sau tây lịch. Ông đã viết ba vở kịch *Ratnāvali*, *Prānivadharkraurya* and *Nāgānanda*, trong đó vở kịch *Nāgānanda* rất nổi tiếng. Ông là người theo Bà La Môn giáo và sau này chuyển sang Phật giáo. Ông là người kế thừa của triều đại Vardhana, triều đại mà ngài cai quản trở nên yên bình và thịnh vượng. Khi ngài Huyền Trang, một vị hành hương người Trung quốc nổi tiếng, đã đến Ấn Độ dưới thời gian trị vì của Harṣa, ngài đã ghi lại một vài thông tin về Vua Harṣa, Ngài có lòng nhân ái rộng lớn, công bằng và hào phóng. Ngài theo tinh thần bất bạo động, chống lại các cuộc chiến tranh.[62] Ông là người hỗ trợ đại học Nalanda bằng cách giảm thuế và là vị vua cuối cùng cai quản một đế chế rộng lớn ở Ấn Độ, trước cuộc xâm lăng của Hồi giáo. Vở kịch Niềm Vui Của Rắn được dịch và biên tập sang các thứ tiếng: Tiếng Anh, Tây Tạng, Hin di và Marathi. Các bản dịch thì tương tự về nội dung, nhưng có sự thay đổi một ít về hội thoại của các nhân vật trong câu chuyện. Vở kịch diễn ra trong năm cảnh với nhân vật chính Jīmūtavāhana; công chúa Malayavatī; người bạn đồng hành Vidūṣaka; Hoàng tử Mitravasu; rắn Śaṅkhacūḍa, vua của loài chim Garuḍa và cùng với các nhân vật phụ khác.

2. Tóm tắt nội dung của tác phẩm

Niềm vui của rắn là một câu chuyện kể về thái tử Jīmūtavāhana được gọi là anh hùng, người đã từ bỏ thân mạng để cứu loài rắn từ vua loài chim Garuḍa. Vở kịch được mô tả một cách vắn tắt như sau:

Trước hết, vở kịch bắt đầu với hai bài kệ Nāndī ca ngợi Đức Phật Gautama. Sau đó, cuộc trò chuyện của người quản lý sân khấu về một nhóm các vị vua tập hợp các đức tính tốt kết hợp lại

62 Murty, G. R. K. 2015. "Harsha's Nagananda: An Appraisal in the Light of the Rasa Siddhanta" in *IUP Journal of English Studies*. Vol. 10, No. 3

với nhau. Rồi người quản lý gọi vợ để bắt đầu một vở kịch kể về Jīmūtavāhana, người đã đi vào rừng để chăm sóc cha mẹ của mình bằng cách từ bỏ quyền tối cao vì hạnh phúc của người khác.

Cảnh đầu tiên: từ bỏ sự giàu có, Jīmūtavāhana quyết định từ bỏ vương quốc, và trải qua những ngày của tuổi trẻ để phụng dưỡng cha mẹ, đến núi Malaya tìm kiếm một nơi ẩn thích hợp để an trú. Ngài đi đến Gauri temple với người bạn Vidūṣaka. Ở đó, Ngài đã gặp Malayavatī. Vẻ đẹp, sự duyên dáng và đoan trang của Công chúa khiến Thái tử yêu ngay từ cái nhìn đầu tiên. Đột nhiên, cuộc gặp đầu tiên bị gián đoạn bởi một vị ẩn sĩ người gởi thông điệp của thủ tướng Kauśika và đưa cô ấy đi để tiến hành nghi lễ giữa trưa.

Cảnh thứ hai: Mở đầu bằng một cuộc đối thoại giữa hai người hầu gái của công chúa Malayavatī. Công chúa bị sốt vì tiếng sét ái tình với Jīmūtavāhana, sau đó công chúa đến ẩn thất với người hầu của mình. Thái tử cũng say đắm với công chúa ở trong tim. Thực tế, Thái tử có một giấc mơ về người phụ nữ yêu quý của mình và vẽ bức tranh về công chúa trên đá. Khi đến nơi, công chúa đã nghe thấy cuộc trò chuyện giữa người bạn đồng hành cùng với Thái tử, cô nghĩ rằng ngài đã có người phụ nữ khác. Sự hiểu lầm tăng lên nhiều hơn qua cuộc trò chuyện giữa Thái tử và Mitravasu. Sau đó, cô ấy tự sát bằng chiếc thòng lọng quanh cổ. Thái tử nắm lấy tay cô và ném sợi dây xuống. Kết thúc cảnh thứ hai, thời gian ngày cưới sẽ được thông báo.

Cảnh thứ ba: ngày cưới của Jīmūtavāhana và Malayavatī diễn ra trong khu vườn đầy hoa với các nhân vật vui tính như Viduṣaka, Vita và Cheta. Những nhân vật này cười rất thích thú với những câu chuyện hài hước của chính họ. Kết thúc cảnh này là hoàng tử Mitravasu đến gặp Thái tử với một số công việc khác. Anh ta nói rằng Matanga đang chiếm vương quốc của ngài và xin phép Thái tử để hướng dẫn.

Cảnh thứ tư: bắt đầu với mẹ của Mitra-vasu, người đã nói với người giữ cổng rằng đưa những bộ quần áo đỏ này cho Malayavatī và người con rể. Vào lúc đó, Jīmūtavāhana cùng với Mitravasu đã đi xem thủy triều. Ở dó, Mitravasu kể về đống xương của rắn. Sau đó, người anh hùng khởi lên một ước muốn hy sinh để cứu loài rắn.

Đặc biệt là khi nghe được cuộc trò chuyện giữa mẹ của Śaṅkhacūḍa (Nepathye) và con trai Śaṅkhacūḍa, ngài quyết định hiến thân mình cho Garuḍa. Garuḍa có suy nghĩ rằng đưa Jīmūtavāhana đi và ăn thịt Ngài trên đỉnh núi Malaya.

Cảnh thứ năm: Jīmūtavāhana đã bị giết bởi vua loài chim Garuḍa. Cha mẹ của Jīmūtavāhana và Malayavatī cảm thấy đau đớn khi biết tin đó. Śaṅkhacūḍa tìm thấy Jīmūtavāhana qua vết máu, Garuḍa nhận thấy rằng Thái tử như là một vĩ nhân không cảm thấy đau đớn mà thực sự có vẻ vui mừng, sau đó Garuḍa cảm thấy xấu hổ khi phải ra mặt với cha mẹ của Jīmūtavāhana. Garuḍa nghe theo sự hướng dẫn của người anh hùng, anh ta sẽ không giết bất kỳ sinh vật nào nữa. Cuối cùng, người anh hùng được hồi sinh bởi bình nước của nữ thần Gauri và tất cả rắn cũng được sống trở lại.

II. Nội dung thảo luận

1.Jīmūtavāhana tu tập con đường Bồ tát

Thực hành lý tưởng Bồ tát là một nét đặc trưng của Phật giáo Đại thừa. Thuật từ "Bồ Tát" có nghĩa là một "chúng sanh" người mà xác định trở thành một bậc Giác ngộ. Theo truyền thống đại thừa, thay vì an trú niết bàn, một vị Bồ tát tu tập vô lượng kiếp để hướng đến giác ngộ và dẫn dắt chúng sanh đi trên con đường giác ngộ. Với lý tưởng này, Vua Harṣa đã khắc họa nhân vật Jīmūtavāhana theo tinh thần một vị Bồ tát.

2. Trước tiên, phụng dưỡng cha mẹ

Jīmūtavāhana là người kế vị vương quốc rộng lớn, sở hữu nhiều của cải, nhưng sẵn sàng từ bỏ tất cả mọi thứ để chăm sóc cha mẹ ở trên núi Malaya. Ngài biết rằng tuổi trẻ là nhất thời, và đam mê là nơi an trú của tuổi trẻ. Vì vậy, ước muốn của Ngài là chăm sóc đối với cha mẹ mình.

Tôi biết rằng tuổi trẻ là nơi an trú của niềm đam mê; niềm tin của tôi thực sự là không bị diệt vong. Ai ở trên trái đất mà lại không biết ác cảm với việc cân nhắc điều gì nên làm và điều gì không nên làm? Tuổi trẻ thật là đáng trách theo cách này khi bị các giác quan kiểm soát. Sẽ rất vui, nếu nó diễn ra theo cách tương tự trong khi tôi tận tụy phụng dưỡng cha mẹ.[63]

Phụng dưỡng cha mẹ là mục đích cao cả nhất để hoàn thiện về mặt đạo nghĩa. Theo Kinh Giáo Thọ Thi-ca-la việt trong Trường Bộ Kinh, Đức Phật dạy rằng con trai của người gia chủ đảnh lễ sáu phương, Phương Đông biểu thị cho mẹ và cha.[64] Như vậy, phụng dưỡng cha mẹ là để thể hiện lòng biết ơn với cha mẹ và cũng là chỗ dựa cho sự phát triển tâm linh.

Thứ hai, Tu tập đời sống tinh thần

Tu tập đời sống tinh thần được thể hiện bằng hình thức, nó không phải là theo một sự tu tập cực đoan cũng không phải là lối sống hưởng thụ xa hoa. Nhưng đúng hơn, nó thể hiện mội lối sống giữa hai cực đoan này. Tu tập đời sống tâm linh xuất phát từ sự quán sát tự thân để hướng về sự phát triển tâm linh.

Nơi này có nhiên liệu thiêng liêng, cỏ và hoa kuśa nằm tại một nơi xa vì chúng được sử dụng cho nhiều ngày, trái cây, rễ, củ và gạo gần như là đã sử dụng gần hết. Vì vậy, đi đến núi Malaya tìm một nơi ẩn dật thích hợp để an trú.[65]

Đời sống tâm linh không chú trọng vào lối sống xa hoa, chỉ đủ để duy trì một cơ thể khỏe mạnh. Mặc dù, Jīmūtavāhāna là người trị vì một vương quốc, đã từ bỏ tất cả của cải, ngai vàng, danh vọng và đặc biệt là đam mê của tuổi trẻ…vì mục đích tâm linh. Cũng như Đức Phật Gautama từ bỏ tất cả để trở thành một vị tu khổ hạnh, sống đời sống không nhà và trở thành một Bậc Giác ngộ hoàn toàn. Như vậy, quá trình tu tập với sự nỗ lực không ngừng, vua Harṣa đã miêu tả rất tốt nhân vật chính

---

63 *Nāgānanda of Śrīharṣa*. Edited by R.D.Karmarkar, Delhi: Chaukhamba Sanskrit Pratishthan. 1923. Cảnh I, kệ 5.

64 Dīgha Nikāya - The Long Discourses of the Buddha. Publisher: Wisdom Publications. Trang. 461

65 *Nāgānanda of Śrīharṣa*. Edited by R.D.Karmarkar, Delhi: Chaukhamba Sanskrit Pratishthan. 1923. Cảnh I, kệ. 7.

Jīmūtavāhāna, người sở hữu đức hạnh của bậc thánh. Đây là một yếu tố đặc biệt của vở kịch.

3. Bất bạo động đối với kẻ thù

Từ vô thỉ, một trong những nguyên nhân gây ra các cuộc chiến tranh trên thế giới là xuất phát từ tham, sân và si. Tinh thần của Phật giáo là bất bạo động, còn được biết như Ahimsa, không có một bản kinh phật giáo chỉ ra bất kỳ bài viết nào ủng hộ việc sử dụng bạo động. Bất bạo động chính là một cách giải quyết xung đột. Bất bạo động là nét chính của lòng từ bi cũng như nền tảng của Đạo Phật. Tương tự như vậy, cảnh thứ ba trong "*Niềm Vui Của Rắn*" báo cáo từ Mitravasu liên quan đến Matanga, đã xâm chiếm vương quốc, Mitravasu đã xin phép Jīmūtavāhāna sự chỉ đạo cho việc này.

Mitrāvasu: *Họ đang nói rằng ông ta đã chiếm vương quốc của ngài, dẫn đến sự hủy diệt của chính ông ta*

***Anh Hùng**: (hạnh phúc với chính mình) nếu chỉ có điều này là sự thật.*

Mitrāvasu: *Vì vậy, Thái tử nên ra lệnh nhổ tận gốc ông ta.*[66]

Để trả lời yêu cầu từ Mitrāvasu, Jīmūtavāhana đã hiểu điều gì quan trọng hơn để làm.

***Anh hùng**: Khi tôi thực sự hy sinh ngay cả cơ thể của mình vì lợi ích của người khác, vì tình thương và không được yêu cầu, làm sao tôi có thể đồng ý với hành vi giết hại tàn bạo vì vương quốc.*

Trên thục tế, tôi không cảm thấy bất cứ thứ gì là kẻ thù của mình ngoài phiền não. Nếu yêu quý ta, thì hãy thông cảm cho Ông ta, Ông ta đang bị hành hạ do làm nô lệ cho phiền não.[67]

Đoạn văn trên thể hiện rằng Vua Harṣa đã sử dụng học thuyết bất bạo động để cai trị vương quốc của Ngài. Ngài hiểu rằng kẻ thù

66 *How the Nagas Were Pleased*. Translated by Andrew Skilton. Cảnh. 3, Kệ 15

67 *How the Nagas Were Pleased. Dịch bởi* Andrew Skilton. Cảnh. 3, Kệ 17

lớn nhất chính là phiền não trong chính mình. Trong vở kịch này, Jīmūtavāhana là biểu tượng của lòng khoan dung và sự cảm thông đối với những ai còn bị hành hạ trong phiền não. Điều này thể hiện một ý nghĩa sâu sắc về tinh thần bất bạo động trong Phật giáo và làm nên một vẻ đẹp của vở kịch.

4. Tâm từ

Điều gì tạo nên vở kịch nầy chính là tâm từ. Chính là mong ước cho những người khác được hạnh phúc.[68] Đây là một trong bốn tứ vô lượng tâm (Brahmavihāra).

Mọi thứ bắt đầu với thân mạng của tôi đều do tôi chăm sóc vì lợi ích của người khác. Lại nữa, vương quốc không phải tự mình cho đi, không liên quan gì đến phụ thân của mình.[69]

Đoạn này chứng minh rằng Jīmūtavāhana từ bỏ mọi thứ kể cả thân mạng mình vì lợi ích của người khác. Điều này thiết lập chủ đề của vở kịch. Trái tim của ngài tràn đầy lòng từ như một vị bồ tát mang một tình thương vô bờ bến vì lợi ích của người khác mà không cần có điều kiện. Điều này được nói rõ trong trường hợp cứu **Śaṅkhacūḍa.**

Thái tử Jīmūtavāhana vô cùng đau đớn khi mà loài rắn bị dâng cúng cho Garuḍa.

Những chúng sinh giống như tôi được sinh ra và chết không có ý nghĩa. Từ đâu [có thể có] sự ra đời của những người giống như bạn, những người [sẵn sàng] hiến thân của họ vì lợi ích của người khác.[70]

Người anh hùng cảm thấy thương cho chúng sanh, nỗi đau khổ của họ cũng giống như nỗi đau khổ của chính mình. Bình đẳng về

68 The Princeton Dictionary of Buddhism. Nhà xuất bản: Princeton University Press 2014. Trang.424

69 *Nāgānanda of Śrīharṣa*. Delhi: Chaukhamba Sanskrit Pratishthan. 1923. Cảnh. I, sau kệ 6.

70 *Nāgānanda of Śrīharṣa*, Delhi: Chaukhamba Sanskrit Pratishthan, 1923, Cảnh. IV, Sau kệ. 16.

sự sống dành cho tất cả. Sinh và chết không có ý nghĩa, vì vậy, ngài đã dâng hiến sinh mạng để cứu loài rắn.

Nếu ngươi muốn mẹ mình sống, ai sẽ chết khi ngươi chết và ai sẽ sống khi ngươi sống, hãy cứu mạng sống của ngươi bằng thân mạng của ta.[71]

Người anh hùng cảm thấy thương cho khổ đau của một người mẹ vì sự bất hạnh của bà, nếu một điều gì đó khủng khiếp xảy ra với đứa con duy nhất của bà. Chính vì vậy, Anh hùng đã đưa ra một lời khuyên đối với người con hãy tiếp tục sống vì mẹ của mình. Người đã hiểu vấn đề của họ như chính của mình. Điều này thể hiện một lòng trắc ẩn sâu sắc về sự hy sinh để cứu Śaṅkhacūḍa.

5. Bố thí ba la mật

Hành động hiến thân để cứu Śaṅkhacūḍa trở thành chủ đề chính của vở kịch. Trong Phật giáo, Bố thí nghĩa là có ba loại bố thí: "tài thí", "vô úy thí" và "pháp thí"[72]. Động cơ của việc bố thí cũng quan trọng như đối tượng được thí. Bố thí sẽ dẫn đến chấm dứt phiền não và đạt đến giải thoát. Bằng cách này, nhận được một bộ đồ vào đúng thời điểm, Anh hùng đã cảm thấy thật sự hạnh phúc vì đây là cơ hội tuyệt vời cho bản thân mình để xoa diệu khổ đau vì lợi ích của người khác.

Anh hùng: bộ quần áo màu đỏ đã đến với tôi đúng lúc. Làm cho tôi vô cùng hạnh phúc khi tôi hy sinh thân thể của mình để giúp đỡ người khác.[73]

Tình yêu dành cho vợ Malayavati, thậm chí là cha mẹ của ngài thì không hạnh phúc hơn việc hy sinh vì người khác. Điều này nói lên rằng hạnh phúc trong thế gian là tạm bợ, tâm của ngài đã vượt lên trên hạnh phúc bình thường.

---

71 Nāgānanda of Śrīharṣa, Delhi: Chaukhamba Sanskrit Pratishthan, 1923, Cảnh IV, Kệ 17.

72 The Princeton Dictionary of Buddhism. Xuất bản: Princeton University Press 2014. Trang. 212.

73 *How the Nagas Were Pleased.* Translated by Andrew Skilton. Cảnh 4, Kệ. 20

Là một vị bồ tát sinh ra vì lời ích của chúng sinh, sự bố thí thân mạng của ngài xuất phát từ động cơ thanh tịnh, không dính mắc hay mong cầu.

Bằng phước đức mà tôi đã tích lũy được ngày hôm nay bằng cách bảo vệ một con rắn thông qua món quà của chính thân mạng mình, trong mỗi lần sinh, tôi có thể được một thân thể theo cách này để giúp những người khác.[74]

Sự bố thí này không chỉ là sự thành tựu viên mãn đối với các Ba la mật mà còn là sự phát triển tâm linh để đạt giác ngộ tối hậu trong tương lai. Bố thí theo cách như vậy, cái tôi có thể được giảm bớt. Cuối cùng, Garuḍa được hướng dẫn và tỉnh thức từ giấc ngủ của vô minh. Garuḍa cảm thấy hối hận về những gì mình đã làm trong quá khứ.

Ngài đã đánh thức tôi khỏi giấc ngủ của vô minh. Từ hôm nay trở về sau, tôi sẽ không sát hại bất kỳ chúng sinh nào.[75]

Như vậy, giá trị của vở kịch là sự hy sinh của nhân vật Jīmūtavāhana vì hạnh phúc của loài rắn. Thêm vào đó, một sự kiện có ý nghĩa, Garuḍa đã dừng sự tàn hại loài rắn. Hành động này đã mang đến niềm vui bất tận cho loài rắn. Điều này hàm ý rằng tục lệ của một truyền thống dâng cúng như vậy, môt trong những nguyên nhân gây ra sự sợ hãi và đau khổ cho tất cả chúng sanh. Tục lệ truyền thống như thế này nên từ bỏ. Vì vậy, nhân vật Jīmūtavāhana với tâm từ bi rộng lớn là biểu tượng của lý tưởng cao đep, không chỉ chuyển hóa điều bất thiện mà còn thay đổi một tục lệ ăn sâu đã tồn tại trong một thời gian dài. Cảnh này chạm đến trái tim của khán giả. Chính là sự kết hợp tinh tế để chuyển tải lý tưởng Bồ tát đi vào đời sống thực của người dân.

---

74 *How the Nagas Were Pleased*. Translated by Andrew Skilton. Cảnh 4, Kệ. 25.

75 *How the Nagas Were Pleased*. Translated by Andrew Skilton. Cảnh 5, Kệ. 26.

III. Kết luận

Jīmūtavāhana trong vở kịch phản ánh cuộc đời thực của vua Harṣa khi về già. Vở kịch *Nāgānanda* thể hiện sâu sắc hàm ý của lý tưởng Bồ tát đạo bằng cách tu tập giới ba la mật, cũng như bố thí ba la mật. Mặc dù tác phẩm "*Niềm Vui Của Rắn*" chỉ ca ngợi Đức Thế Tôn qua hai câu kệ đầu Nāndī, nhưng tinh thần của vở kịch *Nāgānanda* được khắc họa qua nhân vật chính Jīmūtavāhana đã thể hiện tính nhân văn sâu sắc trong một tác phẩm văn học. Tâm từ và sự cảm thông là một trong những liệu pháp để chuyển hóa tâm. Hơn nữa, điểm đặc biệt trong vở kịch này, sau khi thành một người theo Phật giáo, tác giả đã vận dụng kỷ năng phương tiện để kết hợp giữa truyền thống Vệ Đà và lý tưởng Bồ Tát trong Đại thừa. Sự kết hợp này hàm ý rằng lý tưởng bồ tát đạo không chỉ thể hiện một phong cách sống hướng đến những điều thiện mà còn tu tập phát triển tâm linh trong bối cảnh xã hội đa tôn giáo.

Trong bối cảnh xã hội hiện đại, sự phát triển mạnh mẽ về khoa học và công nghệ, nhưng vấn đề như suy giảm đạo đức, dịch bệnh, thiên tai, ô nhiễm môi trường, nghèo đói và chiến tranh, điều này đã gây ra những thử thách đối với chính phủ của tất cả các quốc gia và xã hội do nhiều lý do khác nhau. Lý tưởng con đường bồ tát trong vở kịch "*Niềm Vui Của Rắn*" có thể được áp dụng trong bối cảnh ngày nay. Dù có bất cứ kỳ lý do gì, việc phụng dưỡng cha mẹ là đạo đức cơ bản để xây dựng xã hội phát triển bền vững; chăm sóc các loài động vật và bảo vệ trái đất là để giảm thiểu ô nhiễm môi trường, tai họa, cũng như dịch bệnh để thể hiện trách nhiệm và tâm từ bi đối với tất cả chúng sanh; việc sử dụng tinh thần bất bạo động như một liệu pháp là để giảm thiểu chiến tranh; áp dụng sự đồng cảm, thấu hiểu và tâm từ với tất cả chúng sanh như là một liêu pháp để chuyển khóa phiền não trong tâm. Những điều này tạo nên sự khác biệt vở kịch "*Niềm vui của rắn*" với hai vở kịch trước: *Ratnāvalī* (Chuỗi ngọc trai) và *Priyadarśika* (Quý bà duyên dáng) của nhà vua Harṣa. Cốt lõi của vở kịch là để truyền tải thông điệp của vua Harṣa nhằm tạo ra một thế giới tốt đẹp hơn và để nhấn mạnh việc tu tập tâm linh hướng về lý tưởng bồ tát đạo vì hạnh phúc cho chính mình và tất cả chúng sinh.

PHỤ LỤC

Dựa vào tác phẩm "*Niềm Vui Của Rắn*", những hình ảnh này được chụp tại Khoa Pali và Nghiên cứu Phật học trường Đại học Pune năm 2019. Được hướng dẫn bởi Tiến sĩ Lata Deokar và được trình diễn bởi các sinh viên MA. Hình ảnh này được ghi lại ở cuối cảnh thứ tư và cảnh thứ năm, một trong những cảnh quan trọng nhất của tác phẩm "Niềm Vui Của Rắn".

Phụ lục 1: Sân khấu ở trường Đại học Pune

Diễn Viên: Mẹ của Śaṅkhacūḍa (Nepathye), Người giữ cổng, Con trai Śaṅkhacūḍa, Hoàng tử Mitrāvasu, Vua loài chim Garuḍa, Thái tử Jīmūtavāhana, Người giúp việc, người bạn đồng hành Viduṣaka cùng với Ngài Dhammajoti, Giáo Sư Mahesh Deokar và các giảng viên.

Phụ lục 2: Mitrāvasu đang kể về đống xương của rắn.

Jīmūtavāhana and Mitrāvasu

Phụ lục 3: Cuộc đối thoại giữa mẹ của Śaṅkhacūḍa bà Nepathye và con trai rắn Śaṅkhacūḍa

Mẹ của Śaṅkhacūḍa (Nepathye) và con trai Śaṅkhacūḍa

Phụ lục 4: Vua loài chim Garuḍa đã giết Thái tử Jīmūtavāhana.

Jīmūtavāhana và vua của loài chim, Garuḍa

***

References

1. *Dīgha Nikāya - The Long Discourses of the Buddha*. Tr. Maurice Walshe.Publisher: Wisdom Publications. P 461.
2. *Saṃyutta Nikāya. A Connected Discourses of The Buddha*. Edited by Bhikkhu Bodhi. Usa: Wisdom Publication. 2000.
3. *Nāgānanda of Śrīharṣa*. Edited by R.D.Karmarkar, Delhi: Chaukhamba Sanskrit Pratishthan. 1923.
4. *How the Nagas Were Pleased*. Translated by Andrew Skilton. New York University Press, 2009.
5. *Jātakamālā or Garland of Birth-Stoies*. Ven. Āryaśūra and Tr. J.S. Speyer. Published by London 1895.

6. *The Princeton Dictionary of Buddhism*. Robert.E. Buswell Jr. and Donald S. Lopez Jr. Publisher: Princeton University Press 2014.

7. "*Harsha's Nagananda: An Appraisal in the Light of the Rasa Siddhanta*" in *IUP Journal of English Studies*. G. R. K. Murty. 2015. Vol. 10, No. 3.

8. *Dramatic works: South Asia, in: Brill's Encyclopedia of Buddhism online*. Editors: Jonathan A.Silk, Oskar von Hinuber, Vincent. Published online: 2020: https://referenceworks.brillonline.com/entries/encyclopedia-of-buddhism/dramatic-works-south-asia-COM_0054

9. blogspot.com. "History and mythology, Nagananda." Blog, 01 December 2008. https://hmindia.blogspot.com/2008/12/ack-036-nagananda_3557.html

1.7

ỨNG DỤNG PHƯƠNG TIỆN THIỆN XẢO TRONG CUỘC CÁCH MẠNG CÔNG NGHIỆP LẦN THỨ 4

Thích Nữ Diệu Trí

Nghiên cứu sinh Trường Gautam Buddha University, India

Phật giáo xuất hiện trên thế gian này cách đây hơn 2500 năm nhằm đáp ứng nhu cầu giúp chúng sanh vượt qua nỗi khổ niềm đau. Hiện nay cuộc cách mạng công nghiệp lần thứ tư ra đời mang lại nhu cầu về vật chất cho con người. Đây là xu thế tất yếu trong qui luật phát triển của loài người trên thế gian này và Phật giáo không đi ngược xu thế đó. Bài viết này sẽ trình bày áp dụng phương tiện thiện xảo của Bồ tát trong thời đại 4.0. Nội dung bao gồm những cơ hội, thách thức và giải pháp của lý tưởng Bồ tát trong đời sống hiện tại

Từ khóa: Phật giáo, cuộc cách mạng công nghiệp lần thứ tư, phương tiện thiện xảo, lý tưởng Bồ tát.

Giới thiệu

Cuộc cách mạng công nghiệp lần thứ tư[76] hay còn gọi là cuộc

76 Bai, Chunguang; Dallasega, Patrick; Orzes, Guido; Sarkis, Joseph, Industry 4.0 technologies assessment: A sustainability perspective, *International Journal of Production Economics*, 2020, P. **229**

Cách mạng công nghiệp về khoa học và công nghệ đã đưa xã hội loài người đạt được nhiều bước phát triển vượt bậc, nhất là trong ứng dụng khoa học, kỹ thuật và công nghệ vào đời sống. Giá trị của nó bên cạnh việc mang lại giá trị to lớn trong việc tăng năng suất cũng như thỏa mãn nhu cầu vật chất và tinh thần của con người đồng thời cũng làm gia tăng số người bị căng thẳng, trầm cảm và mất phương hướng trong cuộc sống. Trong bối cảnh đó, Phật giáo cần phát huy bổn phận thiêng liêng của mình để hoàn thành sứ mệnh nhập thế, làm lợi ích cho nhân loại và đạt được mục đích cuối cùng là giải thoát chúng sinh khỏi vô minh phiền não trong thế gian bằng chính phương tiện thiện xảo của Bồ tát theo lời Đức Phật dạy. Đây cũng là cơ hội lớn để Phật giáo thích ứng và tận dụng những thành tựu của thời đại mới để phục vụ Phật giáo trong lĩnh vực Truyền thông và Hoằng pháp. Truyền bá đạo Phật trong thời đại mới với cuộc cách mạng công nghiệp 4.0 đã mở rộng phạm vi, tăng đối tượng tiếp nhận giáo lý của Đức Phật và hiểu về tổ chức của GHPGVN. Bởi lẽ, vào thời điểm này, việc Truyền bá đạo Phật không chỉ được thực hiện trong một tự viện, cơ sở tôn giáo hay mỗi dịp trọng đại như Phật Đản, Vu Lan… vốn đã có đông đảo Phật tử quy tụ như hiện nay, mà phương pháp của nó được thực hiện bằng nhiều phương thức, phương tiện mới của Internet vạn vật (IoT) (bao gồm các dịch vụ mạng xã hội phổ biến tại Việt Nam: Google+, Facebook; Twitte; YouTube; Instagram; Zalo; Viber...; của Điện toán đám mây với Big data... để chuyển tải, kết nối nội dung Phật pháp đến mọi đối tượng. Nhờ đó, nội dung giảng dạy Phật pháp không chỉ đến được với Phật tử mà cả những người chưa phải là Phật tử.

I) Khảo sát khái niệm phương tiện thiện xảo (Sanskrit là upāya kauśalya; Pāli là upāya kosalla)

Phương tiện thiện xảo có thể được giải thích là sự khéo léo hay trí tuệ trong việc lựa chọn và áp dụng các phương tiện hay phương tiện để chuyển hóa người khác hoặc giúp đỡ họ. Nó liên quan đến sáu Ba la mật (pāramitā) của tư tưởng Bồ Tát[77] - năm ba la mật đầu tiên được cho là các quá trình của thực hiện phương tiện thiện xảo (upaya) để đạt đến ba la mật thứ sáu tương ứng với sự phát triển trí tuệ (prajna). Đây cũng chính là tư tưởng nổi bật trong kinh điển Đại thừa, nhưng phương tiện thiện xảo trong kinh điển Pāli chưa được các học giả chú ý. Theo từ điển Oxfordreference :khái niệm 'phương tiện thiện xảo' có tầm quan trọng đáng kể trong Phật giáo Đại thừa và được giải thích từ rất sớm trong các văn bản như Upāya-kauśalya Sūtra, Lotus Sūtra, và Kinh Vimalakirti (Vimalakīrti-nirdeśūtra)[78]. Trong chương thứ hai của Kinh Pháp Hoa, Đức Phật giới thiệu giáo lý về phương tiện thiện xảo và chứng minh qua việc sử dụng các thí dụ xuyên suốt bản kinh. Trong phẩm "Phương tiện" miêu tả Ngài như một nhà thông thái hay một người cha tốt bụng với lời khuyên nhưng những đứa con dại khờ hãy rời khỏi ngôi nhà đang cháy. Để khuyến khích họ làm theo lời khuyên của mình, Ngài đã dùng đến 'phương tiện thiện xảo', nhận ra rằng đây là cách duy nhất để dẫn dắt những kẻ vô minh và mê lầm vào con đường giải thoát, Ngài dùng lời nói hư dối cho các con của mình để khiến chúng sử dụng một cách có lợi nhất định với Upāya kauśalya. Saddharma Puṇḍarīka dạy rằng Đức Phật Gautam đã thực sự đạt được Giác ngộ từ nhiều kiếp trước và sống mãi mãi; Ngài trở lại thế giới này sinh làm người và đạt được giác ngộ dưới gốc cây bồ đề. Ngài làm như vậy để giúp đỡ nhân loại bằng Upāya kauśalya của mình. Một vị Bồ-tát cao cấp có thể hóa thân thành nhiều hình thức khác nhau để thuyết pháp cho những người khác nhau. Do đó, Ngài không mắc lỗi hư dối vì động cơ duy nhất của Ngài là quan tâm từ bi đến tất cả chúng sinh. Gốc rễ của ý tưởng này là quan điểm cho rằng những lời dạy của Đức Phật về cơ bản là một phương tiện tạm thời để đưa chúng sinh đến giác ngộ (bodhi) và những lời dạy của Ngài có thể khác: Điều gì có thể phù hợp lúc này có thể không phù hợp vào lúc khác . Khái niệm này đã được

77 Khái niệm Bồ tát- Boddhisattva , truy cập ngày 14/04/2023 từ https://en.wikipedia.org/wiki/Bodhisattva

78 Khái niệm Phương tiện thiện xảo- upaya-kausalya, truy cập ngày 14/04/2032 từ https://en.wikipedia.org/wiki/Bodhisattva https://www.oxfordreference.com/upāya-kauśalya

Đại thừa sử dụng để giải thích cho những đổi mới trong giáo lý, và để mô tả những lời dạy ban đầu của Đức Phật bị hạn chế bởi căn cơ những người đệ tử lúc đó. Trong Đại thừa, phương tiện thiện xảo trở thành một phương pháp phù hợp được sử dụng bởi chư Phật và Bồ tát vì lợi ích của chúng sinh và được thúc đẩy bởi lòng đại bi (mahākaruṇā) của Bồ tát được thấy trong một số nguồn (chẳng hạn như Upāya-kauśalya Sūtra) vi phạm giới luật và thực hiện những hành động mà nếu không sẽ bị chỉ trích về mặt đạo đức. Giả định cơ bản của học thuyết là tất cả các giáo lý trong mọi trường hợp đều là tạm thời để đạt được giải thoát, người ta sẽ thấy rằng Phật giáo với tư cách là một tập hợp các học thuyết Triết học và giới luật đạo đức chỉ được sử dụng như một phương tiện để đạt được mục tiêu cuối cùng và rằng các giáo lý không vĩnh cữu. Thuật ngữ tương đương trong từ ngữ Pāli (upāya-kosalla), Gombrich nhận xét: "Đúng là thuật ngữ 'phương tiện thiện xảo', upāya-kauśalya, thuộc về kinh điển sau này, nhưng cách sử dụng khéo léo của nó ám chỉ, tức là, kỹ năng điều chỉnh lời nói cho phù hợp với từng đối tượng có tầm quan trọng lớn trong kinh điển Pāli[79].

Thuật ngữ này được đề cập trong Trường Bộ kinh về Thiện xảo:

- Āyakosalla, trí tuệ tác ý đến điều làm tăng cường thiện pháp và diệt trừ ác pháp. Đây gọi là Tăng ích thiện xảo.

- Apāyakosalla là trí quán chiếu vào cái làm mạnh thêm điều ác và làm suy giảm điều thiện. Đây gọi là tổn hại thiện xảo, vì trí huệ ấy đưa đến tai hại.

- Upāyakosalla - Phương tiện thiện xảo, là trí sắp xếp tiến trình hành động để phát sinh hai trường hợp trên.

Từ này cũng được đề cập trong Kinh Tăng Chi Bộ Kinh[80], nhưng nhìn chung trong truyền thống Nguyên Thủy phương tiện thiện xảo chỉ xem giáo pháp như một phương tiện chiếc bè để vượt qua dòng sông khổ đau, chứ không đưa đến mục đích tối hậu là giải thoát.

79 Gombrich, Richard F. (2006). How Buddhism Began. New York: Routledge, p.17

80 Thích Minh Châu dịch (2005), Kinh *Tăng chi bộ 3*, Hà Nội: Tôn Giáo, 244

II) Ứng dụng của Phương tiện Thiện xảo trong đời sống hiện tại

Như trên đã nói, phương tiện thiện xảo là một trong sáu Ba la mật của lý tưởng Bồ tát. Theo đó, Bồ tát phải hòa nhập vào đời sống hiện thực, luôn song hành với chúng sanh, phát nguyện lớn ở lại thế gian để cứu độ chúng sinh. Mỗi người chúng ta cần trang bị cho mình Ngũ Minh Pháp, là năm kiến thức mà người hoằng pháp cần phải có và hiểu rõ - bao gồm:

- **Nội minh** nghĩa là phải có kiến thức về nội điển Phật giáo.

- **Nhân minh** là một môn luận lý học của Phật Giáo

- **Thanh minh** là môn học về ngữ môn văn tự

- **Công xảo minh** là môn học về công nghệ và kỹ thuật.

- **Y phương minh** là môn học về các phương pháp chữa bệnh[81].

Năm điều này là hành trang cho một vị Bồ-tát hoàn thiện cả Phật học và thế học. Để có thể nhập thế, một vị Bồ-tát cần phải trải qua ba quá trình, đó gọi là Tam Trí (śruta cintā bhāvanā) [82], nghĩa là

- Trí tuệ lắng nghe (Sutta mayā Paññā) là trí Văn

- Trí tuệ quán chiếu (Cinta mayā Paññā)- trí Tư

- Tuệ thiền và ứng dụng (Bhāvanā mayā Paññā)-Trí Tu

Tùy theo căn cơ của mỗi chúng sinh mà Bồ tát khéo giáo hóa thích hợp với tính khế lí, khế cơ, khế thời và khế xứ. Kinh Pháp Hoa cũng nói: "Chư Phật đời quá khứ dùng vô lượng vô số phương tiện, hết thảy nhân duyên, lời lẽ thí dụ mà vì chúng sinh diễn nói các pháp, như một trận mưa xuống thấm ướt khắp cả cây cối, rừng rậm, cây lớn, nhỏ, tùy theo hạng mà hấp thụ có sai khác… nhưng tựu chung, tất cả đều đạt đến quả vị giải thoát, Niết-bàn, tịnh tịch"[83].

81 Thích Thiên Hoa (2012) *Phật Học Phổ Thông I*, Hà Nôi, Tôn Giáo, 644-651

82 Three wisdom tool, truy cập ngày 14/04/2023 tại https://www.rigpawiki.org/index.php?title=Three_wisdom_tools

83 Thích Trí Tịnh (2007), Kinh Diệu Pháp Liên Hoa, Quyển Thứ Ba -

II.1 Cơ hội và thách thức

Cuộc cách mạng công nghiệp 4.0 là một xu thế, một bước tiến vượt bậc của nhân loại mà Phật giáo cũng không thể đi ngược lại xu thế đó. Tăng Ni với trách nhiệm cầm ngọn đuốc chánh pháp, với trí tuệ của người đệ tử Phật kết hợp với quan niệm "vạn pháp tùy duyên nhưng bất biến" cần học tập, nắm bắt và tận dụng thành tựu cuộc cách mạng này để vận dụng vào lĩnh vực Hoằng pháp. Làm được như vậy, chúng ta mới hoằng dương giáo pháp vi diệu của Đức Phật một cách hữu hiệu trong thời đại văn minh với những thành tựu tiến bộ của khoa học kỹ thuật. Ngoài ra, trong thời kỳ bùng nổ Cách mạng công nghiệp 4.0, báo chí đã thực sự trở thành một yếu tố không thể thiếu trong đời sống tinh thần của xã hội. Trong xu thế phát triển không ngừng của thời đại công nghệ số với những thuận lợi và thách thức đối với mỗi quốc gia trong thời đại khoa học công nghệ phát triển, Phật giáo không thể đứng ngoài cuộc. Hiện nay, trước tình hình đất nước hội nhập sâu rộng, kinh tế và đời sống nhân dân không ngừng phát triển, một bộ phận kẻ xấu trong và ngoài nước luôn tìm mọi cách chia rẽ, chia rẽ tinh thần đoàn kết tôn giáo. khối đại đoàn kết toàn dân tộc, gây mất an ninh, trật tự, nhằm thực hiện ý đồ "Diễn biến hòa bình". Các thành phần bất hảo đã lợi dụng mọi cơ hội trên không gian ảo, nhắm vào xã hội thực bằng cách tạo ra những thông tin tiêu cực, trái chiều, xuyên tạc, cố tình bôi xấu đời sống tu hành, vi phạm giới luật tự viện. Điều này đã làm tổn hại đến phẩm hạnh cao đẹp của Tăng Ni và nếp sống xuất gia, gây mất niềm tin Phật giáo trong lòng người dân[84]. Ngày nay, cùng với sự phát triển của cuộc cách mạng công nghiệp 4.0, sự tồn tại của thế giới phẳng, sự phổ biến rộng rãi của mạng xã hội toàn cầu và sự ra đời vĩ đại của Internet, sự ra đời và ứng dụng rộng rãi của các ứng dụng trong kỷ nguyên mới của sự sáng tạo, kỷ nguyên kết nối mới, đặt nền móng cho sự

Phẩm Dược Thảo Dụ Thứ Năm, Nxb.Tôn giáo, Hà Nội, tr.61

84 *"Truyền thông Phật giáo trong kỷ nguyên cách mạng công nghệ số" -TTTS. Thích Minh Nhẫn: truy cập ngày 14/04/2023 tại: https://vbgh.vn/index.php?language=vi&nv=news&op=thich-minh-nhan/truyen-thong-phat-giao-trong-ky-nguyen-cach-mang-cong-nghe-so-715.html*

hợp tác toàn cầu với những tiện ích vô cùng tiện lợi nhưng cũng tiềm ẩn. rủi ro, thách thức mà còn cả cơ hội. Với sự phát triển của khoa học kỹ thuật, kinh Phật không còn nằm trong khuôn khổ của các tự viện. Nhiều phiên bản điện tử của Kinh- Luật - Luận đang được hoàn thiện với nhiều ngôn ngữ khác nhau. Đây là một yếu tố làm phẳng quan trọng trong Phật giáo theo Lý thuyết Thế giới phẳng của Thomas L. Friedman[85]. Đối với Phật giáo trong thời đại kỹ thuật số, các rào cản đối với nguồn tài liệu gốc không còn nữa. Hiện nay, mọi người đều có quyền truy cập bình đẳng vào nội dung chuẩn,bất cứ ai biết sử dụng máy tính và Internet đều có thể dễ dàng truy cập, cũng như tìm thấy những đoạn văn bản mong muốn bằng phiên bản điện tử tương ứng với phiên bản giấy trên Internet cùng với những thông tin cụ thể liên quan đến chúng. Đây thực sự là một thuận lợi lớn cho Phật giáo, nó mở ra cho mọi người cánh cổng bước vào Phật học[86]. Trong bối cảnh bùng nổ thông tin xuất bản cho thấy chức năng mở của Internet, bởi khi đối diện với thế giới ảo của Internet, con người bày tỏ quan điểm của mình cởi mở hơn. Thông tin không còn một chiều như chúng ta từng phàn nàn mà nó quy tụ gần như nhiều quan điểm trái ngược nhau. Đây là một thuận lợi để mọi người chia sẻ nội dung tu tập trong đạo Phật. Ngoài ra, sự phát triển của công nghệ thông tin cũng khiến cho việc in ấn và phát hành kinh sách Phật giáo bản giấy thuận tiện hơn rất nhiều. Với sự tiện lợi của công nghệ số, chúng ta có thể dễ dàng thu thập tài liệu và sách có thêm nguồn tư liệu phục vụ cho việc học tập, nghiên cứu cũng như phổ biến các giá trị tinh thần của Phật giáo, lợi ích to lớn của Tăng Ni sinh là có nguồn sách để nghiên cứu không mất phí hoặc phải trả phí ít hơn so với sách in.

---

85 Thomas L. Friedman(2005) *Thế giới phẳng (The world is flat),* Farrar, Straus and Giroux là cuốn sách được viết bởi Thomas Friedman, một biên tập viên chuyên mục ngoại giao và kinh tế của tạp chí New York Times, là cuốn sách xuất bản năm 2005, nội dung trình bày những minh họa vô cùng sống động về hiện tượng toàn cầu hóa, và lời khuyên chúng ta cần làm gì để đối mặt với những thách thức cũng như tận dụng tối đa những cơ hội mà toàn cầu hóa mang lại

86 Thanh Hòa(2008), *Sự tương tác của Phật giáo với thời đại kỹ thuật số*, truy cập ngày 14/04/2023 từ https://giacngo.vn/tuthienxahoi/2008/06/19/76D41B/.

Với khả năng của "World Wide Web", nhiều Website Nghiên cứu Phật học đã được thành lập. Những trang web này giúp độc giả dễ dàng tiếp cận Phật giáo và nghiên cứu Phật học, cho phép các bài pháp thoại, và nhiều chủ đề đặc biệt được khám phá. Hầu hết các chùa đều có trang web riêng, các hội Phật giáo cũng có trang web riêng, các nhà nghiên cứu Phật giáo cũng có trang web riêng, ngay cả người dân thường cũng có thể có nhận xét riêng sau các bài giảng và họ cũng có thể tự viết bài để thể hiện quan điểm dưới nhiều hình thức. Chúng ta đã thấy rõ vai trò của không gian ảo trong đại dịch Corona vừa qua. Trong tình trạng cách ly toàn xã hội, cách ly phòng dịch, các công cụ zoom, meet... đã thể hiện vai trò hiệu quả trong việc duy trì các lớp học trực tuyến, các hội thảo khoa học liên tục diễn ra. Mô hình chùa ảo giúp Phật tử kết nối với tăng ni trong các buổi thuyết pháp trực tuyến, các buổi lễ Phật đản trực tuyến, thậm chí các lễ quan trọng của Phật giáo như Phật Đản hay Vu Lan cũng được tổ chức trang trọng không kém mà người tham dự có thể ở nhà.

- *Công tác từ thiện xã hội*: Có lẽ đây là khía cạnh thường được xem là sự nhập thế rõ nét của đạo Phật. Đặc biệt, so với trước đây, việc vận động kinh phí từ các nhà hảo tâm thông qua mạng xã hội mang đến nguồn tài chính từ nhiều nơi cả trong nước và quốc tế. Điều này cũng góp phần giải quyết vấn đề tài chính trong các hoạt động phúc lợi xã hội theo tinh thần Bố thí của Bồ tát (Dāna pāramī).

-Hoằng pháp và Truyền thông

Sự phát triển của kỹ thuật số giúp việc Hoằng pháp và Truyền thông phát triển. Có thể nói, thông qua các nền tảng kỹ thuật số, mọi người đều có thể trở thành một giáo viên với các bài giảng mà không cần phải tổ chức Pháp hội để đăng các bài giảng Pháp, sự đa dạng này đã khiến Phật giáo lan rộng trong xã hội bằng nhiều phương pháp và phương tiện khác nhau. Với sự phát triển của các phương tiện thông tin đại chúng thông qua việc ứng dụng công nghệ thông tin hiện đại đã và đang phát huy tối đa sự truyền bá và nhập thế của Phật giáo: một bản thể hòa nhập với hơi thở của cuộc sống- The Engaged Buddhism[87] Phật giáo nhập thế được hiểu theo tiếng Việt là "Phật giáo nhập thế vào xã hội", hay "Phật giáo ứng dụng".

Những thành tựu mới về khoa học và công nghệ cũng là cơ hội và thách thức cho sự hoằng pháp của Phật giáo Việt Nam trong thời gian tới. Tuy nhiên, bên cạnh những mặt tích cực đó, mạng xã hội cũng mang lại không ít tác hại nếu các tăng ni trẻ lạm dụng mạng xã hội vào những mục đích phi Phật giáo như Hòa thượng Thích Bảo Nghiêm nhận xét: "*Sử dụng mạng xã hội mất kiểm soát, thiếu tinh thần tỉnh giác thì nơi đó sẽ là mảnh đất sinh ra bản năng thấp hèn của con người được kích hoạt. Người ta có thể nói ra bất cứ điều bậy bạ nào họ suy nghĩ mà không sợ bị phê phán; người ta có thể chửi mắng bất cứ ai họ ghét mà không sợ bị vạch mặt chỉ tên... bởi vì họ giấu con người thật của mình đằng sau những nick name và những hình ảnh không phải là ảnh thật của họ...* [88]. Công nghệ thông tin bùng nổ trên mạng ảo khiến người dùng luôn đứng trước nguy cơ bị lây nhiễm nếu khả năng tự bảo vệ nội tại không tương ứng. Thế giới ảo luôn ẩn chứa nhiều thông tin hấp dẫn, gây tò mò. Sự tác động của thông tin gây nhiều ảnh hưởng tiêu cực đến đời sống xuất gia, nhất là đối với tăng ni trẻ. Trong cuộc sống, ranh giới giữa tốt và xấu rất khó phân định, trong thế giới ảo, ranh giới đó lại càng mờ nhạt hơn. Thông tin trên mạng vô bổ, vừa ảnh hưởng đến quá trình tu tập, vừa lãng phí thời gian. Thế giới ảo rất thuận lợi để chúng ta truyền bá Phật pháp, nhưng đồng thời cũng là vũ khí lợi hại của các phần tử xấu xa trong xã hội cũng như của những kẻ chống đối. Mạng xã hội nhanh chóng trở thành nơi để các tôn giáo công kích lẫn nhau. Ngay cả Phật giáo, chính các tông phái cũng đang lợi dụng công kích lẫn nhau. Đặc biệt là các đối tượng xấu lợi dụng để tấn công Phật giáo. Ngay cả những nhà sư

87 Sallie B. King*(2019)* , *Socially Engaged Buddhism*, University of Hawai Press,5

88 HT. Thích Bảo Nghiêm(2020) ***Mạng xã hội với những thách thức trong công tác quản lý, giáo dục Tăng Ni trẻ và công tác hoằng pháp hiện nay***, truy cập ngày 14/4/1023 tại https://phatsuonline.com/ht-thich-bao-nghiem-phat-bieu-tham-luan-tai-hoi-nghi-tang-su-phat-giao-toan-quoc-nam-2020

tự ý đăng tải những bài giảng, bài viết có nội dung không đúng, có hình ảnh đời tư không phù hợp với cương vị và tư cách của người xuất gia cũng làm mất niềm tin của người tại gia.

II. 2 Giải pháp

Hội nhập và phát triển luôn tồn tại song song trên hai mặt của một vấn đề: cơ hội và thách thức, tích cực và tiêu cực, may mắn luôn đi đôi với rủi ro. Vì thế, chúng ta cần có các giải pháp cụ thể để giải quyết vấn đề này.

Thứ nhất, Tăng Ni trẻ phải tinh tấn tu học, tinh tấn chuyên chú Kinh, Giới, Luận. Trong thời đại hiện nay, Tăng Ni trẻ phải biết khéo léo áp dụng lời Phật dạy vào đời sống hằng ngày, để luôn an vui tu tập, thích nghi với nề nếp xuất gia, hiểu biết nhất định về Phật pháp khi còn ở tại các trường Phật học để có thể nhận diện và chuyển hóa khổ đau cho chính mình và những người xung quanh.

Thứ hai, Tăng Ni trẻ cần tích cực tiếp cận và phát huy tính hữu ích của các tiện ích thông minh, thông qua mạng xã hội để chuyển tải lời Phật dạy đến Phật tử, giúp họ thấm nhuần tư tưởng, triết lý sống của đạo Phật, tránh chia sẻ những câu nói về nghệ thuật sống chỉ để thỏa mãn bản ngã,. Tăng Ni trẻ nên dành thời gian để chia sẻ kinh nghiệm tu tập, giải đáp thắc mắc liên quan đến Phật pháp qua kênh đối thoại Phật pháp trực tuyến với người dân.

Thứ ba, Tăng Ni trẻ có ý thức nên hỗ trợ cộng đồng bằng việc làm từ thiện, bảo vệ môi trường xanh, phòng chống dịch bệnh (như đại dịch Covid-19), để tận dụng tuổi trẻ của mình để dấn thân phụng sự. Khi tham gia các công tác cộng đồng này, chư Tăng Ni phải luôn ghi nhớ và áp dụng Tứ Nhiếp Pháp.

Cuối cùng nhưng không kém phần quan trọng, Tăng Ni trẻ phải tích cực tham gia các khóa tu mùa hè và các lớp Phật pháp căn bản cho học sinh, sinh viên, bởi yếu tố con người đóng vai trò rất quan trọng trong việc phát triển và duy trì một Tăng đoàn vững mạnh. Trong tương lai, họ sẽ tạo ra một xã hội trong đó mọi người sống hòa thuận với nhau, ghét chiến tranh, yêu hòa. Tóm lại, với tinh thần tùy duyên của Bồ tát , vai trò của người tu sĩ Phật giáo trong việc sử dụng mạng xã hội như một phương tiện thiện xảo đòi hỏi bất cứ ai sử dụng mạng xã hội phải nhìn lại mình để kịp thời định hướng trong việc tiếp cận mạng xã hội hấp dẫn này. Người tu sĩ Phật giáo trong thời đại mới cần lưu ý những khía cạnh sau:

- Thấy được những thuận lợi trong việc truyền bá Phật pháp trên mạng, nhất là đối với những tu sĩ trẻ đang theo đuổi sự nghiệp hoằng pháp hoặc dấng thân làm Phật sự.

- Phải có ý thức và phải cẩn trọng trong mọi vấn đề khi đăng tải trên mạng xã hội từ nội dung đến hình thức.

- Các tu sĩ, với tư cách là người thầy và học giả, phải hiểu biết nhiều hơn về công nghệ mới này. Vì vậy, các tu sĩ thạo môi trường Internet sẽ giúp đưa đạo Phật vào thế kỷ này và thế kỷ sau. Các Tăng Ni nên sử dụng các trang mạng xã hội để giao tiếp với các Phật tử trẻ tuổi, nên nói chuyện với họ nhiều hơn nếu không họ sẽ dần dần coi tôn giáo là một thứ gì đó lạc hậu hay chỉ dành cho người cao tuổi. Luôn ý thức công nghệ chỉ là phương tiện giao tiếp. Tốt hay xấu là do người sử dụng. Nếu được sử dụng một cách khôn ngoan, công nghệ sẽ trở thành một công cụ để nâng cao tiềm năng của nhà sư đó đối với Pháp Phật nếu không, nhà sư đó sẽ tự làm hại mình.

***

DANH MỤC THAM KHẢO

1. Thích Trí Tịnh (dịch), (2007), *Kinh Diệu Pháp Liên Hoa*, Quyển Thứ Ba - Phẩm Dược Thảo Dụ Thứ Năm, Nxb.Tôn giáo, Hà Nội

2. Thích Minh Châu (dịch) (2005) Kinh *Tăng Chi Bộ 3*, Nxb Tôn Giáo, Hà Nội

3. Thích Thiên Hoa (2012), *Phật Học Phổ Thông I*, Nxb Tôn Giáo, Hà Nôi.

4. Sallie B. King(2019) , *Socially Engaged Buddhism*, University of Hawai Press

5. Gombrich, Richard F. (2006) *How Buddhism Began*, New York: Routledge.

6. Thomas L. Friedman (2005), *Thế giới phẳng (The world is flat),* Farrar, Straus and Giroux.
7. Bai, Chunguang; Dallasega, Patrick; Orzes, Guido; Sarkis, Joseph, Industry 4.0 technologies assessment: A sustainability perspective, *International Journal of Production Economics*, 2020
8. Các website:

   https://en.wikipedia.org/wiki/Bodhisattva

   https://www.oxfordreference.com/upāya-kauśalya

   https://www.rigpawiki.org/index.php?title=Three_wisdom_tools

   https://vbgh.vn/index.php?language=vi&nv=news&op=thich-minh-nhan/truyen-thong-phat-giao-trong-ky-nguyen-cach-mang-cong-nghe-so-715.html

   https://giacngo.vn/tuthienxahoi/2008/06/19/76D41B

1.8

TINH THẦN DẤN THÂN CỦA BỒ TÁT ĐẠO TRONG TĂNG ĐOÀN PHẬT GIÁO VIỆT NAM Ở XÃ HỘI ĐƯƠNG ĐẠI

Research Scholar: Thích Nữ An Trí - Đặng Thị Hồng Huệ
Acharya Nagarjuna University
Email: buddhistnunvn@gmail.com
Phone number: +91.9059729080

Tóm tắt

Với hơn 2.500 năm lịch sử cùng triết lý "*Tinh thần dấn thân của Bồ tát*", Phật giáo đã nhanh chóng trở thành một tôn giáo có ảnh hưởng sâu sắc đến đời sống và góp phần đem lại hạnh phúc cho người dân Việt Nam. Khái niệm "*Tinh thần dấn thân của Tăng đoàn Phật giáo Việt Nam*" và vai trò "*hộ quốc - an dân*", không chỉ nói đến các hoạt động của chư Tăng, Ni mà còn cả Phật tử trong đời sống xã hội như các hoạt động từ thiện, cứu trợ thiên tai, lũ lụt, giúp đỡ người nghèo gặp khó khăn v.v. Trong thời đại hiện nay, Phật giáo Việt Nam đã tích cực hội nhập cuộc sống, tạo phúc lợi cho xã hội, qua đó thể hiện tinh thần hoạt động "*Tinh thần dấn thân của Bồ tát*" song hành cùng dân tộc với phương châm "*Đạo pháp - Dân tộc và Chủ nghĩa xã hội*". Bài viết này sẽ đề cập đến "*tinh thần hóa thân*" của Tăng Đoàn Phật Giáo Việt Nam qua các khía cạnh từ thiện, gia đình và xã hội.

Từ khóa: Tinh thần dấn thân của Bồ tát, Tăng đoàn Phật giáo

Việt Nam, các hoạt động từ thiện.

Giới thiệu

Giáo lý của Đức Phật không chỉ đề cập đến con đường giải thoát mà còn đề cập đến các vấn đề xã hội và con người mà tinh thần dấn thân trong triết lý Bồ tát của Phật giáo là một đặc trưng của Bồ đề tâm trước những nhu cầu xã hội. Khái niệm "*Tinh thần dấn thân của Tăng Đoàn Phật giáo Việt Nam*" không chỉ nói đến những hoạt động của chư Tăng, Ni mà cả Phật tử trong đời sống xã hội như các hoạt động từ thiện, giúp đỡ người nghèo khó cơ nhỡ, cứu trợ đồng bào bị thiên tai, lũ lụt v.v … Phật giáo còn góp phần giải quyết vấn đề môi trường, giáo dục giới trẻ,v.v… trên cơ sở phục vụ đời sống xã hội và góp phần xây dựng một thế giới hòa bình, nơi con người được hạnh phúc và cảm nhận được sự bình yên ngay trong thế giới thực, và kết quả cuối cùng là giác ngộ đạt Phật quả. Vào thời Đức Phật, khái niệm về tinh thần dấn thân đã được Đức Phật Gautama thiết lập sau khi có 60 vị A-la-hán trên thế gian: "*Này các Tỳ kheo, hãy đi du hành vì sự lợi ích của chúng sanh, vì lòng từ bi đối với thế gian, vì lợi ích, phước lành, và hạnh phúc của chư thiên và loài người. Chư Tỳ kheo dạy pháp sơ thiện, trung thiện, và hậu thiện,*"[89] và đó chính là "*Tinh thần dấn thân của Bồ Tát*".

Mặc dù Phật giáo Nguyên thủy đề ra chủ trương xuất thế gian để đạt đến quả vị A-la-hán, nhưng Phật giáo Đại thừa lại hướng đến tinh thần Bồ-tát đạo để đạt đến Phật quả - mở ra con đường dấn thân cho người đi theo con đường Bồ-tát đạo, tu tập theo con đường dấn thân, sống hòa hợp với cuộc sống thế tục, và trở nên giác ngộ ngay trong cuộc sống đời thường.

Phật giáo du nhập vào Việt Nam từ thế kỷ thứ 3 trước Công nguyên bằng đường biển từ phía nam và thế kỷ thứ nhất sau Công nguyên từ phía bắc. Với hơn 2.500 năm lịch sử, Phật giáo đã nhanh chóng trở thành một tôn giáo có ảnh hưởng lớn đến đời sống của

89 Mahavagga IV, stranslate, I B Honer, Luzaca and Company LTD, Lon Don, 1971, p28.

người dân Việt Nam. Trong mỗi giai đoạn lịch sử của Việt Nam, Phật giáo đều phát huy vai trò "*hộ quốc - an dân*". Phật giáo đã có ảnh hưởng đáng kể đến các lĩnh vực của đời sống xã hội. Với triết lý "*Tinh thần dấn thân của Bồ tát*", Phật giáo Việt Nam đã mang lại hạnh phúc cho tất cả chúng sinh. Phật giáo là một tôn giáo nổi bật trong quá trình truyền giáo du nhập hội nhập với nền văn hóa của mỗi quốc gia, Phật giáo đã không ngừng dấn thân trên thế giới. "*Tinh thần dấn thân của Bồ-tát*" xuất phát từ phương pháp thiền định về tâm từ, phát khởi lòng từ bi, dấn thân cứu giúp mọi người; đưa giáo lý của Đức Phật vào cuộc sống; Ngoài ra, "*tinh thần Bồ-tát*" của Phật giáo còn quan tâm đến các vấn đề chính trị, văn hóa, đạo đức, lối sống, v.v., vận dụng những tư tưởng tốt đẹp của Phật giáo để giải quyết các vấn đề xã hội.

II. Những Đặc Điểm Tinh Thần Dấn Thân Của Tăng Đoàn Phật Giáo Việt Nam Trong Lịch Sử

Trước đây, vào thời Đức Phật, tinh thần dấn thân chưa được áp dụng nhiều trong đời sống xã hội. Lúc bấy giờ, các vị Tỳ Kheo chủ yếu thuyết pháp thanh tịnh cho những người mong cầu chân lý giải thoát. Về sau, qua từng giai đoạn lịch sử, nhằm để đạo vào đời, Phật giáo đã được thể hiện dưới nhiều hình thức khác nhau nên đặc tính "*hóa thân*" đã lan rộng trên nhiều lĩnh vực của đời sống.

Ngày nay, Phật giáo có thể được xem là tôn giáo chính gắn liền với lịch sử đất nước và đời sống tinh thần của người dân Việt Nam. Từ khi du nhập vào Việt Nam, Phật giáo đã ảnh hưởng sâu sắc đến mọi lãnh vực của đời sống xã hội. Lịch sử cũng đã chứng minh rõ vai trò dấn thân của Phật giáo Việt Nam đã góp phần làm nên sự hưng thịnh của nhiều triều đại phong kiến, sự phát triển của đất nước, và của nhân dân. Tinh thần "*dấn thân*" của Phật giáo đã được thể hiện qua các vị Tăng nổi tiếng. Các vị Tăng trở thành quân sư, chính sự, tham mưu triều đình từ các triều đại Đinh, Tiền Lê, Lý, Trần như thiền sư Ngô Chân Lưu, thiền sư Pháp Thuận, và Vạn Hạnh làm cố vấn chính trị. Phật giáo từng là chỗ dựa tinh thần, thống trị xã hội dưới các triều đại Lý - Trần hay một số triều đại nhà Nguyễn ở Nam Bộ.

"*Tinh thần dấn thân*" là tư tưởng chủ đạo của Phật giáo nói chung, đặc biệt là của Phật giáo Trúc Lâm ở thế kỷ thứ 13-14. Với tinh thần từ bi, trí tuệ, đem Phật pháp vào đời; Với tư tưởng "*Hoà với đời thường*" thấm nhuần tri thức, tinh thần dân tộc, hoằng pháp lợi sinh, đem ánh sáng giác ngộ đến với cuộc sống của mỗi người trong xã hội đã có ảnh hưởng tích cực đến môi trường sống của con người. Điều này chứng tỏ triết lý tích cực của "*Tinh thần dấn thân*" của Phật giáo thời Trần đã có đóng góp to lớn vào công cuộc dựng nước, giữ nước và phát triển cường thịnh của nước Đại Việt.

Tinh Thần Dấn Thân Của Tăng Đoàn Phật Giáo Việt Nam Ngày Nay

Phật giáo Việt Nam đang phát triển mạnh mẽ theo xu hướng "*Tinh thần dấn thân của Bồ tát*". Các Tăng, Ni, và Phật tử đã vận dụng giáo lý của Đức Phật vào đời sống xã hội để tạo ra sự chuyển biến xã hội[90], tích cực thâm nhập vào mọi lĩnh vực của đời sống xã hội, góp phần thúc đẩy quá trình hội nhập, đáp ứng nhu cầu tinh thần của nhân dân, góp phần làm cho xã hội ngày càng tiến bộ và nhân văn.

Phật giáo Việt Nam đã tích cực hội nhập cuộc sống của người dân, tạo phúc lợi cho xã hội, qua đó thể hiện tinh thần tích cực "*Tinh thần dấn thân của Bồ tát*". Hoạt động của Phật giáo Việt Nam đồng hành cùng dân tộc với phương châm "*Đạo pháp - Dân tộc và Chủ nghĩa xã hội*". Trong suốt chiều dài lịch sử dân tộc, Phật giáo Việt Nam đã gắn bó lâu đời và luôn đồng hành cùng dân tộc trong suốt quá trình xây dựng và phát triển đất nước. Khi đất nước tiến hành công cuộc đổi mới, Phật giáo đã đồng hành cùng nhân dân trên tinh thần hòa hợp, đoàn kết, có nhiều hoạt động vì nước, vì dân.

Trong những năm gần đây, Việt Nam đã phải hứng chịu nhiều thiên tai như lũ lụt và dịch bệnh COVID-19 gây thiệt hại về người và của. Phật giáo Việt Nam đã đóng góp vào các hoạt động thiết thực như sau:

---

90 Hanh, Thich Nhat (6 May 2008). "*History of Engaged Buddhism*". Human Architecture: Journal of the Sociology of Self-Knowledge. 6: 29-36.

III.1 Các Hoạt Động Từ thiện

Trong Phật giáo, bố thí là hình thức nổi bật nhất của "*Tinh thần dấn thân của Bồ tát*" qua ba loại bố thí như - thứ nhất là "*bố thí tài vật*"; thứ hai là "*bố thí pháp*"; và thứ ba là " *bố thí sự không sợ hãi*". Thể hiện rõ nét chức năng xã hội của Tăng Đoàn Phật Giáo Việt Nam là đảm bảo an sinh xã hội, điều đó luôn được coi là một trong những nhiệm vụ trọng tâm, qua đó lan tỏa thông điệp từ bi, trí tuệ, "*tinh thần dấn thân*" của Phật giáo vào đời sống xã hội. Các hoạt động bố thí được nhân rộng tại các Chùa, Tịnh Xá, Thiền Viện và các cộng đồng Phật tử trong và ngoài nước, mang lại nhiều ý nghĩa cho cuộc sống, đó là trao yêu thương đến mọi người. Đây cũng là cơ hội để hoằng dương chánh pháp, giúp họ trở về với cuộc sống cộng đồng, tích cực thực hiện các hoạt động cứu hộ, cứu nạn góp phần đảm bảo an sinh xã hội, tạo nét đẹp văn hóa tri ân Việt Nam.

Lũ Lụt Miền Trung Năm 2020

Hiện tượng lũ lụt năm 2020 hoành hành mạnh ở Miền Trung Việt Nam và gây ra nhiều thiệt hại về người và của. Bão năm này mạnh và có sức tàn phá lớn hơn những năm trước, là một trong những hiện tượng nóng gây sự chú ý của toàn dư luận xã hội lúc bấy giờ. Gia súc và hoa màu bị lũ lụt tàn phá nặng nề và cuốn trôi, chỉ còn lại chút ít; nhiều thực phẩm dự trữ cũng bị bão lũ làm hư hỏng. Nhiều nhà bị ngập sâu, họ phải ngồi trên mái nhà của họ chờ đợi sự giúp đỡ. Bất hạnh hơn, có nhiều cá nhân đã thiệt mạng vì bão lũ, trong đó có sản phụ và 13 tình nguyện viên và các chiến sĩ đang làm nhiệm vụ tại đây[91].

Hậu quả có thể thấy được của bão lũ là cuộc sống của người dân ở đây bị xáo trộn nặng nề, gây thiệt hại nặng nề về người và của - nhà cửa bị cuốn trôi, người dân lâm vào cảnh "*tiến thoái lưỡng nan*". Họ không thể thoát ra khi bị mắc kẹt trong vùng lũ lụt. Ngôi nhà mà họ đã dành cả đời để xây dựng đã bị phá hủy. Nước lũ cũng đã làm môi trường sinh thái bị xâm hại nặng nề; Cả nước ra quân cứu viện miền Trung cả về vật chất lẫn tinh thần để giúp họ

---

91 https://thanhnien.vn/hang-ngan-loi-vinh-biet-cho-13-nguoi-hy-sinh-o-rao-trang-ngap-niem-tiec-thuong-1851003240.htm

vượt qua khó khăn trước mắt, thể hiện tinh thần tương thân tương ái của nhân dân ta.

Trước tình hình đó, Tăng Đoàn Phật giáo Việt Nam cũng đã kêu gọi Tăng, Ni, Phật tử trong và ngoài nước chung tay hỗ trợ đồng bào vùng bị lũ lụt. Nhiều Tăng, Ni, và Phật tử cũng đã không ngại gian nguy, vượt qua cơn lũ dữ, đến cứu đói, hỗ trợ bà con trong vùng lũ[92]. Với tấm lòng từ bi của người con Phật, nhiều Tăng, Ni và Phật tử ở các tỉnh, thành đã dấn thân vượt hàng trăm cây số, vượt lũ để đến với đồng bào miền Trung, trao cơm ăn áo mặc, tiền bạc cho những gia đình gặp hoàn cảnh khó khăn[93].

Tăng, Ni Tình Nguyện Chung Tay Ở Tuyến Đầu Chống Dịch COVID-19

Đầu tháng 12/2019, một nhóm bệnh nhân tại bệnh viện ở Vũ Hán, tỉnh Hồ Bắc, Trung Quốc, được chẩn đoán mắc bệnh viêm phổi không rõ nguyên nhân. Một tháng sau, Tổ chức Y tế Thế giới "WHO" đã chỉ định COVID-19 là trường hợp khẩn cấp về sức khỏe cộng đồng có ý nghĩa quốc tế. Vào ngày 11 tháng 3 năm 2020, COVID-19 được tuyên bố là đại dịch toàn cầu.

Việt Nam đã không tránh khỏi những tác động tàn phá của đại dịch COVID-19. Việt Nam đã hứng chịu 4 đợt COVID-19. Với chủ trương "*Không để ai bị bỏ lại phía sau*", toàn thể người dân Việt Nam đồng lòng chung sức đẩy lùi dịch bệnh. Phật tử Việt Nam và các vị Tăng, Ni là một trong những người tình nguyện giúp chống lại đại dịch này. Các Tăng, Ni tình nguyện đã được tiêm phòng COVID-19 và được đào tạo để hỗ trợ công tác phòng chống COVID-19 tại các bệnh viện điều trị COVID-19 tạm thời và các điểm cách ly tập trung.

Tăng Đoàn Phật Giáo Việt Nam tại TP.HCM hỗ trợ hơn 30.000 suất ăn mỗi ngày cho các y, bác sĩ và người dân tại các khu cách ly, bệnh viện điều trị COVID-19 dưới sự chủ trì của Hòa thượng Thích Trí Quảng, Phó Pháp chủ GHPGVN, Trưởng ban Trị sự

92 https://truyenhinhvov.vn/giao-hoi-phat-giao-vn-van-dong-cuu-tro-cac-tinh-lu-lut-mien-trung-164785946.htm.

93 https://tapchivanhoaphatgiao.com/luu-tru/6015.

GHPGVN TP.HCM, Hội đồng Trị sự GHPGVN TP.HCM[94]. Nhiều Tăng, Ni tình nguyện chăm sóc bệnh nhân COVID-19 tại các bệnh viện dã chiến[95].

Trên tinh thần từ bi và trí tuệ, các tổ chức từ thiện của Phật giáo đã tích cực tham gia các hoạt động từ thiện, an sinh xã hội. Tất cả những điều này càng chứng tỏ triết lý "*tinh thần dấn thân*" của Phật giáo Việt Nam trong xã hội đương đại.

III.2 Đời Sống Gia Đình Và Xã Hội

Mặc dù điều kiện kinh tế đang được cải thiện do quá trình toàn cầu hóa và hội nhập quốc tế ngày càng sâu rộng, nhưng những khó khăn trong các gia đình ở Việt Nam ngày càng trở nên nghiêm trọng hơn, chẳng hạn như cơ cấu gia đình kém chặt chẽ, mâu thuẫn hôn nhân và gia đình gia tăng, dẫn đến tỷ lệ ly hôn gia tăng. Hôn nhân thất bại vì nhiều lý do, bao gồm những khó khăn trong lối sống, ngoại tình, vấn đề tài chính, lạm dụng trong gia đình, v.v. Đó là lý do tại sao Đức Phật dạy về hôn nhân và cuộc sống gia đình.

Những lời dạy của Đức Phật về kim chỉ nam xây dựng gia đình và nhân tố tạo dựng hạnh phúc trong hôn nhân và gia đình vẫn còn được áp dụng trong xã hội Việt Nam hiện đại. Đó chính là sự ứng dụng dấn thân của đạo Phật vào đời sống hạnh phúc gia đình, trở thành một nét văn hóa tinh thần trong gia đình và xã hội hiện đại.

Trước những mối quan tâm mới của con người về xã hội và thời hiện đại, Phật giáo đã thúc đẩy các khía cạnh như nhân văn, từ bi và từ thiện theo những cách mới, phù hợp với thời đại. Với các vấn đề như biến đổi khí hậu, suy thoái môi trường, dịch bệnh, khủng bố, khoảng cách giàu nghèo ngày càng lớn, tranh chấp sắc tộc và tôn giáo, an ninh, lương thực, v.v., mọi người tin rằng chính cuộc sống của họ đang gặp nguy hiểm. Để giải quyết tốt nhất các vấn đề xã hội đương đại, để Phật Giáo dấn thân một cách tốt nhất

94 https://vietreader.com/news/47274-hcmc-buddhist-sangha-proposes-using-pagodas-as-covid-19-treatment-hospitals.html.

95 https://english.thesaigontimes.vn/hcmc-buddhist-sangha-proposes-using-pagodas-as-covid-19-treatment-hospitals/.

mà không hòa tan vào thế tục, không để thế gian lôi kéo, và hài hòa với thế giới, cần phải phát triển một chiến lược và quan điểm mới thúc đẩy ánh sáng tự nhiên của Phật giáo. Điều quan trọng là hòa nhập với thế giới thông qua kỹ thuật số hóa, công nghệ, Internet và phương tiện truyền thông hiện đại để Phật tử có thể tiếp nhận Phật pháp, những lời dạy của Đức Phật một cách nhanh chóng và thuận tiện nhất có thể.

Trong những năm qua, Tăng Đoàn Phật giáo Việt Nam đã tham gia ngày càng sâu rộng vào đời sống xã hội, như đã phối hợp với Ủy ban ATGT Quốc gia tổ chức lễ an táng các nạn nhân tử vong do TNGT; tuyên truyền người dân tích cực chấp hành luật lệ giao thông; Tăng, Ni, Phật tử tham gia các tổ chức, cơ quan lập pháp để giám sát, góp ý xây dựng cơ chế, chủ trương, chính sách đáp ứng nguyện vọng của cử tri; Phật giáo luôn khuyến khích đại chúng thực hành từ bi và chánh niệm để sống một cuộc sống yên bình, vui vẻ và thanh thản.

Kết Luận

Cuối cùng, với chiều dài lịch sử du nhập và phát triển của Phật giáo Việt Nam, Tăng đoàn Phật giáo Việt Nam đương đại ngày càng đóng vai trò quan trọng trong đời sống văn hóa tinh thần của quần chúng nhân dân. Triết lý "*tinh thần dấn thân*" của Phật giáo Việt Nam đã đóng vai trò như là đường hướng và kim chỉ nam xuyên suốt lịch sử dân tộc và xã hội Việt Nam đương đại. Trong xã hội hiện tại, Phật giáo dấn thân tham gia vào đời sống xã hội, hội nhập và giải quyết các vấn đề xã hội. "*Tinh thần dấn thân*" của Phật giáo, giống như phong trào tôn giáo toàn cầu hiện nay, vẫn được nuôi dưỡng trong nền văn hóa hiện đại. Ngày nay, tinh thần dấn thân trong truyền thống Tăng Đoàn Phật Giáo Việt Nam đã đi vào đời sống con người cụ thể, thiết thực hơn với những giá trị tích cực như các hoạt động từ thiện, nhân đạo, y tế và giáo dục, gia đình và xã hội, môi trường sinh thái, và ứng phó với biến đổi khí hậu.

***

Tài Liệu Tham Khảo

1. **Mahavagga IV**, stranslate, I B Honer, Luzaca and Company LTD, Lon Don, 1971.
2. Hanh, Thich Nhat (6 May 2008). "*History of Engaged Buddhism*". Human Architecture: Journal of the Sociology of Self-Knowledge.
3. Nguyen Kim Son (2018), *Buddhism's entering the world and contemporary social issues,* National University Publisher.
4. Buddhist Sangha of Vietnam, Summary Report on Buddhist work of the Vietnam Buddhist Sangha 2016.
5. Central Buddhist Sangha of Vietnam, Summary Report on Buddhist work of the Buddhist
6. Sangha of Vietnam, term VI (2007-2012).
7. Central Buddhist Sangha of Vietnam (2017), Summary Report on Buddhist work - 35 years of establishment of the Buddhist Sangha of Vietnam.
8. http://www.baodongnai.com.vn/english/society/202108/buddhist-volunteers-join-frontliners-in-covid-19-fight-3075494/.
9. https://ghpgvn.vn/tp-hcm-ban-tu-thien-xa-hoi-trung-uong-tong-ket-cong-tac-phat-su-nam-2020/.
10. https://tapchivanhoaphatgiao.com/luu-tru/6015.
11. https://english.thesaigontimes.vn/hcmc-buddhist-sangha-proposes-using-pagodas-as-covid-19-treatment-hospitals/.
12. https://truyenhinhvov.vn/giao-hoi-phat-giao-vn-van-dong-cuu-tro-cac-tinh-lu-lut-mien-trung-164785946.htm.

CHƯƠNG II

BẢN ĐỒ ĐỊA LÝ CỦA PHẬT GIÁO ĐẠI THỪA Ở ẤN ĐỘ

CÁC BẢN ĐỒ ĐỊA LÝ CỦA KINH ĐIỂN PHẬT GIÁO ĐẠI THỪA TẠI ẤN ĐỘ

Thích Huyền Như - Đỗ Hoàng Nguyên,
Nghiên cứu sinh Tiến sĩ
và Thích Thiện Tâm - Đặng Duy Lập,
Sinh viên Thạc sĩ năm nhất.
Khoa Phật Học, Đại học Delhi.
Địa chỉ: Chùa Thiên Minh, Thành phố Huế, Việt Nam
E-mail: dohoangnguyen1986@gmail.com ;
thientampro2@gmail.com

Tóm tắt

Bài nghiên cứu này nhằm mục đích khảo sát sự quan trọng của các kinh Đại Thừa trong sự phát triển của đạo Phật tại Ấn Độ và truyền bá đạo Phật khắp châu Á, với sự tập trung vào tính địa lý của chúng. Các kinh này là một bộ sưu tập các kinh Phật giáo được viết đầu tiên tại Ấn Độ trong khoảng thời gian từ thế kỷ thứ nhất đến thứ năm sau Công nguyên và đã đóng vai trò then chốt trong hình thành truyền thống Phật giáo Đại Thừa với các điểm ưu việt là chứng được Phật quả của tất cả chúng sinh dựa theo các giáo điển như: Tánh không, lòng Từ bi, giáo nghĩa và hạnh nguyện Bồ tát và Phương tiện thiện xảo. Bài nghiên cứu này sẽ đào sâu vào ngữ cảnh lịch sử và triết học của các kinh Đại Thừa, tác động của chúng đến các thực hành và tư tưởng Phật giáo và vai trò của chúng trong việc truyền bá Phật giáo và cũng xem xét việc sử dụng Bản đồ Địa lý của các kinh Đại Thừa tại Ấn Độ và Hệ thống Thông tin Địa lý (GIS) để hiểu về phân bố không gian của các địa điểm Phật giáo Đại Thừa. Dựa trên một loạt các nguồn tư liệu chính và phụ, bài viết này chứng minh tầm ảnh hưởng đáng kể của các kinh Đại Thừa trong sự phát triển tư tưởng và thực hành Phật giáo và để hiểu về địa lý của Phật giáo Đại Thừa. Hơn nữa, phân tích về phân bố địa lý của các kinh này có thể làm sáng tỏ những ảnh hưởng văn hóa và tôn giáo ở các vùng khác nhau của Ấn Độ trong thời kỳ Phật giáo Đại Thừa đang phát triển mạnh mẽ.

Từ khóa: Kinh Đại thừa, Địa lý của Phật giáo Đại Thừa (GMB), Bản đồ địa lý Ấn Độ (BMI), Hệ thống Thông tin Địa lý (GIS).

Giới thiệu khái quát:

Truyền thống Phật giáo Đại Thừa bắt nguồn từ Ấn Độ và có một lịch sử phong phú và đa dạng kéo dài nhiều thế kỷ và được truyền bá đến các quốc gia như của châu Á như Việt Nam, Trung Quốc, Tây Tạng, Hàn Quốc, Nhật Bản, v.v. Các kinh Đại Thừa đã được dịch sang nhiều ngôn ngữ và được phổ biến trong cộng đồng Phật giáo ở những quốc gia này, và chúng là nền tảng của giáo pháp và thực hành Phật giáo Đại Thừa. Một trong những nguồn thông tin chính về truyền thống này là tập hợp các kinh Đại Thừa, đó là các văn bản tôn giáo chứa đựng những giảng dạy của Đức Phật và các vị Thánh đệ tử. Mặc dù những kinh này chủ yếu liên quan đến các vấn đề tâm linh và giải thoát, chúng cũng chứa đựng thông tin phong phú về bối cảnh lịch sử và văn hóa khi chúng được sáng tác. Các kinh điển này chứa đựng những giáo điển đa dạng, tiêu biểu như giáo nghĩa Tánh Không, Bi tâm, Trí tuệ, bản chất và hạnh nguyện thực hành Bồ tát đạo; ngoài ra, những lời dạy trong các kinh điển này còn tác động đáng kể đến các điểm hình thành sau này như : logic học, tâm lý học thực hành v.v…

Sự phân bố địa lý của các kinh Đại Thừa ở Ấn Độ là một lĩnh

vực cực kỳ thú vị cho những nhà nghiên cứu, học giả và chuyên gia trong lĩnh vực Phật học. Bằng cách xem xét địa lý nơi những kinh điển được viết và sự liên đới với các trung tâm sinh hoạt, tu học của các Phật tử, chúng ta có thể hiểu sâu hơn về sự phát triển lịch sử và sự lan rộng của Phật giáo Đại Thừa ở Ấn Độ. Ngoài ra, nghiên cứu này còn có thể đưa ra ánh sáng về các bối cảnh xã hội và văn hóa mà các văn bản này đã được sáng tác và truyền bá.

Một trong những phương pháp được chứng minh hiệu quả trong nghiên cứu phân bố địa lý của các kinh Đại Thừa ở Ấn Độ là Hệ thống Thông tin Địa lý (GIS). Bằng cách sử dụng các chương trình máy tính GIS và thông tin không gian, các nhà phân tích có thể tạo hình và phân tích phân bố địa lý của những bản kinh viết này và những địa điểm liên quan đến chúng, chẳng hạn như các tu viện và các địa điểm hành hương. Điều này cho phép một hiểu biết sâu xa hơn về mối quan hệ giữa Phật giáo Đại Thừa và cảnh quan vật lý (địa danh) của Ấn Độ. Ngoài ra, việc xem xét phân bố địa lý của các kinh Đại Thừa ở Ấn Độ có thể cung cấp các trải nghiệm quan trọng về cách cộng đồng Phật tử được hình thành và kết nối với nhau ở Ấn Độ cổ đại. Bằng cách phân tích phân bố của những bản kinhviết này, các nhà phân tích có thể hiểu rõ hơn các mối quan hệ giữa các vùng và các trường phái của đạo Phật Đại Thừa khác nhau và cách cộng đồng này phát triển theo thời gian. Trong bài nghiên cứu này, chúng tôi sẽ điều tra phân bố địa lý của các kinh Đại Thừa ở Ấn Độ bằng cách sử dụng GIS và các chiến lược phân tích khác. Thông qua nghiên cứu này, chúng tôi hy vọng có được một hiểu biết sâu sắc hơn về các bối cảnh lịch sử, xã hội và văn hóa trong đó những bản kinh viết này được tạo ra và truyền bá, cũng như về lịch sử phong phú và đa dạng của Phật giáo Đại Thừa ở Ấn Độ.

Phật giáo Đại Thừa bắt đầu ở Ấn Độ vào thế kỷ thứ nhất trước Công nguyên và sau đó lan rộng khắp Đông Nam Á (Williams, 2009, tr. 5). Tông phái Phật giáo này được biết đến với sự tập trung vào con đường Bồ tát, và đạt đến sự giác ngộ không chỉ cho bản thân mà còn vì lợi ích của tất cả chúng sinh (Gethin, 1998, tr. 83). Kinh điển Phật giáo Đại thừa chứa đựng những giảng dạy của Đức

Phật và các thánh đệ, hướng dẫn các phương pháp cho các hành giả tìm cầu và đạt đến giác ngộ.

Mặc dù nội dung của kinh điển Phật giáo Đại thừa được nghiên cứu rộng rãi và chấp nhận, tuy nhiên; phân bố địa lý của những tác phẩm này ở Ấn Độ chưa được chú ý trong nghiên cứu học thuật. Hệ thống Thông tin Địa lý (GIS) có thể giúp lấp khoảng trống này bằng cách mô tả và phân tích sự phân bố của kinh điển Phật giáo Đại thừa ở Ấn Độ. Bằng cách đánh dấu các vị trí của cộng đồng tôn giáo và điểm hành hương liên quan đến Phật giáo Đại thừa, GIS có thể cung cấp một cái nhìn về sự lan truyền và tác động của truyền thống Phật giáo này trong Ấn Độ.

Nghiên cứu này quan trọng vì nó làm sáng tỏ về bối cảnh lịch sử và văn hóa trong đó Phật giáo Đại thừa đã được tạo ra và phát triển. Bằng cách hiểu được phân bố địa lý của kinh điển Phật giáo Đại thừa ở Ấn Độ, chúng ta có thể đạt được sự đánh giá sâu sắc hơn về sự đa dạng và phức tạp. Hơn nữa, nghiên cứu này có thể giúp đạt được một hiểu biết sâu sắc hơn về sự phát triển và lan truyền thực sự của đạo Phật Đại Thừa ở Ấn Độ và tác động của nó đối với xã hội Ấn Độ.

Tầm quan trọng của Kinh điển Đại Thừa

Phật giáo Đại Thừa phát triển tại Ấn Độ vào thế kỷ thứ nhất sau Công Nguyên và đóng một vai trò quan trọng trong sự tiến bộ của đạo Phật tại Ấn Độ và sự lan truyền của đạo Phật khắp châu Á (Buswell Jr. & Lopez Jr., 2014, tr. 559). Mấu chốt của truyền thống Đại Thừa là kinh Đại Thừa, được coi là lời của chính Đức Phật. Trong bài viết này, chúng ta sẽ tìm hiểu bối cảnh lịch sử, các giáo điểm chính và tầm quan trọng của kinh Đại Thừa trong tư tưởng Phật giáo và phân bố địa lý.

Bản đồ này hiển thị sự truyền bá của Phật giáo từ Thế kỷ thứ nhất đến năm 600 sau Công nguyên ở Nam Á và Quần đảo Thái Bình Dương. Các địa điểm đền thờ và thánh địa được đánh dấu trên khắp các vùng này.[96]

Bối cảnh lịch sử của kinh Đại Thừa rất quan trọng để hiểu tầm quan trọng của chúng. Sự có mặt của kinh Đại Thừa ở Ấn Độ là một phản ứng với sự thay đổi của cảnh quan xã hội và văn hóa của

96 Nguồn: Oxford Atlas of World History, Oxford University Press, 1999. General Editor Patrick K. O'Brien. (tr. 44). Lấy từ: https://commons.princeton.edu/mg/the-spread-of-buddhism-to-ad-600/

thời đại đó. Kinh Đại Thừa được soạn ở Ấn Độ và có vai trò quan trọng trong sự hình thành của truyền thống Phật giáo Đại Thừa (Buswell Jr. & Lopez Jr., 2014, tr. 559). Những tác phẩm này đã đóng một vai trò quan trọng trong sự lan truyền của đạo Phật Đại Thừa khắp châu Á và vẫn rất quan trọng cho đến ngày nay.

Các giáo điểm chính của kinh Đại Thừa bao gồm Tánh không, Bi tâm, lý tưởng và thực hành Bồ Tát, Phương tiện thiện xảo và sự tự chứng tự nội. Giáo nghĩa Tánh không dạy rằng tất cả các hiện tượng đều không có bản chất và hiện tượng bất diệt và tất cả mọi thứ đều tương quan, tương duyên. Lòng từ bi đề cập đến ý tưởng rằng tất cả chúng sinh đều đang chịu đựng khổ đau và chúng ta nên cố gắng giảm bớt nỗi đau của người khác. Phương tiện thiện xảo đề cập đến ý tưởng rằng có nhiều con đường khác nhau để giác ngộ và có thể cần các phương pháp khác nhau cho các cá nhân khác nhau. Bồ tát là hạnh nguyện và thực hành then chốt cho phật tử đại thừa để cuối cùng tất cả chúng sanh đều đạt được tự chứng tự nội và giải thoát cuối cùng.

Tầm quan trọng của các kinh Đại Thừa trong đạo Phật cũng là một yếu tố quan trọng cần được xem xét. Các kinh Đại Thừa đã có một ảnh hưởng đáng kể đến triết học Phật giáo và chúng vẫn còn quan trọng đến ngày nay. Các kinh Đại Thừa cũng nhấn mạnh tầm quan trọng của lòng từ bi và ý tưởng rằng tất cả các sinh vật đều có thể đạt được Phật giác (Conze, 1975, tr. 40). So với đạo Phật Theravāda, đạo Phật Đại Thừa tập trung nhiều hơn vào ý niệm về sự tự do rộng rãi và tầm quan trọng của con đường Bồ tát (Buswell Jr. & Lopez Jr., 2014, tr. 560).

Một trong những kinh Đại Thừa đáng chú ý nhất là *Saddharma Puṇḍarīka Sūtra*, được sáng tác ở Ấn Độ vào đầu hoặc giữa thế kỷ thứ nhất (Ikeda, 2009, tr. 53). *Saddharma Puṇḍarīka Sūtra* giảng dạy chân lý tối cao của vũ trụ, đó là tất cả các sinh vật đều có bản chất Phật và do đó có thể đạt được sự giác ngộ (Ikeda, 2009, tr. 59). Kinh cũng nhấn mạnh sự quan trọng của con đường bồ tát, bao gồm làm việc cho lợi ích của tất cả sinh vật và cố gắng giảm nhẹ nỗi đau của mọi người (Ikeda, 2009, tr. 65).

Một kinh Đại Thừa quan trọng khác là *Prajñāpāramitāhṛdaya sūtra*, đó là một bản tóm lược súc tích của *Prajñāpāramitā sūtra* (Lopez Jr., 1988, tr. 27). *Prajñāpāramitāhṛdaya sūtra* giảng dạy về giáo nghĩa không tánh (Śūnyatā), đó là ý tưởng rằng tất cả các hiện tượng đều không có sự tồn tại bản chất (Lopez Jr., 1988, tr. 32). Giáo pháp này quan trọng cho con đường Phật giáo Đại Thừa, vì nó nhấn mạnh sự quan trọng của nhận ra bản chất tối thượng của thực tại để đạt được giải thoát khỏi nỗi đau.

Các kinh Đại Thừa cũng có vai trò quan trọng trong việc phát triển các học thuyết Phật giáo về Upaya (phương tiện thiện xảo). Upaya là khả năng thích nghi giảng dạy của người sư với nhu cầu và khả năng của đối tượng, nhằm hướng dẫn họ đến mục tiêu cuối cùng của giác ngộ (Conze, 1975, tr. 96).

Ví dụ, Kinh Pháp Hoa được dạy rằng Đức Phật sử dụng phương tiện thiện xảo để dẫn dắt chúng sinh đến sự thật, bằng cách sử dụng các phương tiện tạm thời, hoặc upaya, để phù hợp với hoàn cảnh cụ thể của họ (Conze, 1975, tr. 99). Về mặt địa lý, các Kinh Đại Thừa đã rất quan trọng trong việc hiểu được sự lan rộng của đạo Phật trên toàn Ấn Độ và các nước khác. Bản đồ các Kinh Đại Thừa tại Ấn Độ cung cấp một cái nhìn về những ảnh hưởng xã hội và tâm linh đã hình thành truyền thống Đại Thừa. Những bản đồ này cũng cung cấp thông tin quan trọng về sự lan truyền của đạo Phật trên khắp châu Á và về những bối cảnh tâm linh và xã hội khác nhau mà đạo Phật được hình thành (Harvey, 2013, tr. 120).

Tổng kết lại, các Kinh Đại Thừa đã đóng một vai trò rất quan trọng trong quá trình phát triển của đạo Phật tại Ấn Độ và sự lan truyền của đạo Phật trên khắp châu Á (Buswell Jr. & Lopez Jr., 2014, tr. 559). Ngữ cảnh lịch sử, các tín điểm chủ yếu và tầm quan trọng của các Kinh Đại Thừa trong tư tưởng Phật giáo và phân bố địa lý là cần thiết để hiểu được sự quan trọng của chúng. Khi truyền thống Phật giáo tiếp tục phát triển, tầm quan trọng của các Kinh Đại Thừa có thể tiếp tục là một đề tài hấp dẫn cho các nhà nghiên cứu và học giả Phật học.

Phân bố địa lý của các kinh Đại Thừa Các kinh Đại Thừa được truyền bá và giảng dạy ở nhiều vùng đất khác nhau của Ấn Độ, dẫn đến sự phân bố địa lý của những tác phẩm này. Theo học giả Jan Nattier, các kinh Đại Thừa "được sáng tác tại Ấn Độ và sau đó được truyền bá đến các vùng khác như Trung Quốc và Tây Tạng, nơi chúng được dịch sang các ngôn ngữ địa phương và tạo nên các văn hóa tôn giáo mới" (Nattier, 2003, tr. 2). Việc truyền bá và dịch thuật các kinh Đại thừa được hỗ trợ bởi các thương nhân Ấn Độ, kết nối các vùng khác nhau của đất nước (Schopen, 1987, tr. 89)). Hơn nữa, chư tăng Phật giáo đã đóng một vai trò quan trọng trong việc truyền bá các văn bản này, khi các vị du hành đến các vùng khác nhau của Ấn Độ để truyền bá giáo pháp của Đức Phật (Bronkhorst, 2013, tr. 28). Kết quả là, các kinh Đại Thừa không bị giới hạn chỉ trong một địa phương hay cộng đồng cụ thể, mà được các Phật tử trên khắp Ấn Độ và các nước khác tiếp nhận.

Sự phân bố địa lý của các Kinh điển Đại Thừa

Sự phân bố địa lý của các kinh Đại Thừa tại Ấn Độ phản ánh sự lan truyền rộng khắp của những tác phẩm này ở nhiều vùng khác nhau. Việc truyền bá và giải thích các kinh Đại Thừa đã dẫn đến sự lan rộng của chúng trên bán đảo Ấn Độ, từ phía tây bắc đến phía đông nam, và từ dãy Himalaya đến cao nguyên Deccan.

Một trong những trung tâm Phật giáo Đại Thừa sớm nhất nằm ở vùng tây bắc của Ấn Độ, là ở Gandhāra, hiện là Pakistan và Afghanistan ngày nay. Vùng này đã trở thành một trung tâm quan trọng cho việc truyền bá và phân tán Phật giáo đến Trung Á, Trung Quốc và các vùng khác. Gandhāra nổi tiếng với phong cách nghệ thuật độc đáo kết hợp ảnh hưởng Ấn Độ và Hy Lạp, và các tu viện Phật giáo ở đây là những trung tâm học thuật và nghiên cứu hàng đầu. Các kinh Đại Thừa được dịch và truyền bá từ Gandhāra, bao gồm *Prajñāpāramitā*, *Avataṃsaka* và *Saddharma Puṇḍarīka Sūtra* (Lopez, 1995, tr. 10).

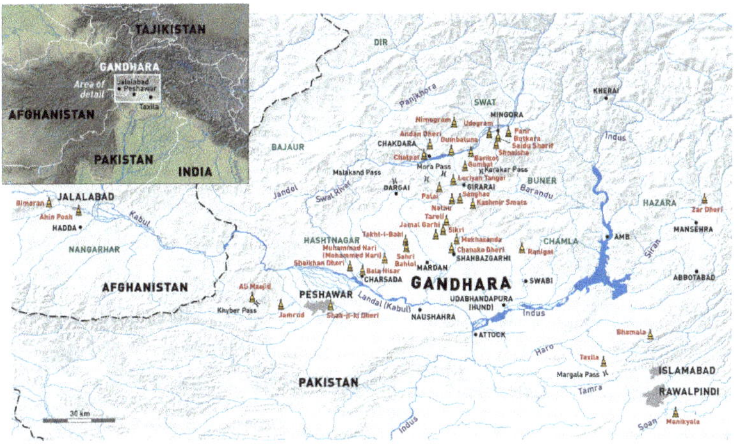

Nguồn: https://www.worldhistory.org/image/3943/map-of-gandhara/

Một trung tâm quan trọng khác của đạo Phật Đại Thừa ở Ấn Độ là vùng đông Magadha, bao gồm Bihar hiện nay và một số vùng ở Uttar Pradesh. Magadha là nơi của một số trường đại học Phật giáo nổi tiếng, chẳng hạn như Nalanda và Vikramashila, thu hút học giả và sinh viên từ khắp Ấn Độ và cả nước ngoài. Các kinh Đại Thừa được giải thích và truyền bá từ Magadha bao gồm *Saddharma Puṇḍarīka, Vimalakīrtinirdeṣa* và *Laṅkāvatārasūtra* (Conze, 1973, tr. 7). Ở miền Nam Ấn Độ, các kinh Đại Thừa được truyền bá và giải thích tại các trung tâm như thành phố Nagarjunakonda thuộc bang Andhra Pradesh, nổi tiếng với di sản Phật giáo phong phú và các tu viện. Các kinh Đại Thừa được dịch và truyền bá từ Nagarjunakonda bao gồm *Ratnagotravibhāga* và *Mahāyānasaṃgraha* (Wayman, 1993, tr. 7). Phân bố địa lý của các kinh Đại Thừa cũng phản ánh các bối cảnh văn hóa và ngôn ngữ đa dạng trong đó chúng được dịch và truyền bá. Ví dụ, các kinh Đại Thừa được giải thích tại Gandhāra được chuyển thành Kharoṣṭhī, bản chữ địa phương của khu vực, trong khi các kinh Đại Thừa được giải thích tại Magadha được chuyển thành tiếng Sanskrit, ngôn ngữ của các nhà trí thức ở Ấn Độ vào thời điểm đó. Ở miền

Nam Ấn Độ, các kinh Đại Thừa được giải thích bằng các phương ngữ Dravidian như Tamil và Telugu (Bronkhorst, 2007, tr. 18). Việc phân bố địa lý của các kinh Đại Thừa ở Ấn Độ còn phản ánh các bối cảnh lịch sử và chính trị khác nhau mà chúng được dịch và truyền tải. Ví dụ, việc phiên dịch các kinh Đại Thừa ở Gandhāra liên quan chặt chẽ đến sự hình thành của triều đại Kushan, người đã tạo ra một môi trường đa văn hóa và ủng hộ văn hóa và nghệ thuật. Ngược lại, việc dịch các kinh Đại Thừa ở Magadha liên quan chặt chẽ đến sự bảo trợ của các vua và hoàng đế Phật giáo, như Ashoka và Harsha, người đã hỗ trợ cho sự phát triển Phật giáo và xây dựng các cơ sở tu viện (Harvey, 2013, tr. 63).

Tóm lại, phân bố địa lý của các kinh Đại Thừa ở Ấn Độ phản ánh các bối cảnh văn hóa, ngôn ngữ, lịch sử và chính trị đa dạng trong đó các văn bản này được dịch và truyền tải. Sự phân tán của các kinh Đại Thừa qua các vùng khác nhau của Ấn Độ phản ánh tính linh hoạt và thích nghi của Phật giáo Đại thừa và khả năng tiếp cận và hòa nhập các truyền thống văn hóa và trí tuệ đa dạng.

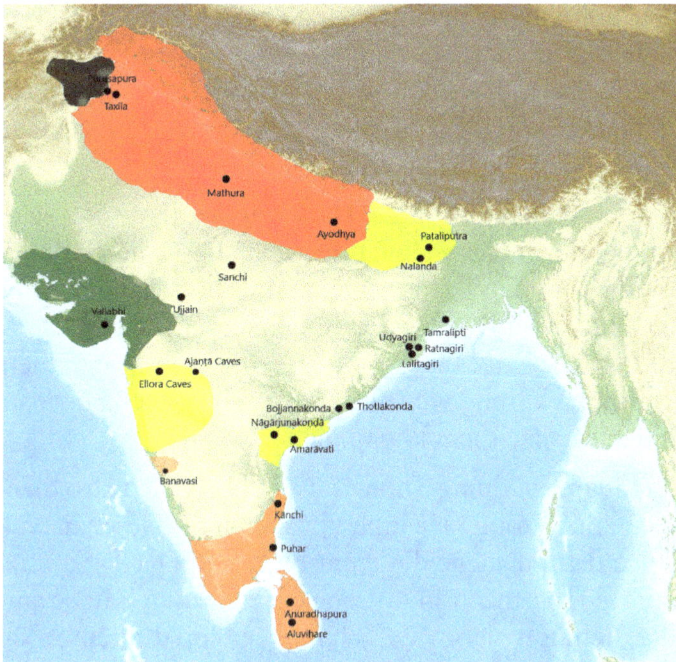

Bản đồ các bộ phận chính của Phật giáo Bộ phái ở Ấn Độ. Sarvastivada (Đỏ), Sthaviravada (Cam), Mahasamghika (Vàng), Pudgalavada (Xanh), Dharmaguptaka (Xám).

Lấy từ: https://encyclopediaofbuddhism.org/wiki/File:SectarianBuddhistschools.png

Hệ thống Thông tin Địa lý:

Hệ thống Thông tin Địa lý (GIS) đang ngày càng được sử dụng để ánh xạ và phân tích thông tin không gian liên quan đến các địa điểm tôn giáo và các thực hành tôn giáo, bao gồm cả đạo Phật. Ở Ấn Độ, Phật giáo Đại Thừa, một trong những truyền thống Phật giáo chính, đã để lại dấu ấn địa lý đáng kể dưới dạng các di tích Phật giáo và các địa điểm hành hương. GIS đã chứng minh được là một công cụ hiệu quả trong ánh xạ và phân tích phân bố không gian và đặc điểm của các địa điểm này.

Phân bố không gian của các địa điểm Phật giáo Đại Thừa ở Ấn

Độ là một lĩnh vực nghiên cứu đáng chú ý trong lĩnh vực nghiên cứu Phật học. GIS cho phép tích hợp nhiều lớp dữ liệu không gian, bao gồm dữ liệu dân số, môi trường và văn hóa, có thể cung cấp một hiểu biết toàn diện về các mẫu không gian và đặc điểm của các địa điểm Phật giáo Đại Thừa ở Ấn Độ.

Một trong những thách thức khi sử dụng GIS để ánh xạ các địa điểm tôn giáo là sự hạn chế về tính khả dụng và độ chính xác của dữ liệu không gian. Ví như trong trường hợp các địa điểm Phật giáo Đại Thừa ở Ấn Độ, các yếu tố lịch sử và văn hóa đã dẫn đến việc mất mát hoặc suy thoái của nhiều địa điểm. Tuy nhiên, GIS vẫn có thể hữu ích trong việc nhận ra và ánh xạ các khu vực còn lại và phân tích các đặc điểm không gian của chúng.

Để kết luận, Hệ thống Thông tin Địa lý (GIS) đã trở thành một công cụ cần thiết trong việc định vị và phân tích sự phân bố không gian và đặc điểm của các địa điểm Phật giáo Đại Thừa ở Ấn Độ. Mặc dù có những thách thức trong việc sử dụng GIS trong định vị các địa điểm tôn giáo, việc tích hợp các lớp dữ liệu không gian khác nhau có thể cung cấp một hiểu biết toàn diện về các mẫu không gian và đặc điểm của các địa điểm này. Nghiên cứu trong tương lai có thể tập trung vào việc sử dụng GIS để định vị sự phân bố không gian của các truyền thống Phật giáo khác ở Ấn Độ và các quốc gia khác của châu Á.

Kết luận:

Tóm lại, nghiên cứu các bản đồ địa lý về các kinh Đại Thừa tại Ấn Độ mang lại những trải nghiệm có giá trị vào bối cảnh lịch sử và văn hóa của truyền thống Phật giáo quan trọng này. Các kinh Đại Thừa đóng vai trò quan trọng trong sự phát triển của Phật giáo tại Ấn Độ và sự lan truyền của Phật giáo khắp châu Á. Những văn bản này đã giúp xây dựng nên truyền thống Phật giáo Đại Thừa, với sự tập trung vào việc đạt được sự giác ngộ cho lợi ích của tất cả chúng sinh. Bằng cách sử dụng công nghệ GIS để phân tích phân bố địa lý và di chuyển của các kinh Đại Thừa tại Ấn Độ, các nhà nghiên cứu có thể có được sự hiểu biết sâu sắc hơn về các yếu tố xã hội và chính trị đã định hình sự phát triển và truyền bá các bài giảng Phật giáo trong lịch sử Ấn Độ. Ngoài ra, công nghệ GIS còn có thể giúp xác định các lĩnh vực nghiên cứu và khám phá mới, chẳng hạn như mối quan hệ giữa phân bố các kinh Đại Thừa và sự phát triển nghệ thuật và kiến trúc Phật giáo tại Ấn Độ. Khi lĩnh vực GIS tiếp tục tiến triển và mở rộng, các nhà học giả có thể mong đợi khám phá được các thông tin mới và quan điểm mới về lịch sử và văn hóa Phật giáo Đại Thừa giàu có ở Ấn Độ và cả trong các nước khác nữa.

***

Tài liệu tham khảo

1. Bronkhorst, J. (2007). *Greater Magadha: Studies in the Culture of Early India*. BRILL.
2. Bronkhorst, J. (2013). *Buddhist Teaching in India*. Wisdom Publications.
3. Conze, E. (1958). *Buddhism: Its Essence and Development*. Harper & Row Publishers.
4. Conze, E. (1959). *Buddhist texts through the ages*. Harper & Row.
5. Conze, E. (1973). *The Large Sutra on Perfect Wisdom*. University of California Press.
6. Conze, E. (1975). *The Lotus Sutra*. Penguin Classics.
7. Conze, E. (1993). *The Perfection of Wisdom in Eight Thousand Lines & Its Verse Summary*. Grey Fox Press.
8. Conze, E. (2013). *Buddhist wisdom: The diamond sutra and the heart sutra*. Vintage Books.
9. Gethin, R. (1998). *The foundations of Buddhism*. Oxford University Press.
10. Gombrich, R. F. (1997). *How Buddhism began: The conditioned genesis of the early teachings*. Routledge.
11. Harvey, P. (2013). *An introduction to Buddhism: Teachings, history and practices*. Cambridge University Press.

12. Ikeda, D. (2009). *Unlocking the Mysteries of Birth and Death: Buddhism in the Contemporary World*. Middleway Press.

13. Keown, D. (2013). *Buddhism: A very short introduction*. Oxford University Press.

14. Lopez Jr., D. S. (1988). *Buddhist Hermeneutics*. University of Hawaii Press.

15. Lopez Jr., D. S. (2013). *The Lotus Sutra: A biography*. Princeton University Press.

16. Lopez Jr., D. S., & Buswell Jr., R. E. (2014). *The Princeton Dictionary of Buddhism*. Princeton University Press.

17. Nattier, J. (2008). *A few good men: The Bodhisattva path according to the Inquiry of Ugra (Ugraparipṛcchā)*. University of Hawaii Press.

18. Sakai, M. (2014). Geographic Information Systems (GIS) and Buddhism. In S. Hirota, M. Sakai, & T. Takemura (Eds.), *GIS in hospital and healthcare emergency management* (pp. 89-95). Springer.

19. Schopen, G. (1997). *Bones, stones, and Buddhist monks: Collected papers on the archaeology, epigraphy, and texts of monastic Buddhism in India*. University of Hawaii Press.

20. Shaw, J. (2016). *Buddhist landscapes in Central India: Sanchi Hill and archaeologies of religious and social change, c. third century BC to fifth century AD*. Routledge.

21. Wayman, A. (1993). *The Buddhist Tantras: Light on Indo-Tibetan Esotericism*. Routledge.

22. Williams, P. (2008). *Mahayana Buddhism: The doctrinal foundations* (2nd ed.). Routledge.

23. Yoshida, N. (2019). Mapping Buddhist pilgrimage sites: Spatial data analysis of Gaya, India using GIS. *Journal of Asian Humanities at Kyushu University*, 4, 59-78.

CHƯƠNG III

PHẬT GIÁO GANDHARA

3.1

PHẬT GIÁO GANDHARA

Đại học Andhra
Visakhapatnam, Andhra Pradesh
Nghiên cứu sinh Tiến Sĩ
Thích Nữ Pháp Huệ - Huỳnh Thanh Loan
Email: phaphue12400@gmail.com
Mobile: 7368045859

Tóm tắt

Bài viết này đi sâu vào lịch sử, nghệ thuật, kiến trúc và văn học của Phật giáo Gandhara, một phong cách Phật giáo khác biệt bắt nguồn từ thế kỷ thứ nhất sau Công nguyên. Sự tương tác của ảnh hưởng Hy Lạp, Ấn Độ và văn hoá bản địa đã dẫn đến phong cách kiến trúc và thẩm mỹ đặc biệt của Gandhara. Việc nghiên cứu các tác phẩm của Phật giáo Gandhara đã làm tăng thêm sự hiểu biết của chúng ta về giáo lý Phật giáo nguyên thủy, cung cấp nhiều tư liệu về nguồn gốc của Phật giáo Đại thừa và mang lại cái nhìn sâu sắc về sự đa dạng trong Phật giáo. Việc bảo tồn và thẩm tra các văn bản lịch sử là rất quan trọng trong việc tìm hiểu lịch sử và sự phát triển của các truyền thống tôn giáo. Khám phá gần đây về văn học Gandharan đã đưa ra những hiểu biết quan trọng về sự khởi đầu của Phật giáo và đặt câu hỏi về kiến thức phổ thông về lịch sử của nó. Tầm quan trọng của việc duy trì các tài liệu lịch sử này được nhấn mạnh, cũng như sự cần thiết phải tiếp tục nỗ lực bảo tồn để bảo vệ chúng cho các thế hệ tương lai.

Dẫn nhập

Phật giáo Gandhara, một truyền thống Phật giáo cổ xưa phát triển ở vùng Gandhara, trải dài khắp Pakistan và Afghanistan ngày nay, là chủ đề thu hút nhiều sự chú ý của giới học thuật. Nổi lên trong thế kỷ thứ nhất trước Công nguyên và kéo dài cho đến thế kỷ thứ năm sau Công nguyên, Phật giáo Gandhara được đặc trưng bởi sự kết hợp giữa văn hóa Ấn Độ và Hy Lạp dẫn đến một phong cách nghệ thuật và văn hóa đặc biệt.

Nguồn gốc của Phật giáo Gandhara có thể bắt nguồn từ triều đại của Ashoka Đại đế vào thế kỷ thứ ba trước Công nguyên, người đã thúc đẩy sự truyền bá Phật giáo khắp đế chế của mình và hơn thế nữa. Vùng Gandhara, với những ảnh hưởng văn hóa và tôn giáo đa dạng, đã đóng một vai trò quan trọng trong sự phát triển của một hình thức Phật giáo độc đáo. Sự tương tác của các nền văn hóa Ấn Độ và Hy Lạp dẫn đến sự kết hợp của các ảnh hưởng nghệ thuật và văn hóa thể hiện rõ trong nghệ thuật và kiến trúc của Phật giáo Gandhara.

Nghệ thuật độc đáo của Phật giáo Gandharan là một đặc điểm xác định của truyền thống. Đặc trưng bởi sự kết hợp của ảnh hưởng nghệ thuật Ấn Độ và Hy Lạp, nghệ thuật được biết đến với phong cách hiện thực và tự nhiên. Nghệ thuật Phật giáo Gandharan bao gồm hình ảnh của Đức Phật, các vị bồ tát và các vị thần Phật giáo khác, cũng như các cảnh trong cuộc đời của Đức Phật và các truyền thuyết Phật giáo khác nhau.

Ngoài phong cách nghệ thuật độc đáo, Phật giáo Gandhara còn được biết đến với những đóng góp văn học. Các văn bản Phật giáo Gandhāran bao gồm nhiều kinh điển và văn bản tôn giáo khác đóng một vai trò quan trọng trong sự phát triển của truyền thống. Những văn bản này được viết bằng tiếng Gandhari, một ngôn ngữ gần giống với tiếng Phạn, và được lưu giữ ở dạng bản thảo.

Phật giáo Gandhara đã là một chủ đề hấp dẫn của cuộc điều tra học thuật do những ảnh hưởng văn hóa và nghệ thuật độc đáo của nó. Nguồn gốc, vai trò lịch sử, nghệ thuật, kiến trúc và văn học đều minh chứng cho sự sáng tạo và khéo léo của những người sống và thực hành Phật giáo trong vùng. Bất chấp sự suy tàn cuối cùng của nó, di sản của Phật giáo Gandhara vẫn tiếp tục truyền cảm hứng và ảnh hưởng đến các học giả và hành giả Phật giáo cho đến ngày nay.

Bối cảnh lịch sử của Phật giáo Gandhara

Nguồn gốc của Phật giáo Gandhara có thể bắt nguồn từ sự truyền bá Phật giáo ở vùng Gandhara dưới triều đại của Hoàng đế Ashoka (268-232 TCN) trong Đế chế Mauryan ở Ấn Độ. Hoàng đế Ashoka, còn được gọi là Ashoka Đại đế, là một người bảo trợ nổi tiếng của Phật giáo và đóng một vai trò quan trọng trong việc truyền bá Phật giáo ra ngoài biên giới Ấn Độ, bao gồm cả vùng Gandhara[97].

Những bản khắc của Ashoka, được gọi là Sắc lệnh của Ashoka, được tìm thấy ở nhiều nơi khác nhau trong đế chế của ông, bao gồm cả ở Gandhara. Ashoka đã dựng các sắc lệnh, một số sắc lệnh sử dụng ngôn ngữ Gāndhārī và chữ viết Kharosthi mà các Phật tử Gandhāran sau này sử dụng[98]. Những sắc lệnh này xác nhận sự tồn tại của Phật giáo ở Gandhāra. Chữ khắc Kharosthi đã được tìm thấy xa về phía tây như Wardak dọc theo sông Kabul, Uzbekistan (Termez) và Tajikistan (Anzhina-Tepe) và xa về phía nam như Mohenjo-Daro và Baluchistan.

Gandhara, với vị trí chiến lược dọc theo con đường thương mại Con đường Tơ lụa, đã trở thành một trung tâm quan trọng để trao đổi ý tưởng, văn hóa và nghệ thuật. Bối cảnh văn hóa và lịch sử độc đáo của khu vực, bao gồm cả sự tiếp xúc với các nền văn hóa Hy Lạp và Ấn Độ, đã ảnh hưởng đến sự phát triển của Phật giáo Gandhara. Điều này thể hiện rõ trong nghệ thuật Phật giáo

---

97 Wikimedia Foundation. (2023, April 20). *Gandhara*. Wikipedia. Retrieved April 21, 2023, from https://en.wikipedia.org/wiki/Gandhara

98 Salomon, R. (1998). *Indian epigraphy: A guide to the study of inscriptions in Sanskrit, Prakrit, and the other indo-aryan languages (south asia research). Oxford University Press,* p. 204-206.

Gandhara đặc biệt, kết hợp phong cách nghệ thuật Ấn Độ và Hy Lạp, cũng như bản chất đồng bộ của Phật giáo Gandhara, vốn kết hợp các truyền thống địa phương vào hệ thống tín ngưỡng của nó[99].

Đế chế Kushan (30-375 CN) cũng bảo trợ tôn giáo Phật giáo Gandhāra, hỗ trợ xây dựng các tu viện và bảo tháp. Mãi cho đến thế kỷ thứ nhất và thứ hai sau Công nguyên, một số lượng đáng kể các trung tâm Phật giáo đã được thành lập ở Gandhāra. Một trung tâm Phật giáo điển hình bao gồm các tu viện liền kề với một bảo tháp trung tâm chứa xá lợi của Đức Phật, là tâm điểm trung tâm của sự tôn kính và cúng dường của cư sĩ và tu sĩ dưới dạng các hình ảnh điêu khắc. Dưới thời Kanishka Đại đế, các bảo tháp và tu viện Phật giáo được xây dựng tại thành phố Gandhāran của Peshawar, thủ đô của đế chế Kushan. Trong thời gian này, các tác phẩm điêu khắc và phù điêu tường thuật được sử dụng để tôn tạo các cấu trúc Phật giáo, tập trung vào cuộc đời của Đức Phật Gautama. Sự ủng hộ Phật giáo của người Kushan và việc họ thiết lập các tuyến đường thương mại an toàn từ Gandhāra đến châu Á đã cho phép Phật giáo tiếp tục truyền bá đến Bactria, Trung Á và Trung Quốc dọc theo Con đường tơ lụa. Sự sùng bái Bồ Tát Di Lặc đặc biệt mạnh mẽ trong đế chế Kushan, thể hiện qua sự phong phú của các hình ảnh Di Lặc được tìm thấy ở Gandhāra[100].

Nghệ thuật và kiến trúc của Phật giáo Gandhara

Nghệ thuật độc đáo của Phật giáo Gandharan

Nghệ thuật Phật giáo Gandharan được biết đến với những đặc điểm độc đáo, bao gồm chủ nghĩa hiện thực lấy cảm hứng từ Hy Lạp, biểu tượng đặc biệt, ảnh hưởng kiến trúc, chuyển thể nghệ thuật địa phương, mô tả tường thuật và sử dụng các vật liệu như đá phiến xám xanh[101]. Những đặc điểm này phản ánh sự tổng hợp

99 Brancaccio, P., & Behrendt, K. (Eds.). (2014). *Gandharan Buddhism: Archaeology, art, and texts*. UBC Press, p.12

100 Sđd, p.17

101 Encyclopaedia Britannica, E. (2020, April 6). *Gandhara art*. Encyclopædia Britannica. Retrieved April 22, 2023, from https://www.britannica.com/art/Gandhara-art

nghệ thuật và trao đổi văn hóa đã diễn ra ở vùng Gandhara trong thời cổ đại, làm cho nghệ thuật và kiến trúc Gandharan trở thành một truyền thống quan trọng và khác biệt trong bối cảnh rộng lớn hơn của nghệ thuật Phật giáo.

Một trong những khía cạnh đáng chú ý nhất của nghệ thuật Phật giáo Gandharan là sự miêu tả thực tế về cơ thể con người, chịu ảnh hưởng của nghệ thuật Hy Lạp[102]. Các tác phẩm điêu khắc thường thể hiện sự tái hiện sống động như thật của các đặc điểm trên khuôn mặt, cơ thể vạm vỡ và xếp nếp bồng bềnh, gợi nhớ đến các tác phẩm điêu khắc cổ điển của Hy Lạp. Cách tiếp cận thực tế này để mô tả hình dạng con người là một dấu ấn của nghệ thuật Gandharan và phân biệt nó với các phong cách nghệ thuật Phật giáo khác.

Nghệ thuật Phật giáo Gandharan cũng kết hợp các yếu tố biểu tượng đặc biệt mang ý nghĩa tượng trưng trong Phật giáo. Các tác phẩm điêu khắc thường mô tả Đức Phật, Bồ tát và các vị thần Phật giáo khác với các thuộc tính và biểu tượng cụ thể. Ví dụ, Đức Phật thường được thể hiện với dái tai thon dài, hộp sọ (ushnisha) tượng trưng cho sự giác ngộ của Ngài và nhiều cử chỉ tay (mudras) truyền đạt ý nghĩa cụ thể. Các vị Bồ tát thường được miêu tả với các thuộc tính như hoa sen, thiên y và đồ trang sức, tượng trưng cho các thuộc tính và đức tính thiêng liêng của họ.

Những mô tả tường thuật về những câu chuyện Phật giáo và những cảnh trong cuộc đời của Đức Phật là một chủ đề phổ biến khác trong nghệ thuật Gandharan. Những bảng tường thuật này thường mô tả nhiều giai đoạn trong cuộc đời của Đức Phật trong một bố cục duy nhất, với các chi tiết và biểu tượng phức tạp. Những mô tả này cung cấp cái nhìn sâu sắc về những câu chuyện Phật giáo sơ khai và sự truyền bá của Phật giáo ở vùng Gandhara, khiến chúng trở nên quan trọng từ cả quan điểm nghệ thuật và lịch sử.

Kiến trúc Phật giáo Gandharan thể hiện sự pha trộn độc đáo

---

102 Marshall, J. H. (1960). *The Buddhist art of gandhāra: The story of the early school; its birth, growth and decline.* The Cambridge University Press, p.26

giữa các yếu tố kiến trúc từ các truyền thống văn hóa khác nhau. Các bảo tháp Gandharan, là cấu trúc mái vòm thờ các di tích Phật giáo, thường có các yếu tố lấy cảm hứng từ Hy Lạp như các cột và phù điêu kiểu Corinthian với các họa tiết kiểu Hy Lạp, cùng với các yếu tố kiến trúc Ấn Độ và Trung Á. Sự kết hợp các ảnh hưởng kiến trúc này tạo ra một phong cách kiến trúc Phật giáo riêng biệt ở vùng Gandhara.

Trong khi nghệ thuật Gandharan kết hợp ảnh hưởng của Hy Lạp và Trung Á, nó cũng thể hiện một phong cách khu vực riêng biệt, phản ánh sự thích ứng nghệ thuật địa phương. Ví dụ, các đặc điểm trên khuôn mặt của các tác phẩm điêu khắc Gandharan thường thể hiện khả năng cảm thụ nghệ thuật địa phương, với đôi má đầy đặn, lông mày cao và đôi mắt có mí mắt dày, khác với phong cách cổ điển của Hy Lạp hoặc Ấn Độ. Sự thích ứng cục bộ này tạo thêm nét độc đáo cho nghệ thuật Gandhara và phản ánh sự tổng hợp nghệ thuật diễn ra ở vùng Gandhara.

Biểu tượng và chủ đề của nghệ thuật Phật giáo Gandhara

Một trong những biểu tượng nổi bật trong nghệ thuật Phật giáo Gandharan là sự miêu tả Đức Phật với dái tai thon dài, có búi (ushnisha) tượng trưng cho sự giác ngộ của Ngài và nét mặt bình yên, do ảnh hưởng từ nghệ thuật Hy Lạp nên y áo của Đức Phật có nếp gấp, bồng bềnh và sống động như trang phục thật, điều này khác hẳn với ngệt thuật tạc tượng ở Mathura với y áo bó sát vào cơ thể không thấy độ tự nhiên của trang phục[103]. Sự miêu tả thanh thản và trang nghiêm của Đức Phật trong nghệ thuật Gandharan truyền tải cảm giác yên bình, trí tuệ và lòng trắc ẩn liên quan đến trạng thái tỉnh thức.

Thủ ấn, hay cử chỉ tay, là một yếu tố quan trọng khác trong nghệ thuật Phật giáo Gandharan truyền tải những ý nghĩa cụ thể. Thủ ấn thường được mô tả trong tay của Đức Phật và các nhân vật khác, truyền đạt các khía cạnh khác nhau của giáo lý và đức hạnh của Đức Phật. Ví dụ: "*Bhumisparsha mudra*" là một thủ ấn phổ

103 Phong, H. (2011, October 24). *Nghệ Thuật Biểu Thi nhân Dạng đức Phậ*t. THƯ VIỆN HOA SEN. Retrieved April 23, 2023, from https://thuvienhoasen.org/a13380/nghe-thuat-bieu-thi-nhan-dang-duc-phat

biến trong đó Đức Phật được thể hiện chạm vào trái đất bằng tay phải, tượng trưng cho việc Ngài gọi trái đất để chứng kiến sự giác ngộ của mình. Thủ ấn này đại diện cho thời điểm Đức Phật đánh bại Ma vương, hiện thân của sự ngu dốt và cám dỗ, và đạt được giác ngộ. Các thủ ấn khác, chẳng hạn như *"Dhyana mudra"* (tư thế thiền định) và *"Abhaya mudra"* (tư thế không sợ hãi), cũng thường được mô tả trong nghệ thuật Gandharan, đại diện cho thiền định sâu sắc và sự dũng cảm của Đức Phật khi đối mặt với những trở ngại trên con đường dẫn đến giác ngộ.

Bồ tát, những vị được tôn kính đã đạt được giác ngộ nhưng chọn ở lại thế giới để giúp người khác đạt được giải thoát, là một chủ đề nổi bật khác trong nghệ thuật Phật giáo Gandharan. Các vị Bồ tát thường được miêu tả với đồ trang sức tinh xảo, y phục thiên giới và hoa sen, tượng trưng cho các thuộc tính và đức tính thiêng liêng của họ. Họ được thể hiện như những hình tượng nhân ái, từ bi, tiêu biểu cho lý tưởng vị tha, từ bi trong Phật giáo Đại thừa. Việc miêu tả các vị Bồ tát trong nghệ thuật Gandharan là nguồn cảm hứng cho những người sùng đạo khao khát những phẩm chất từ bi, vị tha và giác ngộ của họ.

Những câu chuyện Jataka, những câu chuyện về tiền kiếp của Đức Phật nêu bật phẩm chất đạo đức và tinh thần của Ngài, là một chủ đề quan trọng khác được miêu tả trong nghệ thuật Gandharan. Các cảnh trong những câu chuyện Jataka này thường được minh họa trong các tấm phù điêu phức tạp, mô tả Đức Phật trong các kiếp trước là một hoàng tử, một con vật hoặc một vị thần, thể hiện các bài học đạo đức và con đường dẫn đến giác ngộ. Những mô tả tường thuật này cung cấp những hiểu biết sâu sắc về những câu chuyện và giáo lý Phật giáo sơ khai, đồng thời là nguồn cảm hứng cho những người mộ đạo noi theo những đức tính và phẩm chất của Đức Phật trong cuộc sống của chính họ.

Những cảnh sùng kính cũng thường được mô tả trong nghệ thuật Phật giáo Gandharan, miêu tả những cảnh sùng kính và tôn kính của những người sùng đạo đối với Đức Phật và những nhân vật được tôn kính khác. Những cảnh này thường mô tả những tín đồ dâng hoa, hương và các lễ vật khác lên Đức Phật, thể hiện sự tôn kính và lòng thành kính của họ đối với đấng giác ngộ. Những mô tả này truyền đạt tầm quan trọng của lòng sùng kính và sự tôn kính trong việc thực hành Phật giáo, nhấn mạnh mối quan hệ giữa người sùng đạo và các bậc giác ngộ.

Chủ đề vô thường và bản chất nhất thời của cuộc sống cũng được miêu tả trong nghệ thuật Phật giáo Gandharan. Những miêu tả về già, bệnh và chết thường được miêu tả dưới dạng những xác chết thối rữa, những bộ xương còn lại hay những hình dáng tiều tụy, nhắc nhở người xem về sự vô thường của cuộc sống và cái chết không thể tránh khỏi. Những mô tả này như một lời nhắc nhở về khái niệm vô thường (anicca) của Phật giáo và tầm quan trọng của việc nuôi dưỡng sự tách rời và chánh niệm đối với bản chất nhất thời của sự tồn tại.

Giáo lý và Kinh điển của Phật giáo Gandhara

Các văn bản Phật giáo Gandhāran là những bản thảo Phật giáo lâu đời nhất được phát hiện cho đến nay, có niên đại từ thế kỷ thứ 1 trước Công nguyên đến thế kỷ thứ 3 sau Công nguyên. Chúng đại diện cho văn học của Phật giáo Gandharan từ tây bắc Pakistan và miền đông Afghanistan ngày nay, được viết bằng ngôn ngữ Gāndhārī sử dụng chữ viết Kharoṣṭhī[104].

Các văn bản Phật giáo Gandhari được tìm thấy trong nhiều bộ sưu tập khác nhau[105], bao gồm Bộ sưu tập Thư viện Anh, Bộ sưu tập Cao cấp, Bộ sưu tập Schøyen, Đại học Washington, Thư viện Quốc hội, Bộ sưu tập "Split" và Bộ sưu tập Bajaur. Bộ sưu tập Senior, được mua bởi nhà sưu tập người Anh Robert Senior, bao gồm các bộ kinh điển được viết trên vỏ cây bạch dương và được cất giữ trong các lọ đất sét. Bộ sưu tập Schøyen bao gồm các bản viết tay bằng vỏ cây bạch dương, lá cọ và vellum được cho là đã được tìm thấy trong các hang động Bamiyan của Afghanistan.

104 Brancaccio, P., & Behrendt, K. (Eds.). (2014). *Gandharan Buddhism: Archaeology, art, and texts*. UBC Press, p.26

105 Giáo hội Phật giáo Việt Nam. (2020, September 18). *Ý Nghĩa Trọng đại Của Thủ Bản Kinh Phật Viết Trên vỏ cây bô-la ở Gandhara.* Phật Giáo Việt Nam. Retrieved April 23, 2023, from https://phatgiao.org.vn/y-nghia-trong-dai-cua-thu-ban-kinh-phat-viet-tren-vo-cay-bo-la-o-gandhara-d43746.html

Chúng có niên đại từ thế kỷ thứ hai đến thế kỷ thứ 8 CN và bao gồm các văn bản bằng tiếng Gandhari, tiếng Phạn và các ngôn ngữ khác. Đại học Washington đã có được một bản thảo từ một nhà sưu tập vào năm 2002, đây là một bài bình luận ban đầu về những lời dạy của Đức Phật về nỗi khổ của con người. Thư viện Quốc hội đã mua một cuộn giấy vào năm 2003 có tên là "*Kinh Bahubuddha*" hay *"Kinh Nhiều Đức Phật"*, tương tự như Mahāvastu và chứa đựng nội dung giáo dục. Khotan Dharmapada, một bản sao của Dhammapada được viết bằng tiếng Gandhari Prakrit, được phát hiện gần Khotan ở Trung Quốc vào năm 1892 và được xuất bản nhiều phần ở Pháp và Nga. Bộ sưu tập "Split", không rõ nguồn gốc địa phương, bao gồm các bản viết tay được tìm thấy ở khu vực biên giới Pakistan-Afghanistan, một số trong các bộ sưu tập tư nhân và một số trong các bộ sưu tập của phương Tây. Một bản thảo từ Bộ sưu tập "Split" chứa các câu chuyện Avadana và là carbon phóng xạ có từ thế kỷ thứ nhất trước Công nguyên. Một bản thảo bị hư hỏng khác bằng chữ Kharoṣṭhī từ Bộ sưu tập "Split" là một phần văn bản Đại thừa.

Việc phát hiện ra các văn bản Gandharan đã tác động đáng kể đến sự hiểu biết của chúng ta về Phật giáo. Theo Richard Salomon, những văn bản này bao gồm các bản dịch của các kinh cơ bản, được gọi là kinh agama bằng tiếng Phạn và các bộ sưu tập nikaya bằng tiếng Pali, vốn phổ biến đối với tất cả các trường phái Phật giáo. Những văn bản này, chẳng hạn như "Kinh về thành quả của sự phấn đấu" (Samannaphala Sutta), "Kinh cùng nhau tụng kinh" (Sangiti Sutta) và "Kinh về khúc gỗ trôi nổi" (Kinh Darukkhandha) cung cấp những hiểu biết sâu sắc về giáo lý và thực hành Phật giáo sơ khai. Ngoài ra, các văn bản Gandharan cũng bao gồm các kinh Đại thừa nổi tiếng, chẳng hạn như "Kinh Bát Nhã Ba La Mật" và "Kinh Bồ Tát Hạnh", thách thức các giả định trước đây về nguồn gốc của Phật giáo Đại thừa và ngôn ngữ mà các văn bản này ban đầu được soạn thảo[106].

---

106 Salomon, R. (2021, July 16). *How the gandharan manuscripts change Buddhist history*. Lions Roar. Retrieved April 23, 2023, from https://www.lionsroar.com/how-the-gandharan-manuscripts-change-buddhist-history/

Việc phát hiện ra những văn bản chưa từng được biết đến ở Gandhara cũng làm sáng tỏ một lượng lớn văn học Phật giáo có thể đã bị thất lạc theo thời gian. Các thực hành văn hóa và khí hậu độc đáo của Gandhara, chẳng hạn như các bản viết tay được chôn cất theo nghi thức trong các bình đất sét, đã góp phần bảo tồn các văn bản này. Tuy nhiên, có khả năng là những bản viết tay tương tự đã từng tồn tại ở các vùng khác của vùng trung tâm Ấn Độ.

Ý nghĩa của các văn bản Gandharan vượt xa ý nghĩa lịch sử và ngôn ngữ của chúng. Những văn bản này cung cấp những hiểu biết có giá trị về niềm tin, thực hành và giáo lý của các cộng đồng Phật giáo sơ khai ở Gandhara và tiểu lục địa Ấn Độ rộng lớn hơn, làm sáng tỏ sự phát triển của tư tưởng Phật giáo, sự truyền bá của Phật giáo qua các vùng khác nhau, và những cách giải thích và thực hành đa dạng của Phật giáo trong những năm hình thành. Việc đưa các kinh điển Đại thừa vào các văn bản Gandharan thách thức cách kể chuyện truyền thống của Phật giáo Đại thừa như một sự phát triển muộn hơn xuất hiện ở các vùng nói tiếng Phạn, chỉ ra sự phức tạp và đa dạng của các truyền thống Phật giáo sơ khai.

Hơn nữa, các văn bản Gandharan nhấn mạnh tầm quan trọng của việc bảo tồn và nghiên cứu các bản viết tay cổ xưa như những nguồn quan trọng để hiểu lịch sử và sự phát triển của các truyền thống tôn giáo. Việc tình cờ bảo tồn những văn bản này ở Gandhara nhấn mạnh nhu cầu tiếp tục nỗ lực khai quật khảo cổ học, bảo tồn và dịch thuật các bản thảo cổ ở các khu vực khác để khám phá thêm những hiểu biết sâu sắc về lịch sử phong phú và đa dạng của Phật giáo và các truyền thống tôn giáo khác.

Kết luận

Tóm lại, nghiên cứu về Phật giáo Gandhara cung cấp những hiểu biết có giá trị về lịch sử, văn hóa và truyền thống tôn giáo của Nam Á. Sự tác động lẫn nhau của các ảnh hưởng của văn hóa Hy Lạp, Ấn Độ và địa phương đã dẫn đến một hình thức Phật giáo độc đáo được định hình bởi môi trường xung quanh và đã để lại một di sản lâu dài trong khu vực. Việc khám phá các văn bản

Gandharan đã làm sâu sắc thêm sự hiểu biết của chúng ta về Phật giáo bằng cách cung cấp những hiểu biết có giá trị về giáo lý Phật giáo nguyên thủy, thách thức các giả định về nguồn gốc của Phật giáo Đại thừa và làm sáng tỏ sự đa dạng trong Phật giáo.

Hơn nữa, việc bảo tồn và nghiên cứu các thủ bản cổ là rất quan trọng để hiểu lịch sử và sự phát triển của các truyền thống tôn giáo. Các bản thảo được tìm thấy ở Gandhara cho thấy tầm quan trọng của các hoạt động bảo tồn và nhấn mạnh sự cần thiết của các nỗ lực bảo tồn liên tục để bảo vệ các nguồn lịch sử quý giá này cho các thế hệ tương lai.

Những ảnh hưởng văn hóa và tôn giáo ở Gandhara trong thời Phật giáo Gandhara là công cụ định hình tầm quan trọng lịch sử của nó. Di sản của Phật giáo Gandhara tiếp tục là minh chứng cho di sản văn hóa phong phú và sự đa dạng tôn giáo của vùng Gandhara, khiến nó trở thành một chương quan trọng trong lịch sử Phật giáo và lịch sử văn hóa của Nam Á. Như vậy, nghiên cứu và khám phá sâu hơn ở các khu vực khác có thể khám phá ra nhiều kho tàng văn bản cổ xưa hơn, làm phong phú kiến thức của chúng ta về Phật giáo và lịch sử nhiều mặt của nó.

***

TÀI LIỆU THAM KHẢO

1. Brancaccio, P., & Behrendt, K. (Eds.). (2014). *Gandharan Buddhism: Archaeology, art, and texts*. UBC Press.

2. Encyclopaedia Britannica, E. (2020, April 6). *Gandhara art*. Encyclopædia Britannica. Retrieved April 22, 2023, from https://www.britannica.com/art/Gandhara-art

3. Giáo hội Phật giáo Việt Nam. (2020, September 18). *Ý Nghĩa Trọng đại Của Thủ Bản Kinh Phật Viết Trên vỏ cây bô-la ở Gandhara*. Phật Giáo Việt Nam. Retrieved April 23, 2023, from https://phatgiao.org.vn/y-nghia-trong-dai-cua-thu-ban-kinh-phat-viet-tren-vo-cay-bo-la-o-gandhara-d43746.html

4. Marshall, J. H. (1960). *The Buddhist art of gandhāra: The*

story of the early school; its birth, growth and decline. The Cambridge University Press.

5. Phong, H. (2011, October 24). *Nghệ Thuật Biểu Thi nhân Dạng đức Phật*. THƯ VIỆN HOA SEN. Retrieved April 23, 2023, from https://thuvienhoasen.org/a13380/nghe-thuat-bieu-thi-nhan-dang-duc-phat
6. Salomon, R. (1998). *Indian epigraphy: A guide to the study of inscriptions in Sanskrit, Prakrit, and the other indo-aryan languages (south asia research)*. Oxford University Press.
7. Salomon, R. (2021, July 16). *How the gandharan manuscripts change Buddhist history*. Lions Roar. Retrieved April 23, 2023, from https://www.lionsroar.com/how-the-gandharan-manuscripts-change-buddhist-history/
8. Wikimedia Foundation. (2023, April 20). *Gandhara*. Wikipedia. Retrieved April 21, 2023, from https://en.wikipedia.org/wiki/Gandhara

3.2

GANDHARA CỔ ĐẠI: VÙNG ĐẤT PHẬT GIÁO PHƯƠNG BẮC

Nghiên cứu sinh:
Thich Nguyen Dao - Luc Huynh Phu Quy
Acharya Nagajuna University
Email: lucnguyendao@gmail.com
Phone number: 7842718172

Tóm tắt

Khi nói về Phật giáo Bắc truyền, chúng ta thường bỏ qua những chi tiết quan trọng về sự phát triển hay cái nôi của Phật giáo Đại thừa. Đây là điều quan trọng giúp chúng ta tìm lại những ngày huy hoàng của Phật giáo Đại thừa sơ khai với các nhà luận sư đã làm rạng danh Phật giáo Bắc truyền như Vasumitra, Lokaksema, Kumāralāta, Vasubandhu và Asanga trước khi Phật giáo suy tàn ở Ấn Độ. Phật giáo vùng Gandhara trải qua ba thời kỳ huy hoàng đánh dấu vai trò truyền bá Phật giáo ra các vùng lân cận với tên gọi là Phật giáo Bắc truyền hay Phật giáo Đại thừa. Dưới các triều đại, Gandhara không chỉ được coi là nơi giao thoa các nền văn hóa tôn giáo giữa Iran, Hy Lạp và Ấn Độ, nơi đây còn đánh dấu sự phát triển rực rỡ của nghệ thuật và Phật giáo mà còn là cái nôi truyền bá Phật giáo Đại thừa vào khu vực Trung, Đông Á và các quốc gia khác thông qua Con đường Tơ lụa như

Trung Quốc, Nepal, Tây Tạng và các quốc gia có kinh điển Đại thừa và các nhà luận sư nổi tiếng.

Từ khóa: Gandhara cổ đại, Phật giáo Bắc tông, Vua Asoka, Vua Kanishka, Con đường tơ lụa.

GIỚI THIỆU

Khi nói về Phật giáo Bắc truyền, chúng ta thường bỏ qua những chi tiết quan trọng về sự phát triển hay cái nôi của Phật giáo Đại thừa. Điều quan trọng là tìm lại những ngày huy hoàng của Phật giáo Đại thừa sơ khai với những nhà chú giải đã làm rạng danh Phật giáo bắc tông như Vasumitra, Lokaksema, Kumāralāta, Vasubandhu, và Asanga trước khi Phật giáo suy tàn ở Ấn Độ. Khi nghiên cứu về Phật giáo Bắc tông thời kỳ đầu, miền bắc Ấn Độ xưa nay được biết đến là vùng đất của Phật giáo Đại thừa. Gandhara đã đóng một vai trò quan trọng trong việc quảng bá và truyền bá Phật giáo sang các vùng lân cận. Phật giáo cũng truyền bá các yếu tố thẩm mỹ và kiến trúc, để lại dấu vết rõ rệt về tác động của nó ở các khu vực lân cận. Phật giáo vùng Gandhara trải qua 3 thời kỳ huy hoàng đánh dấu vai trò truyền bá Phật giáo ra các vùng lân cận với tên gọi là Phật giáo Bắc tông hay Phật giáo Đại thừa. Gandhara cổ đại là một vùng đất được đánh dấu, cũng như có nhiều chi tiết khảo cổ chứng minh Gandhara là vùng đất của Phật giáo Đại thừa dựa trên khía cạnh lịch sử, bình luận và kinh điển. Bằng chứng khảo cổ học và ý kiến về lịch sử rất đa dạng giữa các nhà sử học và khảo cổ học. Ở Gandhara cổ đại, Phật giáo truyền bá rộng rãi ở Trung và Đông Á và hoạt động hoằng pháp không ngừng được xúc tiến trong một vương quốc rộng lớn từ Trung Ấn Độ qua Afghanistan đến các vùng Trung Á, Trung Quốc, Nepal, Tây Tạng và các quốc gia khác.

Ngoài ra, truyền thống Đại chúng bộ của Tiểu thừa đã tách khỏi Nguyên thủy vào năm 349 TCN, vài năm sau Hội đồng Phật giáo lần thứ hai. Gandhara trở thành quê hương của nhiều Đại chúng bộ. Tại Hadda, thành phố chính của Afghanistan gần Jalalabad hiện nay. truyền thống Phật giáo chính của Afghanistan là Mahasanghika. Trường phái Nhất thiết hữu bộ của Tiểu thừa cũng tách khỏi Nguyên thủy vào cuối triều đại của vua A Dục. Ở Kashmir, Sarvastivada đã được giới thiệu. Trường phái Nhất thiết hữu bộ của Tiểu thừa đã nhanh chóng được giới thiệu đến Đế quốc Graeco-Bactria bởi các nhà sư Kashmir vào khoảng năm 239 TCN. Sarvastivada sau đó cũng đi đến phía đông nam Afghanistan.

Vào khoảng triều đại Asoka vào thế kỷ thứ ba trước Công nguyên và Kanishka (127-159), Gandhara được coi là nơi giao thoa các nền văn hóa tôn giáo giữa Iran, Hy Lạp và Ấn Độ. Nơi đây cũng đánh dấu sự phát triển rực rỡ của nghệ thuật và Phật giáo, đồng thời Gandhara là cái nôi truyền bá Phật giáo Đại thừa sang các quốc gia khác thông qua Con đường Tơ lụa như Trung Quốc, Nepal, Tây Tạng và các quốc gia khác với kinh điển Đại thừa và với những nhà luận sư nổi tiếng.

Vị trí và địa lý:

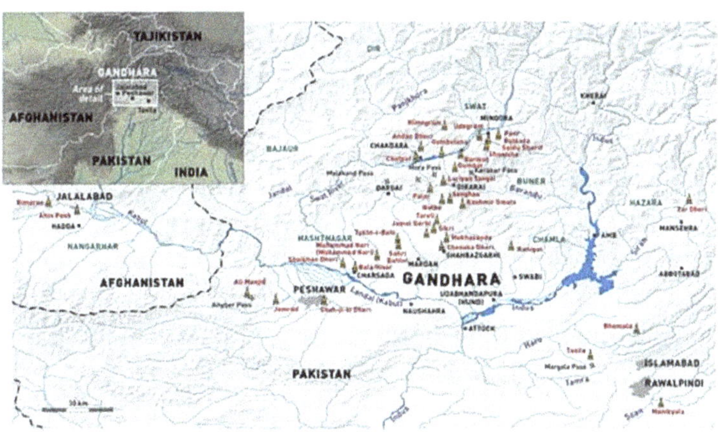

Bản đồ vùng gandhara[107]

Gandhara cổ đại là một trung tâm thương mại lớn dọc theo Con đường tơ lụa nối liền Trung Quốc, Nam Á và Địa Trung Hải trong

107 Source : https://www.worldhistory.org/Gandhara_Civilization/

nhiều thiên niên kỷ. Nó nằm ở chân đồi gồ ghề của dãy Hy Mã Lạp Sơn, nơi ngày nay là tây bắc Pakistan và miền đông Afghanistan. Nhiều kẻ chinh phục, bao gồm người Hy Lạp, Parthia và Kushan, những người đã mang theo nhiều thực hành tôn giáo và tiêu chuẩn thẩm mỹ, đã bị thu hút bởi vị trí chiến lược và sự giàu có của Gandhara. Do đó, một phần lớn nghệ thuật Gandharan là sự kết hợp mạnh mẽ của thẩm mỹ nước ngoài mà cuối cùng đã mang lại cho nguyện vọng tôn giáo Phật giáo của khu vực một hình dạng trực quan. Người Gandharan đã tiếp nhận Phật giáo, vốn có nguồn gốc từ phía bắc Ấn Độ, và sử dụng sự sung túc của họ để đầu tư một lượng tiền đáng kể vào việc thành lập các tu viện Phật giáo và các địa điểm linh thiêng.

Thung lũng Peshawar và các khu vực xung quanh dọc theo sông Kabul, nằm cách dãy núi Suleiman ở rìa cao nguyên Iran ở phía tây và sông Indus ở phía đông khoảng 160 km, được biết đến từ thời cổ đại với tên gọi Gandhara. Gandhara bây giờ tương đương với khu vực xung quanh Peshawar, thủ phủ của tỉnh Khyber Pakhtunkhwa của Pakistan.[108]

Greater Gandhara đề cập đến các khu vực xung quanh, bao gồm Thung lũng Swat ở phía bắc, phía tây Punjab, bao gồm đô thị cổ Taxila ở phía đông, phía đông Afghanistan ở phía tây và Bactria (miền bắc Afghanistan hiện đại và miền nam Uzbekistan) ở phía bắc, và thậm chí một phần của khu vực Tarim Basin ở Trung Á. Trong những thế kỷ đầu của Công nguyên, tất cả các khu vực này đều chịu ảnh hưởng văn hóa của Gandhara và chấp nhận ngôn ngữ Gandhr như một phương tiện văn học và hành chính, cũng như Phật giáo Gandhian là tôn giáo chính của họ.

---

108 W. Zwalf, A Catalogue of the Gandhara Sculpture in the British Museum, vol I, London, 1996, pp 11-19.

Bản đồ Pakistan, tỉnh Biên giới Tây Bắc (Khyber Pakhtunkhwa), Pakistan.)[109]

Đặc biệt, trong thời kỳ trị vì của các hoàng đế Kushan vào thế kỷ thứ nhất và thứ hai sau Công nguyên, ảnh hưởng của Gandhra đối với nghệ thuật và chính trị đã lan rộng đến Trung Á. Điều này cho phép Gandhra kiếm được lợi nhuận từ việc buôn bán béo bở các mặt hàng xa xỉ diễn ra giữa Trung Quốc và phương Tây dọc theo các con đường tơ lụa. Ngoài những lợi thế kinh tế mà giao thông con đường tơ lụa mang lại cho Gandhara, nó cũng kích thích sự phát triển của một nền văn hóa Phật giáo đa dạng kết hợp các ý tưởng và hình ảnh của Trung Á và Hy Lạp. Nó cũng mở đường cho việc xuất khẩu Phật giáo sang Trung Á và Trung Quốc.

Phật giáo đầu tiên đến Gandhara

Sự khởi đầu của Phật giáo ở Gandhara không xa hơn vào giữa thế kỷ thứ ba trước Công nguyên, Theo lịch sử Phật giáo, một nhà

109 https://www.nationsonline.org/oneworld/map/pakistan-administrative-map.htm

sư từ Varanasi cũng là học trò của Ananda, việc giới thiệu Phật giáo đến Kashmir có thể bắt nguồn từ Majjhantika . Theo Hội đồng Phật giáo lần thứ ba, sau khi Hội đồng Phật giáo lần thứ ba kết thúc, Ashoka đã cử các nhà truyền giáo đến nhiều vương quốc khác nhau để Phật giáo có thể được truyền bá khắp thế giới. Majjhantika được cử đến Kashmir và Gandhara (Afghanistan ngày nay)[110] thành lập tăng đoàn Phật giáo. Trường phái Sarvastivadin trở thành trường phái Phật giáo thống trị ở Kashmir và Gandhara[111]. Vào khoảng thế kỷ thứ ba trước Công nguyên, Phật giáo đã đến Gandhara, nơi đóng một vai trò quan trọng trên Tiểu lục địa Ấn Độ. Có thể khẳng định rằng Gandhara đóng vai trò là điểm khởi đầu cho sự phát triển của Phật giáo trên khắp Trung Quốc và Trung Á. Phật giáo phát triển nhanh chóng và nhận được sự bảo trợ của địa phương qua ba thời kỳ: "Sắc lệnh Ashoka" do 'Vua Ashoka' ban hành là những ví dụ sớm nhất về Phật giáo ở Gandhara. Việc sử dụng "ngôn ngữ Gandhari" trên các sắc lệnh của Ashoka cho thấy sự hiện diện của Phật giáo ở Gandhara. Sự bành trướng nhanh chóng của Phật giáo dưới thời Asoka đến nhiều vùng khác nhau của Ấn Độ đã dẫn đến sự trỗi dậy của bộ phái Phật giáo mà số lượng được cho là mười tám.[112]

Ashoka, Hoàng đế Mauryan (273-232 TCN), là người ủng hộ Phật giáo Nguyên thủy. Sau đó trong triều đại của mình, Maharakkhita đứng đầu một phái đoàn Theravadan được cử đến Gandhara. Phái đoàn đã xây dựng các "trụ cột Ashoka" với các sắc lệnh lấy cảm hứng từ Phật giáo ở tận phía nam Kandahar. Theravada đã thiết lập một sự hiện diện không đáng kể ở Afghanistan do những nỗ lực này.

---

110 Nalinaksha Dutt, *Mahayana Buddhism*, Vavrang, Dehli, 1978, p7

111 Hirakawas, *A History Of India Buddhism: From Sahyamuni To Early Mahayana*. University of Hawaii press, 1990,p229

112 Prof.P.V. Bapat, *2500 years of Buddhism*, Publication Division, New Dehli, 1956, p62.

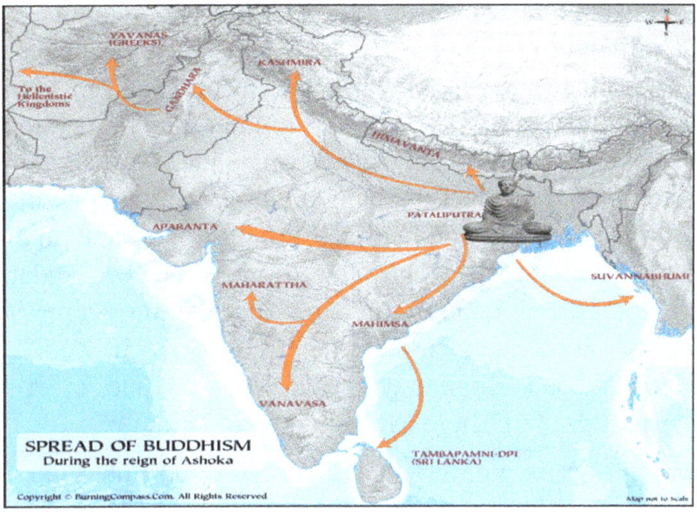

Bản đồ các đoàn truyền giáo Phật giáo dưới thời vua Ashoka.[113]

Vào năm 239 TCN, giới quý tộc Hy Lạp địa phương ở Bactria đã nổi dậy chống lại sự cai trị của Seleukos và giành được độc lập, thành lập vương quốc Graeco Bactria. Các nhà sư Kashmiri sớm đến Bactria để truyền bá lý thuyết của Trường phái Tiểu thừa Sarvastivada. Vào năm 197 TCN, người Graeco-Bactria đã chinh phục Gandhara, Sarvastivada sau đó cũng đi đến phía đông nam của Afghanistan. Nghệ thuật Hy Lạp hóa, đáng chú ý là sự miêu tả hình người và cách xếp nếp của áo choàng, đã bị ảnh hưởng rất nhiều bởi sự kết nối sâu rộng sau đó giữa các nền văn hóa Hy Lạp và Ấn Độ.

Trong thời kỳ thứ hai, Vua Menander-I là người ủng hộ mạnh mẽ Phật giáo và làm mọi thứ trong khả năng của mình để truyền bá đức tin. Lần đầu tiên, người ta có thể nhìn thấy một hình ảnh nhân hóa về Đức Phật nhờ ảnh hưởng của Hy Lạp đối với nghệ thuật Phật giáo Gandharan. Vua Menander (pali: Milinda) vào năm 160 - 125, cai trị một khu vực bao gồm các phần của Ấn Độ, Pakistan

113 https://www.burningcompass.com/world/buddhism-spread-map.html

và Afghanistan ngày nay. Vua Milinda được ghi nhận là một triết gia cũng như một vị tướng và được biết là đã có một cuộc thảo luận với nhà sư Phật giáo Nagasena, trong đó nhà vua hỏi về những điểm phức tạp hoặc xa lạ trong giáo lý Phật giáo khi Milinda nói chuyện với sáu người nhà dị giáo.[114] Menander rất quan tâm rằng Phật giáo đó có thể là sự thật, bằng chứng là những đồng xu do vị vua này phát hành có hình bánh xe tương tự như bánh xe chuyển pháp luân của Phật giáo.[115] Dưới thời trị vì của vua Menander, Phật giáo có một vị trí rất quan trọng và rất thịnh vượng. Số lượng tăng ni rất đông. Theo Mahavamsa : với 30.000 nhà sư cho buổi lễ cung hiến Maha Thupa ("Đại bảo tháp") tại Anuradhapura ở Sri Lanka đến từ Alasandra bởi Thero Mahadhammarakkhita.[116]

Thời kỳ thứ ba, người Kushan cũng ủng hộ Phật giáo, do đó thúc đẩy việc xây dựng các tu viện và bảo tháp. Do cuộc đấu tranh tột độ, vào cuối thế kỷ thứ 2 CN, một số trung tâm Phật giáo đã được thành lập ở Gandhara. Thủ đô của đế chế Kushan (Peshawar) có một số bảo tháp và tu viện Phật giáo, bên cạnh đó những bức phù điêu và tác phẩm điêu khắc tường thuật này đã được dựng lên mô tả cảnh đời của Đức Phật.

Vào khoảng thế kỷ thứ 3, Các địa điểm Phật giáo trong thời kỳ này bao gồm Taxila, Takht-I-Bahi,[117] Sehri Bahlol, Jamal Garhi, Ranigat và Tharei được nhà vua ủng hộ. Phật giáo tiếp tục phát triển nhanh chóng theo Con đường Tơ lụa đến Bactria, Trung Á và Trung Quốc vì người Quý Sương đã ủng hộ nó. Ngoài ra, nó cung

114 Sáu trường phái dị giáo được biết đến nhiều nhất từ Smaññaphalasutta (Bài giảng về quả của đời sa môn) của Dighanikaya, DNI, trang 46-86). Trong bài kinh này, các giáo lý của sáu vị thầy nổi tiếng vào thời Đức Phật bị tranh cãi và bác bỏ trong một cuộc thảo luận trước sự chứng kiến của Vua Ajatasatru xứ Magadha.

115 Luân xa là biểu tượng cho lời dạy của Đức Phật.

116 Mahavamsa, Chapter XXIX.

117 Tàn tích Phật giáo của Takht-i-Bahi và thành phố lân cận Di tích tại Sahr-i-Bahlol Khu phức hợp tu viện Phật giáo của Takht-i-Bahi (Ngôi đền Nguồn gốc) được thành lập vào đầu thế kỷ thứ nhất. Do vị trí của nó trên đỉnh một ngọn đồi cao, nó đã thoát khỏi các cuộc xâm lược liên tiếp và vẫn được bảo tồn đặc biệt tốt, là một trong những di tích Phật giáo hùng vĩ nhất ở vùng Gandhara của Pakistan.

cấp một đường dẫn an toàn cho thương mại giữa Gandhara và châu Á. Bảo tháp Butkara và Barikot, cả hai đều ở Pakistan, là những tàn tích quan trọng của thời kỳ Kushan. Việc người Hun trắng tiến vào Gandhara trong nửa sau của Thế kỷ thứ năm đánh dấu sự khởi đầu của sự sụp đổ của người Kushan. Tuy nhiên, sự sụp đổ của các địa điểm Phật giáo có thể được nhìn thấy ngay sau sự sụp đổ của người Hung Trắng vào thế kỷ thứ sáu. Nhà sư Trung Quốc Huyền Trang đã đến thăm vùng Gandhara và phát hiện ra một số địa điểm bị bỏ hoang. Tuy nhiên, Phật giáo đã bảo tồn vùng ngoại vi Gandharan thịnh vượng.

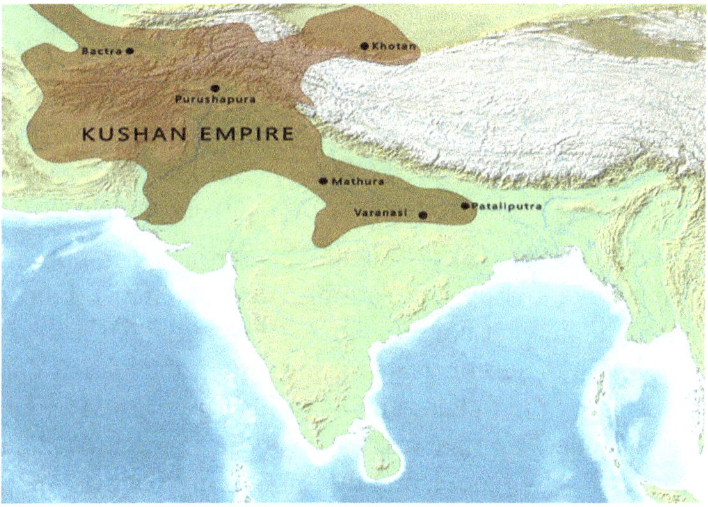

(Lãnh thổ Kushan (đường đầy đủ) và phạm vi tối đa của lãnh thổ Kushan dưới thời Kanishka Đại đế (đường chấm chấm), chứng kiến đỉnh cao của sự mở rộng Phật giáo Gandhāran.)[118]

Theo kết tập Phật giáo lần thứ tư, vua Kanishka (78-101 TCN) là một cột mốc quan trọng trong lịch sử Phật giáo ở Ấn Độ. Vào thời điểm đó, phái Nhất thiết hữu bộ của Đại chúng bộ đã cắm rễ vững chắc ở Kashmir và Gandhara. Nó đánh dấu sự ra đời của Phật giáo Đại thừa và sự ra đời của những tác phẩm văn học Phật giáo với

118 https://www.wikiwand.com/en/History_of_Buddhism#Media/File:Map_of_the_Kushan_Empire.png

những tên tuổi chói lọi như: Parsa, Asvaghosa, Vasumitra... Tam tạng Kinh điển được dịch sang tiếng Phạn là điểm khởi đầu cho sự phát triển của Đại thừa sau này. Về lĩnh vực nghệ thuật, Đây là thời kỳ của trường phái nghệ thuật Gandhara với nhiều tượng Phật, Bồ tát mang nghệ thuật hình thể Hy Lạp cổ đại. Chính trong triều đại Kanishka, Phật giáo đã truyền bá rộng rãi ở Trung và Đông Á với sự bảo trợ của nhà vua, và hoạt động hoằng pháp không ngừng được đẩy mạnh trong một vương quốc rộng lớn từ Trung Ấn qua Afghanistan đến các vùng Trung Á.[119] Bên cạnh một số bảo tháp xá lợi của mình, Asoka cũng dựng lên những cột đá cao, đội đầu bởi sư tử hoặc những con vật biểu tượng khác và thường được khắc một hoặc nhiều sắc lệnh của ông. Những điều này được mô tả trong các tấm điêu khắc của các trường phái Gandhara và Ấn Độ thời kỳ đầu được coi là biểu tượng đặc biệt của tu viện Phật giáo. Phần hoàn thiện của những cây cột được thực hiện bởi các nhà điêu khắc Hy Lạp hoặc Perso-Gree; những người khác bởi các thợ thủ công địa phương, có hoặc không có sự giám sát của nước ngoài.

Triều đại của Kaniska có ý nghĩa quan trọng trong lịch sử Phật giáo. Theo truyền thống, ông là một người bảo trợ vĩ đại của tôn giáo và ông đã liên kết với một loạt các bậc thầy Phật giáo, những người đã hun đúc nên Phật giáo trong những thế kỷ sau đó. Vào thời điểm này, trường phái nghệ thuật Phật giáo Ấn-Hy Lạp phát triển mạnh nhất. Các nhà sư từ Ấn Độ đã mang Phật giáo đến Trung Á và Trung Quốc. Đồng thời, một loại Phật giáo mới, Đại thừa, với những tác động sâu rộng đã xuất hiện.Vào giữa thế kỷ thứ 2 sau Công nguyên, Tăng đoàn ở Gandhara đã đóng một vai trò quan trọng trong việc truyền bá Phật giáo đến phía bắc và phía đông châu Á. Lokaksema (178 AC), người đến hoằng pháp tại kinh đô Lạc Dương (Lo-yang) đã trở thành người đầu tiên phiên dịch kinh điển Đại thừa sang tiếng Hán. Kể từ đó, một con đường rõ ràng đã được thiết lập vững chắc cho việc giới thiệu Phật giáo vào Trung Quốc.

---

119 Nalinaksha Dutt, *Mahayana Buddhism,* Navarng, New Dehli, 1978, p24

▼ The 1st century AD witnessed a schism in Buddhism: the resultant Mahayana Buddhism offered universal salvation and spread through Central Asia and China, while the more conservative Theravada Buddhism became influential in Southeast Asia.

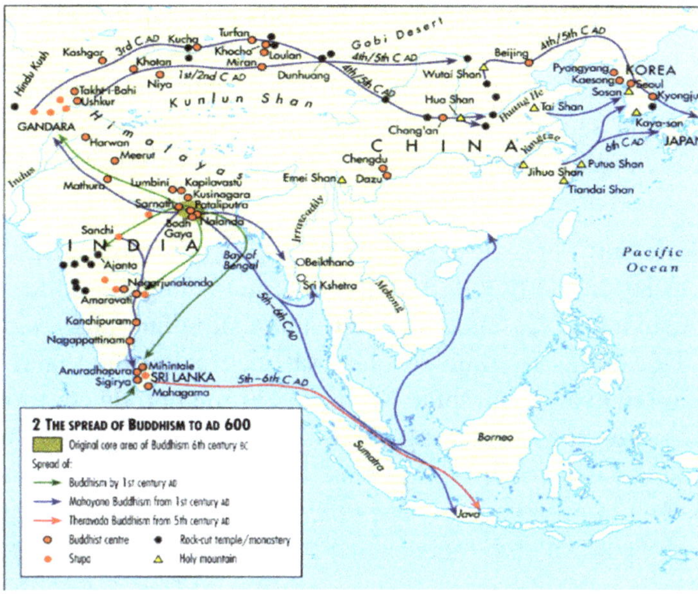

(Sự truyền bá Phật giáo đến năm 600 sau Công nguyên)[120]

Theo các học giả, họ chỉ ra rằng hầu hết tất cả các bản khắc ở Kharosthi đều là của Phật giáo với các trường phái Phật giáo sau đây đã được chứng thực như Trường phái Kasyapiyas, Trường phái Dharmaguptakas, Phái Nhất thiết hữu bộ (tại Peshawar, Zeda và Kurram), Mahasamghika.

Vào thế kỷ thứ bảy, khi Huyền Trang đến Ấn Độ, ông đã thấy bốn trường phái Phật giáo này vẫn còn hiện diện. Pháp Tạng và Nhất thiết hữu bộ đóng vai trò chính trong việc truyền bá Phật giáo ra bên ngoài Ấn Độ.

---

120 Source: Oxford Atlas of World History, Oxford University Press, 1999. General Editor Patrick K. O'Brien. (p. 44)

Triết gia Phật giáo ở Gandhara

Vasumitra theo trường phái Nhất thiết hữu bộ của đại chúng bộ sống vào thế kỷ thứ hai CN. Ông là người gốc Gandhra, chủ trì hội đồng Phật giáo lần thứ tư của Kanishka I ở Kashmir và có sự tham gia của 500 nhà sư. Ông được thừa nhận là đã đóng góp cho Mahāvibhāṣā. Hội đồng này là điểm khởi đầu cho sự phát triển của Đại thừa sau này; và cũng nhờ vua Kanishka mà Phật giáo được truyền sang Trung Quốc vào khoảng thế kỷ thứ 2 sau Công nguyên.

Lokaksema sinh ra ở Gandhara, một trung tâm nghệ thuật Phật giáo Hy Lạp, trong thời kỳ mà Phật giáo đang được thúc đẩy bởi Kanishka Đại đế, nhà cai trị đã tổ chức Hội đồng Phật giáo lần thứ tư. Hội đồng này thực sự giám sát việc chính thức tách biệt Phật giáo Nikaya và Đại thừa. Kanishka dường như đã cởi mở với Phật giáo Đại thừa, mở đường cho hoạt động truyền giáo ở Trung Quốc của các nhà sư như Lokakema. Lokaksema đến kinh đô Lạc Dương của nhà Hán vào cuối triều đại của Hán Hoàn đế, giữa năm 178 và 189 CN, và dịch một số sách Phật giáo Đại thừa sang tiếng Trung Quốc.

Kumāralāta[121] (thế kỷ thứ 3), Kumāralāta là người sáng lập trường phái Phật giáo Sautrāntika ở Gandhāran. Bộ sưu tập có những câu chuyện thực tế miêu tả sự nhạy cảm tôn giáo của các tầng lớp xã hội đó. Tác phẩm Kalpanmaitik Dntapakti của Kumralta ("Vòng hoa của những tấm gương," từ đó trở đi là Vòng hoa của Kumralta) phản ánh một biểu hiện khẩn cấp về lý tưởng thiết yếu của các doanh nhân thành thị theo đạo Phật. Nó nhấn mạnh lòng mộ đạo cũng như theo đuổi sự giàu có, sự chấp nhận của xã hội, đạo đức làm việc mạnh mẽ và việc ra quyết định hợp lý. Kumāralāt cùng với Long Thọ, Āryadeva và Aśvaghoṣa được coi là bốn mặt trời của Diêm Phù Đề. Ông là người cùng thời với Nāgārjuna.

Vasubandhu (thế kỷ thứ 4), Vasubandhu được coi là một trong những nhà tư tưởng có ảnh hưởng nhất trong truyền thống triết

---

121 Somewhere, he is also mentioned as Kumaralābha,a corruption of Kumaralāta

học Phật giáo Gandharan. Trong Jōdo Shinshū, ông được coi là Tổ phụ thứ hai; trong Phật giáo Chan, ông là Tổ thứ 21. Tác phẩm Abhidharmakośakārikā ("Luận về Kho tàng Vi Diệu Pháp") của ông được sử dụng rộng rãi trong Phật giáo Tây Tạng và Đông Á.

Đầu tiên, Thế Thân nghiên cứu Phật giáo của phái Nhất thiết hữu bộ (còn gọi là Vaibhāṣika, người ủng hộ trường phái Mahavibhasa) thống trị ở Gandhara, lấy Mahavibhasa-sastra làm kim chỉ nam, vì có nhiều nghi ngờ, và cuối cùng chuyển đến Kashmir để nghiên cứu với những người đứng đầu nhánh Nhất thiết hữu bộ chính thống ở đó. Sau đó, dưới ảnh hưởng của anh trai mình là Asanga, ông đã chuyển đổi sang các tư tưởng Đại thừa, sau đó ông đã viết một số bộ luận dài, đặc biệt là về các lý thuyết Du già hành và kinh điển Đại thừa. Ngài thuyết pháp với hơn 600 bài kệ với mục đích giải thích tất cả Đại Vi-bát-bà-sa-đạt-ta tạo thành A-tỳ-đạt-ma Câu-xá luận.

Như đã đề cập ở trên, sau khi chuyển sang Đại thừa, Thế Thân chuyên tâm thực hành, nghiên cứu và luận giải Đại thừa. Có ảnh hưởng lớn nhất trong truyền thống Phật giáo Đông Á là Vimśatikāvijñaptimātratāsiddhi, "Hai mươi bài kệ về Duy thức", với phần bình luận (Viṃśatikāvṛtti), Triṃśikā-vijñaptimātratā, "Ba mươi bài kệ về Duy thức" và "Giải thích về Tam tánh". (Trisvabhāvanirdeśa). Vasubandhu cũng đã viết một bản văn về Thông diễn học Phật giáo, Phương thức Trình bày Đúng đắn (Vyākhyāyukti). Vasubandhu trở thành một bậc thầy lớn của Đại thừa, một học giả.

Asanga (thế kỷ thứ 4), ông là "một trong những nhân vật tâm linh quan trọng nhất" của Phật giáo Đại thừa và là "người sáng lập trường phái Yogachara". Ông sinh ra ở Puruṣapura, ngày nay là Peshawar, Pakistan. Arya Asanga là một trong những học giả hàng đầu của Phật giáo Ấn Độ vào thời kỳ trung đại Đại thừa, thế kỷ thứ tư - thứ sáu sau Công nguyên. Bộ bách khoa toàn thư Bodhibhumi của ông được coi là một trong những trình bày quan trọng nhất của Phật giáo về giáo lý Bồ tát, cuốn sách Mahāyānasaṃgraha (MSg) của ông là tác phẩm chính của trường phái Du già hành tông của triết học Phật giáo Đại Thừa.

Asanga nổi tiếng trong biên niên sử về sự phát triển Đại thừa ở Ấn Độ, cũng như trong dòng truyền thừa nổi tiếng của các học trò của ông, những người là sợi chỉ chính trong kết cấu của Phật giáo châu Á bên ngoài biên giới Ấn Độ.

Asanga xuất sắc trong nghiên cứu tôn giáo, bao gồm cả kinh điển Tiểu thừa và Đại thừa. Asanga được tuyên bố là đã "cải đạo" sang Đại thừa và bắt đầu sứ mệnh cam kết học hỏi từ không ai khác ngoài Đức Phật Di Lặc, người đang ngự trên cung trời Đâu Suất. Các tác phẩm liên quan đến Asanga bao gồm "Ngũ thư của Di Lặc" và một số nghiên cứu khác, bao gồm Yogacarabhumi, trong đó có Bồ tát Bồ tát.

Kết luận:

Gandhara không chỉ là vùng đất linh thiêng nổi tiếng về Phật giáo mà còn đóng vai trò quan trọng trong việc quảng bá và truyền bá Phật giáo sang các khu vực lân cận thông qua việc truyền bá các đặc điểm kiến trúc và nghệ thuật của nó, qua đó có thể thấy rõ bức tranh ảnh hưởng của nó. ở các vùng lân cận. Đã có rất nhiều bảo tháp và tu viện được phát hiện ở đó cho đến ngày nay, cho thấy rằng Phật giáo đã được thực hành ở đó. Nghệ thuật và kiến trúc của Gandhara đã thay đổi vì nó đã được cai trị bởi các triều đại khác nhau.

Con đường tơ lụa được coi là một tuyến đường quan trọng vì nó từng là trung tâm thương mại và góp phần quan trọng vào việc truyền bá Phật giáo. Nghệ thuật Gandhara là sự tổng hợp của các yếu tố tôn giáo và thế tục; về bản chất, nó mô tả Phật giáo đồng thời kết hợp nhiều thành phần văn hóa Hy Lạp và La Mã khác nhau. Nghệ thuật trên đá Phật giáo của Gilgit Baltistan cho thấy rõ ràng rằng những người hành hương Phật giáo đã từng vẽ các biểu tượng sùng bái của đức tin trên những tảng đá khổng lồ để tôn vinh họ và truyền bá tôn giáo của họ.

Gandharan không chỉ là nơi trọng yếu để truyền bá tư tưởng Phật giáo Đại thừa sang Trung Quốc, Hàn Quốc, Nhật Bản, ảnh hưởng sâu sắc đến triết học, lịch sử và văn hóa Đông Á. Nơi đánh dấu sự phát triển của tư tưởng Đại thừa, Gandhara không chỉ là nơi ra đời của Phật giáo Đại thừa và các vị tổ sư đã truyền bá đạo Phật khắp nơi mà còn trở thành nơi khai sinh ra nền văn minh Gandharan. Mà Gandhara còn là nơi truyền bá Trường phái Sarvastivada đến Pakistan và Afghanistan và là quê hương của bảo tháp Phật giáo cổ xưa và rất linh thiêng ở Thung lũng Peshawar, Swat, Taxila và Islamabad. Nó lưu giữ các di sản Phật giáo và nghệ thuật Bồ tát có ý nghĩa vô song đối với các Phật tử, học giả và khách du lịch.

***

Sách tham khảo

1. Boutze. (2008). *"The Cultural Geography of Gandhara"*. Gandhara: The Buddhist Heritage of Pakistan; Legends, Monasteries and Paradise. Germany
2. Higham, Charles (2014), *Encyclopedia of Ancient Asian Civilizations*, Infobase Publishing, pp. 209-, ISBN 978-1-4381-0996-1.
3. Hirakawas, *A History Of India Buddhism: From Sahyamuni To Early Mahayana.* University of Hawaii press, 1990,
4. Nalinaksha Dutt, *Mahayana Buddhism*, Vavrang, Dehli, 1978
5. Prof.P.V.Bapat, *2500 years of Buddhism,* Publ. India: Ministry of Information and Broadcasting, New Dehli, 1956.
6. Jansen, Michael. (2008). *"Towns and Monasteries"* . Gandhara: The Buddhist Heritage of Pakistan; Legends, Monasteries and Paradise. Germany.
7. Erich Frauwallner, *The Philosophy of Buddhism*, Motilal Banarsidass, Delhi, 2010 [1956].
8. Khoinaijam Rita Devi (1 January 2007). *History of ancient India: on the basis of Buddhist literature*. Akansha Publishing House. ISBN 978-81-8370-086-3.

9. Rama Karana Sarma (1993). *Researches in Indian and Buddhist Philosophy*: Essays in Honour of Alex Wayman.

10. Kochumuttom, Thomas (1982). *A Buddhist Doctrine of Experience: A New Translation and Interpretation of the Works of Vasubandhu the Yogacarin.* Delhi: Motilal Banarsidass

11. Li Rongxi, Albert A. Dalia (2002). *The Lives of Great Monks and Nuns,* Berkeley CA: Numata Center for Translation and Research.

12. Luzanits., Christian. (2008) *"Early Buddhism and Gandhara*". Gandhara: The Buddhist Heritage of Pakistan; Legends, Monasteries and Paradise. Germany.

13. Website:

14. Https://www.burningcompass.com/world/buddhism-spread-map.html

15. Https://www.wikiwand.com/en/History_of_Buddhism#Media/File:Map_of_the_Kushan_Empire.png

3.3

NHỮNG BIỂU HIỆN NGHỆ THUẬT PHẬT GIÁO TỪ GANDHARA VÀ MATHURA

Ven. Trần Ngọc Tài (Quảng Giáo)
MA Student, Gautama Buddha University, Uttar Pradesh, India
Email: tranngocsangvn101@gmail.com

Lời dẫn

Trước khi thích nghi với những ảnh hưởng của nhiều tầng lớp xã hội khác nhau, và toàn bộ sự phân bố của nó còn sót lại ở Châu Á và Thế Giới, nghệ thuật Phật giáo đã có mặt hàng thiên niên kỷ sau thời kỳ của Đức Phật thực tế ở tiểu lục địa Ấn Độ, khoảng thế kỷ thứ sáu và thứ năm trước công nguyên. Dẫn đến sự lan truyền rộng khắp nơi và còn sót lại của cả Châu Á và Thế Giới.

Từ khóa: Buddhism, Mathura, Gandhara, Bodhisattva

Giới thiệu

Trong thời kỳ đầu về cơ bản đó là giai đoạn Ấn Độ và phi thánh tượng (nghĩa là những sự miêu tả trực tiếp về đức phật bị ngăn chặn), tiếp theo thời đại đó là thời kì thánh tượng (nghĩa là sự miêu tả trực tiếp về Đức Phật đã được sử dụng), và giai đoạn này đã bắt đầu khoảng chừng thế kỷ 1 công nguyên. Sau thời gian đó, nghệ thuật Phật giáo đã bắt đầu thay đổi và phát triển như một kết quả của sự thích nghi với phong cách thẩm mỹ ở các nước hiện đại nơi tôn giáo đang truyền bá. Nó được mở rộng cho đến trung tâm Châu Á và Đông Á, ở nơi nó đã phát sinh nghệ thuật Phật giáo nhánh phía Bắc; và phía Đông, tất cả con đường đến Đông Nam Á, nơi mà nó đã phát sinh nghề thuật Phật giáo nhánh phía Nam.[122]

Nội dung

Nghệ thuật Phật giáo Mathura

Mathura từng là thành phố thủ đô phía nam của Kushana trong nhiều năm. Nó hoàn toàn không phải là một vị trí đơn lẻ, mà là một khu phức hợp đồ sộ tập trung xung quanh thị trấn Mathura đương đại và bao quanh nó trong một radian khoảng 30 km theo mọi hướng. Trong thời kỳ Kusana, thành phố Mathura có nhu cầu đáng kể về đá sa thạch đỏ. Bởi vì không có di tích kiến trúc nào quan trọng ở Mathura được bảo tồn toàn bộ, nên cuộc thảo luận về nghệ thuật Mathura bị giới hạn trong các mảnh kiến trúc và tác phẩm điêu khắc.[123]

Các tác phẩm điêu khắc được cho là có nguồn gốc từ thành phố Mathura đã được phát hiện ở nhiều khu vực xung quanh Ấn Độ, bao gồm Sanchi, Sarnath và phía Tây Bắc. Điều này cho thấy rằng Mathura đã là một nhà cung cấp các tác phẩm nghệ thuật và đó là những gì có thể được gọi theo nghĩa tổng quát hơn là phong cách nghề thuật Mathura hoạt động như một mô hình cho các họa sĩ tại các địa điểm khác (bao gồm Ahicchattra, Kosambi, Sarnath và các địa điểm khác ở Bắc Ấn Độ).

Các tác phẩm điêu khắc từ trường phái Mathura có một số điểm tương đồng về hình tượng với các tác phẩm điêu khắc từ thời Kusana được tìm thấy ở Tây Bắc. Mặt khác, phần lớn trong số họ có một di sản phong cách hoàn toàn Ấn Độ dường như đã phát triển độc lập. Cái được gọi là 'Tỳ kheo Bala Bồ Tát' được

122 Spink, Walter; *"Về sự phát triển của nghên thuật Phật Giáo sơ kỳ ở Ấn độ"*; *Bản tin Nghệ Thuật* 40; số 2; 1958: 95-104.

123 Spink, Walter; "Về sự phát triển của nghệ thuật Phật giáo sơ kỳ ở Ấn Độ"; Bản tin nghệ thuật 40; số 2; 1958: 95-104.

coi là một trong những hình minh họa nổi tiếng nhất đã được tạo ra theo phong cách Mathura. Nhân vật được xác định trong dòng chữ là Bồ Tát; tuy nhiên, nó rõ ràng là một tác phẩm điêu khắc về Đức Phật như được chỉ ra bởi trang phục và sự vắng mặt của đồ trang sức hoặc bất kỳ đồ trang trí nào khác. Hình ảnh được tìm thấy tại Sarnath và được chạm khắc từ đá sa thạch có màu đỏ. Nó có chữ khắc cả trên chính tác phẩm điêu khắc và trên trụ đá kèm theo một chiếc ô đá lớn trên đầu của pho tượng. Sự biểu tượng của một con sư tử nằm giữa hai góc của pho tượng gợi ý rằng hình thể này là một chân dung của Thích Ca Mâu Ni. Điều này là do sư tử là biểu tượng của gia tộc Sakya, mà Thích Ca Mâu Ni Phật được sinh ra, và bởi vì Đức Phật Thích Ca Mâu Ni thường được gọi là Sakyasimha, dịch theo nghĩa đen là "Sư tử của Sykyas".[124]

Bức tượng được hiển thị theo hướng phía trước, không bị uốn cong hoặc uốn cong tại bất kỳ điểm nào trong chuyển động của cơ thể. Cơ thể đầy đặng và vóc dáng vạm vỡ dường như cũng đến từ kiểu dáng người Ấn độ thu ngân và cung cấp một sự tương phản nổi bật với các nhân vật nam cơ bắp và thể thao có mặt trong tác phẩm điêu khắc của Tây Bắc. Phần dưới của chiếc y giống như dhotis (trang phục truyền thống của Ấn Độ bao gồm một mảnh vải dài không khâu cho phần dưới cơ thể được mặc bởi đàn ông của tiểu lục địa Ấn Độ), có một dải ruy băng quanh eo. Hình thức quần áo này gợi nhớ đến trang phục hoàng tử được mặc bởi các nhân vật nam trong các tác phẩm điêu khắc Ấn Độ trước đó. Các nếp gấp của vải rất mỏng được gợi ý bởi các đường chạm khắc tinh xảo, và hình dạng của cơ thể được thể hiện rõ ràng thông qua chiếc y.

Theo nguyên tắc chung, các tượng Phật không được miêu tả với thân hoàn toàn nguyên bản; do đó, trái ngược với một số nhân vật nam đã gặp trong truyền thống Ấn Độ, nhân vật này có một miếng vải dài đi qua vai trái và treo trên cánh tay của anh ta trong một loạt các nếp gấp thật điều đặn. Điều này trái ngược với một số nhân vật nam khác đã được bắt gặp trong truyền thống Ấn Độ.

124 Dehejia, Vidya. "Phật giáo và Nghệ thuật Phật giáo"; Bảo tàng Nghệ thuật Metropolitan (2007).

Mặc dù số lượng hư hại đáng kể, thực tế cho thấy đó là mối quan hệ với truyền thống Ấn Độ. Điều này được chứng minh bằng nụ cười có phần trang nghiêm, nét mặt đầy đặn và đường viền hình cầu, rắn chắc của chính khuôn mặt. Đầu của ngài, được cạo trọc như của một nhà sư, trái ngược hoàn toàn với kiểu tóc của các tượng Phật đến từ phía Tây Bắc. Có các laksana (dấu hiệu), và dái tai được kéo dài ra, tất cả đều có thể là đặc điểm chung của pho tượng Phật bất kể truyền thống điêu khắc.[125]

Theo các mảnh vỡ được phát hiện bên cạnh bức tượng, cánh tay phải ban đầu được đặt trong tư thế abhaya mudra. Đây là tư thế thường thấy nhất trên hình ảnh Đức Phật từ thời Kusana từ trường phái Mathura. Một nắm tay kín được hình thành bằng tay trái, và nó được ấn lên hông. Một vầng hào quang, sau đó đã được đưa ra, được đặt phía sau đầu. Một chiếc ô khổng lồ ban đầu được chống trên đầu của nhân vật đóng vai trò là biểu tượng của cấp bậc và sự bảo vệ ngoài việc đại diện cho chiến thắng siêu việt đi kèm với việc đạt được giác ngộ. Mặt dưới của nó có thiết kế cong có họa tiết hoa sen nở, cũng có quái vật thần thoại và các họa tiết Phật giáo khác hoặc các biểu tượng tốt lành.[126]

Tại Katsa, trong khu phức hợp Mathura, một ví dụ về hình ảnh Đức Phật được bảo tồn hoàn hảo đã được phát hiện. Tác phẩm điêu khắc có hình thức cùng một kiểu đã trở nên phổ biến trong nghệ thuật Phật giáo Kusana và hậu Kusan sau đó nó lần đầu tiên được phát triển. Một vị Phật lớn ngồi ở giữa trên một simhasana, còn được gọi là ngai của sư tử. Bàn chân của Ngài ở trong vajraparyankasana, và tay phải của Ngài ở Abhaya mudra. Đằng sau đầu ngài là một vầng hào quang lớn với các cạnh hình con sò đại diện cho ngọn lửa hoặc ánh sáng, và phía trên đây là một phần của cây giáo hoàng đã được hiển thị với độ chính xác cao. Hình tượng bị cắt xén hai bên là hai vị Bồ Tát đứng tách riêng có quy mô thấp hơn đáng kể và phục vụ như những thị giả. Bồ tát ở Mathura được thể hiện theo cách tương tự như những người được

125 Grünwedel, Albert; *Nghệ thuật Phật giáo ở Ấn Độ*; B. Quắc; 1901.

126 Sharma, Ramesh Chandra; "Nghệ thuật Phật giáo: Trường Mathura"; *(Không có tiêu đề);* 1995.

tìm thấy ở phía Tây Bắc, cụ thể là các kiểu hoàng tử được trang trí bằng đồ trang sức và mũ.[127]

Trong nghệ thuật Phật giáo thường miêu tả hai vị Bồ tát là Vajrapana, người cầm chảy kim cương trong tay phải, và Avalokitesvara, còn được gọi là Padmapani, người cầm hoa sen. Cả hai vị Bồ Tát này đều được gọi là tương ứng Padmapani và Avalokitesvara. Trí tuệ được coi là một nửa điều kiện để đạt đến quả vị phật, và Vajrapani là vị thần nhân cách hóa khía cạnh này của Phật quả. Lòng từ bi là nửa sau của Phật quả, và Padmapani, với tư cách là hóa thân của Avalokitesvera, nhân cách hóa lòng từ bi trong vai trò này. Có một số tranh luận về ý nghĩa chính xác của các đặc tính kim cương và hoa sen được nắm giữ bởi các vị Bồ tát. Đôi khi có thể khó nói chính xác liệu những nhân vật này đại diện cho Bồ tát hay hai vị thần Brahman: Indra và Brahma. Indra thường được hình dung trong trang phục vương giả, và Brahma thường được miêu tả như một người ẩn dật. Bồ Tát ở khía cạnh khác thì mặc y màu vàng. Trong một số tác phẩm nghệ thuật từ Mathura, Đức Phật của thời đại sau như Di Lặc cũng có thể được hiển thị.[128]

Cũng giống như những giai đoạn cuộc đời của Đức Phật Thích Ca Mâu Ni được miêu tả ở phía Tây Bắc trong thời kỳ Kusana, chúng cũng được miêu tả trong Mathura. Các sự kiện diễn ra được trình bày dưới dạng cô đọng và trọng tâm chính là những sự kiện quan trọng nhất. Mặc dù nghệ thuật Mathura về cơ bản là Ấn Độ (nó được coi là sự phát triển trực tiếp của tác phẩm điêu khắc đầu tiên ở miền trung Ấn Độ), nhưng nó chứa một vài yếu tố chỉ ra ảnh hưởng của phương Tây. Nghệ thuật Mathura được tạo ra ở thành phố Mathura ở miền bắc Ấn Độ.[129]

127 Rhi, Ju-Hyung; Từ Bồ Tát đến Phật: "Sự khởi đầu của biểu tượng tượng trưng trong nghệ thuật Phật giáo"; Artibus Châu Á 54; số ¾; 1994: 207-225.

128 Myer, Prudence R; "Bồ TÁt và Chư Phật: Hình ảnh Phật giáo sơ khai từ Mathura"; *Artibus Asiae* năm1986: 107-142.

129 Sharma, Ramesh Chandra. "Nghệ thuật Phật giáo trường phái Mathura"; *(Không có tiêu đề)* (1995).

Nghệ Thuật Phật giáo của Gandhara

Nghệ thuật ở Gandhara đã được hưởng lợi từ nhiều thế kỷ tiếp xúc với văn hóa Hy Lạp kể từ cuộc viễn chinh của Alexander Đại đế vào năm 332 trước Công nguyên. Vì sự trao đổi này, nghệ thuật Hy Lạp-Phật giáo đã ra đời, từ đó dẫn đến sự trỗi dậy của các triều đại Ấn-Hy Lạp và Hy Lạp-Bactria, cũng dẫn đến các cuộc xâm lược của Alexander Đại đế. Điêu khắc Phật giáo Gandhara hiển thị dấu vết của ảnh hưởng thẩm mỹ Hy Lạp, và người ta đã đưa ra giả thuyết rằng khái niệm "thần người" về cơ bản được lấy cảm hứng từ văn hóa của thần thoại Hy Lạp. Trường phái điêu khắc Gandharan được ghi nhận với một số đóng góp nghệ thuật, bao gồm tóc xoăn, vải che cả vai, giày, dép, đồ trang trí làm bằng lá acanthus, v.v.

Ngoài phần còn lại của Taxila, các tác phẩm điêu khắc của Gandhara đã được phát hiện ở một số địa điểm cổ đại khác ở Afghanistan và Tây Pakistan. Chúng chủ yếu được tạo thành từ các mô tả về Đức Phật cũng như các tác phẩm điêu khắc phù điêu mô tả các cảnh từ các tác phẩm kinh điển Phật giáo. Một số bức tượng Bồ Tát được tạc từ đá. Một đại diện của Gandhara mô tả bài giảng đầu tiên của Đức Phật, diễn ra trong một công viên với hươu, cũng như sự nhập Niết Bàn của Đức Phật. Trong mỗi tác phẩm điêu khắc này, cơ thể con người được thể hiện một cách chân thực, mặc dù thực tế là nó được một giải khăn quấn ngang. Những tác phẩm điêu khắc này có xu hướng nhào nặn hình dạng con người một cách thực tế, chú ý rất nhiều đến độ chính xác và chi tiết vật lý, đặc biệt là trong việc mô tả cơ bắp, ria mép và các đặc điểm khác. Thêm vào đó, một đặc điểm phân biệt được hình thành bởi sự thể hiện của các đường gấp dày và đậm. Bởi vì điều này, các tác phẩm điêu khắc được phát hiện ở Gandhara cung cấp một sự tương phản đáng chú ý với những gì được nhìn thấy ở các vùng khác của Ấn Độ.[130]

Phần lớn nghệ thuật Gandhara được dành để mô tả các khái niệm Phật giáo. Mẹ của Đức Phật đã được so sánh với một người

---

130 Cheema11, Iqtidar Karamat. "Nguồn gốc lịch sử và sự phát triển của nghệ thuật Gandhara"; Tạp chí Quốc tế 8 (2007): 75-91

phụ nữ từ Hy Lạp cổ đại. Một khuôn mặt giống Apollo đã được đưa vào việc tạo ra một pho tượng Phật giáo. Bức tượng Athena của Rome tại Lahore được coi là một trong những tác phẩm điêu khắc Gandhara đáng yêu nhất phản ánh một chủ đề phương Tây. Nó được tìm thấy ở Lahore. Đá phiến mộ xanh được sử dụng để chế tác, tác phẩm điêu khắc này chỉ có thể được tìm thấy ở Gandhara, nơi nó được sử dụng để tạo ra tác phẩm nghệ thuật. Mặc dù thực tế là kỹ thuật Gandhara về cơ bản được nâng lên từ nghệ thuật Hy Lạp, tinh thần của loại hình nghệ thuật đặc biệt này về cơ bản là Ấn Độ. Nó được sử dụng để lên tiếng cho sự thực hành và niềm tin được tổ chức bởi các Phật tử. Có một vài ngoại lệ đáng chú ý, nhưng nhìn chung, không có mẫu vật nào còn tồn tại được tìm thấy có bất kỳ yếu tố nghệ thuật Hy Lạp nào. Nghệ sĩ đến từ Gandhara có sự khéo léo của một người Hy Lạp, nhưng có lòng trắc ẩn của một người Ấn Độ.[131]

Tại Guldara, ở Afghanistan, có một số bảo tháp và tu viện Gandhara lớn đã được bảo tồn như những tàn tích. Sau một thời gian, một bảo tháp tạ ơn từ khu vực Loriyaan Tangai ở Gandhara đã được phát hiện. Nếu điều này được coi là mô hình cho bảo tháp ở Gandhara, cấu trúc của bảo tháp đã trải qua sự phát triển đáng kể từ khi bảo tháp khổng lồ ở Sanchi, được xây dựng dưới dạng mái vòm.

Chiều cao của mái vòm tại Gandhara tăng lên khi lan can hình vuông bao quanh đỉnh của nó được làm lớn hơn và trang trí công phu hơn. Bảo tháp mà Kanishka xây dựng ngay bên ngoài các bức tường của Peshawar ngày nay được xem là ấn tượng nhất trong tất cả các cấu trúc Gandhara. Ở địa điểm này cũng vậy, bảo tháp cũng đã bị phá hủy, nhưng một thánh tích (hộp xá lợi) thuộc về Kanishka đã được phát hiện. Một di vật khác thuộc loại này đã được phát hiện ở Afghanistan tại một địa điểm gọi là Bimaran.[132]

---

131 Behrendt, Kurt A. *Nghệ thuật của Gandhara trong Bảo tàng Nghệ thuật Metropolitan.* Bảo tàng nghệ thuật thủ đô Metropolitan, 2007.

132 Brancaccio, Pia, and Xinru Liu; "Dionysus và vở kịch trong nghệ thuật Phật giáo Gandhara."; trong tạp chí Lịch sử toàn cầu 4, số 2; 2009: 219-244.

Ít nhất là cho đến thế kỷ thứ tám, nghệ thuật thiết kế Gandharan này vẫn tồn tại. Các họa tiết được sử dụng trong các mẫu dệt Sassanian có thể được nhìn thấy và được phản ánh trong các bức tranh được tìm thấy trong thung lũng. Tác phẩm nghệ thuật ấn tượng nhất được đẽo từ các vách đá ở Bamiyan là hai bức tượng đứng khổng lồ của Đức Phật. Những bức tượng vĩ đại nhất trong số này có chiều cao lên tới 53,34m trong hốc đá của nó, khiến nó trở thành tác phẩm nghệ thuật ấn tượng nhất ở đó. Vôi thạch cao đã được sử dụng để hoàn thành cấu trúc. Tác phẩm nghệ thuật theo phong cách Gupta, phổ biến vào đầu thế kỷ thứ năm. Những mảnh vỡ của các bức tượng tương tự như những bức tranh tường được cung cấp bởi các Phật tử Gupta tại Ajanta có thể được nhìn thấy treo trên trần nhà ở phía trên đầu của bức tượng.[133]

Trong nghệ thuật của Gandhara, vữa là một kỹ thuật được sử dụng thường xuyên. Những bức tranh vữa có thể được tìm thấy tô điểm cho các bức tường của một số lượng đáng kể các tu viện của Afghanistan. Đất nung cũng được sử dụng, đặc biệt là bởi những người có khả năng tài chính muốn mua tác phẩm điêu khắc đá. Các bức tượng nhỏ làm bằng đất nung được sử dụng không chỉ để chơi mà còn cho mục đích trang trí trong nhà ở. Tất cả những điều này cung cấp một cái nhìn hấp dẫn thời kỳ trước về quần áo và phong cách phổ biến vào thời điểm đó.

Không lâu trước khi Phật giáo trở nên liên kết với các giáo phái sinh sản và các hình thức sùng bái tôn giáo phổ biến khác. Mối liên hệ này được thể hiện rất rõ ràng khi người ta xem xét ý nghĩa biểu tượng của bảo tháp cũng như các dấu ngoặc với hình ảnh phụ nữ có thể được tìm thấy tại Sanchi. Ngoài Gandhara, tác phẩm điêu khắc lần đầu tiên xuất hiện tại Sarnath, gần Benaras. Mathura, nằm trên Yamuna, cũng như "Amravati" và Andhra Pradesh.[134] Mỗi người đều có vô số tác phẩm điêu khắc mẫu mực trong bộ sưu tập của họ. Mỗi người trong số họ có một phong cách độc đáo riêng.

133 Như trên; 219-244.

134 Cheema11, Iqtidar Karamat. "Nguồn gốc lịch sử và sự phát triển của nghệ thuật Gandhara"; Tạp chí Quốc tế 8 (2007): 75-91.

Đồng thời biểu tượng Đức Phật được tạo ra ở Gandhara, chân dung của Đức Phật dựa trên mô hình Yaksha đã được chế tác ở Mathura, nằm ở phía Nam Ấn Độ. Ngay cả trước khi Kushan đến, địa điểm này đã phục vụ như một trung tâm cho hoạt động tôn giáo. Trong thời kỳ Kushan và Gupta, người ta tin rằng các thực hành Phật giáo và Jain cùng tồn tại hòa bình và thực hành đạo Jain được thực hành cùng với Phật giáo. Một số học giả cho rằng việc thờ phụng Đức Phật ở Mathura đã dẫn đến việc tạo ra một biểu tượng sớm nhất ở Gandhara. Vua Vima Kadphises và vua Kanishka trong tư thế đứng được mô tả trong hai mảnh vỡ quan trọng. Từ hai mảnh này, người ta có thể suy ra những gì người Kushan mặc trên cơ thể của họ là quần áo.

Tóm lại, phong cách nghề thuật Gandhara nhấn mạnh vào độ chính xác của các chi tiết nguyên tử và sự sống động thẩm mỹ của hình tượng, trong khi trường phái Mathura nhằm mục đích thấm nhuần hình tượng với những cảm giác siêu phàm và tâm linh. Cái đầu tiên căn cứ dựa trên thực tế, trong khi cái kia thì mang tính trừu tượng hơn.

***

References

1. Spink, Walter. "On the development of early Buddhist art in India." *The Art Bulletin* 40, no. 2 (1958): 95-104.
2. Gupta, Vinay Kumar. *Buddhism in Mathura:(a detailed study of Buddhist tradition, archaeology and art)*. Bharatiya Kala Prakashan, 2009.
3. Dehejia, Vidya. "Buddhism and Buddhist Art." *Metropolitan Museum of Arts* (2007).
4. Grünwedel, Albert. *Buddhist art in India*. B. Quaritch, 1901.
5. Myer, Prudence R. "Bodhisattvas and Buddhas: Early Buddhist Images from Mathurā." *Artibus Asiae* (1986): 107-142.
6. Sharma, Ramesh Chandra. "Buddhist Art: Mathura

School." *(No Title)* (1995).

7. Cheema11, Iqtidar Karamat. "The Historical Origins and Development of Gandhara Art." *International Journal* 8 (2007): 75-91.
8. Behrendt, Kurt A. *The art of Gandhara in the Metropolitan Museum of Art*. Metropolitan Museum of art, 2007.
9.
10. Brancaccio, Pia, and Xinru Liu. "Dionysus and drama in the Buddhist art of Gandhara." *Journal of Global History* 4, no. 2 (2009): 219-244.
11. Brancaccio, Pia, and Xinru Liu. "Dionysus and drama in the Buddhist art of Gandhara." *Journal of Global History* 4, no. 2 (2009): 219-244.
12. Cheema11, Iqtidar Karamat. "The Historical Origins and Development of Gandhara Art." *International Journal* 8 (2007): 75-91.
13. Marshall, John. "The Buddhist Art of Gandhara (Memoirs of the Department of Archaeology in Pakistan)." (1982): 112.

3.4

ĐIỂM ĐẶC TRƯNG CỦA TƯỢNG PHẬT TRONG TRƯỜNG PHÁI NGHỆ THUẬT PHẬT GIÁO GANDHARA

Họ và tên: Nguyễn Thị Kim Tiến

Pháp danh: Đức Trí

Email: ductri.nun1906@gmail.com

Số điện thoại: +84 0908053910 (Zalo, Messenger)

+91 9717 868 217 (WhatsApp)

Địa chỉ: Phòng 17, Block B, Type V, Gautam Buddha University, Gautam Budh Nagar, Greater Noida, Uttar Pradesh, India.

Giới thiệu

Nghệ thuật Phật giáo phản ánh những quan niệm Phật giáo có liên quan đến Tam Bảo (Phật - Pháp - Tăng) dưới nhiều hình thức nghệ thuật khác nhau, đặc biệt trong lĩnh vực kiến trúc, điêu khắc và hội họa. Bắt đầu từ thời nguyên thủy cách đây 2500 năm, đến nay, nghệ thuật Phật giáo đã phát triển thành một hệ thống đa dạng và phức tạp.

Nghệ thuật Phật giáo bắt nguồn từ tiểu lục địa Ấn Độ. Trước hết người ta chỉ biểu thị nhân dạng của Đức Phật bằng những biểu tượng đơn giản và gián tiếp như cây bồ đề, hoa sen, bánh xe pháp hay dấu chân Phật. Thời kỳ đó được gọi bằng danh từ chuyên môn là thời kỳ phi ảnh tượng (aniconism). Do đó, những hình ảnh đầu tiên, đặc biệt là những bức tượng Phật, xuất hiện vào khoảng thế kỷ I CN ở vùng Gandhāra và Mathurā.

Ngày nay Gandhara nằm ở phía tây bắc của Pakistan và phía đông Afghanistan. Gandhara là cửa ngõ để vào tiểu lục địa Ấn Độ trong thời cổ đại, nơi gặp gỡ của nhiều nền văn hóa và chủng tộc như Hy Lạp, Scythia, Parthia và Kusana.

Như vậy, Gandhara là trường phái nghệ thuật thị giác hỗn hợp, được biết đến với nhiều tên gọi khác nhau như trường phái Gandhara, trường phái Hy Lạp, trường phái Hy Lạp - La Mã, trường phái Ấn - Hy Lạp. Do đó, nghệ thuật Gandhara có tầm ảnh hưởng sâu rộng đến việc tạc tượng Phật ngày nay ở các khu vực khác nhau như Đông Á và Đông Nam Á.

Lịch sử & địa lý

Các ranh giới của Gandhara trải dài trong suốt lịch sử. Đôi khi thung lũng Peshawar và Taxila được gọi chung là Gandhara; theo thời gian, thung lũng Swat cũng được đưa vào. Mặc dù vậy, trung tâm của Gandhara thường là thung lũng Peshawar. Ngoài Gandhara, tỉnh này còn bao gồm thung lũng Kabul, Swat và Chitral[135].

Nằm ở ngã tư của Ấn Độ, Trung Quốc và Trung Đông, Gandhara đã là nơi chứng kiến sự vĩ đại và sụp đổ của vô số đế chế; lòng nhiệt thành của vô số tôn giáo; nghệ thuật và vẻ đẹp của vô số nền văn hóa, được tích lũy trong bàn tay khéo léo của các nhà điêu khắc qua nhiều thế kỷ.

Khu vực Gandhara cổ đại nằm ở tây bắc Pakistan, được bao bọc bởi dãy núi Hindu Kush ở phía tây và chân đồi của dãy Himalaya ở phía bắc. Giữa thế kỷ thứ sáu và thứ tư trước Công nguyên, Gandhara rơi vào tay Đế chế Achaemenid của Ba Tư, tạo thành tỉnh cực đông. Vào năm 330 TCN, Alexander xứ Macedon đã chinh phục khu vực này, đánh dấu sự khởi đầu của chủ nghĩa

135 *Gandhara*, trích từ https://en.wikipedia.org/wiki/Gandhara#cite_ref-27

Hy Lạp hóa ở Gandhara. Triều đại Maurya của Ấn Độ nắm quyền kiểm soát ngay sau đó, và với sự bảo trợ của Hoàng đế Asoka đối với Giáo pháp hay Phật giáo, tín ngưỡng lúc bấy giờ ít được biết đến của Đức Phật Gautama đã bén rễ vững chắc ở vùng tây bắc Pakistan cổ đại.

Nối tiếp vương triều Marya, một loạt các triều đại tồn tại ngắn ngủi đã đấu tranh để thống trị khu vực thịnh vượng và chiến lược - người Ấn - Hy Lạp, hậu duệ của các tướng Alexander định cư ở Bactria (bắc Afghanistan); người Parthia và người Scythia, kỵ binh nói tiếng Ba Tư từ thảo nguyên Iran. Cuối cùng, Kushana, một dân tộc du mục có nguồn gốc từ Trung Á, đã tạo nên một đế chế hùng mạnh trải dài từ Biển Aral ở phía tây đến Pataliputra (Patna) ở phía đông, với Gandhara là trung tâm hành chính và văn hóa.

Dưới thời Kushana, đặc biệt là Hoàng đế Kanishka (khoảng 127 - 150 CN), Nền văn minh Gandharan đã đạt đến đỉnh cao. Thương mại phát triển, cuộc sống đô thị ở các thủ đô của Gandharan như Purushapura (Peshawar) và Takshasila (Taxila) phát đạt, và có một thời kỳ phục hưng của nghệ thuật và kiến trúc. Tất cả các vị thần linh- Bái Hỏa Giáo, Hy Lạp, Ấn Giáo - đều được vinh danh, mặc dù tôn giáo thịnh hành của Đế quốc Kushan là Phật giáo Đại thừa. Trường phái Đại thừa nổi lên vào thế kỷ thứ nhất sau Công nguyên như một cách giải thích tự do, dễ tiếp cận về những lời dạy của Đức Phật, trái ngược với truyền thống Nguyên thủy lâu đời hơn, bảo thủ hơn; và nó đã truyền cảm hứng cho các tác phẩm điêu khắc đặc biệt ở Gandhara ngày nay.

Sự thịnh vượng của Đế quốc Kushan (thế kỷ thứ 1 - thứ 4 CN) và môi trường quốc tế của Gandhara đã tạo ra một nghệ thuật thị giác chiết trung - hình thức Hy Lạp - La Mã và mô típ Phật giáo, vay mượn nhiều từ các quy ước của Ấn Độ và Ba Tư, thú vị thay, một số tác phẩm nhân hình đầu tiên tượng trưng của Đức Phật đã được tạo ra ở Kushan Gandhara. Trước thời điểm này, Đức Phật không được miêu tả dưới hình dạng con người mà thông qua nhiều biểu tượng khác nhau - chẳng hạn như dấu chân, biểu thị rằng Ngài được các Phật tử Nguyên thủy trước đó coi là một người phàm.

Tuy nhiên, trường phái Đại thừa do Hoàng đế Kanishka thúc

đẩy đã xem Đức Phật như một vị thần và nhấn mạnh sự tôn kính chư Phật và Bồ tát thông qua các biểu tượng. Đây có thể là động lực chính cho các tác phẩm điêu khắc được chế tác ở Gandhara; thực sự, sự mô tả Đức Phật dưới hình thức tượng người là đóng góp tối cao của nghệ thuật Gandhara cho Phật giáo và thế giới[136].

Những đặc trưng của phong cách nghệ thuật Gandhara

Đặc điểm của trường phái là tìm cách diễn đạt tư tưởng Phật giáo bằng các hình thức Hy Lạp. Hình ảnh của Đức Phật và các vị thần khác dựa theo mô hình các vị thần Hy Lạp. Hoa văn và kiểu dáng của y áo cũng là bản sao hình mẫu ở Hy Lạp[137].

Tượng phần đầu của Đức Phật[138]

(hình ảnh từ bảo tàng nghệ thuật Harvard, Cambrige)

Tượng mang các đặc điểm cổ điển trên khuôn mặt, miệng nhỏ,

---

136 Manal A. Khan, June 5, 2018, *Gandhara sculpture at Lahore Museum*, trích từ https://windsweptwords.com/2013/10/11/gandhara-scultpure/

137 Ha Vu Trong, October 21, 2013, *Phong cach Nghe thuat Hy Lap - Phat Giao o Gandhara*, trích từ https://thuviengdpt.info/phong-cach-nghe-thuat-hy-lap-phat-giao-o-gandhara/

138 Harvard Art Museum, trích từ: https://harvardartmuseums.org/collections/object/192167

mũi thon, điểm giao giữa hai chân mày phẳng, lông mày và mắt sắc nét, và những lọn tóc gợn sóng, bức ảnh lý tưởng về Đức Phật này mang tất cả các đặc trưng cổ điển của các tác phẩm điêu khắc Gandharan pha trộn phong cách Hy Lạp. Nhục kế (Ushinisha) của tượng Phật, hay phần nhô ra của hộp sọ ở đây giống như búi tóc trên đỉnh đầu, là đặc điểm hình tượng quan trọng nhất của Đức Phật và đại diện cho trí tuệ của Ngài có được vào thời điểm giác ngộ.

Thông tin chi tiết:

Niên đại: thế kỷ II

Thời kỳ: Thời kỳ Kushan, c.100 TCN - 250 CE

Văn hóa: Gandharan

Vật liệu: đá phiến xám đen

Kích thước: Cao 40,3 x Rộng 20,2 x Sâu 22 cm

Phân loại: điêu khắc

Năm chuyển đến bảo tàng: 1998

Tượng Phật đứng[139]

(hình ảnh từ bảo tàng nghệ thuật Kimbell, Texas)

139 Standing Buddha, trích từ: https://www.kimbellart.org/collection/ap-196701

Vào một thời điểm nào đó trong thời kỳ Kushan ở Ấn Độ, bức ảnh của Đức Phật lần đầu tiên được tìm thấy trong hình dạng con người và các chi tiết đơn giản về biểu tượng Phật giáo đã được hình thành.

Một trong hai tác phẩm điêu khắc tuyệt vời xuất hiện vào một thời điểm nào đó trong lịch sử đã được sản xuất ở Gandhara (các phần của Pakistan và Afghanistan ngày nay). Các tác phẩm nghệ thuật của Gandharan trở nên gần gũi với cảm hứng nhờ sự trợ giúp của việc sử dụng các nét truyền thống Địa Trung Hải. Từ thế kỷ thứ tư trước Công nguyên, với cuộc chinh phục gần Nam Á thông qua con đường của Alexander Đại đế, cho đến thế kỷ thứ năm, những khu vực này vẫn duy trì các mối liên hệ chung được truyền cảm hứng thông qua con đường thương mại.

Được chạm khắc từ đá phiến xám, tượng Phật này có thể được chạm khắc vào vùng trọng yếu của một ngôi đền đá. Những chiếc y bao phủ hai bên vai, và những nếp gấp dày, nặng của chất liệu được tạo theo kiểu tự nhiên và đồ sộ. Khuôn mặt Hy Lạp hóa lý tưởng có hình trái xoan, mịn màng với chiếc mũi thẳng và đôi mắt rõ ràng khép hờ như thể đang trong trạng thái thiền định. Tóc được tạc theo các đường gợn sóng và nhục kế (ushinisha) được mô tả bằng nút thắt gợn sóng. Bạch hào - Urna (chùm lông giữa lông mày) được hình thành như một vòng tròn nhô lên giữa lông mày. Các cánh tay, hiện đã mất, có thể đã được giơ lên theo một trong năm thủ ấn (điệu bộ) chung mà Đức Phật thực hiện.

Thông tin chi tiết:

Văn hóa: Gandhara

Niên đại: khoảng thế kỉ II - III sau CN

Thời kỳ: Thời kỳ Kushan (khoảng năm 50 trước Công nguyên - năm 320 sau Công nguyên)

Vật liệu: Đá phiến xám

Phân loại: điêu khắc

Kích thước: 51 ½* 20 ¾ * 8 ½ inch (130,8 * 52,7 * 21,6 cm)

Số gia nhập: AP 1967.01

Vị trí phòng trưng bày: Tòa nhà Kahn, Phòng trưng bày phía Nam

Xuất xứ: Phòng trưng bày Nasli Heeramaneck, New York; được mua bởi Kimbell Art Foundation, Fort Worth, 1967.

Tượng Phật khổ hạnh[140]

(hình ảnh từ bảo tàng Lahore, Lahore, Pakistan)

Bức tượng Bồ Tát Siddhartha tu khổ hạnh không chỉ là mẫu vật tốt nhất của Nghệ thuật Gandhara mà còn là một trong những cổ vật quý hiếm và sớm nhất trên thế giới. Tác phẩm điêu khắc này mô tả chủ nghĩa anh hùng của Đức Phật trong cuộc chiến của Ngài nhằm đưa ra những giải pháp cho nỗi khổ đau của nhân loại.

Bức ảnh này gợi ý về sự xuất sắc của những người thợ thủ công Gandhara, những bức phù điêu tinh xảo, đường cắt xén của các cánh tay và những khoảng trống được tạo ra dưới cánh tay tạo nên

140 Fasting Siddhartha, trích từ: https://artsandculture.google.com/culturalinstitute/beta/exhibit/the-gandhara-gallery-lahore-museum/0QJShMVC0XR1Jw?hl=en

một bức tranh rõ ràng về ánh sáng và bóng tối. Điều đó đã nâng cao niềm tin của các tín đồ của bất kỳ nghệ thuật tôn giáo nào.

Thông tin chi tiết:

Tên tác phẩm: Bồ Tát Siddhartha tu khổ hạnh

Nơi trưng bày: Bảo tàng Lahore, Pakistan

Nơi điêu khắc: Sikri (Vùng Gandhara), Khaibar Pakhtun Khuwa, Pakistan

Thời kỳ: thế kỷ II - IV

Kích thước: W.21" H.33" D.10"

Quyền sử dụng: Bảo tàng Lahore, Lahore, Pakistan

Vật liệu: Tác phẩm điêu khắc bằng đá phiến thạch

Năm gia nhập: 1894

Tầm ảnh hưởng

Sự hòa hợp và ảnh hưởng lẫn nhau của nghệ thuật Ấn Độ tại Mathura và nghệ thuật Hy Lạp tại Gandhara đã kiến tạo ra hình thức cơ bản cho tất cả các trường phái nghệ thuật Phật giáo. Với sự truyền bá của nền văn minh Ấn Độ qua Con đường Tơ lụa, gần như đồng thời, Phật giáo và Ấn Độ giáo đã trực tiếp đến Đông Nam Á bằng đường biển và đổ bộ vào đồng bằng sông Cửu Long để hình thành sự thành lập của vương quốc Phù Nam (văn hóa Óc Eo), kéo dài từ thế kỷ thứ nhất cho đến thế kỷ thứ mười đã đạt đến sự thịnh vượng của nó và suy tàn dần. Vì vậy, nghệ thuật Óc Eo có mối quan hệ trực tiếp với nghệ thuật Gandhara, có thể thấy qua các hiện vật bằng nhiều chất liệu khác nhau như kim loại, gỗ, đá, đất nung, vàng lá... Chúng xuất hiện rất sớm từ thế kỷ II đến thế kỷ III, sớm hơn và nhiều hơn so với ảnh hưởng của Trung Quốc. Đặc biệt, những bức tượng Phật thể hiện nét đặc trưng riêng của người bản địa Đông Nam Á. Vẻ lung linh diệu kỳ của nghệ thuật Phật giáo trên đồng bằng sông Cửu Long là ánh sáng từ chiếc nôi - trái tim của thánh địa nghệ thuật Ấn Độ.

Kết luận

Tóm lại, nghệ thuật Phật giáo Gandhara là bước ngoặt chính trong lịch sử Phật giáo. Nó đánh dấu một thời kỳ mới khi tượng Phật đã thể hiện được hình người thật mang đậm nét giao hòa giữa Ấn Độ và Hy Lạp cổ đại. Tượng Phật đối với các nhà khảo cổ học chỉ đơn giản là vật dụng để quan sát, mổ xẻ và nghiên cứu nhưng đối với người tu Phật, nó là phương tiện giúp khơi dậy những điều linh thiêng trong tâm hồn họ, nhắc nhở họ nhớ đến lời Phật dạy, giúp họ tìm lại bản tính thuần tịnh của chính mình. Hiện nay, các bảo tàng trên thế giới đang lưu giữ nhiều pho tượng Phật được tạc từ thời Gandhara. Theo tôi, những pho tượng Phật này có giá trị lịch sử thể hiện sự khéo léo và tinh xảo của những người thợ thủ công thời bấy giờ.

***

Tài liệu tham khảo

1. *Gandhara*, trích từ https://en.wikipedia.org/wiki/Gandhara#cite_ref-27
2. Manal A. Khan, June 5, 2018, *Gandhara sculpture at Lahore Museum*, trích từ
3. https://windsweptwords.com/2013/10/11/gandhara-scultpure/
4. Ha Vu Trong, October 21, 2013, *Phong cach Nghe thuat Hy Lap - Phat Giao o Gandhara*, trích từ https://thuviengdpt.info/phong-cach-nghe-thuat-hy-lap-phat-giao-o-gandhara/
5. Harvard Art Museum, trích từ: https://harvardartmuseums.org/collections/object/192167
6. Standing Buddha, trích từ: https://www.kimbellart.org/collection/ap-196701
7. Fasting Siddhartha, trích từ: https://artsandculture.google.com/culturalinstitute/beta/exhibit/the-gandhara-gallery-lahore- museum/0QJShMVC0XR1Jw?hl=en

CHƯƠNG IV

PHONG TRÀO PHỤC HƯNG PHẬT GIÁO ẤN ĐỘ TRONG THẾ KỶ 20 VÀ 21

4.1

TIẾN SĨ BHIMRAO RAMJI AMBEDKAR VỚI NHỮNG TÁC ĐỘNG THAY ĐỔI XÃ HỘI Ở ẤN ĐỘ

Đại đức Tiến sĩ Thích Thanh Tâm[141]

Tóm tắt

Nổi lên trong số hàng triệu người để thiết lập một trật tự xã hội công bằng, Tiến sĩ B. R. Ambedkar là một một học giả, một nhà cải cách xã hội xuất sắc, một người yêu nước, một nhà lập pháp đáng nể trọng; và là một nhà lãnh đạo tôn giáo có tầm nhìn xa, là vị anh hùng của sự phục hưng Phật giáo đương đại ở Ấn Độ. Chắc chắn, trong biên niên sử của sự hồi sinh Phật giáo trên toàn thế giới, Ambedkar như một ngọn hải đăng nổi bật cho mọi thời đại và lĩnh vực. Đồng thời, tầm nhìn và trí tuệ của ông đã đóng góp lâu dài cho ý thức xã hội của nhân loại. Tuy nhiên, trong khuôn khổ bài tham luận này đề cập đến việc truy tìm ý nghĩa văn hóa và tinh thần Phật giáo nhập thế mà Tiến sĩ Ambedkar vận dụng qua các việc làm để mang đến một cuộc cách mạng vĩ đại và đồng thời nêu lên những tác động dẫn đến thay đổi xã hội ở Ấn Độ.

Từ khóa: Bhimrao Ramji Ambedkar, niềm tin Phật giáo, Phật giáo nhập thế, định hướng phát triển mới, xã hội bền vững.

---

141 Ủy viên thường trực VNCPHVN, Phó Giám đốc Trung tâm Nghiên cứu và Phiên dịch Phật học, VNCPHVN

1. Mở đầu

Tiến sĩ Bhimrao Ramji Ambedkar - nhà lãnh đạo, người có đóng góp trong việc thành lập Hiến pháp Ấn Độ, một trong những người đấu tranh để thiết lập một trật tự xã hội công bằng - tuyên bố cải đạo sang Phật giáo[142] vào ngày 14/10/1956 tại Nagpur với các nguyên tắc bắt nguồn từ triết lý của Đức Thế Tôn: "*Về mặt tích cực, triết lý xã hội có thể được gói gọn trong tự do, tình ái hữu và bình đẳng. Tôi đã vay mượn triết học ấy từ cuộc Cách mạng Pháp, nhưng triết lý của tôi bắt rễ từ tôn giáo chứ không phải từ khoa học chính trị. Tôi đã rút những nguyên tắc này từ những lời dạy của Đức Phật - bậc Thầy của tôi.*"[143].

Sự kiện vĩ đại này khiến thế giới đã chứng kiến như một hiện tượng cải đạo tập thể[144] chưa từng có, khiến Ambedkar được biết đến như một người phục hưng Phật giáo vĩ đại nhất trong thời hiện đại, và tư tưởng của ông về Phật giáo trở nên quan trọng hơn. Phật giáo đã trao cho những người ngoài lề xã hội một cuộc đời mới và ông trở thành vị cứu tinh. Ông gắn bó với Phật giáo, từ những năm 1920, trong các hoạt động mang chiều hướng xây dựng và tích cực

---

142 Tại một hội nghị của tầng lớp bị áp bức được tổ chức tại Yeola (Nasik), ông tuyên bố: *"Tôi sinh ra là một người Hindu, nhưng tôi sẽ không chết như một người Hindu, vì đây là quyền của tôi". (*Singh, Ravi Shankar. (2011) "Dr. B. R. Ambedkar's Role in Revival of Buddhism and It's Impact on Socio-Economic Development of Ignored Humanity in India", *Buddhist Virtues in Socio-Economic Development.* Mahachulalongkornrajavidyalaya University Press, p.150)

143 "*Positively, my social philosophy may be said to be enshrined in three words: liberty, equality and fraternity. Let no one, however say that I have borrowed my philosophy form the French Revolution, I have not. My philosophy has roots in religion and not in political science. I have derived them from the teachings of the Buddha, my Master.*" (Government of Maharashtra. (1991) *Dr. Babasaheb Ambedkar: Writings and Speeches*, Vol.1, Education Department, p.503)

144 Ở hội nghị Mahar được tổ chức tại Bombay (Mumbai) vào ngày 31-5-1936, ông nói rằng *"Tôn giáo vì con người, không phải con người vì tôn giáo"*. Singh, Ravi Shankar. (2011) "Dr. B. R. Ambedkar's Role in Revival of Buddhism and It's Impact on Socio-Economic Development of Ignored Humanity in India", *Buddhist Virtues in Socio-Economic Development.* Mahachulalongkornrajavidyalaya University Press, p.151

cho triết lý của Đức Phật và dẫn đến xây dựng một xã hội bình đẳng, nhân đạo và đạo đức.[145]

2. Truy tìm những ý nghĩa văn hóa và tinh thần Phật giáo nhập thế

Việc tìm kiếm các giá trị đạo đức, thực hành nghi lễ, tu luyện tâm linh và ý nghĩa siêu việt trong một thế giới hỗn loạn, trong khi vẫn tồn tại một sự hiện hữu công khai trong trật tự đô thị mới, thì thường nghĩ đến Phật giáo. Một số người không chuyển sang Phật giáo một cách rõ ràng khi trở về quy y, nhưng đúng hơn là trở lại nguồn cội tâm linh đạo đức, không chỉ cung cấp cho xã hội và văn hóa mà còn cho hoạt động chính trị. Đã trở về với Đạo Phật trong thời điểm học Phật như mốt thời thượng; nhiều cuộc cách mạng đã nói về và tạo ra một vấn đề lớn từ Phật giáo.

Chúng là trung tâm của sự cạnh tranh chính trị - văn hóa xã hội địa phương và các mối quan hệ giữa các nhóm thế lực để liên kết cộng đồng xuyên biên giới khi đối mặt với hạn hán và dịch bệnh; nhưng không bị ảnh hưởng bởi những làn sóng cải cách của người ưu tú theo chủ nghĩa đổi mới của các bộ phận dự án nhà nước, và những biến động của sự thay đổi xã hội và chính trị. Tuy nhiên, hiệu ứng của lòng mộ đạo, cũng như niềm tin vào đạo hằng ngày, thường mong muốn về một quan niệm sống hữu ích, hòa bình, ổn định và hoàn thiện cá nhân - xã hội nhằm đạt được lý tưởng hạnh phúc. Cho nên, điều thực sự khiến họ quan tâm chính là những thái độ cơ bản trong cuộc sống: một trái tim nhân ái và một hệ thống nhân quả báo ứng rõ ràng.

Tất nhiên, phần lớn những gì làm che khuất và làm mờ đi những nỗ lực khi tiếp cận Phật giáo trong xã hội địa phương, xuất phát từ nhà nước hiện đại và các dự án mang tính cải cách của giới

145 *"Tôi cho rằng sự xuất hiện của Phật giáo ở Ấn Độ có ý nghĩa như cuộc Cách mạng Pháp. Phật giáo đã mở đường cho việc thiết lập nền dân chủ". (*Singh, Ravi Shankar. (2011) "Dr. B. R. Ambedkar's Role in Revival of Buddhism and It's Impact on Socio-Economic Development of Ignored Humanity in India", *Buddhist Virtues in Socio-Economic Development.* Mahachulalongkornrajavidyalaya University Press, p.150)

ưu tú, trong đó một cách chính thức hoặc trong văn hóa dân tộc công khai đã hợp thức hóa, hợp pháp hóa các hình thức và biểu hiện khác nhau của tôn giáo.

Thuật ngữ "*Engaged Buddhism*" (Phật giáo nhập thế) trở nên phổ biến trong những năm 1980, được nêu lên vào năm 1963 trong tác phẩm *Hoa sen trong biển lửa* của Thiền sư Thích Nhất Hạnh, nhằm mô tả cuộc đấu tranh của các nhà sư hoạt động trong chiến tranh Việt Nam, và đưa ra cách giải thích mới về khái niệm giải phóng. Thuật ngữ này cố gắng hiện thực hóa lý tưởng của trí tuệ và từ bi của Phật giáo, biểu thị sự tham gia của Phật giáo vào các vấn đề của xã hội, và là giải pháp lâu dài hiệu quả cho các vấn đề và thách thức của xã hội đương đại.

Như vậy, Phật giáo đi vào cuộc đời bằng cách đóng góp có ý thức vào việc chuyển hóa đau khổ cho chúng sinh. "*Điều này có nghĩa là sự cam kết sâu sắc và sự chuyển đổi cá nhân để giúp chúng ta trở nên vị tha hơn và bớt đi tánh ích kỷ. Để làm được điều này, cần phải ngày càng có trách nhiệm đạo đức với xã hội; đây là bản chất của Phật giáo, từ thời cổ đại cho đến hiện tại,*"[146] nói theo nhà cải cách Thái Lan Sulak Sivaraksa.

Tiến sĩ B. R. Ambedkar qua tác phẩm "*Annihilation of Caste*", đưa ra luận điểm, cuộc cách mạng chính trị luôn được tiến hành bởi một cuộc cách mạng văn hóa. Trước khi chuyển đổi tôn giáo, ông ấy đã không tự nhận mình là Tiểu thừa hoặc Đại thừa mà mô tả khái niệm Phật giáo của ông là Tân Phật giáo và gọi nó là Tân thừa. Ông đã giải thích Phật giáo trong bối cảnh những thách thức đối với thế giới đương đại.[147] Do đó, ông sự nhấn mạnh Phật giáo dấn thân không còn là mục tiêu cá nhân liên quan đến an lạc và tự do nội tâm và tâm giác ngộ, mà là ý tưởng tập hợp của thức tỉnh

146 "*It means deep commitment and personal transformation to be help we must become more selfless and less selfish. To do this, we have to take more and more responsibility in society. This is the essence of Buddhism, from ancient time's right up to the present.*" (Sherwood, Patricia. (2001) *Journal of Buddhist Ethics*, V.8, Edith Cowan University, pp.61-74)

147 Mungekar, B.L. & Rathore Akash Singh, ed. (2007) *Buddhism and the Contemporary World: An Ambedkarian Perspective*, Dr. Ambedkar Institute of Social and Economic change, p.35

thế giới, không phải trong đời sống tương lai hay thiên đường cực lạc phương Tây, mà trong cuộc đời này, trên mặt đất.

Từ góc độ này, bằng cách trở về nơi xuất phát và nắm lấy Phật giáo, ông đã tìm cách thực hiện ở Ấn Độ cuộc cách mạng xã hội và văn hóa, và biến nó thành nền tảng của trật tự xã hội dân chủ mới ở Ấn Độ.

3. Những thay đổi xã hội ở Ấn độ qua việc làm của Ambedkar

3.1 Dùng chính trị như một công cụ thay đổi xã hội và các chương trình phúc lợi

Sự hồi sinh Phật giáo Ấn Độ, phương diện khảo cổ, bởi James Princep, Alaxander Cunningham, William Jones, v.v. diễn tiến từ 1750 đến 1890; phương diện tôn giáo, Anagarika Dharmapala - một Phật tử Srilanka, thành lập Hội Maha Bodhi ở Tích Lan vào ngày 31/5/1891 và sự đóng góp của ông cho việc phục hưng Phật giáo.[148] Nhưng vào năm 1950, áp dụng tích cực học thuyết xã hội của Phật giáo ở mức độ đại chúng là việc Tiến sĩ B.R.Ambedkar, bấy giờ là Chủ tịch của Ủy ban soạn thảo Hiến pháp chọn tượng sư tử trên đầu trụ đá của vua Ashoka và bánh xe Pháp luân đã được chọn làm những biểu tượng quốc gia của Ấn Độ độc lập.

Do đó, ngay khi đặt nền móng văn hóa chính trị Ấn Độ hiện đại, Ambedkar đã nhấn mạnh đến vai trò đặc biệt của Phật giáo. Bởi vì, bấy giờ, chủ nghĩa hiện đại Phật giáo đã thịnh hành toàn cầu và phổ biến trong giới trí thức. Ông biện luận, để thành tựu

---

148 Trong bài nói chuyện "Tại sao tôi yêu thích Phật giáo", phát trên Đài BBC vào ngày 12-5-1956, ông nói, *"Tôi yêu thích Phật giáo hơn vì tôn giáo này đưa ra ba nguyên tắc kết hợp mà không tôn giáo nào đưa ra. Tất cả những tôn giáo khác đang tự quấy rầy mình với 'Thượng đế' 'linh hồn' và 'đời sống sau khi chết'. Phật giáo dạy 'trí tuệ' (prajna), 'từ bi' (karuna) và 'bình đẳng'. Đây là những gì hấp dẫn tôi. Ba nguyên tắc này cũng có thể hấp dẫn thế giới. Không có Thượng đế hay linh hồn nào có thể cứu được xã hội".* (Singh, Ravi Shankar. (2011) "Dr. B. R. Ambedkar's Role in Revival of Buddhism and It's Impact on Socio-Economic Development of Ignored Humanity in India", *Buddhist Virtues in Socio-Economic Development*. Mahachulalongkornrajavidyalaya University Press, p.153)

được tiến bộ này, đòi hỏi một niềm tin tôn giáo và chính Phật giáo sẽ phù hợp nhất với Ấn độ trong kỷ nguyên hiện đại này, chứ không phải Ấn giáo hay Cơ đốc giáo. Ông nói: "*Phật giáo là một phần của văn hóa Bharatiya (Ấn Độ). Tôi nghĩ rằng việc cải đạo của tôi sẽ không làm tổn hại đến nền văn hóa và lịch sử của xứ sở này*".[149]

Tuy nhiên, gần đây, bùng nổ sự hồi sinh các hoạt động tôn giáo đã nhanh chóng nâng cao tầm nhìn tôn giáo một cách tổng quát trong toàn bộ thời kỳ hiện đại. Các học giả nghiên cứu tôn giáo đã ra đời nhằm thách thức các giả định khoa học xã hội lâu đời về tính hiện đại thế tục. Những học giả đã nêu lên những nghi vấn về đời sống tôn giáo Ấn độ đã thay đổi và thích nghi như thế nào trong điều kiện hiện đại, hơn là bị suy tàn. Các học giả này chủ yếu truy nguyên sự biến đổi các truyền thống tôn giáo, cộng đồng, tập quán và tập tục dưới tác động của các hệ tư tưởng hiện đại và các quy trình xã hội như truyền bá chủ nghĩa dân tộc, sự phát triển của nền kinh tế tư bản và sự lớn mạnh của nhà nước thế tục.[150]

Nghiên cứu về Phật giáo Ấn độ hiện đại tập trung chủ yếu vào việc chuyển đổi và tái cấu trúc các truyền thống tôn giáo; và gần đây đã được thúc đẩy bởi tầm nhìn xa của họ ở Ấn độ ngày nay, dù hiếm khi được kết nối với học giả nghiên cứu tôn giáo này. Trong

149 "*Buddhism is a part and parcel of Bharatiya culture. I have taken care that my conversion will not harm the condition of the culture and history of this land*" (Singh, Ravi Shankar. (2011) "Dr. B. R. Ambedkar's Role in Revival of Buddhism and It's Impact on Socio-Economic Development of Ignored Humanity in India", *Buddhist Virtues in Socio-Economic Development*. Mahachulalongkornrajavidyalaya University Press, p.151)

150 Ông nói, *"Nếu tự do là điều lý tưởng, nếu tự do có nghĩa là phá bỏ quyền thống trị, điều khiển một người nắm giữ một người khác, vậy thì rõ ràng là không thể chỉ nhấn mạnh vào việc cải cách kinh tế. Nếu nguồn gốc của quyền lực và sự thống trị, tại bất kỳ thời điểm nào hay bất kỳ xã hội nào, là xã hội và tôn giáo, vậy thì cải cách xã hội và cải cách tôn giáo phải được chấp nhận như phần cần thiết của cái cách"*. (Singh, Ravi Shankar. (2011) "Dr. B. R. Ambedkar's Role in Revival of Buddhism and It's Impact on Socio-Economic Development of Ignored Humanity in India", *Buddhist Virtues in Socio-Economic Development*. Mahachulalongkornrajavidyalaya University Press, p.153)

số đó đã tiếp cận chủ đề này từ góc độ lịch sử tri thức bằng cách khảo sát các nhà tư tưởng Phật giáo then chốt của thời đại; làm thế nào để diễn giải lại các truyền thống giáo lý Phật giáo, thường hồi đáp với các hệ tư tưởng hiện đại như vô chính phủ hay khoa học như thế nào.

Những người đóng góp đều đang tiên phong nghiên cứu để phục hồi vai trò năng động và sáng tạo của Phật tử và Phật giáo thời Ấn độ hiện đại, từ đầu thế kỷ XX đến nay. Họ làm rõ chi tiết quá trình hình thành và những nỗ lực ưu việt, không chỉ quan trọng đối với việc tạo ra các hình thức đặc biệt của Phật giáo Ấn độ hiện đại và trải nghiệm của tín đồ Phật giáo, mà còn bộc lộ tầm quan trọng, những hình thái Phật giáo đặc thù bị lãng quên, và những đóng góp cho sự phát triển lịch sử Ấn độ.

Ông lập luận, ngay từ đầu đã coi chính trị như một công cụ thay đổi xã hội mạnh mẽ; về cơ bản, vấn đề của những người cùng đinh là vấn đề chính trị. Do đó, vào năm 1936, ông thành lập Đảng Lao động Độc lập (ILP) và vào năm 1937, chiến đấu trong cuộc bầu cử cấp tỉnh đầu tiên tại bang Maharashtra. Bản tuyên ngôn của ILP đã dành trọn các vấn đề phúc lợi của công nhân công nghiệp, phụ nữ, nông dân và hết thảy cùng đinh xã hội. Về sau, do một số ép buộc chính trị, ông phải giải thể ILP và vào năm 1946, lập Liên đoàn giai cấp cùng đinh toàn Ấn Độ. Mặc dù không ghi lại thành công nào, nhưng quan trọng là sự nhấn mạnh vào việc chia sẻ quyền lực chính trị như một công cụ thay đổi xã hội.

Trong giai đoạn 1942-1946, Tiến sĩ Ambedkar là thành viên trong Hội đồng Hành pháp của Toàn quyền Anh quốc và được bổ nhiệm làm Bộ trưởng bộ Lao động. Nhằm đặt nền tảng của chính sách Lao động Ấn Độ miễn phí, ông đã thực hiện các chương trình phúc lợi cho các tầng lớp lao động và khởi xướng các chính sách và pháp luật thực dụng bao gồm tất cả các lĩnh vực của nền kinh tế và các khía cạnh của lao động.

3.2 Đấu tranh nhân quyền cho người cùng đinh và giải phóng phụ nữ

Năm 1924 ông thành lập Hiệp hội phúc lợi cho người cùng

đinh và bắt đầu phong trào với cuộc chiến thiết lập các quyền cơ bản của những con người thuộc giai cấp này. Ông tuyên bố, *"Chỉ có một người duy nhất đã cất lên tiếng nói chống lại sự phân chia [đẳng cấp] và giải phóng tầng lớp tiện dân, đó chính là Đức Phật"*.[151] Người cùng đinh, chẳng hạn, không được uống nước từ các ao và giếng công cộng mà lại cho động vật uống. Cho nên, ông lãnh đạo phong trào tuần hành bất bạo động với hàng ngàn tín đồ tham gia đến hồ nước Chavadar ở thị trấn Mahad, quận Raigad, bang Maharashtra, vào ngày 25/3/1927 và thành công.

Trong phong trào giải phóng xã hội cho những người cùng đinh, cuộc tuần hành này đã trở thành bước ngoặt và cột mốc quan trọng. Sau đó, ông quay sang đấu tranh lối vào đền thờ Kalaram - nơi sùng kính của người theo đạo Hindu, tại Nasik, Maharashtra. Ở đây, ông ít quan tâm nhất đến lối vào đền thờ cho mục đích tôn giáo, mà chỉ muốn thiết lập lối vào đền thờ như một quyền cơ bản của những người cùng đinh.[152]

Với tư cách là Bộ trưởng Tư pháp của Ấn Độ độc lập, tiến sĩ Ambedkar quan tâm đến việc giải phóng phụ nữ cũng như hạng cùng đinh nên đã biên soạn bộ luật Hindu Code Bill để trao cho phụ nữ Ấn Độ tất cả các quyền ngang bằng với nam giới. Ambedkar thi hành nhiều cam kết đối với quyền tố tụng của người phụ nữ và muốn trao quyền cho họ; và khi chính phủ không thể xem xét thông qua luật pháp, ông đã từ chức.

Quyết định thành lập Hội Giáo dục Nhân dân vào năm 1945 là đóng góp mang tính cách mạng lớn nhất của ông, vì biết rõ tầm quan trọng của giáo dục như một công cụ trao quyền cá nhân và

151 He announced, "*There was only man who raise his voice against separatism and untouchability and that was god Buddha.*" (Singh, Ravi Shankar. (2011) "Dr. B. R. Ambedkar's Role in Revival of Buddhism and It's Impact on Socio-Economic Development of Ignored Humanity in India", *Buddhist Virtues in Socio-Economic Development*. Mahachulalongkornrajavidyalaya University Press, p.152)

152 Singh, Ravi Shankar. (2011) "Dr. B. R. Ambedkar's Role in Revival of Buddhism and It's Impact on Socio-Economic Development of Ignored Humanity in India", *Buddhist Virtues in Socio-Economic Development*. Mahachulalongkornrajavidyalaya University Press, pp.151-152

giải phóng xã hội hoặc xã hội bền vững. Tiến sĩ Ambedkar lập trường đại học kinh doanh và thương mại ngay trung tâm thành phố Mumbai, cho phép sinh viên đang đi làm theo đuổi giáo dục đại học; nếu không, cánh cửa của giáo dục đại học đối với họ sẽ bị đóng vĩnh viễn; vì biết rằng các sinh viên từ các cộng đồng nghèo, lạc hậu về kinh tế sẽ không thể theo đuổi giáo dục đại học toàn thời gian và họ sẽ phải kiếm tiền và vừa học hỏi.

Qua đây cho thấy, bởi vì Ambedkar ủng hộ chủ nghĩa xã hội nên không muốn giới hạn chủ nghĩa xã hội chỉ nơi lĩnh vực cải cách kinh tế. Ông nói, "*Nếu tự do là điều lý tưởng, nếu tự do có nghĩa là phá bỏ quyền thống trị, điều khiến một người nắm giữ một người khác, vậy thì rõ ràng là không thể chỉ nhấn mạnh vào việc cải cách kinh tế. Nếu nguồn gốc của quyền lực và sự thống trị, tại bất kỳ thời điểm nào hay bất kỳ xã hội nào, là xã hội và tôn giáo, vậy thì cải cách xã hội và cải cách tôn giáo phải được chấp nhận như phần cần thiết của cái cách*".[153]

4. Những ảnh hưởng thay đổi xã hội ở Ấn độ qua việc cải đạo của Ambadkar

4.1 Các tổ chức xã hội với hệ tư tưởng hiện đại

Sự hồi sinh của Phật giáo đã kéo theo sự hưởng ứng của những người mới, phần lớn đóng góp vào việc xây dựng các hình thức mới của tổ chức dân sự đô thị và hoạt động xã hội, văn hóa truyền thông đại chúng; tính đồng nhất văn hóa xã hội và các hình thức thể hiện; tự do ngôn luận và hệ thống chính trị.

Các nam cư sĩ ưu tú đi đầu trong các dự án giáo dục, phúc lợi

153 "*If liberty is the ideal, if liberty means the destruction of the dominion, which one man holds over another, then obviously, it cannot be insisted upon that economic reform only. If the source of power and dominion is, at any given time or in any given society, social and religious, then social reform and religious reforms must be accepted as the necessary sort of reform.*" (Singh, Ravi Shankar. (2011) "Dr. B. R. Ambedkar's Role in Revival of Buddhism and It's Impact on Socio-Economic Development of Ignored Humanity in India", *Buddhist Virtues in Socio-Economic Development*. Mahachulalongkornrajavidyalaya University Press, p.152)

xã hội, từ thiện và truyền thông, xuất bản. Điển hình cho việc kết hợp và vận động giới tinh hoa thành phố cho hoạt động xã hội, và trong nhiều trường hợp, đàm phán thành công với chính quyền nhà nước, các hiệp hội cư sĩ, tức là nhiều cư sĩ đã kết nối với nhau giữa các khu vực và trên toàn quốc cũng như mối liên kết hàng dọc giữa các đồng đạo trên cơ sở kinh tế xã hội và giáo dục khác nhau. Trọng tâm của việc này là hình thành một dự án cộng đồng xã hội.

Từ đó, giới thượng lưu Phật giáo và các hiệp hội cư sĩ đã trở thành một trong những lực lượng đáng gờm nhất đối với giới lãnh đạo dân sự Ấn độ. Lý giải cho ý nghĩa xã hội này chính là giới tinh hoa hiện đại đã đầu tư vào dự án có tầm quan trọng bật nhất của hoạt động Phật giáo làm thay đổi hình ảnh lịch sử của Ấn độ. Hơn nữa, các hiệp hội và cộng đồng Phật giáo được thành lập mang tính hợp pháp và mở rộng phạm vi tham gia vào mạng lưới Phật giáo rộng lớn, liên kết các giới Tăng sĩ và tín đồ khắp cả nước. Nhiều cư sĩ Phật giáo hoạt động ở các trung tâm đô thị đã khẳng định là một Phật tử xứng tầm, rạng danh vào thời kỳ bình minh của kỷ nguyên mới hiện đại. Điều này liên quan chặt chẽ đến những nỗ lực chung nhằm thiết lập một vị trí xã hội hợp pháp và mở rộng sự ảnh hưởng.

Có nhóm Phật tử hiện đại, những người theo chủ nghĩa cải cách quan tâm đến việc thúc đẩy bình đẳng giới thông qua hướng giáo dục mới dành cho Ni giới và các tổ chức chính trị và xã hội then chốt; và hết lòng xây dựng một Phật giáo Ấn độ phù hợp với nhận thức hiện đại. Điều đó phần nhiều gây nên sự tranh chấp giữa những người bảo thủ và cải cách. Tuy nhiên, ngày càng rõ ràng, cả hai bên đã đổi mới và điều chỉnh một số phạm vi để tham dự các diễn thuyết chính, quan trọng trong thời đại thay đổi chính trị, văn hóa và xã hội đầy kịch tính. Hơn nữa, các hoạt động xã hội sớm đưa ra quan điểm liên kết cải cách tôn giáo tiến bộ với sự ủng hộ dự án thức tỉnh quốc gia, đã cung cấp cái nhìn sâu sắc nhất về nhân vật Phật giáo, những người mà nỗ lực phục hưng giá trị đạo đức và tinh thần trong kỷ nguyên chủ nghĩa dân tộc.

4.2 Chấn hưng và hồi sinh niềm tin Phật giáo

Sự chấn hưng Phật giáo Ấn độ trong thời kỳ hiện đại; một

phần là nỗ lực chống lại sự che khuất và không xem trọng lịch sử Phật giáo và tín đồ trong cố sự mang tính thống trị giữa dòng chảy lịch sử. Ambadkar đã đặt tôn giáo vào trung tâm của lịch sử Ấn độ hiện đại. Tuy nhiên, trong khi khẳng định ý nghĩa, tính phổ quát và sự ảnh hưởng của Phật giáo, phần lớn được thể hiện rõ ràng nhất trong các hình thức được kết nối đặc biệt. Thật vậy, càng mở rộng tầm nhìn về các kiểu Phật giáo và tín đồ khác nhau sinh sôi nảy nở, sự hiện hữu mang tính lịch sử văn hóa xã hội của Phật giáo càng ngày càng rõ ràng.

Hiểu rõ giá trị bối cảnh lịch sử xã hội rất quan trọng đối với điều này, nhưng cũng có nghĩa là chú ý kín kẽ tới các nguồn lực và hình thức văn hóa tôn giáo cụ thể được chấp nhận và nằm ở các trung tâm điểm có nhiều Phật tử sinh sống. Ở đây, có một sự cẩn trọng đi kèm những biểu đạt khác biệt về thái độ phân tích liên quan đến tôn giáo để tránh đưa ra các yêu sách tôn giáo dựa trên giá trị bề ngoài, hoặc tệ hơn là trở thành người xin lỗi vì các chương trình nghị sự tôn giáo. Tuy nhiên, các đánh giá khô khan quá mức về rủi ro định giá tôn giáo, bộc lộ một biến dị khác trong các ý nghĩa xã hội phổ biến, thì tác động chưa định hình được của những điều trên mang lại sự rỗng tuếch.

Được định hướng theo các nguyên tắc đạo đức cốt lõi nên chuyển hóa cá nhân và làm mới tinh thần, siêu việt và siêu hình, và các vấn đề của sinh và tử, những tương tác như vậy thường được xem trọng với ý nghĩa tồn tại sâu sắc không dễ bị đánh bật. Điều này không làm giảm khái niệm đức tin, dù trình độ của Phật tử và không phải Phật tử, gồm nhiều người ưu tú, có sở học thế tục hiện đại, tin vào nghiệp, hiện tượng siêu nhiên hoặc chuyển đổi sang Phật giáo bằng cách dựa trên nhận thức về kinh nghiệm tâm linh.

Thế kỷ XX nổi tiếng với những diễn thuyết gia tăng của chủ nghĩa thế tục; nhưng ở Ấn độ, cũng như nhiều nơi trên thế giới, cũng là thời đại của sự bất ổn, hỗn loạn, hủy diệt hàng loạt và bạo lực khiến nhiều người tìm kiếm ý nghĩa nội tâm sâu sắc trong chính mình, trong các truyền thống trí tuệ quá khứ và vượt ra ngoài bề mặt thực tại. Chúng ta có thể nhận ra rõ hơn sự tìm cầu ý nghĩa của Phật giáo như một định hướng uy lực được công nhận rộng rãi, đáng tin cậy và gắn liền với tính xác thực trong mắt những người trong và ngoài cộng đồng Phật giáo; và điều đó, dù có quan hệ tốt với ai khác, với sự thúc đẩy tương đương, cũng lặp đi lặp lại khuyến khích Phật tử dấn thân xã hội. Vẫn còn nhiều việc phải làm để kiểm tra và khảo sát mức độ thay đổi của bằng chứng này, nhưng chắc chắn có nhiều dấu hiệu cho thấy chúng ta mới chỉ bắt đầu đánh giá động lực văn hóa của Phật giáo trong lịch sử hiện đại của Ấn độ và tiếp tục liên quan cho đến ngày nay như là một tiềm lực phong phú về xã hội, chính trị và sáng tạo văn hóa.

Phật giáo là một thực thể hoàn hảo; là một mảng tích hợp sâu sắc về mặt lịch sử và xã hội của các nguồn lực văn hóa phong tục, khái niệm, thể chế. Trong số các nguồn văn bản của Phật giáo về kinh điển, kệ tụng và các văn bản nghi lễ đã xuất hiện các hình thức triết học tinh vi về biện luận, logic, phép biện chứng, siêu hình học và đạo đức, cũng như các chủ nghĩa phổ quát và siêu việt. Dòng chảy này không chỉ từ các văn bản mà còn thông qua biểu hiện mỹ thuật và kịch nghệ; và thực hành nghi lễ là các quan niệm của Phật giáo về các chu kỳ vũ trụ, nguyên nhân và kết quả của nghiệp, tái sinh và cứu độ. Tương tự, những hình ảnh và cố sự của các đấng siêu nhiên được lưu truyền rộng rãi, như Phật, A la hán, Bồ tát, Ma vương, Thần A tu la, v.v. Hầu hết được nghĩ như là các vị thần, không những là quốc độ tinh thần của họ mà còn là cõi Tịnh độ và địa ngục của Phật giáo. Phần lớn Phật giáo được trải nghiệm thông qua các nghi thức tụng kinh, tự tu tập, ăn chay; và được biết đến qua một loạt các nghi thức bảo hộ như sự sám hối, cầu an và cầu siêu.

Những người đóng góp nghĩ rằng những gì được cố kết dưới danh nghĩa phục hưng Phật giáo lại cấu thành một đơn thể, vận động mạch lạc, không đơn điệu; tất cả đều biểu hiện những ý nghĩa quan trọng của Phật giáo thời kỳ hiện đại. Nhiều nỗ lực cho các dự án phục hưng giới Tăng sĩ và cư sĩ mà phần lớn vì sự tác động hiển nhiên của xã hội, văn hóa và chính trị đã bị bỏ qua. Đã xuất hiện các Tăng sĩ và cư sĩ nổi tiếng, những người cư sĩ truyền cảm hứng cho cải cách Phật giáo, nhiệt huyết với tôn giáo, và dấn thân vào xã hội và chính trị.

Bị thúc đẩy và thuyết phục bởi hoạt động truyền giáo của các mô hình tôn giáo hiện đại, một số trong những vị phục hưng Phật giáo đã trở nhà lãnh đạo tôn giáo thành công nhất trong việc thành lập các tổ chức, đoàn kết và tự khẳng định tổ chức tôn giáo trong việc đàm phán với các cơ quan chính quyền. Như vậy, điều đó đã khẳng định sự thành công trong việc dễ dàng đưa Phật giáo trở thành tôn giáo Ấn độ đối với nhà nước hiện đại. Các hoạt động Phật giáo đã trở thành trung tâm của sự bùng nổ tôn giáo và trở thành mốt thời thượng từ tổ chức đến nhận thức một Phật giáo công chúng nổi bật; một phần tử mà nhà nước hiện đại mới nổi cần đàm phán để tìm cách tái trật tự xã hội. Trong quá trình kiến tạo những hình thái và những vị trí mới cho chính họ như những người theo đạo Phật trong một xã hội Ấn độ hiện đại mới xuất hiện.

5. Kết luận

Tiến sĩ B. R. Ambedkar, suốt cuộc đời đã trao cho Phật giáo, một chiều hướng tích cực và mang tính xây dựng dưới mọi hình thức của những chương trình, hành động và dịch vụ, giúp trao quyền cho người bị áp bức và đưa xã hội đến giai đoạn phúc lợi xã hội cao hơn. Đây là bản chất của Phật giáo dấn thân. Đây là những gì Đức Phật nhắn nhũ, vì hạnh phúc, vì lợi ích cho quần chúng. Do đó, điều cần thiết đối với các Phật tử là phải thực hiện tất cả các hoạt động từ thiện và xây dựng như vậy để tăng cường phúc lợi. Để thực hiện mục tiêu này, phải tổ chức và đoàn kết, phải thoát khỏi những cố chấp nông cạn và bè phái, và cũng cần vượt qua chủ nghĩa vị kỷ. Tóm lại, nêu không có Tiến sĩ Ambedkar, sự hồi sinh của Phật giáo thì những tác động dẫn đến thay đổi xã hội ở Ấn Độ sẽ không xảy ra.

***

Tài liệu tham khảo

1. Ambedkar, B.R. (1997) *The Buddha and His Dhamma*. Napur, Buddha Bhoomi Publication.
2. Ahir, D. C. (1972) *Buddhism in Modern India*. Bhikkhu Nivas Prakashan, Nagpur.

3. Beteille, Andre. (1992) *The Backward Classes in Contemporary India*, Delhi: Oxford University Press.

4. Burton, David. (2004) *Buddhism, Knowledge, and Liberation: A Philosophical Analysis of Suffering*. England, Burlington.

5. Chang, Garma C.C., ed. (1991) *A Treasury of Mahāyāna Sūtras: Selections From the Mahāratnakūṭa Sūtra*. Delhi, Motilal Banarsidass.

6. Das, B. (1998) *Revival of Buddhism in India and Role of Dr. Baba Saheb B. R. Ambedkar*, Dalit Today Prakshan, Lucknow.

7. Gombrich, Richard. (2006) *Theravada Buddhism*. London, Rout- ledge.

8. Government of Maharashtra. (1991) *Dr. Babasaheb Ambedkar: Writings and Speeches*, Vol.1, Education Department.

9. Mendelsohn, Marika Vicziany. (2000) *The Untouchables Subordination, Poverty and the State in Modern India*, Cambridge University Press.

10. Mungekar, B.L.ed. (2009) *Buddhism and the 21st Century, the Com- memoration volume of the 255th Anniversary of the Mahanirvana of Lord Buddha*, Nava Nalanda Mahavihara.

11. Mungekar, B.L. & Rathore Akash Singh, ed. (2007) *Buddhism and the Contemporary World: An Ambedkarian Perspective*, Dr. Ambedkar Institute of Social and Economic change.

12. Sherwood, Patricia. (2001) *Journal of Buddhist Ethics*, V.8, Edith Cowan University.

13. Singh, Ravi Shankar. (2011) "Dr. B. R. Ambedkar's Role in Revival of Buddhism and It's Impact on Socio-Economic Development of Ignored Humanity in India", *Buddhist Virtues in Socio-Economic Development*.

Mahachulalongkornrajavidyalaya University Press.

Vài nét về tác giả:

Đại đức Tiến sĩ Thích Thanh Tâm, sinh năm 1979 tại Huế; xuất gia năm 1992. Tốt nghiệp Cử nhân Phật học, Cử nhân Quốc tế học, Thạc sĩ Quốc tế học và Tiến sĩ Quốc tế học, chuyên ngành Quan hệ quốc tế, Đại học Khoa học Xã hội và Nhân văn, Đại học Quốc gia Hà Nội.

Hiện là Ủy viên thường trực Ban Hoằng Pháp Trung ương Giáo hội Phật giáo Việt Nam; Ủy viên thường trực Viện Nghiên cứu Phật học Việt Nam; Phó Giám đốc Trung tâm Nghiên cứu và Phiên dịch Phật học, VNCPHVN.

Sở thích nghiên cứu các vấn đề Phật học ứng dụng vào các ngành Khoa học xã hội nhân văn, các vấn đề toàn cầu hóa, và chuyên ngành về đối ngoại. Đại đức đã công bố nhiều bài báo nghiên cứu khoa học trên các tạp chí học thuật, trình bày tham luận tại các hội thảo khoa học; đồng thời, cũng là tác giả đã trước tác và phiên dịch các tác phẩm chuyên khảo.

Đã xuất bản:

- Tổng hạnh phúc quốc gia Bhutan và tác động quốc tế

Sắp xuất bản:

- Quan hệ đối ngoại Phật giáo Việt Nam từ năm 1981 đến nay
- Các tổ chức Phật giáo quốc tế
- Phật giáo Việt Nam trước ngưỡng cửa hội nhập
- Quyền Thiền nhất thể - nét văn hóa đặc trưng của võ thuật Thiếu Lâm Trung Hoa
- Đức Đạt Lai Lạt ma XIV và quan hệ Trung quốc - Ấn độ
- Truyền Kiều dưới ánh sáng Nhân duyên học

Phiên dịch:

- Chấn hưng Phật giáo Trung quốc hiện đại (bản Anh ngữ)

- Kinh Giải Thâm Mật (dịch và chú) (bản Hán ngữ)

Địa chỉ liên lạc:

Chùa Xuân Hòa, 55/1 Hà Huy Tập, quận Thanh Khê, Thành phố Đà Nẵng.

Điện thoại: 0936054054

Email: nhuantrieuminh@gmail.com

4.2

DIỄN GIẢI QUAN TRỌNG VỀ NIẾT BÀN TỪ QUAN ĐIỂM CỦA TIẾN SĨ AMBEDKAR TRONG PHONG TRÀO PHẬT GIÁO DẤN THÂN CỦA ẤN ĐỘ

Thầy Đồng Đắc (Phan Anh Duoc)
Lucknow University, Lucknow, Uttar Pradesh, India

Babasaheb Bhimrao Ramji Ambedkar, luật gia, nhà kinh tế học, chính trị gia và nhà cải cách xã hội người Ấn Độ. Ông còn được biết đến với biệt danh Babasaheb. Người ta nói rằng ông là động lực đằng sau phong trào Phật giáo Dalit và là người lãnh đạo nỗ lực chấm dứt sự phân biệt đối xử của xã hội đối với những người thuộc tầng lớp tiện dân. Ngoài ra, Ambedkar còn là người ủng hộ mạnh mẽ quyền của phụ nữ và người lao động. Ông là bộ trưởng luật đầu tiên của Ấn Độ sau khi nước này giành được độc lập và là tác giả chính của hiến pháp nước này. Ông cũng là một thành viên của Hội đồng lập hiến.

Hơn nữa, Tiến sĩ Ambedkar được ghi nhận là người đã thành lập Navayana ở Ấn Độ. Navayana, dịch theo nghĩa đen là 'phương tiện mới', là khái niệm cho rằng một phong trào Phật giáo có khả năng tạo thành một kỷ nguyên mới, hoặc nhánh Phật giáo chính. Ngoài ra, các nhánh truyền thống Phật giáo được thừa nhận trong lịch sử như Nguyên thủy, Đại thừa và Kim cương thừa. Navayana còn được gọi là "phương tiện mới". Trạng thái này đã được khẳng định cho cả phong trào Phật giáo Dalit và chính phong trào đó. Để hỗ trợ cho khái niệm này, Tiến sĩ Ambedkar lập luận rằng:

"*Tôi cam kết chấp nhận và hành động theo lời dạy của Đức Phật. Tôi sẽ bảo vệ người dân của mình khỏi những quan điểm khác nhau của Đại thừa và Tiểu thừa, là hai nhóm tôn giáo riêng biệt. Bouddha Dhamma của chúng ta là một Bouddha Dhamma mới, Navayana*"

"Đức Phật và Giáo pháp của Ngài," do Tiến sĩ Ambedkar viết, và xuất bản với mục đích phục vụ như một loại kinh điển Phật giáo liên quan đến những người thuộc tầng lớp Tiện dân đã chuyển sang Phật giáo.

Tiến sĩ Ambedkar thách thức quan điểm thông thường của Phật giáo rằng các cá nhân tự chịu trách nhiệm về sự đau khổ của chính họ trong cuốn sách "Đức Phật và Giáo pháp của Ngài". Thay vào đó, ông tập trung nhiều hơn vào việc xóa bỏ các yếu tố xã hội, chính trị và kinh tế góp phần vào tình trạng khốn khổ của giai cấp tiện dân. Nguyên nhân chính của đau khổ không phải là những ràng buộc tinh thần, mà là sự bóc lột xã hội và thiếu thốn vật chất trong môi trường của một người. Ngoài ra, Tiến sĩ Ambedkar không đồng ý với cách giải thích thông thường về giác ngộ và đưa ra một cách giải thích thay thế cho nó. Nó có thể được hiểu là một sự cải thiện cả về hoàn cảnh vật chất và tương tác xã hội của một người trong cuộc sống này.

Khi chúng ta định hình lại mục tiêu sao cho nó vượt ra ngoài cải cách đơn giản và đi vào lĩnh vực chuyển đổi triệt để, chúng ta đã đạt đến điểm cực đoan nhất trên quang phổ. Như chúng ta đã thấy, Tiến sĩ Ambedkar vượt xa những người khác trong việc từ chối truyền thống bằng cách từ chối cách giải thích thông thường trong bối cảnh Tứ Diệu Đế như chỉ tay vào nạn nhân. Đây là một trong những cách mà ông phân biệt mình với các đồng nghiệp của mình.

Bát chánh đạo, theo quan điểm của Tiến sĩ Ambedkar, không phải là một phương tiện để đạt đến giải thoát hay Niết bàn, mà là phương pháp "xóa bỏ công lý và sự vô nhân đạo mà con người gây ra cho con người". Trong Bài Pháp Thứ Nhất, các công thức đã được công nhận của Diệu Đế Thứ Nhất và Diệu Đế Thứ Tư có thể được tìm thấy như các thành phần; tuy nhiên, Diệu đế thứ hai và Diệu đế thứ ba đã bị hiểu sai lầm như những giáo lý xã hội. Diệu Đế Thứ Nhất và Thứ Tư có thể được tìm thấy trong Bài Pháp Thứ Nhất. Theo Tiến sĩ Babasahed Ambedkar, nguồn gốc của nỗi đau là "những trận đòn và vết thương, sự tranh chấp, và bắt bẻ; cãi vã, vu khống và dối trá" là kết quả của bạo lực liên quan đến đấu tranh giai cấp.

Về Niết bàn được định nghĩa bởi Tiến sĩ Ambedkar nói về một "vương quốc công lý trên trái đất," và ông mô tả đặc điểm 'giác ngộ' của chư Phật không nên được hiểu là sự nhận ra tiềm năng vũ trụ của một người mà là sự thừa nhận đơn giản về cuộc đấu tranh của người khác.

"Ánh sáng cuối cùng đã đến với ngài vào buổi tối của ngày cuối cùng của tuần thứ tư. Ngài nhận ra rằng thực sự có hai vấn đề. Thực tế là có một nỗi đau trên thế giới là thử thách đầu tiên, và thử thách thứ hai là tìm cách chấm dứt nỗi đau đó và mang lại hạnh phúc cho tất cả mọi người".

Chúng tôi lưu ý rằng Tiến sĩ Ambedkar không chỉ đưa ra những thực tại thông thường của samudaya (sự khởi đầu của đau khổ) và nirodha (sự chấm dứt đau khổ) mà còn cả những câu chuyện về niết bàn và đại Niết bàn trong các phần khác của cuốn "Đức Phật và Giáo pháp của Ngài" :

"Theo cách giải thích này của Đức Phật, nguyên nhân gây ra bất hạnh cho con người là do họ đầu hàng trước những ham muốn của mình. Những dính mắc này được gọi là kiết sử, và chúng là thứ ngăn cản một người đạt đến trạng thái Niết bàn. Con đường dẫn đến hạnh phúc của một người mở ra cho anh ta ngay khi anh ta có thể thoát khỏi sự kiểm soát mà những ham muốn của anh ta chi phối anh ta - đó là khoảnh khắc vị ấy nhận ra cách đạt được Niết Bàn."

Và một lần nữa: "Theo kinh Udana, Parinibbana diễn ra khi cơ thể tan rã, mọi nhận thức dừng lại, mọi cảm giác qua đi, các hoạt động kết thúc và nhận thức biến mất. Như vậy, ý nghĩa của

Parinibbana là hoàn toàn quên lãng. Chắc Niết Bàn lại có ý nghĩa này. Niết bàn đề cập đến việc thực hiện đủ sự tự chủ đối với những đam mê của mình để có thể đi theo con đường đức hạnh.

Trong một sự đảo ngược rõ ràng của trật tự thông thường, sự vắng mặt của cảm xúc được coi là một điều kiện cho sự đúng đắn, như thể sự thật thứ ba theo công thức thông thường chỉ dẫn đến sự thật thứ tư trong thời gian ngắn. Quan điểm này mâu thuẫn với trật tự truyền thống theo một số cách. Do hậu quả trực tiếp của điều này, rõ ràng là trọng tâm đã chuyển sang sống đạo đức xã hội; sự dập tắt đam mê của một người được coi là điều kiện tiên quyết cho hành vi đúng đắn.

Theo quan điểm của Peter Berger, Ambedkar là một ví dụ điển hình về ý nghĩa của việc thể hiện tinh thần đương đại. Ambedkar được ghi nhận là người châm ngòi cho cuộc cải đạo tôn giáo hàng loạt lớn nhất trong thế kỷ 20. Ông đã làm điều này bằng cách lựa chọn một cách có ý thức một đức tin tôn giáo trong số những truyền thống mâu thuẫn tồn tại trong một xã hội giàu tính đa nguyên. Cuộc tìm kiếm dị giáo của Ambedkar tuân theo một kỹ thuật liên quan đến việc phơi bày công khai vấn đề lựa chọn tôn giáo và sau đó kiểm tra nó một cách có phương pháp. Phương pháp này làm nổi bật cả mô hình ý thức đương đại của Berger cũng như phong cách cá nhân của Ambedkar.

Tuy nhiên, Phật giáo có thể được tìm thấy trong các tác phẩm trưởng thành hơn của Ambedkar đã được chứng minh là có vấn đề đối với cả những người theo đạo Phật thông thường và các nhà phê bình học thuật. Chúng ta phải làm gì với tuyên bố của nhà sử học rằng những người thuộc tầng lớp tiện dân của Ấn Độ là hậu duệ của những Phật tử cổ đại, những người có nguồn gốc từ những cư dân nguyên thủy, tiền Aryan của Ấn Độ? Làm sao những người theo đạo Phật và những người theo đạo Phật lại có thể đón nhận Cuộc Đại hành của Ngài? Về lịch sử hay sự bác bỏ Tứ Diệu Đế, khái niệm về nghiệp và luân hồi, và vai trò của người Tỳ kheo như một người hành thiền?

Là hình thức của Phật giáo được giải thích trong cuốn sách chuyên đề của Ambedkar: 'Đức Phật và Giáo pháp của Ngài', Phật giáo theo bất kỳ cách nào, hoặc có lẽ nó nên được gọi là 'Chủ nghĩa Ambedkar', như một số người đã làm vào thời điểm đó ? Ngoài ra, vì cuốn sách này thay thế cho Kinh sách cho hàng triệu người gần đây đã chuyển sang Phật giáo nhờ những lời dạy của Babasaheb, liệu chúng ta có thể coi họ là những Phật tử chân chính không?

Một số nhà quan sát đã tìm cách tạo ra một chiều hướng tích cực cho nó, mặc dù thực tế là họ tin rằng Phật giáo của Ambedkar đã trải qua một sự chuyển đổi đáng kể cả về tinh thần và trọng tâm của nó. Theo Joanna Macy viết, "nền tảng của những người cải đạo, với tư cách là những người không thể chạm tới trong một xã hội có đẳng cấp, tô điểm cho quan điểm của họ về đức tin mà họ tán thành." Macy viết: "Điều này làm nổi bật những giáo lý xã hội của Phật pháp và những diễn giải về quá khứ Phật giáo nói lên nhu cầu tự trọng của họ". Richard W. Taylor đưa ra những điểm tương đồng giữa bộ sưu tập 'Đức Phật và Giáo pháp của Ngài' của B. R. Ambedkar và những đóng góp của ông cho công việc xây dựng Hiến pháp Ấn Độ, bao gồm các khía cạnh của tiền lệ pháp từ Hoa Kỳ, Vương quốc Anh và Ấn Độ. Ambedkar "đã lựa chọn những gì mà đối với ông dường như là những yếu tố quan trọng nhất của nhiều truyền thống Phật giáo, sửa đổi chúng, đôi khi triệt để, bổ sung tài liệu của riêng ông, và sắp xếp chúng theo thứ tự" trong bối cảnh của cuốn sách. Theo cùng một cách mà Hiến pháp đã phát triển thành một thứ gì đó không chỉ là một tờ giấy, thì điều này cũng vậy. Giáo luật này là trung tâm của việc thực hành tôn giáo của những người theo đạo Phật mới giống như cách mà Hiến pháp là trung tâm của sự tồn tại chính trị của quốc gia.

Bhadant Anand Kausalyayan, một dịch giả tiếng Anh-tiếng Hindi nổi tiếng của Đức Phật và Giáo pháp của Ngài, người đã nghiên cứu kỹ các tài liệu tham khảo tiếng Pali, nhận thấy chân dung của Ambedkar là một "định hướng mới, nhưng không phải là sự biến dạng" của Phật giáo. Bhadant Anand Kausalyayan đã chuyển thể phiên bản gốc tiếng Anh của Đức Phật và Giáo pháp của Ngài sang tiếng Hindi có trong tác phẩm của Ambedkar. Đây có lẽ là phát hiện quan trọng nhất được thực hiện bởi các học giả.

Ngay cả khi không thể đánh giá luận điểm của Kausalyayan

một cách chi tiết trong bối cảnh này, chúng ta vẫn có thể xem xét nó trong mối quan hệ với Bốn Sự Thật như Ambedkar đã hình dung, mà tất cả các báo cáo đều đồng ý là giáo lý chính trong các văn bản Pāli. Tứ Diệu Đế đã được giải thích bởi Ambedkar. Ambedkar lập luận trong phần mở đầu cuốn sách của mình rằng công thức 'cắt đứt gốc rễ của Phật giáo', rằng nó là 'một trở ngại lớn đối với những người không phải là Phật tử chấp nhận Phật giáo', rằng nó 'từ chối hy vọng của con người', và do đó, nó là một ví dụ về một bản sửa đổi được thực hiện bởi các nhà sư sau khi giáo lý của Đức Phật được biên soạn và hệ thống hóa.

Phần diễn giải của Ambedkar về phần mở đầu của Kinh Chuyển Pháp Luân, đề cập đến con đường trung đạo, được tìm thấy theo nguyên bản trong các chương của cuốn sách có tựa đề 'Bài kinh đầu tiên của Đức Phật'. Khi năm người vị đạo sĩ chăm chú lắng nghe Đức Phật giảng dạy, ngài bắt đầu bằng cách tuyên bố rằng phương pháp của ngài, vốn là tôn giáo nhưng không liên quan gì đến Chúa hay linh hồn, được gọi là Dhamma. Đây là phần mở đầu của các bài kinh. Giáo pháp của Ngài không đề cập đến chủ đề cuộc sống sau khi chết theo bất kỳ cách nào. Pháp của Ngài cũng không quan tâm đến các nghi thức và nghi lễ dưới bất kỳ hình thức nào. Con người và sự tương tác của họ với nhau trong bối cảnh tồn tại của Ngài trên trái đất là cốt lõi trong Giáo pháp của Ngài. Điều này, theo những gì ngài đã nói, là tiền đề ban đầu. Giả thuyết thứ hai của ông là con người sống cuộc sống của họ trong tình trạng bất hạnh, khốn khổ và cơ cực. Mục tiêu duy nhất của Giáo pháp là dạy cách giảm bớt đau khổ tồn tại trên thế giới, đó là sự thừa nhận rằng thế giới đầy phiền não.

Các vị sa môn sau đó chất vấn Ngài với câu hỏi sau: "Bởi vì nền tảng Giáo pháp của ngài là sự thừa nhận sự tồn tại của đau khổ và sự diệt trừ đau khổ, hãy cho chúng tôi biết Pháp của ngài loại bỏ đau khổ như thế nào!" Sau đó Đức Phật tiếp tục giải thích cho họ rằng theo đối với Giáo pháp của Ngài, mọi đau khổ sẽ được chấm dứt nếu mỗi cá nhân đi theo Con đường Thanh tịnh, Con đường Chính nghĩa và Con đường Đức hạnh. Đây là lời giải thích của Đức Phật.

Trong các phần tiếp theo, truyền thống Phật giáo giảng dạy về Ngũ giới, Bát chánh đạo và mười ba la mật truyền thống, còn được gọi là "sự hoàn hảo," được sử dụng để mô tả Con đường thanh tịnh, Con đường chân chính và Con đường đức hạnh, tương ứng. Con đường Đức hạnh cũng bao gồm bốn brahmaviharas, còn được gọi là "tứ vô lượng tâm". Bên cạnh những nội suy phi lý này, việc xử lý nhiều đối tượng khác cũng gây ngạc nhiên. Thay vì "chỉ tập trung," dẫn đến những trải nghiệm thiền định do chính mình tạo ra và giữ cho năm triền cái trong trạng thái hồi hộp, được gọi là Chánh định (Sammā Samādhi), được định nghĩa là "thói quen của tâm trí nghĩ về điều tốt... động lực cần thiết để làm điều tốt." Bát Chánh Đạo đã đạt đến giai đoạn thứ tám và cũng là giai đoạn cuối cùng.

Sự giải thích quên đi việc sử dụng Bát Chánh Đạo để đạt được giác ngộ cuối cùng (niết bàn), thay vào đó là phương tiện "để xóa bỏ sự bất công và vô nhân đạo mà con người gây ra cho con người." Maitri ("từ bi") "có nghĩa là sự tương giao không chỉ với con người mà còn với tất cả chúng sinh," và prajna ("trí tuệ") được biết đến là "sự hiểu biết và thông minh" truyền cảm hứng và biện minh cho mọi hành động tốt. Dana ("lòng rộng lượng") và karuna ("lòng trắc ẩn") tập trung vào "sự đau khổ của người túng thiếu và người nghèo."

Như vậy, rõ ràng là chân lý thứ hai và thứ ba trong Tứ Diệu Đế, Chân lý thứ nhất và thứ tư, Khổ và Đạo, xuất hiện trong các công thức dễ nhận biết như các khía cạnh trong bài giảng đầu tiên, trong khi Phát sinh (từ tham ái hay tham ái trong tâm trí) và cũng như Diệt (trong sự giác ngộ hay Niết bàn) được xã hội gán cho một ý nghĩa mới dưới hình thức giáo lý của nó. Cả phần thứ nhất và phần thứ tư, Đau khổ và Con đường, có thể bắt nguồn từ những câu có thể nhận dạng được trong bài phát biểu giới thiệu. Nếu một người muốn khám phá thêm bình luận về những giáo lý này, người đó sẽ phải tìm kiếm trong các phần khác của "Đức Phật và Giáo pháp của Ngài" phiên bản, bình luận về nguồn gốc của nỗi đau bằng cách nói, "Chiến tranh giữa các quốc gia là lẻ tẻ. Tuy nhiên, cuộc chiến giữa các tầng lớp kinh tế xã hội đang diễn ra và không có hồi kết. Chính điều này nằm ở trung tâm của tất cả những bất hạnh và đau khổ tồn tại trong thế giới.

Trong một đoạn kinh khác, Đức Phật bàn luận về dục vọng, theo truyền thống được hiểu là gốc rễ của mọi bất hạnh. Nhưng, anh ta "nhanh chóng gắn nó với sự tàn bạo của chiến tranh giai cấp, đòn roi và vết thương, sự tranh giành, tranh chấp và đối đáp; cãi vã, vu khống và dối trá."

Thay vì coi sự giác ngộ của Đức Phật là sự hoàn thành tiềm năng vũ trụ của chính mình, Ambedkar trình bày nó như một nhận thức đơn giản về cuộc đấu tranh của những người khác: "Ông ấy được tắm trong ánh sáng vào buổi tối ngày thứ bảy của tuần thứ tư. Ông ấy nhận ra có hai vấn đề: Thực tế là mọi người đang đau đớn là vấn đề đầu tiên và tìm ra cách chấm dứt nỗi đau đó và làm cho mọi người hạnh phúc là vấn đề thứ hai.

Ngay cả những người phê bình ủng hộ cũng đã bày tỏ mối quan ngại với cách giải thích đã giảm đi đáng kể này về sự hiển linh nguyên thủy của Phật giáo. Macy cho rằng "sự sốc đối với một Phật tử truyền thống khi đọc một mô tả về sự giác ngộ như vậy, không có cảm giác về sự biến đổi to lớn hoặc cái nhìn sâu sắc siêu việt vào bản chất của thực tại, tiêu biểu cho những sai sót cố hữu trong Chuyển luật của Ambedkar ." Taylor đi đến kết luận rằng "đau khổ vẫn là trung tâm của tuệ giác giác ngộ," nhưng đó là một hiểu biết yếu kém hơn nhiều, và trên thực tế là một sự đau khổ yếu ớt hơn so với cái mà Bốn Chân lý thường đưa ra, cuối cùng đối với những cá nhân bản thân họ không có một sự hiểu biết có ý nghĩa về các khía cạnh vượt ra ngoài những sự thật thực nghiệm đó. Mặc dù vậy, Taylor đi đến kết luận rằng "đau khổ vẫn là trung tâm của tuệ giác giác ngộ." Việc loại trừ chân lý thứ hai và thứ ba dẫn đến "một cái gì đó giống như sự suy nhược" của Phật Pháp, vốn đau khổ vì sự thiếu sót này.

Chúng tôi đã nhận xét rằng Ambedkar đưa ra cả hai sự thật truyền thống về sự phát sinh của đau khổ (samudaya) và sau đó thấy về sự chấm dứt đau khổ (nirodha) trong các phần khác của Đức Phật và Giáo pháp của Ngài, ngoài các câu chuyện về Niết bàn và Đại Niết bàn.

"Điều dẫn đến bất hạnh ở con người là sự đầu hàng của trước những ham muốn và tham vọng của vị ấy. Những chấp trước này được gọi là kiết sử, và chúng là những gì cản trở con người đạt đến trạng thái Niết bàn. Con đường dẫn đến niềm vui có sẵn cho con người ngay lập tức được giải thoát khỏi sự kiểm soát của ham muốn đối với mình, hoặc khi vị ấy nhận ra cách đạt được Niết bàn.

Và một lần nữa, theo kinh Udana, parinibbana diễn ra khi cơ thể tan rã, mọi nhận thức chấm dứt, mọi cảm giác qua đi, các hoạt động kết thúc và ý thức biến mất. Đây không phải là ý nghĩa của Niết bàn.; thay vào đó, Nirvana đề cập đến "sự kiểm soát đầy đủ đối với niềm đam mê để một người có thể đi trên con đường chân chính." Như vậy, Parinibbana có nghĩa là "sự hủy diệt hoàn toàn." Niết bàn không bao giờ có thể có ý nghĩa này.

Như thể sự thật thứ ba (sự chấm dứt) của công thức cổ điển bằng cách nào đó về mặt thời gian và nhân quả dẫn đến sự thật thứ tư (con đường), trật tự truyền thống bị đảo ngược ở đây; sự chấm dứt Kiểm soát cảm xúc của một người là điều cần thiết để làm điều đúng đắn. Điều này chuyển sự nhấn mạnh trở lại đời sống đạo đức trong xã hội.

Tại sao Ambedkar phủ nhận thực tế của Tứ Diệu Đế trong cách trình bày kinh điển của họ? Điều này đã khiến nhiều học giả và Phật tử chính thống kết luận rằng ông đã từ bỏ hoặc xuyên tạc Giáo pháp.

Định nghĩa lại của Ambedkar về sự giải thoát của Phật giáo, và câu trả lời cho câu hỏi này, có thể được tìm thấy trong các nguyên lý thông diễn tạo thành nền tảng của 'Đức Phật và Giáo pháp của Ngài' và các tác phẩm khác của Ambedkar liên quan đến Phật giáo. Và có lẽ thậm chí còn quan trọng hơn, câu trả lời phụ thuộc vào sự đánh giá của mỗi người về vai trò cốt yếu mà những thay đổi thông diễn học đã đóng góp trong sự phát triển của chính Phật giáo.

Phần quan trọng nhất của "Đức Phật và Giáo pháp của Ngài", đề cập đến vấn đề Giáo pháp được truyền từ thầy sang trò như thế nào và nó thường bị hiểu sai như thế nào, được trích dẫn bởi đại đa số các nhà bình luận đã viết về cuốn sách . Do sự rộng lớn của giáo lý Đức Phật và nhu cầu khẩu truyền, gánh nặng của cuộc tranh luận là đã có sự trình bày sai lầm ngoài ý muốn về lời dạy của Đức Phật hay chân ngôn của Đức Phật, như đã được thừa nhận trong năm bài kinh. Đây là điểm chính của lập luận. Do đó, điều cần thiết trong thời đại của chúng ta là sử dụng một số tiêu chí để xác định tính xác thực của thánh thư. Có ba trong số này trong tổng số:

"Nếu có bất cứ điều gì có thể khẳng định một cách chắc chắn tuyệt đối, thì đó là tôi, Đức Phật, không có gì là không hợp lý, và không có gì là không hợp lý. Theo cách hiểu này, bất cứ điều gì có thể được chứng minh là hợp lý và hợp lý, tất cả những điều khác các yếu tố được giữ cố định có thể được coi là những lời dạy của Đức Phật.

Yếu tố thứ hai là Đức Phật không bao giờ bận tâm tham gia vào một cuộc trò chuyện không có lợi cho hạnh phúc chung của mọi người. Bởi vì điều này, bất cứ điều gì được cho là đã được nói bởi Đức Phật nhưng không liên quan đến hạnh phúc của con người thì không thể được coi là lời của Đức Phật.

Sẽ có một cuộc kiểm tra thứ ba. Đó là do Đức Phật đã chia mọi thứ thành hai loại. Những điều mà anh ấy biết chắc chắn, và những điều mà anh ấy không biết chắc chắn, tương ứng. Về các chủ đề được phân loại là tôi, anh ấy đã đưa ra một tuyên bố chính xác và kết luận về vị trí của mình. Anh ấy đã bày tỏ quan điểm của mình về những chủ đề được phân loại là loại II, mặc dù chúng chỉ có thể được coi là tạm thời vào thời điểm này."

Tài liệu thông thường và bổ sung mà Ambedkar làm lại được đánh giá theo ba tiêu chí sau: tính hợp lý, lợi ích xã hội và tính chắc chắn. Ngoài ra, chúng có thể được coi là giải pháp tức thời cho các vấn đề cấp bách về việc bao gồm các phần tử và vị trí của chúng.

Tuy nhiên, những tiêu chuẩn này phải phù hợp với sự nhạy cảm và nhu cầu của những người mà từ đó Ambedkar và Phật giáo ra đời. Cụ thể hơn, các tiêu chí này phải minh bạch đối với Mahars of Maharashtra. Tổng quát hơn, các tiêu chí này phải minh bạch đối với Tiện dân Ấn Độ. Và cuối cùng, những tiêu chí này phải mở ra cánh cửa cho những người kém may mắn trong mọi thời đại. Điều này chỉ ra rằng lý do, giá trị xã hội và sự chắc chắn của Phật pháp trước hết phải dễ hiểu đối với những cá nhân này để nó phù hợp với cuộc sống của họ. Đây là câu trả lời mang tính kết luận cho những câu hỏi liên quan đến sự bao hàm và sắp xếp, và nó cũng đóng vai trò là tiền đề dẫn giải về mặt diễn giải cho Giáo pháp của Ambedkar.

Ambedkar đã lường trước phản ứng dữ dội đối với cách trình bày theo thông lệ của Bốn Sự thật, vốn quy trách nhiệm cho các nạn nhân về sự bất hạnh của chính họ, sẽ gây khó chịu và không thể chấp nhận được đối với những cá nhân mà nỗi đau của họ bắt nguồn từ sự nhẫn tâm của người khác và của một cấu trúc xã hội nhẫn tâm. Anh ấy nhận ra rằng siêu hình học của nghiệp và tái sinh làm trầm trọng thêm cảm giác tự trách mình bằng cách gợi ý rằng những người đau khổ đã làm điều sai trái trong kiếp trước. Thêm vào đó, ông nhận thức được rằng lối sống thông thường của một vị tỳ khưu là tự nguyện sống trong cảnh nghèo khó và tham gia vào các hoạt động thiền định không phải là một lựa chọn cho những người bị mắc kẹt trong tình trạng nghèo đói cấu trúc. Và ông đã làm như vậy để đáp lại sự cần thiết của một công trình lịch sử khai sáng có thể làm sáng tỏ bối cảnh lịch sử của những hiện tượng như Tiện dân, sự suy tàn của Phật giáo, và ưu thế của đẳng cấp Ấn Độ giáo trong thời hiện đại.

"Chính xác thì những bài học mà Đức Phật đã truyền đạt là gì?" Ambedkar mất hỏi. Ông nói rằng những người sùng kính Đức Phật cũng như những người học Phật không thể đồng ý với nhau. Một số người hướng tới định, những người khác hướng tới minh sát, và những người khác nữa hướng tới siêu hình học, chủ nghĩa thần bí hoặc sự trừu tượng từ thế giới bên ngoài. Tuy nhiên, vấn đề quan trọng nhất mà những người Tiện dân muốn trả lời là, "Đức Phật có thông điệp xã hội nào không?" Ông có thấm nhuần các giá trị như công lý, tình yêu, tự do, bình đẳng và tình huynh đệ giữa các học sinh của mình không? Đức Phật có thể trả lời Karl Marx không? Ambedkar đưa ra nhận xét rằng những loại vấn đề này hiếm khi được đưa ra khi nói về Giáo Pháp của Đức Phật. "Lời giải thích mà tôi có là Đức Phật đang cố gắng truyền đạt một thông điệp xã hội. Ông cung cấp câu trả lời cho từng câu hỏi này. Nhưng những ý tưởng đó phần lớn đã bị lãng quên nhờ những nhà văn gần đây."

Nghiên cứu về thông diễn học Phật giáo có ảnh hưởng của Robert Thurman vào năm 1978. Theo Thurman, có thể nắm bắt được óc sáng tạo của Thích Ca Mâu Ni với tư cách là một vị thầy và, nói rộng ra, là sự liên quan của thông diễn học trong Phật giáo: "người đã tìm cách khuyến khích khả năng tự suy nghĩ của từng đệ tử," và "sự khẳng định của ông về chủ nghĩa kinh nghiệm, một sự thừa nhận hợp lý về thực tế rằng thực tế, ngay cả thực tế thông thường, trong phân tích cuối cùng, không bao giờ là sự phản ánh thuần túy của chính nó." Thông diễn học được định nghĩa là "một bộ môn triết học về sự giải thích hợp lý một quy tắc truyền thống về". Từ thời kỳ tôn giáo này được sáng lập bởi nhà bình luận Tây Tạng Tsongkhapa (thế kỷ 14-15), ông phân tích sự phát triển của các kỹ thuật chú giải Phật giáo. Thurman cung cấp những ví dụ minh họa về lịch sử những thay đổi nội tâm, những đổi mới và những thay đổi trọng tâm của các triết gia Phật giáo. Ông làm điều này bằng cách lần theo các phương pháp diễn giải có từ thời đại của người sáng lập tôn giáo cho đến thời đại của Tsongkhapa.

Trong thời hiện đại hơn, Ronald Davidson đã đề xuất ý tưởng rằng trong truyền thống Phật giáo, các tiêu chí để xác định tính hợp lệ của kinh điển dần dần được đúc kết lại từ đầu để đáp ứng các điều kiện thay đổi liên tục mà Tăng đoàn phải đối mặt. Davidson đã khẳng định điều này trong một cuốn sách của mình. Theo những gì ông ấy đã nói, "Ngay từ đầu, đã có những hoàn cảnh chính thức trong việc truyền bá Phật giáo hầu như đảm bảo rằng Tăng đoàn sơ khai sẽ sửa đổi nội dung chính xác của những lời dạy của Đức Phật." Niềm tin rằng "Vượt xa những gì Đức Phật có thể nói, giáo pháp lượm lặt được từ những lời dạy của những tín đồ giác ngộ (sravakas); truyền thống nhấn mạnh vào tính chính thống hơn là chính thống; niềm tin rằng giáo pháp chỉ có một hương vị, hương vị của giải thoát; yêu cầu rằng một người phải tự mình xác minh tính thực tế của giáo pháp bằng cách nghiên cứu và thực hành; một sự nhấn mạnh vào trách nhiệm của một cá nhân để xác minh sự thật của giáo pháp; và một sự nhấn mạnh vào trách nhiệm của một cá nhân.

Một ví dụ nổi bật hiện đại của những mô hình này là sự giải phóng thông diễn học Phật giáo của Ambedkar, có thể được coi là một minh họa cho những mô hình này. Ambedkar, giống như Long Thọ, giống như Aryadeva đối với Asanga, và giống như Chih I đối với Candrakirti, và giống như Fa Tsang, và cũng giống như Thiền sư Pai Chang, đã đưa ra một cách giải thích mới về Giáo pháp phù hợp với thời đại mà ông đã sống. Thurman chứng minh rằng những cá nhân này đã suy nghĩ lại và phát minh lại những khía cạnh cơ bản của giáo lý Phật giáo. Việc ông sử dụng các thành ngữ trong tiếng Anh và việc ông sử dụng các nghiên cứu phê bình không phải Phật giáo (phương Tây) để tái cấu trúc lịch sử và tư tưởng Phật giáo, kỹ thuật mới lạ của ông để phân loại và trình bày các tài liệu nguồn bằng tiếng Pali, sự tự do của ông khỏi các biến thể bộ phái, và việc ông đảm nhận giấy phép diễn giải khi nó đến những lời của chính Đức Phật đều cho thấy sự tin cậy đối với tuyên bố này. tất cả góp phần tạo nên giọng điệu và tư tưởng độc đáo của ông khi viết về Phật giáo.

Xuyên suốt lịch sử Phật giáo, những thay đổi mô hình quan trọng thường đi kèm với những tuyên bố mà thoạt nhìn có vẻ mâu thuẫn hoặc làm giảm giá trị của giáo lý nguyên thủy. Ví dụ, một trong những cách diễn đạt nổi tiếng nhất về sự thay đổi triết học và tôn giáo mà chúng ta gọi là truyền thống Đại thừa trong Phật giáo có thể được chứa đựng trong những câu cuối của Tâm Kinh, "Không có khổ, không có nguồn gốc, không có sự chấm dứt. , không có con đường, không có trí tuệ cao siêu, không có chứng đắc, và cũng không có bất đắc." Ở cấp độ quy ước, khó có thể hình dung một sự phủ nhận nghiêm khắc hơn Tứ Diệu Đế, toàn bộ đức tin và thực hành Phật giáo. Bản kinh mô tả trực tiếp giáo lý cơ bản của trường phái Đại thừa, đó là khái niệm "tánh Không" của các hình tướng, cho thấy một sự thay đổi triệt để không kém.

Ngược lại, Có thể thấy tuyên bố của Ambedkar rằng xung đột giai cấp, do đam mê của con người tạo ra, là một cách giải thích mới nhưng hầu như không phải là một sự khác biệt triệt để với giáo lý kinh điển của Đức Phật. Ambedkar tin rằng đau khổ của con người là do đam mê của con người tạo ra. Để hỗ trợ cho cách giải thích của mình, tác giả sử dụng các giáo lý xã hội nổi tiếng cũng như các hành động nguyên mẫu do Đức Phật thực hiện. Ví dụ, cống hiến ban đầu của truyền thống để giải quyết khoảng cách giới tính và đẳng cấp trong Tăng đoàn được trình bày chi tiết trong Đức Phật và Giáo pháp của Ngài. Theo các nhà sử học cổ đại, cam kết ban đầu này được nhiều người coi là một bước ngoặt lớn. Theo các nguồn tài liệu tiếng Pali, Đức Phật đã cải hóa nhiều loại người khác nhau, bao gồm parivrajakas (hành khất), phụ nữ như Mahaprajapati và Ananda, và những người thiệt thòi về mặt xã hội và kinh tế chẳng hạn như những người tương đương với thợ cắt tóc và quét rác vào thời Ambedkar là Upali và Sunita.

Tóm lại, Phật giáo có thể tìm thấy trong các tác phẩm sau này của Ambedkar là sự diễn giải lại các nguyên tắc cốt lõi của Phật giáo cổ điển. Trong số đó là nhận thức rằng mọi người trải qua nỗi đau, niềm tin rằng nỗi đau này có thể được xoa dịu thông qua sự xem xét nội tâm và lòng tốt, và sự mong đợi về một xã hội giải phóng dựa trên công lý và cơ hội cho tất cả mọi người. TRÊN. bởi vì anh ấy cũng đã trực tiếp trải qua nỗi buồn và sự đau khổ của những người bị tước quyền thừa kế. Mặt khác, ông đã tích hợp giá trị hiện đại của lý trí phê phán có được thông qua giáo dục và nghiên cứu với giá trị cổ xưa của trí tuệ tâm linh, thiền định và chánh niệm. Ngoài ra, ông còn đưa những đức tính cổ điển như lòng tốt, hoài bão đạo đức và hành động khéo léo vào cuộc đấu tranh cho công bằng xã hội.

Có thể nói rằng "chuyển bánh xe," câu nói ẩn dụ được các Phật tử thời sơ khai sử dụng để hoằng Pháp, cũng giống như "chuyển bánh xe," bởi vì mỗi vòng lại đưa ra một "góc nhìn" mới về chân lý. Giáo lý của Phật giáo, giống như những bánh xe cũ, đã được sử dụng, sửa chữa và thay đổi trong nhiều thế kỷ; một số trong những lời dạy này thậm chí đã được hoán đổi cho lốp cao su của ô tô hiện đại. Tuy nhiên, chức năng vẫn tiếp tục là vận chuyển hành khách đến địa điểm họ chọn. Có thể nhận ra các nan hoa và trục của một cỗ xe mới đặc biệt nếu một người biên soạn những lời dạy nổi tiếng nhất của Ambedkar và đặt chúng trong bối cảnh khuôn khổ truyền thống của Tứ Diệu Đế. Ambedkar tin rằng chân lý cao quý đầu tiên của thời đại này là sự bất công và nghèo đói gây ra vô số đau khổ. Thực tế thứ hai là sự áp bức tồn tại dưới dạng các cấu trúc xã hội, chính trị và văn hóa là tổng thể của các hành vi hám lợi, cố chấp và thiếu hiểu biết của cá nhân. Sự thật thứ ba được thể hiện bởi các nguyên tắc châu Âu về "tự do, bình đẳng và tình huynh đệ", và sự thật thứ tư là con đường ba con đường trong khẩu hiệu nổi tiếng của Ambedkar, "Ấn Độ giáo: Con đường dẫn đến Tự do"; "Giáo dục! Kích động! Tổ chức!"

Ambedkar đã cố gắng vượt ra ngoài sự tập trung hạn chế vào các khía cạnh cá nhân và xã hội của sự giải thoát Phật giáo, ông đã tìm cách giải thích sự nhấn mạnh của Phật giáo sơ khai về tâm lý học và phấn đấu đạo đức. Tuy nhiên, anh ấy lo lắng rằng mọi người có thể hiểu sai lập trường của anh ấy như một yêu cầu phải tham gia nhiều hơn vào chính trị và xã hội mà cá nhân phải trả giá, hoặc như một lời kêu gọi gay gắt về các điều kiện vật chất được cải thiện mà không đạt được tương ứng về lòng tự trọng và niềm tin vào khả năng định hình của chính mình. tương lai của chính mình. Điều đó có nghĩa là, anh ấy đã thận trọng về cách những bình luận của mình có thể được diễn giải, vì sợ rằng người ta thấy rằng anh ấy đang ủng hộ sự tham gia chính trị và xã hội bằng cái giá của cá nhân. Nhiều năm trước khi ông công khai dấn thân theo Phật giáo, vào năm 1942 trong một bài phát biểu trước 70.000 người tại Hội nghị các tầng lớp bị suy thoái toàn Ấn Độ, Ambedkar đã cố gắng bác bỏ những lời chỉ trích rằng phong trào của ông thực sự hâm nóng chủ nghĩa xã hội bằng cách phát biểu như sau:

"Đây là lời khuyên cuối cùng mà tôi dành cho bạn: hãy giáo dục, vận động, tổ chức và quan trọng nhất là hãy tin vào chính mình. Khi chúng ta có luật đứng về phía mình, tôi không hiểu làm sao chúng ta có thể thua cuộc chiến này. Tôi rất hài lòng về cuộc xung đột mà chúng ta đang tham gia. Cuộc chiến của chúng ta, theo mọi nghĩa của từ này, là một cuộc chiến tinh thần. Không có gì trong đó có thể được coi là vật chất hay xã hội. Bởi vì cuộc đấu tranh mà chúng ta đang tham gia không phải là cuộc đấu tranh vì tiền bạc hay quyền lực. Đây là một cuộc chiến giành độc lập của chúng ta. Đó là một cuộc đấu tranh để phục hồi tính cá nhân của con người."

Tóm lại, "cuộc chiến giành tự do" của Ambedkar, đôi khi là "vấn đề của niềm vui", cuộc đấu tranh đau đớn cuối cùng thấm nhuần mọi khía cạnh của sự tồn tại của con người, từ cá nhân (ở cấp độ cảm xúc và ý tưởng) đến quốc gia (cuộc đấu tranh cho swarj). và dân chủ hiến định ở Ấn Độ) ra quốc tế (cuộc đấu tranh cho swaraj và tự do tôn giáo trên toàn thế giới), nhiều vấn đề đã nảy sinh. Ambedkar là một nhà tư tưởng đa diện, có trình độ học vấn sâu rộng trong các lĩnh vực nghệ thuật và khoa học xã hội phổ biến trong thời kỳ của ông. Ông đã có thể đưa công cuộc tìm kiếm một nơi để thờ phượng kéo dài 21 năm của mình đến một kết luận thành công khi ông đưa tất cả những điều này vào sự diễn giải lại Phật giáo của mình.

***

TÀI LIỆU THAM KHẢO

1. Kochumuttom T. A., *A Buddhist Doctrine of Experience: A New Translation and Interpretation of the works of Vasubandhu the Yogācārin*, Motilal Banarsidass, Delhi, 1982.
2. Lopez D., *Buddhist Hermeneutics*, University of Hawai'i Press, Hawai'I, 1988.
3. Lusthaus D., *Buddhist Phenomenology: A Philosophical Investigation of Yogācāra Buddhism and the Cheng wei-shih lun*, Routledge Curzon, London, 2002.
4. Matilal B. K., *Perception: An Essay on Classical Indian Theories of Knowledge*, Oxford University Press, Oxford, 1986.
5. Nagao G., *Mādhyamika and Yogācāra: A Study of Mahāyāna Philosophies*, State University of New York Press, Albany, 1991.
6. Nyayatiloka M., *Buddhist Dictionary: Manual of Buddhist Terms and Doctrines*, Buddhist Publication Society, Kandy, 1980.

7. Oetke, "*Doctrine and Argument in Vijñānavāda-Buddhism*," Wiener Zeitschrift für Kunde Südasiens, 36, 1992.
8. Piatigorsky A., *The Buddhist Philosophy of Thought*, Curzon Press, London, 1984.
9. Poussin. L. de La Vallée, *The Way to Nirvāna,* Sri Satguru Publications, Delhi, 1917.
10. Powers J., *Wisdom of the Buddha: the Saṃdhinirmocana Mahāyāna Sūtra*, Dharma Publishing, Berkeley, 1995.
11. Priestley, *Pudgalavāda Buddhism, The Reality of the Indeterminate Self,* Centre for South Asian Studies, Toronto, 1999.
12. Radhakrishnan. S., *Indian Philosophy,* 2 vols, Blackie and Sons Publishers, Bombay, 1977.
13. Rahula Walpola, *What the Buddha Taught,* The Gordon Fraser Gallery, London, 1978.
14. Rhys Davids, *Buddhist Psychology: An Inquiry into the Analysis and Theory of Mind in* Pāli *Literature*, Luzac and Co., London, 1924.

4.3

AMBEDKAR VÀ PHONG TRÀO CHẤN HƯNG PHẬT GIÁO Ở ẤN ĐỘ

Thích Nữ Thanh Nhã

Tóm tắt

Phật giáo được thành lập vào thế kỷ thứ 6 trước Công nguyên ở Ấn Độ. Sau khi chứng ngộ dưới cội cây bồ đề, Đức Phật thuyết pháp cho năm vị đệ tử đầu tiên tại vườn Lộc Uyển. Từ đó, Tam Bảo được hình thành bao gồm Phật bảo, Pháp bảo và Tăng bảo. Đức Phật và các đệ tử đầu tiên của Ngài đã đi khắp nơi để truyền bá giáo Pháp. Sau khi được thành lập, Phật giáo đã có những bước phát triển vượt bậc và có tác động rất lớn đến xã hội Ấn Độ. Tuy nhiên, đến thế kỷ 14, tôn giáo này giảm dần sự ảnh hưởng và biến mất, ngoại trừ khu vực biên giới giáp với Nepal và Tây Tạng. Vấn đề chấn hưng Phật giáo có ý nghĩa và vai trò quan trọng đối với xã hội Ấn Độ. Ambedkar, một nhà lãnh đạo chính trị, nhà cải cách xã hội nổi tiếng đã có những đóng góp to lớn cho phong trào chấn hưng Phật giáo. Đối với ông, để thiết lập lại trật tự xã hội theo hướng bình đẳng và nhân quyền, vấn đề khôi phục và phát triển Phật giáo là vô cùng quan trọng.

Từ khóa: Phật giáo Ấn Độ, Ambedkar, chấn hưng Phật giáo

Giới thiệu

Ấn Độ là một quốc gia đa sắc tộc, đa tôn giáo. Trước khi Phật giáo ra đời, đã tồn tại nhiều tôn giáo, đặc biệt là Ấn Độ giáo. Tôn giáo này có những quy định khắt khe về phân chia đẳng cấp trong xã hội. Vào thế kỷ thứ 6 trước Công nguyên, Phật giáo xuất hiện như một luồng tư tưởng xâm nhập vào đời sống người Ấn Độ. Đức Phật luôn hiểu rằng muốn giảm dần tư tưởng phân chia đẳng cấp thì Tăng đoàn phải là đối tượng đầu tiên truyền bá tinh thần bình đẳng, bất bạo động.

Sau khi đạo Phật được truyền bá khắp thế giới. Theo dòng chảy của lịch sử ở mỗi quốc gia, tôn giáo này có những bước phát triển thịnh suy khác nhau. Phật giáo được thành lập ở Ấn Độ nhưng điều đó không có nghĩa là nó sẽ phát triển liên tục, không suy giảm. Do những điều kiện chủ quan và khách quan, Phật giáo dần dần biến mất ở Ấn Độ vào thế kỷ 14. Lúc này, nhu cầu của xã hội là cần có một người khởi xướng phong trào Phật giáo dấn thân để thực hiện hai mục tiêu. Thứ nhất, trả đạo Phật về với cội nguồn của nó. Thứ hai là tiến hành cách mạng hòa bình, dân chủ dựa trên tinh thần bất bạo động. Ambedkar đã làm được điều đó, ông là người phát động mạnh mẽ phong trào phục hưng Phật giáo ở Ấn Độ.

Những nỗ lực của Ambedkar trong phong trào chấn hưng Phật giáo ở Ấn Độ đã mang lại nhiều kết quả tốt đẹp. Ông đã thành công trong việc thay đổi tư duy để thuyết phục người khác thay đổi quan điểm về xã hội, tạo ra một cuộc cách mạng về tư tưởng trong quần chúng nhân dân. Đó là một trong những nhân tố góp phần vào sự chấn hưng Phật giáo ở Ấn Độ.

Nội dung

Là một trong những nhà hoạt động chính trị nổi bật, Tiến sĩ Bhimrao Ramji Ambedkar được biết đến với vai trò quan trọng trong việc hình thành hiến pháp tại Ấn Độ. Mỗi tác phẩm trong cuộc đời ông đều là minh chứng cho quan điểm tiến bộ về vấn đề phân chia giai cấp, đặc biệt là tầng lớp tiện dân.

I. Cuộc đời và sự nghiệp của B.R Ambedkar

I.1 Tiểu sử của B.R. Ambedkar

BR Ambedkar sinh ngày 14 tháng 4 năm 1891 tại Mahu ở miền Trung Ấn Độ. Ông sinh ra trong đẳng cấp Mahar, vốn bị phân biệt đối xử như những người tiện dân. Cha của ông, Ramji Sakpal, phục vụ trong quân đội dưới thời thuộc địa Anh. Mẹ của Ambedkar là Bheemabai, bà mất khi ông vừa tròn 6 tuổi.

Năm 1900, Ambedkar theo học trường Trung học Chính phủ. Năm 1904, gia đình ông chuyển về Bombay và Ambedkar đăng ký học tại trường trung học Elphinstone. Ông đã vượt qua kỳ thi tốt nghiệp một cách dễ dàng vào năm 1907, một sự kiện được coi là bất thường đối với một đứa trẻ thuộc tầng lớp bình dân.

Trong thời gian đi học, Ambedkar cảm thấy tủi nhục vì bị phân biệt đối xử. Một lần, ông và anh trai thuê một chiếc xe bò để đến Goregaon. Xe vừa khởi hành được một đoạn ngắn thì người đánh xe theo đạo Hindu nhận ra anh em nhà Ambedkar là thuộc tầng lớp tiện dân. Anh ta tức giận đến mức đẩy Ambedkar ra khỏi xe. Để người đánh xe nhanh chóng nguôi cơn giận, hai anh em phải trả giá gấp đôi để đền bù cho ông ấy.

Đặc biệt, khái niệm về giai cấp đã được hình thành ngay từ trong tâm trí của những đứa trẻ thuộc tầng lớp thượng lưu. Khi đến trường, trẻ em theo đạo Hindu thường để những hộp cơm trưa gần bảng đen. Khi Ambedkar đến gần cái bảng, bọn trẻ vội vã đi lấy tất cả các hộp cơm đi vì sợ rằng sự tiếp cận của Ambedkar sẽ làm ô nhiễm thức ăn của chúng.

Vào thời điểm này, quan niệm của người theo đạo Hindu rất khắc nghiệt. Nếu bất kỳ giai cấp tiện dân nào đến gần họ, dù chỉ một cái bóng cũng bị coi là ô uế. Quan niệm về sự phân biệt đẳng cấp ở Ấn Độ thời bấy giờ khó có thể xóa bỏ. Một đứa trẻ sinh ra trong gia đình thượng lưu cũng ý thức được địa vị và cách cư xử của mình đối với các tầng lớp khác trong xã hội.

Tháng 7 năm 1913, Ambedkar được cử đi du học tại Columbia, Hoa Kỳ. Tại đây, anh tham gia nhiều hoạt động của hội sinh viên Ấn Độ tại Mỹ. Đó là môi trường mới để Ambedkar trải nghiệm, anh có thể phát huy hết khả năng và nhiệt huyết của tuổi trẻ với tinh thần tự do, bình đẳng.

Tháng 6 năm 1916, Ambedkar rời Hoa Kỳ đến London để làm luận văn Thạc sĩ Khoa học, nhưng một năm sau ông phải trở lại Ấn Độ vì học bổng của ông hết hạn.

Năm 1927, Ambedkar được đề cử vào cơ quan lập pháp ở Bombay. Tại đây, ông bắt đầu đấu tranh cho quyền lợi của tầng lớp tiện dân như vấn đề sử dụng nước sinh hoạt miễn phí tại một bể chứa nước công cộng ở bang Maharashtra.

Trong bài phát biểu của Ambedkar tại hội nghị Satyagraha ở Mahad, ông đã đề cập đến vấn đề xây dựng một bộ máy xã hội dựa trên hai nguyên tắc: Tự do và bình đẳng. Với tư tưởng đấu tranh cho quyền lợi của tầng lớp tiện dân, Ambedkar đã được bầu vào Ủy Ban Soạn Thảo Hiến Pháp ở Ấn Độ.

Phong trào đấu tranh đòi quyền bình đẳng cho tầng lớp tiện dân của Ambedkar ngày càng mạnh mẽ vì hai lý do cơ bản. Thứ nhất, ông cũng là người thuộc giai cấp thấp nên ông thấu hiểu nỗi đau khi sống trong một xã hội có sự phân biệt đối xử về quyền con người. Thứ hai, Ambedkar may mắn được đi nhiều nơi và tiếp xúc với nhiều nền văn hóa của nhân loại. Được sống trong môi trường tự do, bình đẳng ở các nước phương Tây là điều kiện để anh học hỏi và tự tin nói lên tiếng nói của mình. Ambedkar nói rằng "*ý tưởng về sự ô nhiễm là một đặc điểm của đẳng cấp.*"[154] Và chỉ khi đẳng cấp có hương vị tôn giáo thì mới có tự do và bình đẳng. Đây cũng được coi là cơ sở và điều kiện quan trọng để ông hướng đến Phật giáo.

I.2 Quy y Phật giáo

Ambedkar muốn lập lại trật tự xã hội do người Hindu sắp đặt. Nhiệm vụ quan trọng của ông là giải phóng giai cấp thấp ra khỏi sự kìm kẹp của tầng lớp cai trị. Để làm được điều đó, trước tiên ông phải thực hiện một cuộc cải cách tôn giáo cho chính mình. Năm 1935, Ambedkar rời Ấn Độ và tuyên bố rằng ông sẽ không chết

154 Vasant Moon, 2014, *Các bài viết và bài phát biểu của Tiến sĩ Babasahed Ambedkar*, NXB Quỹ Tài Trợ Tiến sĩ Ambedkar, Ấn Độ, p.7

với tư cách là một người theo đạo Hindu. Ngày 24 tháng 5 năm 1956, nhân dịp Đại lễ Vesak, Ambedkar tuyên bố chuyển sang Phật giáo. Mô tả sự kiện quan trọng này, Maha Bodhi, cơ quan ngôn luận hàng đầu của Phật giáo đã viết: "*Vào ngày Vijaya Dashmi sắp tới, nhà lãnh đạo có trái tim sư tử và những người theo ông thực hiện bước tiến quan trọng, một tiếng hô lớn vang lên ba lần của Sadhu!!! Chắc chắn âm thanh đó sẽ vọng lên từ mọi nơi trong thế giới Phật giáo. Và ở đó, những người lao động giữa ban ngày trong lĩnh vực chấn hưng Phật giáo ở Ấn Độ, khi nghe thấy tiếng vang đó, họ sẽ dừng công việc lại một chút, và vui mừng biết rằng, cuối cùng thì tình thế cũng đã thay đổi.*"[155]

Từ trước đến nay, nếu tầng lớp tiện dân của Ấn Độ luôn núp dưới bóng của giai cấp thống trị, thì giờ đây họ có quyền đứng dậy và nói lên tiếng nói của chính mình. Phật giáo sẽ mang lại công lý và bảo vệ họ trước những luật lệ hà khắc của Hindu giáo. Phật giáo không chủ trương vận động con người đấu tranh bằng máu và nước mắt, tôn giáo này dạy mọi người bằng hình thức đấu tranh bất bạo động mà theo Ambedkar, đó là con đường lý trí.

"*Tôn giáo muốn hoạt động thì phải phù hợp với lý trí. Nó bao gồm các quy tắc đạo đức, nhưng các quy tắc đạo đức phải dựa trên các nguyên lý cơ bản về tự do, bình đẳng và tình huynh đệ. Phật giáo đã đáp ứng những yêu cầu này.*"[156]

Do đó, Đối với Ambedkar, "*chế độ đẳng cấp không thể cải cách được, nó phải bị tiêu diệt. Theo ông, giải pháp duy nhất là từ bỏ Ấn Độ giáo.*"[157] Từ đó, anh tìm hiểu về đạo Phật và quyết định trở thành Phật tử.

Chắc chắn rằng những lời Phật dạy có thể giúp con người áp dụng vào thực tế cuộc sống để có được sự bình an cho mình và người khác. Đặc biệt, Ambedkar đã nhìn thấy đời sống thanh tịnh của Tăng đoàn, nơi chỉ có sự hòa hợp, yêu thương và hoàn toàn

155 Dhananjay Keer, 1954, *Tiến sĩ Ambedkar: Cuộc đời và Sứ mệnh*, NXB Prakashan, Ấn Độ, p.496

156 nt, p.421

157 Johannes Beltz, 2005, *Mahar, Buddhist, và Dalit: Chuyển đổi tôn giáo và giải phóng chính trị xã hội*, NXB Manohar, New Delhi, p.12

không có sự phân biệt đối xử. Tăng đoàn là một mô hình xã hội lý tưởng mà nhiều người thuộc tầng lớp tiện dân mơ ước có thể áp dụng vào xã hội Ấn Độ lúc bấy giờ.

I.3 Lý do đến với đạo Phật

Ambedkar đã cống hiến cuộc đời mình để hiểu và đấu tranh cho nhân quyền. Từ bỏ đạo Hindu để theo đạo Phật là quyết định lớn nhất và táo bạo nhất trong cuộc đời ông. Tại sao anh ta làm điều đó? Tác phẩm *Đức Phật và Giáo Pháp của Ngài* có lẽ đã giải đáp một cách chi tiết và đầy đủ nhất về vấn đề này.

Sau khi tìm hiểu các tôn giáo đương thời ở Ấn Độ và các nước phương Tây. Ambedkar nhấn mạnh: "*Ấn Độ giáo không tạo cơ hội cho những người tiện dân cải thiện số phận của họ, vì nó dựa trên sự bất bình đẳng. Mặt khác, Phật giáo dựa trên sự bình đẳng và công bằng.*"[158] Như vậy, tự do và bình đẳng là nhu cầu tối thiểu của con người, nhưng sống dưới chế độ Ấn Độ giáo, Ambedkar đã không tìm thấy điều này. Đạo Phật đề cao tinh thần từ bi, bình đẳng. Dù ở chế độ thống trị nào, Phật giáo luôn đặt nhân quyền lên hàng đầu. Vì vậy, ở đâu giá trị con người được đề cao, ở đó có tự do và bình đẳng. Đó là lý do tại sao Ambedkar chọn Phật giáo trong vô số hệ tư tưởng tôn giáo tồn tại ở Ấn Độ lúc bấy giờ.

Pháp luật luôn là yếu tố góp phần tạo nên một xã hội bình yên và thịnh vượng. Tuy nhiên, pháp luật phải được xây dựng trên các yếu tố công bằng và dân chủ. Sau một thời gian dài nghiên cứu về cấu trúc xã hội và ý thức hệ tư tưởng của các tôn giáo, Ambedkar đã kết luận: "*Xã hội phải có sự chấp thuận của luật pháp hoặc đạo đức để gắn kết nó lại với nhau. Không có một trong hai xã hội chắc chắn sẽ tan rã... Phật giáo đã đáp ứng yêu cầu này.*"[159] Bởi lẽ, giáo lý của đạo Phật sẽ góp phần kiến tạo một xã hội văn minh và đạo đức.

Con người được coi là đối tượng của tôn giáo, việc cải tạo con

---

158 Dr. B R Ambedkar, 1956, *Đức Phật và Giáo Lý của Ngài*, NXB Kalpaz, Ấn Độ, p.12

159 Dhananjay Keer, 1954, *Tiến sĩ Ambedkar: Cuộc đời và Sứ mệnh*, NXB Prakashan, Ấn Độ, p.421

người là nhiệm vụ chung của tất cả các tôn giáo, không riêng gì Phật giáo. Ambedkar đã thấm nhuần giáo lý Duyên khởi, Nghiệp và Niết bàn của Phật giáo. Vì vậy, ông muốn từ bỏ những giáo lý khắc nghiệt của Ấn Độ giáo để đến với đạo Phật. Việc làm của ông đã có tác động rất lớn đến hệ thống chính trị của Ấn Độ lúc bấy giờ. Có thể nói, cả cuộc đời của Ambedkar chỉ đấu tranh để tìm ra con đường giải phóng người tiện dân ra khỏi những luật lệ hà khắc của chế độ Ấn Độ giáo lâu đời.

II. Phục hưng Phật giáo

Anagarika Dharmapala là người có công lớn trong việc phục hưng Phật giáo ở Ấn Độ vào năm 1891 với việc thành lập Hội Maha Bodhi. Phong trào này tiếp tục được phát triển dưới sự lãnh đạo của Tiến sĩ Ambedkar thông qua việc cải đạo sang Phật giáo của ông và nhiều tín đồ Phật tử khác. Sự kiện này đã tạo ra một bước ngoặt quan trọng đối với Phật giáo Ấn Độ nói riêng và Phật giáo thế giới nói chung.

Cả Ambedkar và Dharmapala đều tin rằng giáo lý của Đức Phật là dân chủ, vì vậy Phật giáo đem lại lợi ích và hỗ trợ cho việc xây dựng quốc gia. Đối với Dharmapala, trong các bài viết tham dự các cuộc hội thảo, ông đã không ngần ngại bày tỏ quan điểm về nguyên nhân suy tàn của Phật giáo Ấn Độ bắt nguồn từ tư tưởng cuồng tín của đạo Hồi. Để chấn hưng Phật giáo, Dharmapala đã chú trọng phát triển đời sống tâm linh của người dân Ấn Độ thông qua các thánh tích quan trọng ở Lumbini và Bodh Gaya. Tuy nhiên, phong trào này không thu hút được đông đảo người tham gia.

Tháng 12 năm 1954, Ambedkar và những người theo ông thúc đẩy phong trào chấn hưng Phật giáo ở Ấn Độ. Trong hội nghị Phật giáo lần thứ ba tại Yangon, ông đã trình bày một số quan điểm của mình về Phật giáo. Ông nhấn mạnh về vấn đề "*Tích Lan và Miến Điện đi đầu trong các quốc gia Phật giáo. Tuy nhiên, ông cảm thấy rằng rất nhiều tiền đã bị lãng phí vào việc trang trí trong các lễ hội tôn giáo của Phật giáo. Phật giáo Miến Điện và Tích Lan nên dành số tiền đó cho việc phục hưng và truyền bá Phật giáo ở các quốc gia khác.*"[160] Theo Ambedkar, việc phục hưng Phật giáo ở Ấn Độ đòi hỏi rất nhiều thời gian và tiền bạc. Đối với ông, dùng tiền để trang trí hình thức bên ngoài cho các sự kiện Phật giáo là điều không cần thiết, thay vào đó, chúng ta nên dùng số tiền đó để truyền bá và nâng cao sự phát triển của Phật giáo.

Vào thời điểm đó, có khoảng sáu trăm ngàn người theo đạo Phật là cơ hội để tôn giáo này tìm thấy sức sống mới ở Ấn Độ. Để duy trì và phát triển niềm tin nơi Phật tử, Ambedkar đã tổ chức "*Dhamma Diksha Ceremony*" (Lễ Nhập Môn). Theo ông, người đến với đạo Phật không chỉ dừng lại ở danh hiệu Phật tử thông thường mà cần phải có niềm tin vững chắc vào Đức Phật và giáo lý của Ngài. Ambedkar biết rằng sự suy tàn của Phật giáo ở Ấn Độ một phần là do những người theo đạo Phật không có niềm tin vững chắc, họ dễ dàng bị thâu tóm tinh thần thông qua các hình thức nghi lễ của Ấn Độ giáo. Vì vậy, lễ nhập môn là một hành động cần thiết của người Phật tử khi bước vào đạo.

Ambedkar chủ trương đưa Phật giáo Ấn Độ phát triển dưới một hình thức mới gọi là Tân Phật giáo. Ngoài việc tuyên đọc 22 lời nguyền trong buổi lễ chuyển đổi, Ambedkar còn thực hiện việc truyền trao Năm giới cho những người có nguyện vọng quy y Tam Bảo. Ông nói rằng: "*Chúng ta phải tổ chức một bộ máy khổng lồ để truyền bá giáo pháp. Mọi Phật tử đều có quyền truyền đạo cho người khác. Ngày hôm nay, tôi đưa ra thông báo này. Tiến lên với thông điệp của Đức Phật. Hãy ra đi để giải phóng con người.*"[161] Từ đó, người Phật tử tự truyền Ngũ giới cho nhau mà không cần đến các vị Tỳ kheo hoặc Tỳ kheo ni. Vấn đề này gây ra nhiều tranh cãi trong dư luận. Họ nói rằng việc làm của Ambedkar đi ngược lại tư tưởng Phật giáo truyền thống và không phù hợp với tinh thần giáo lý của Đức Phật. Ở đây, chúng ta có thể hiểu một cách đơn giản, Ambedkar muốn chấn hưng Phật giáo Ấn Độ để giành lại quyền con người trong xã hội hơn là xây dựng một hình thức tôn giáo.

---

160 Dhananjay Keer, 1954, *Tiến sĩ Ambedkar: Cuộc đời và Sứ mệnh*, NXB Prakashan, Ấn Độ, p.481

161 Ahir, 1998, *Tầm nhìn về Giáo pháp của Tiến sĩ Ambedkar: Một Nhận Định*, NXB Corporation, New Delhi, p.141

Ambedkar có kế hoạch thành lập một chủng viện Phật giáo ở Bangalore để đào tạo các nhà truyền giáo truyền bá đức tin ở Ấn Độ. Vấn đề xây dựng trường học, hệ thống thư viện, nhà ở... được ông đặc biệt quan tâm. Như vậy, không riêng gì Phật giáo, một tôn giáo được coi là tồn tại phải có đầy đủ các yêu cầu về người lãnh đạo, hệ thống giáo lý và tín đồ. Ambedkar dường như đã hiểu rằng, mặc dù Phật giáo được thành lập với một hệ thống giáo lý rõ ràng, nhưng để duy trì sự phát triển của tôn giáo này thì cần phải có những người truyền bá Phật pháp. Trong kinh *Kinh Đại Bát Niết Bàn*, Đức Phật cũng đã đề cập vấn đề này như sau:

"*Hỡi Ác ma, ta sẽ không nhập niết bàn cho đến khi nào các đệ tử của ta, Tỳ khưu và Tỳ khưu ni, Nam cư sĩ và Nữ cư sĩ trở thành những đệ tử chân chính... họ có thể thuyết giảng giáo pháp này một cách thuyết phục và giải thoát.*"[162]

Như vậy, trong bất kỳ thời đại nào, Tứ chúng đệ tử Phật gồm Tỳ kheo, Tỳ kheo ni, Nam cư sĩ và Nữ cư sĩ đều có vai trò to lớn trong quá trình hoằng pháp.

Tháng 11 năm 1951, Ambedkar bắt đầu viết cuốn sách có tựa đề: "*Đức Phật và Giáo pháp của Ngài*". Đến đầu năm 1956, tác phẩm này được xuất bản. Dù tình trạng sức khỏe hiện tại rất yếu nhưng Ambedkar vẫn cố gắng làm việc không ngừng nghỉ. Mọi nỗ lực của ông đều nhằm mục đích truyền bá Phật pháp cho đại chúng. Tác phẩm "*Đức Phật Và Giáo Pháp của Ngài*" không chỉ trình bày những lời dạy của Đức Phật và Tăng đoàn mà còn tập trung vào tư tưởng của một số tôn giáo khác ở Ấn Độ. Thông điệp của cuốn sách là bài trừ những tệ nạn xã hội như bất bình đẳng, phân biệt giai cấp và đấu tranh cho quyền lợi của người Dalit và những tầng lớp thấp bé trong xã hội bấy giờ.

"*Không có tôn giáo, cuộc đấu tranh của chúng ta sẽ không tồn tại,*"[163] đó là những lời nói của Ambedkar tại Agra vào ngày

162 Vajira & Francis, 1998, *Kinh Đại Bát Niết Bàn*, NXB Phật Giáo, Sri-Lanka, p.27

163 Tartakov, Gary, 2003, *Tiến sĩ Ambedkar và Hình thức Tân Phật Giáo*, NXB Oxford University Press, New Delhi, p. 281

18 tháng 3 năm 1965. Phật giáo là sự lựa chọn lý tưởng nhất trong các tôn giáo mà ông từng nghiên cứu. Tại các cuộc hội thảo diễn ra trong và ngoài nước Ấn Độ, Ambedkar vẫn thể hiện tinh thần đấu tranh cho tầng lớp tiện dân dưới hình thức bất bạo động. Giữa sự phản đối của các nhà lãnh đạo chính trị Ấn Độ, Ambedkar vẫn đứng vững và khởi xướng phong trào phục hưng Phật giáo. Ông hiểu được rằng đây là con đường đem lại tự do, bình đẳng cho giai cấp tiện dân.

Để đáp lại sự nhiệt tình của Ambedkar khi ông đã dành nửa đời người để tìm cách chấn hưng Phật giáo, hàng ngàn người thuộc tầng lớp hạ dân đã đến Nagpur. Họ giương cao những khẩu hiệu ủng hộ Phật giáo. Khắp nơi trên các con đường ở Nagpur, không khí Phật giáo dường như đã tràn ngập. Mọi người không chỉ vui với con đường mình đã chọn mà còn cảm nhận được giá trị đích thực của con người khi được sống trong môi trường Phật giáo.

Vào một dịp khác, khi Ambedkar đứng trên bục giảng và tuyên bố từ bỏ Ấn Độ giáo. Ông kêu gọi những ai muốn gia nhập Phật giáo hãy đứng lên lột bỏ lớp vỏ thần quyền của Ấn Độ giáo. Vào thời điểm đó, có khoảng 30.000 người theo đạo Phật. Họ hô vang khẩu hiệu quy y Tam Bảo như là một lựa chọn đúng đắn để kết thúc cuộc hành trình dài đen tối trong cuộc đời họ.

Trong bài phát biểu cuối cùng tại khách sạn Shyam, Ambedkar nói rằng ông quan tâm đến khía cạnh tôn giáo hơn là chính trị. Vì ông hiểu rằng thể chế chính trị có thể không dựa trên hình thức tôn giáo nhưng tư tưởng tôn giáo có ảnh hưởng rất lớn đến thể chế chính trị đương thời. Vì vậy, đối với Ambedkar, để xây dựng lại trật tự chính trị ở Ấn Độ phải dựa trên giáo lý Phật giáo. Không chỉ Ambedkar mà nhiều nhà lãnh đạo ở các quốc gia khác cũng nhận thấy cần phải áp dụng tư tưởng Phật giáo vào vấn đề xây dựng thể chế chính trị quốc gia. Ở Tây Tạng, Vua Songtsen Gampo đã ban hành luật pháp một cách hài hòa phù hợp với Mười điều đạo đức và Mười sáu điều luật do Phật giáo quy định. Trong cuốn sách *Lịch sử Phật Giáo Tây Tạng* có viết:

"*Bây giờ, vua Songtsen Gampo, người đã chinh phục toàn bộ Tây Tạng, ông đã phát triển Tây Tạng rộng lớn hơn ở nơi ông đã chiếm đóng và thiết lập quyền lực của mình. Nhà vua đã tạo ra luật pháp dựa trên Phật giáo. Có luật ban thưởng cho người làm mười điều lành và luật trừng phạt cho người làm mười điều bất hạnh.*"[164]

Đó là tầm nhìn sáng suốt của một nhà lãnh đạo chính trị. Quan trọng hơn, giới luật Phật giáo được xem là đạo đức chuẩn mực của xã hội. Đến với đạo Phật, con người sẽ cảm nhận được sự bình an, bình đẳng dù sống trong bất cứ chế độ chính trị nào.

Như một quy luật của cuộc sống, vào lúc 6 giờ 30 phút sáng ngày 6 tháng 12 năm 1956, Ambedkar qua đời trong sự tiếc thương của gia đình và đồng nghiệp. Ông đã từ giã cõi đời khi công cuộc chấn hưng Phật giáo của Ngài còn dang dở. Cái chết của Tiến sĩ Ambedkar là một cú sốc đối với Dalit. Họ bắt đầu xuống đường làm lễ tưởng niệm và tổ chức các cuộc biểu tình ở Kanpur. Mặc dù Ambedkar đã viên tịch nhưng phong trào chấn hưng Phật giáo của ông vẫn có ảnh hưởng lớn đối với quần chúng. Bellwinkel-Schempp đã ghi lại: "*Năm 1957, Pragyanand đã tổ chức một cuộc vận động cải đạo hàng loạt ở Lucknow cho 15 000 giáo dân, một cuộc quy tụ khổng lồ và lớn nhất vào thời đó ở miền bắc Ấn Độ. Với việc thành lập Đảng Cộng hòa Ấn Độ (RPI) vào năm 1956, sự phân chia trong phong trào giai cấp đã được sắp xếp, phong trào vận động giai cấp lùi về phía sau và đi đến kết thúc.*"[165]

Mặc dù bị ràng buộc bởi quy luật sinh, lão, bệnh, tử của cuộc đời nhưng Ambedkar đã làm hết sức mình cho phong trào chấn hưng Phật giáo ở Ấn Độ. Tuy phong trào này chưa được triển khai trên toàn quốc nhưng đã có ảnh hưởng lớn đến đời sống xã hội Ấn Độ. Tầng lớp tiện dân có thể hiểu là có một tôn giáo đã từng xuất hiện trên đất nước của họ. Tôn giáo ấy luôn mang thông điệp của tình thương, trí tuệ và bình đẳng, đó là Phật giáo.

---

164 James Blumenthal, 2007, *Lịch Sử Phật Giáo Tây Tạng*, NXB Mandala, Tibet, p.5.

165 Bellwinkel-Schempp, 2004, *Nguồn Gốc Phật Giáo Ambedkar ở Kanpur*, Oxford University Press, New Delhi, p.13

KẾT LUẬN

Ambedkar sinh ra trong một gia đình tiện dân, nhưng ông là một người rất may mắn. Từ khi còn trẻ, ông đã được giáo dục và tiếp xúc với các tầng lớp khác nhau trong xã hội Ấn Độ. Lớn lên, môi trường học tập ở các nước Châu Âu khiến ông nhận thức và suy nghĩ nhiều hơn về chế độ chính đang tồn tại trên đất nước mình. Trải qua hàng ngàn năm, sự chuyên chế của Ấn Độ giáo vẫn cứng nhắc và tàn nhẫn. Kinh điển Ấn Độ giáo đã gieo vào đầu tầng lớp nghèo khổ những luật lệ hà khắc khiến họ chỉ biết cúi đầu trước số phận.

Việc Ambedkar cải đạo sang Phật giáo như một tiếng sét đánh vào hệ thống cai trị lâu đời của Ấn Độ giáo. Bỏ lại những tư tưởng tôn giáo truyền thống ràng buộc, Ambedkar đến với Phật giáo như một con đường thay đổi và phát triển đời sống tâm linh. Ấn Độ giáo cũng có những thiên đường, nhưng thảm đỏ thiên đường chỉ dành cho tầng lớp thượng lưu, còn tầng lớp hạ lưu chỉ là hạt bụi để người khác giẫm đạp. Vì vậy, đối với Ambedkar, hướng dẫn những người Dalit đến với Phật giáo không chỉ giải phóng họ khỏi sự khổ đau về thể chất mà còn trả lại sự tự do về mặt tinh thần cho họ.

Sau khi chuyển sang Phật giáo, hành trình phục hưng Phật giáo ở Ấn Độ của Ambedkar vô cùng gian nan. Vấn đề thay đổi suy nghĩ của những người có học thức trong xã hội Ấn Độ là rất khó. Tuy nhiên, Ambedkar vẫn không ngừng truyền bá tư tưởng Phật giáo khi có điều kiện. Trong các buổi họp hay tham dự các cuộc hội thảo, ông luôn thể hiện sự nhiệt huyết khi nêu lên những quan điểm của mình về giáo lý giải thoát. Xây dựng trụ sở Phật giáo, viết và xuất bản sách về đề tài Phật giáo đã giúp ông truyền bá tư tưởng của Đức Phật đến nhiều người. Giới hạn của kiếp sống nhân sinh buộc ông phải kết thúc cuộc đời ở tuổi 65. Mặc dù Ambedkar qua đời khi công cuộc phục hưng Phật giáo còn dang dở, nhưng nó là bàn đạp để phong trào này tiếp tục phát triển trong tương lai.

***

TÀI LIỆU THAM KHẢO

1. Vajira & Francis, *Kinh Đại Bát Niết Bàn*, NXB Phật Giáo, Sri-Lanka, 1998.
2. Vasant Moon, *Các bài viết và bài phát biểu của Tiến sĩ Babasahed Ambedkar*, NXB Quỹ Tài Trợ Tiến sĩ Ambedkar, Ấn Độ, 2014.
3. Dhananjay Keer, *Tiến sĩ Ambedkar: Cuộc đời và Sứ mệnh*, NXB Prakashan, Ấn Độ, 1954.
4. Johannes Beltz, *Mahar, Buddhist, và Dalit: Chuyển đổi tôn giáo và giải phóng chính trị xã hội*, NXB Manohar, New Delhi, 2005.
5. Tiến sĩ B R Ambedkar, *Đức Phật và Giáo Pháp của Ngài*, NXB Kalpaz, India, 1956.
6. Tartakov, Gary, *Tiến Sĩ Ambedkar và Hình Thức Tân Phật Giáo*, Oxford University Press, New Delhi, 2003.
7. Ahir, *Tầm nhìn về Giáo pháp của Tiến sĩ Ambedkar: Một Nhận Định*, NXB Corporation, New Delhi, 1998.
8. James Blumenthal, *Lịch Sử Phật giáo Tây Tạng*, NXB Mandala, Tây Tạng, 2007.
9. Bellwinkel-Schempp, *Nguồn gốc Phật giáo Ambedkar ở Kanpur*, Oxford University Press, New Delhi, 2004.

4.4

VAI TRÒ CỦA ALEXANDER CUNNINGHAM TRONG PHONG TRÀO PHỤC HƯNG PHẬT GIÁO Ở ẤN ĐỘ

Ph.D. Scholar Thich Nu Hue Ngon
- Nguyen Thi Phuong Dung
Center for Mahayana Buddhist Studies
Acharya Nagarjuna University

Tóm Lược

Bài viết này tập trung vào vai trò của Alexander Cunningham trong phong trào phục hưng Phật giáo ở Ấn Độ cũng như thể hiện sự kính trọng, yêu quý đến ông. Năm 1871, ông là Tổng giám đốc Khảo Cổ học đầu tiên của Ấn Độ, giám sát các địa điểm hành hương Phật giáo như Bodhgaya, Sarnath, Sanchi, v.v. Nó cũng mô tả ngắn gọn chức năng của Khảo Sát Khảo Cổ Ấn Độ, nơi bảo tồn các di tích và di sản Phật giáo xưa.

Từ khóa: Vai Trò của Alexander Cunningham, Phong Trào Phục Hưng Phật Giáo

Dẫn Luận

Phong trào Phục hưng Phật giáo nhằm mục đích giới thiệu giáo lý của Đức Phật về lại Ấn Độ. Nó bắt đầu với các phong trào vĩ đại quan trọng như việc Anagarika Dharmapala thành lập Hiệp hội

Maha Bodhi Society vào năm 1891. Năm 1950, B. R. Ambedkar dẫn đầu phong trào Phật giáo của những người Dalits. Năm 1959, Đạt Lai Lạt Ma thứ 14 dẫn đầu cuộc lưu vong của người Tây Tạng đến Dharamshala ở vùng Himalaya của Ấn Độ, trong khi S. N. Goenka thành lập các trung tâm thiền Vipassana trên toàn thế giới.

Từ năm 1891, Anagarika Dharmapala đã đấu tranh với Ấn Độ giáo Mahant để đòi lại quyền kiểm soát Chùa Mahabodhi cho tăng đoàn Phật giáo. Ý định của Ngài Dharmapala là hãy để thánh địa Phật giáo thiêng liêng này được duy trì bởi tỳ kheo của chúng ta. Năm 1885, Sir Edwin Arnold xuất bản tác phẩm nổi tiếng "Ánh Sáng Á Châu" mô tả sự suy tàn của Chùa Mahabodhi. Tuy nhiên, trước ngài Dharmapala và Ambedkar, trong thế kỷ 18 và 19, các học giả và nhà thám hiểm phương Tây đã đến Ấn Độ để khám phá lịch sử nguyên thủy của nó. Alexander Cunningham nổi bật trong số họ trở thành nhà Khảo cổ đầu tiên tham gia vào việc khôi phục lại di sản Phật giáo và các địa điểm khác ở Ấn Độ. Theo một số học giả, tín đồ Phật giáo nợ ông một món nợ đặc biệt. Những người hành hương ngày nay đến thăm các địa điểm thánh tích của Phật giáo, họ nên nhớ lại những đóng góp của ông. Thực tế ông được đánh giá cao như là một trong những người tiên phong của phong trào phục hưng Phật giáo trong lĩnh vực Khảo cổ học.

Tiểu Sử Ngài Alexander Cunningham

Sinh ra ở London, Anh quốc, Alexander Cunningham (1814-1893) là con trai của Allan Cunningham (1784-1842) và mẹ là Jean née Walker (1791-1864). Ông đến Calcutta, Ấn Độ vào năm 1833 và phục vụ như một thiếu úy, kỹ sư Bengal dưới sự ủy quyền của chính phủ Anh tại Ấn Độ. Trong giai đoạn 1856-1858, Alexander Cunningham là kỹ sư trưởng ở Myanmar. Sau 28 năm phục vụ, ông nghỉ hưu và hoàn thành sự nghiệp quân sự ở Ấn Độ vào năm 1961.

Alexander Cunningham gặp James Prinsep (1799-1840), người nổi tiếng trong việc giải mã các bản văn cổ xưa của Ấn Độ, Kharosthi và Brahmi, am hiểu kiến trúc, thư ký của Hiệp hội châu Á Bengal, nhà xuất bản Tạp chí của Hội châu Á, và nhà sưu tập tiền xu. Ngay từ đầu, James Prinsep đã truyền cảm hứng cho Cunningham về khảo cổ học và cổ xưa của Ấn Độ. Ventura cũng là một vị tướng dưới quyền của Ranjit Singh (vua đầu tiên của vương quốc Sikh), người đã cho phép ông đào "tháp" ở Punjab. Theo Ventura và các nhà sử học và khảo cổ học khác, Alexander Cunningham tiến hành khai quật Sarnath vào năm 1837. Trong thời gian làm kỹ sư ở bang Gwalior, ông bị thu hút bởi các ngôi tháp ở Sanchi, nơi ông phát hiện ra những xá lợi thiêng liêng của hai vị đại đệ tử Đức Phật: Ngài Sariputta và ngài Moggalana.

Vào tháng 11 năm 1861, Alexander Cunningham đã gửi cho Thống đốc Canning một lá thư trong đó ông chỉ trích sự thờ ơ của chính phủ đối với các đồ cổ của Ấn Độ. Có thể hiểu rằng chính phủ trước đây đã quan tâm đến việc mở rộng và củng cố đế chế, nhưng đã đến lúc chính phủ Anh tiến hành một cuộc điều tra cẩn thận và có hệ thống về tất cả các di tích hiện có của Ấn Độ cổ đại.[166] Theo đó, Cunningham được chỉ định là nhà Khảo Sát Khảo Cổ đầu tiên của Ấn Độ. Công việc của ông chỉ kéo dài năm năm (1861-1865). Sau đó, trong những năm tiếp theo, do thiếu viện trợ nên ngừng hoạt động. Năm 1970, Lord Mayo tái thiết lập Khảo Sát Khảo Cổ Ấn Độ. Năm 1871, ông được bổ nhiệm làm Tổng giám đốc đầu tiên của Khảo Sát Khảo Cổ học Ấn Độ. Sau 50 năm phục vụ ở đây, ông cuối cùng đã nghỉ hưu vào năm 1885 và trở về quê hương London.

Sự Suy Tàn Phật Giáo Ấn Độ

Tình trạng Phật giáo ở Ấn Độ thời trung cổ dựa trên các tác phẩm của những người hành hương Trung Quốc như Pháp Hiển (399-414) và Huyền Trang (629-644). Các học giả tin rằng trong khi Phật giáo phát triển mạnh ở một số khu vực, thì nó cũng đang suy giảm ở những nơi khác. Vào cuối thế kỷ 12, các sử gia đồng ý

---

166 Abu Imam, Sir Alexander Cunningham (1814-1893): Giai Đoạn Đầu Tiên Của Khảo Cổ Học Ấn Độ, *The Journal of the Royal Asiatic Society of Great Britain and Ireland*, No. 3/4, Oct., 1964, tr. 199.

rằng nó sụp đổ, suy yếu và tan rã khá nhanh chóng và hoàn toàn.[167]

Quân đội Hồi giáo do người Thổ Nhĩ Kỳ Muhammad Bakhtiyar Khilji, có nguồn gốc ở Afghanistan, tấn công Tây Bắc, Bắc Ấn Độ, và phá hủy cả đền thờ Hindu và Phật giáo. Đại học Nalanda, Tu viện Odantapuri và Tu viện Vikramashila, các trung tâm Phật giáo lớn nhất và lâu đời nhất vào thời điểm đó cũng bị tàn phá. Tu viện Odantapuri (nay nằm ở Bihar) bị Muhammad Bakhtiyar Khilji phá hủy vào năm 1197 và Vikramashila khoảng năm 1200. Kẻ xâm lược đã giết chết các tỳ kheo Phật giáo. Họ chạy trốn đến Nepal, Tây Tạng và Nam Ấn để tránh sự chinh phạt, hoặc họ di chuyển đến các vương quốc Hindu miền Nam Ấn để tránh cuộc bức hại. Tuy nhiên, không thể nói rằng Phật giáo Ấn Độ đã tuyệt diệt hoặc hoàn toàn biến mất.

Phật giáo tồn tại ở hầu hết các phần của Ấn Độ sau thế kỷ 12, bao gồm Bengal, Orissa, và Bihar, cũng như Kancipura (Tamil Nadu), Vương quốc Cola (Coromandel Coast), Dvaravati (Gujarat), và Jalamdhara (Punjab.)

Thật khó để xác định nguyên nhân của sự suy giảm Phật giáo ở Ấn Độ. Một số học giả thảo luận và cung cấp lời giải thích như là giả thuyết cho điều này, chẳng hạn như: 1. Sự suy thoái đạo đức của tỳ kheo tăng đoàn ; 2. Sự khủng bố của người Brahman; 3. Bị bức hại bởi các vị vua Brahmanic Hindu và thiếu sự hỗ trợ từ hoàng gia; 4. Giáo phái và sự phát triển của Phật giáo Mahayana và Vajrayana; 5. Các cuộc tấn công Ả Rập và Thổ Nhĩ Kỳ ; 6. Vai trò của Sufism; 7. Sự trỗi dậy của phong trào Bhakti và sự hồi sinh của đạo Brahmanic Hinduism; 8. Tăng, các mối quan hệ tín đồ, sự suy giảm của đô thị hóa, và môi trường vật chất đang phát triển.

Một số phân tích nhấn mạnh vào các cuộc tấn công của các lực lượng Hồi giáo Ả Rập và Thổ Nhĩ Kỳ mà họ xem là một yếu tố quan trọng trong sự suy tàn của Phật giáo. Một số giả thuyết cho thấy các ngôi đền chùa trong đống đổ nát được miêu tả như đã bị phá hủy bởi những người cuồng tín Hồi giáo, những kho báu hoặc

---

167 K.T. S. Sarao, *Sự Suy Tàn Của Phật Giáo Ấn Độ: Quan Điểm Mới*, Munshiram Manoharlal, 2012, tr. 5.

tượng bị mất hoặc bị cướp bóc bởi những kẻ xâm lược Hồi Giáo hoặc bị giấu bởi người Hindu giáo và Phật giáo vì sợ các cuộc tấn công của Hồi giáo.

Ý kiến khác cho rằng, để hợp pháp hóa sự cai trị của họ và giành được lòng trung thành của người Ấn Độ, các nhà sử học của Anh bắt đầu bóp méo lịch sử Ấn Độ bằng cách tuyên bố rằng chính sách của họ là nhân đạo hơn so với những người cai trị "Hồi giáo" trước đây. Nhiều nhà sử học thuộc địa của thế kỷ 19 đã liệt tất cả người Ả Rập, Thổ Nhĩ Kỳ và Mughal là "những kẻ xâm lược Hồi giáo."[168] Trong thực tế, chính quyền Hồi giáo đã bách hại đạo Hindu, Phật giáo và các tôn giáo khác. Tuy nhiên, Phật giáo bị thiệt hại nặng nề. Người lãnh đạo Ấn giáo và Hồi giáo được cho là đã chiến đấu với nhau nhiều như họ đã chống lại nhau.[169] Ấn giáo liên kết chặt chẽ hơn với văn hóa Ấn Độ và ảnh hưởng xã hội nên dễ phục hưng hơn Phật giáo.

Người dân Patna, Rajgir, và Mathura, từng là trung tâm Phật giáo, ngày nay thậm chí không biết được các di tích Phật giáo được phát hiện ở đó. Ở nhiều nơi, các bức tượng Phật nếu không bị phá hủy thì trở thành các vị thần Hindu. Những ngôi tháp Phật giáo đã bị bỏ hoang trong nhiều thế kỷ trở nên tràn ngập cây cối đến nỗi chúng trông giống như những ngọn đồi.[170] Hàng ngàn đền thờ Phật giáo đã bị phá hủy, cướp bóc, hoặc chiếm đoạt. Khi các tu sĩ vắng mặt, các tu viện bị phá hủy hoặc bị bỏ hoang, các kinh luận Phật giáo và các văn bản khác cũng bị mất.[171] Do sự bách hại của ngoại giáo, họ buộc phải chôn vùi những bức tượng và bị trục xuất khỏi tu viện bởi lửa. Alexander Cunningham đã khai quật nhiều tượng Phật giáo ở Sarnath gần Benares vào năm 1835, tất cả rõ ràng đã được chôn dưới đất.[172] Đó là đêm tối khi các đền thờ, tu viện, chùa,

168 K. T. S. Sarao, Sự suy giảm của Phật giáo ở Ấn Độ: Một quan điểm mới, Munshiram Manoharlal, 2012, tr. 151.

169 Sđd., tr. 152.

170 Chan Khoon San, *Tám Địa Điểm Hành Hương Phật Giáo Quan Trọng*, Kuala Lumpur, Malaysia, 2018, tr. 28.

171 D.C. Ahir, *Những Người Tuyên Phong Trong Phong Trào Phục Hưng Phật Giáo Ấn Độ*, Sri Satguru, 1989, Introduction.

172 Alexander Cunningham, *Các Tháp Bhilsa*, Smith, Elder, and Co.,

tượng, và các di tích Phật giáo đã trở thành tàn tích, gãy vỡ và bị lãng quên bởi con người. Trong số đó bị chiếm dụng bởi các tôn giáo khác.

Phật giáo gần như đã biến mất vào cuối thế kỷ 19 thuộc Anh (1858-1947), ngoại trừ vùng Himalaya, phía đông và một vài địa điểm hẻo lánh.

Khảo Sát Khảo Cổ Ấn Độ (ASI)

Mặc dù Phật giáo Ấn Độ đã suy tàn và các tu sĩ Phật giáo vắng bóng. Tuy nhiên, các tu viện và đền thờ của họ, các bức tranh và điêu khắc, và các tác phẩm lịch sử vẫn còn tồn tại minh họa lịch sử, minh chứng cho thời kỳ hoàng kim của Phật giáo trong quá khứ, cũng như giá trị và đóng góp của nó cho nhân loại. Với sự xuất hiện của Anh trong thế kỷ 18, Phật giáo đã có thể được phục hồi lại sau nhiều thế kỷ tối tăm của sự tàn phá. Nó thu hút các học giả và nhà thám hiểm phương Tây, những người đã khai quật và bảo tồn kho báu chôn vùi bấy lâu. Người ta tin rằng việc kết thúc sự cai trị của Hồi giáo Mongul và sự xuất hiện của Anh là cơ hội tuyệt vời cho sự hồi sinh của Phật giáo ở Ấn Độ.

Theo Alexander Cunningham, các di tích Phật giáo hiện tại có thể được chia thành bốn loại khác nhau: 1. Những chùa hang động với những ngôi tháp (stupas), tác phẩm điêu khắc, bích họa và chữ viết, câu khắc; 2. Các tu viện; 3. Chữ viết khắc trên đá và cột trụ; 4. Các ngôi tháp hoặc các công trình kiến trúc tôn giáo.[173] Theo Đạo luật AMASR năm 1958 đưa ra khái niệm chung là các Công Trình Kiến Trúc Cổ và các Địa Điểm Khảo Cổ và Di Tích.

Khảo Sát Khảo Cổ Ấn Độ (ASI) nằm dưới sự giám sát của Bộ Văn hóa Ấn Độ. Alexander Cunningham là nhà Khảo Cổ đầu tiên từ năm 1861 đến 1865 và là Tổng giám đốc đầu tiên của ASI từ 1871 đến 1885 như một khoa riêng biệt. Hiện tại, nó có 29 Tổng giám đốc. Trong giai đoạn 1981-1983, Debala Mitra là người phụ nữ Ấn Độ đầu tiên giữ chức Tổng giám đốc. Sự đóng góp của bà là

Cornhill, London, 1854, tr. 2.

173 Sđd., tr. 4.

giám sát một số địa điểm Phật giáo.

ASI chịu trách nhiệm nghiên cứu khảo cổ học cũng như duy trì và bảo tồn các di tích văn hóa lịch sử trong nước. Nó cũng liên quan đến hệ thống bảo tàng và các lĩnh vực khác trong ASI. Năm 1798, Hiệp hội Châu Á Bengal đã nghĩ ra ý tưởng thành lập một nơi lưu trữ cho bộ sưu tập các hiện vật khảo cổ. Sau đó, vào năm 1814, nó trở thành bảo tàng đầu tiên và được đổi tên thành Bảo tàng Ấn Độ, Calcutta. Sir John Marshall, Tổng giám đốc thứ ba của ASI, đã xem xét việc thành lập các bảo tàng tại địa điểm khảo cổ vào năm 1905. Năm 1946, Sir Mortimer Wheeler, Tổng giám đốc thứ chín của ASI, tiếp tục tách rời thêm các chi nhánh bảo tàng. N. P. Chakravarti (1948-1950), một nhà khảo cổ Ấn Độ, giữ vị trí Tổng giám đốc sau khi độc lập. Hiện nay, ASI giám sát tổng cộng 46 bảo tàng ở Ấn Độ, tăng đáng kể so với con số trước đó.

Sự Đóng Góp Của Alexander Cunningham trong Phong Trào Phục Hưng Phật Giáo ở Ấn Độ

Vào thời của Alexander Cunningham, thám hiểm là việc khó khăn và nhiều rủi ro. Phần lớn hành trình của ông là cưỡi ngựa, voi, xe bò, lạc đà, đi bộ và đường sắt. Ngoài điều này, người ta luôn nghi ngờ về việc đi lại của các nhà khảo cổ đối với những tàn tích và các đạo sĩ bất hợp tác. Việc khai quật của ông thường bị gián đoạn bởi những hiện tượng ma. Những nguy hiểm của hổ, cướp, bệnh tật, v.v...[174] Do đó, nó đòi hỏi không chỉ khả năng mà còn là sự cố gắng, qua đó nhấn mạnh vai trò của Alexander Cunningham cho khảo cổ trong cả Phật giáo và các tôn giáo khác. Ngài đã khai quật Tháp Dhammek ở Sarnath năm 1837, Sankassa năm 1842, Sanchi năm 1851, Đại Tháp Mahabodhi năm 1870, và Tháp Bharhut năm 1873-1874. Ông cũng khảo sát một số địa điểm khác, bao gồm Aornos, Ahichchhatra, Bairat, Kosambi, Nalanda, Padmavati, Sangala, Shravasti, Srughna, Taxila và Vaishali. Quan

174 Abu Imam, Sir Alexander Cunningham (1814-1893): Giai Đoạn Đầu Tiên Của Khảo Cổ Học Ấn Độ, Tạp chí Hiệp hội Hoàng gia châu Á của Anh và Ireland, Số. 3/4, 10-1964, tr. 199.

trọng hơn hết là các thánh địa sau:

Bodhgaya: Bồ Đề Đạo Tràng là nơi Đức Phật đạt sự giác ngộ. Đây là một thành phố cổ, 105 km cách Patna (Pataliputra, thủ đô của vương quốc Magadha). Nơi này gồm các công trình liên quan đến cuộc đời Đức Phật như Tháp Mahabodhi, Cây Bồ Đề, Tòa Kim Cương, Hàng Rào Asoka, Cột Trụ Asoka, Cổng Toran, Tu viện Mahabodhi, Tháp Tưởng Niệm và các công trình khác.

Bồ Đề Đạo Tràng phát triển mạnh trong các triều đại Maurya, Shunga, Huvishka, Gupta, và sau đó là Pala. Sau cuộc tấn công của Muhammad Bakhtiyar Khilji, Chùa Mahabodhi bị bỏ hoang và bị tàn phá trong sáu thế kỉ. Năm 1590, tu sĩ Hindu Mahant giành quyền kiểm soát Buddhagaya và tiến hành các nghi lễ của họ tại chính điện chùa Mahabodhi. Sự tái sinh của Buddhagaya bắt đầu vào thế kỷ 19. Nó được khôi phục dựa trên những di tích hiện có và theo kiểu xưa. Người Myanmar đã gửi một phái đoàn xây dựng lại nơi thiêng liêng này. Tuy nhiên, việc phục hồi của họ đã không mấy thành công. May mắn thay, Thống đốc Anh tại thời điểm đó đã chú ý đến Bồ Đề Đạo Tràng. Sir Ashley Eden, trung úy, Thống đốc bang Bengal, đã giao nhiệm vụ cho J.D. Beglar xây dựng lại Tháp Mahabodhi vào năm 1880.[175]

Alexander Cunningham thường xuyên đến thăm và trở lại địa điểm này nhều lần vào năm 1961, 1871, 1881, v.v... Năm 1879, ông đến Buddhagaya để chứng kiến sửa chữa của người Miến Điện. Nhưng Alexander Cunningham lại hài lòng với thiết kế và phục hồi của Beglar. Ông đã phát hiện ra Ngôi Chùa Asoka cũ. Năm 1881, ông cũng tìm thấy Tòa Kim Cương cũ và phần còn lại của Đường Kinh Hành của Đức Phật với 22 cột trụ mang ký tự của Asoka. Chùa Mahabodhi hiện tại được xây dựng trực tiếp trên đống đổ nát của Chùa Asoka và Tòa Kim Cương xưa vẫn còn nằm ngay chỗ Đức Phật ngồi thiền định. Năm 1862, cây Bồ Đề bị hư nặng nề. Năm 1871, ông lại nhìn thấy cây. Năm 1875, nó bị hư hoàn toàn, vào năm 1876, một cơn gió làm gãy cây. Năm 1885, ông

175 Alexander Cunningham, *Đại Giác hoặc Chùa Đại Giác dưới Cội Bồ Đề tại Nơi Đức Phật Thành Đạo*, W.H. Allen & Co., London, 1892, tr. vi.

và Beglar phát hiện ra những tàn tích của một tu viện lớn với một bức tường bên ngoài dày và những tháp tròn khổng lồ ở bốn góc.[176] Cổng chính, hay Toran, nằm ở phía trước Tháp Mahabodhi, cũng được phục dựng lại bởi Cunningham và Beglar vào năm 1879.

Sanarth: Vườn Nai (Mrigadava) gắn liền với các sự kiện Phật giáo quan trọng như "nơi chuyển pháp luân" đầu tiên và sự thành lập của Tăng đoàn Phật giáo. Sarnath có nghĩa là "đại Thiên" liên quan đến vị Đại Thiên (Mahadeva) với biểu tượng Lingam. Alexander Cunningham cho rằng tên của nó là viết tắt của Sarangganatha, đề cập đến Mahadeva, người thường được miêu tả nắm một con nai trong tay trái của mình. Nó cũng đề cập đến câu chuyện Jataka của Bồ tát như là chúa của một đàn hươu.[177]

Nơi đây gồm những di tích cổ xưa như ngôi tháp, tu viện, đền thờ và trụ đá có niên đại từ thế kỉ 3 TCN đến thế kỉ 12 SCN. Nổi tiếng là Tháp Dhamek, Tháp Dharmarajika, Cột Trụ Asoka, Hương thất Mulagandha Kuti (nơi Đức Phật trải qua mùa mưa đầu tiên của mình), Dharma Chakra Jina Vihara và Tháp Chaukhandi (nơi Đức Phật gặp năm vị đệ tử đầu tiên.)

Sarnath được biết đến vào đầu thế kỷ 18 bởi những người châu Âu như William Hodges. Trong tư liệu quý báo của mình, Jonathan Duncan, mô tả những năm 1793-1794, Jagat Singh đã khai phá tháp lớn nhất lấy đá và gạch để xây dựng một ngôi chợ ở thành phố Banaras. Nó được đặt theo tên của ông, Jagatganj. Phát hiện sớm nhất bởi Jagat Singh là hai hộp bằng đá và đá cẩm thạch, cái này bên trong cái kia, chứa một vài xá lợi, một số ngọc trai bị hư, lá vàng và các đồ trang sức vô giá khác, cũng như một tượng Phật với bản khắc có niên đại 1016. Năm 1835, Alexander Cunningham tiếp tục khai quật lại tháp bị hư hại nặng nề này. Ông tìm thấy một người đàn ông lớn tuổi tên là Sangkar, người nhìn thấy việc khai quật của Jagat Singh như là bằng chứng. Cunningham tin rằng xá lợi bên trong hộp là xá lợi của Đức Phật. Thiếu tá Kittoe và Thomas tiếp tục công việc khảo sát Sarnath sau đó.

176 Sđd., tr. 43.

177 Alexander Cunningham, *Báo Cáo Khảo Cổ 1861-1862*, The Government Central Press, 1871, tr. 106.

Chính Alexander Cunningham đã mở Tháp Dhamek, kỷ niệm bài giảng đầu tiên của Đức Phật cho năm đệ tử. Theo ông, từ Dhamek chỉ là viết tắt của từ Sanskrit Dharmmopadesaka, có nghĩa là "Người giảng dạy giáo pháp." Dharmma desaka tự nhiên được rút ngắn thành Dhamadek và Dhamek để thuận tiện đối thoại.[178] Tháp Chaukhandi bao gồm một ngôi mộ trên đỉnh bát giác bằng gạch, dựng bởi Hoàng đế Mugal Akbar vào năm 1588 để tưởng nhớ cha mình Humayun. Ngoài ra Alexander Cunningham cũng khám phá các công trình khác quanh Vườn Nai gồm một tu viện với một đền thờ với các phòng, các tháp tưởng niệm, bản khắc, tượng, v.v.

Sanchi nằm trên đỉnh một ngọn đồi trong ngôi làng nhỏ cách Vidisha 10 km. Các di tích Phật giáo như tháp, đền thờ, tu viện, cột đá nguyên khối, một bình bát lớn bằng đá, v.v. có niên đại từ thời Asoka. Sanchi, hay Sachi, là dạng từ Sanskrit "Santi." Alxander Cunningham phát hiện ra thuật ngữ Santi-sangham (Tăng đoàn Santi) trên cột trụ phía nam của Đại Tháp. Nó có nghĩa là "sự yên tĩnh."[179]

Sanchi là một trung tâm Phật giáo cổ xưa nổi tiếng vì gắn với sự kiện quan trọng của Hoàng đế Asoka và vợ ông. Asoka dừng lại ở đây trên đường đi giữa Pataliputra và Ujain. Do đó, Chetiyagiri (hoặc đồi Chaitya) là đồi Sanchi mà trên đó hiện có Đại Tháp. Buddhaghoso gọi vị trí này là Wesanagara, trong khi Mahanamo gọi đó là Chetiya và Chetiyagiri. Do đó, Đại Tháp đã tồn tại vào năm 270 TCN, trong thời cai trị của Asoka tại Ujjain.[180] Trên đường đến Ujjain, Asoka yêu một cô gái xinh đẹp tên là Devi, là con gái của một thương gia gần Vidisha. Trước khi đến Sri Lanka để truyền bá Phật giáo, Mahinda dừng lại ở Chetiyagiri (Sanchi), quê hương của mẹ mình, theo sử liệu Phật giáo Sri Lanka.

Đại Tháp (Tháp số 1 hoặc Tháp Sanchi) là cổ nhất, lớn nhất và đẹp nhất được miêu tả trên 200 Rupee Ấn Độ hiện tại. Năm

178 Sđd., tr. 113.

179 Alexander Cunningham, *Các Tháp Bhilsa*, Smith, Elder, and Co., Cornhill, London, 1854, tr. 182.

180 Sđd., tr. 270.

1822, những người nghiệp dư gây ra một lỗ thủng lớn ở phía tây nam của tháp này. Kết quả là, nó bị hư hoại nặng. Ngày nay người hành hương vẫn có thể nhìn thấy vết sẹo thủng đó. Sir Alexander Cunningham và Maisey đã khai quật cẩn thận Tháp Sanchi vào năm 1951. Theo ông, không tìm thấy xá lợi trong Đại Tháp. Nó được dựng để tưởng nhớ Đức Phật. Tuy nhiên, ông nghĩ nó chứa xá lợi của Đức Phật. Các tu sĩ đã mang xá lợi đi trong thời kỳ suy tàn Phật giáo.

Tháp số 2 được xây dựng sau Đại Tháp. Sir Alexander Cunningham và Trung úy Maisey chịu trách nhiệm cho việc khai quật tháp này. Các hộp chứa xá lợi của những thánh tăng, tên của họ được khắc rõ ràng trên mỗi hộp. Alexander Cunningham cho là Tháp số 2 chứa xá lợi của ít nhất 10 vị lãnh đạo tu viện Phật giáo trong thời Asoka. Xá lợi của Kasyapa Gotra và Madhyama, những người truyền bá Phật giáo đến vương quốc Hemawanta sau Hội nghị Kiết tập Thứ ba. Trong hộp xá lợi cũng có tên Vacchi Suvijayata và Mogaliputra, người đứng đầu Đại hội Kiết tập Thứ ba.[181]

Đặc biệt, Tháp số 3 chứa hai hộp đá lớn với tên Sariputta và Maha Mogalana khắc trên nắp. Alexander Cunningham đã mô tả chính xác vị trí của xá lợi. Phía Nam chứa xá lợi ngài Sariputta, trong khi phía Bắc chứa xá lợi ngài Maha Mogalana. Tro cốt hai ngài được đặt ở bên phải và bên trái của Đức Phật như khi còn sống. Xá lợi các ngài cũng được đặt tại Tháp số 2 ở Satdhara. Pháp Hiển quan sát ở Mathura cũng có các tháp của hai Thánh tăng này. Theo Cunningham, xá lợi được lưu trữ trong tháp ở Rajagaha quê hương của các ngài trước khi Asoka phân phối chúng đến nhiều địa điểm. Chúng được thờ tại Chetiyagiri Vihara vào năm 1952 sau một thời gian dài ở Anh và Sri Lanka.

Mặt khác, Sonari (10 km từ Sanchi), Satdhara (cách Sanchi 9 km), Bhojpur (11 km từ Sanchi) và Andher (6 km từ Sanchi) là những thánh địa Phật giáo được tìm thấy gần Bhilsa hoặc Vidisha. Saru Maru (cách Sanchi 100 km) và Bharhut (300 km từ Sanchi) được phát hiện và khám phá bởi Trung úy Maisey và Alexander

181 Sđd., tr. 291.

Cunningham.

Kết Luận

Những ngôi chùa, tháp, tượng và địa điểm khang trang được thấy như ngày nay là kết quả của sự cống hiến nhiệt thành của Tổng giám đốc đầu tiên, Khảo Sát Khảo Cổ Ấn Độ, Alexander Cunningham, và những người kế nhiệm ông. Bởi vì niềm đam mê của ông đối với di tích cổ xưa và đau lòng khi nhìn thấy các công trình kiến trúc bị thiệt hại bởi thiên nhiên và con người. Vai trò cốt yếu của ông là việc nhận diện và bảo tồn nhiều địa điểm và di tích khảo cổ quan trọng. Đặc biệt quan tâm đến di sản Phật giáo, ông đã khai quật những nơi vĩ đại như Bodhgaya, Sarnath, Sanchi, Kusinagar, Bharhut, v.v. Trong quá trình khai quật, ông phản ánh về tình trạng của chúng một cách chính xác, rõ ràng và chân thật.

Alexander Cunningham sắp xếp lại, thay đổi chúng từ một đống đổ nát tàn tích gãy vỡ, đo lường kích thước của chúng trước và sau mỗi lần khai quật. Thông thường, các di tích cổ được bảo tồn và giữ tại chỗ, được lưu trữ trong các bảo tàng và được ghi chép bằng văn bản. Ông cẩn thận tạo ra các lược đồ và bản vẽ cho Bodhgaya, Sarnath, Sanchi, và nhiều nơi khác.

Hơn thế nữa ông đã đóng góp cho Tạp chí của Hiệp hội Châu Á Bengal, xuất bản một số ấn phẩm và bài báo cáo quý giá. Ngoài ra, những đóng góp của ông còn có khảo sát, phát hiện và giải mã nhiều chữ viết của Asoka, sưu tầm tiền xu, và làm rõ địa lý Ấn Độ cổ đại.

***

Sách Tham Khảo

1. Alexander Cunningham, *Các Tháp Bhilsa*, Smith, Elder, and Co., Cornhill, London, 1854.
2. Alexander Cunningham, *Báo Cáo Khảo Cổ 1861-1862*, The Government Central Press, 1871.
3. Alexander Cunningham, *Đại Giác hoặc Chùa Đại Giác dưới Cội Bồ Đề tại Nơi Đức Phật Thành Đạo*, W.H. Allen

& Co., London, 1892.

4. T. S. Sarao, *Sự Suy Tàn Của Phật Giáo Ấn Độ: Quan Điểm Mới*, Munshiram Manoharlal, 2012.
5. Chan Khoon San, *Tám Địa Điểm Hành Hương Phật Giáo Quan Trọng*, Kuala Lumpur, Malaysia, 2018.
6. C. Ahir, *Những Người Tuyên Phong Trong Phong Trào Phục Hưng Phật Giáo Ấn Độ,* Sri Satguru, 1989.
7. Abu Imam, Sir Alexander Cunningham (1814-1893): Giai Đoạn Đầu Tiên Của Khảo Cổ Học Ấn Độ, *Tạp chí Hiệp hội Hoàng gia châu Á của Anh và Ireland,* Số. 3/4, 10-1964.

4.5

NHỮNG Ý TƯỞNG CHO SỰ HỒI SINH CỦA PHẬT GIÁO ẤN ĐỘ TRONG TƯƠNG LAI

NCSTS: Thích Nữ Thành Diệu - Nguyễn Thị Mỹ
Trường Đại Học Gautam Buddha

Tóm tắt

Nhìn vào thực tế Phật Giáo Ấn Độ ngày nay, Người viết luôn mang trong lòng một hoài bảo, khát khao làm thế nào để phục hưng Phật giáo Ấn Độ trên quê hương của chính nó. Suốt một quá trình nghiên cứu và khảo sát thực tế, Người viết đã chọn đề tài "*Những Ý Tưởng cho Sự Hồi Sinh của Phật Giáo Ấn Độ Trong Tương Lai*", mục đích của đề tài này giúp cho những ai thực hành con đường Bồ Tát Đạo, với hạnh nguyện dấn thân truyền bá đạo pháp, vì lời lạc của chúng sinh như Ven. Dharmapala and Dr. Ambedkar trong thời hiện đại. Bởi vì, Đạo Phật đã có nguồn gốc từ Ấn Độ và giữ một vị trí quan trọng trong di sản văn hóa và tinh thần của họ, nó đã ảnh hưởng đến mọi người từ thời cổ đại. Đặc biệt là từ thời vua Asoka ở thế kỷ thứ 3 trước Công nguyên đến hiện nay. Do đó, điều cần thiết là phải hiểu làm thế nào nó có thể được điều chỉnh và thích nghi với bối cảnh xã hội đương đại; Làm thế nào để hòa hợp giữa các tôn giáo với nhau. Đặc biệt là Ấn Độ giáo, Hồi giáo và các tôn giáo khác; Làm cách nào để giải quyết những thách thức trên tinh thần hòa hợp theo lời Phật dạy; Làm thế nào để phục hưng, phát triển, thịnh vượng và tồn tại Phật giáo Ấn

Độ trên chính quê hương đã sinh ra nó trong tương lai.

Từ khóa: *Ý tưởng, Phục hưng và Tương lai*

Lời giới thiệu

Đây là ba từ khóa quan trọng trong chủ đề này. Ở đây, người viết giải thích những từ này như sau:

Những Ý tưởng: Đề cập đến các nguyên tắc hướng dẫn, niềm tin hoặc tiêu chuẩn được xem là nguyện vọng hoặc mục tiêu. Trong bối cảnh chấn hưng Phật giáo Ấn Độ, những tư tưởng mà người đệ tử của Đức Phật nên nuôi dưỡng, khát khao những hoài bảo trong tâm trí của chính mình làm thế nào để phục hưng Phật Giáo Ấn Độ và Phật giáo trên toàn thế giới?

Chúng ta thể hiện những giá trị cao quý như lòng từ bi, trí tuệ, hành vi đạo đức, chánh niệm, thiền định và đặc biệt là Giác ngộ giải thoát theo lời Phật dạy. Những ý tưởng này cho một nền tảng và tầm nhìn cho sự hồi sinh của Phật giáo Ấn Độ trong tương lai.

Sự hồi sinh: Đề cập đến quá trình trẻ hóa, hồi sinh hoặc tái tạo thứ gì đó đã bị quên lãng hoặc bị suy tàn trong bối cảnh Phật giáo Ấn Độ hiện nay, phục hưng bao hàm sự nỗ lực khôi phục và vực dậy những gì trước đây thịnh hành. Nhưng do nhiều lý do nội tại và ngoại tại đã làm cho Phật Giáo rơi vào sự suy tàn. Nó cũng phục hưng ý nghĩa văn hóa của Phật giáo cổ đại ở Ấn Độ. Điều này có thể bao gồm các sáng kiến nhằm thiết lập lại các tổ chức Phật giáo, nâng cao nhận thức và hiểu biết về giá trị của Phật giáo, gắn kết với giới trẻ và bảo tồn di sản Phật giáo.

Như chúng ta đã biết, Phật giáo ra đời ở Ấn Độ cách đây gần hai mươi sáu thế kỷ. Vì những thăng trầm của biến cố lịch sử. Vì những biến cố lịch sử này mà Phật giáo Ấn Độ dần dần qua đi rồi chìm vào quên lãng. Có thể nói, từ thế kỷ 14 đến đầu thế kỷ 19 sau Công nguyên đã thực sự bị lãng quên.

Điều xảy ra đúng như những gì Đức Phật dạy trong kinh Nikaya-Sutta, sau khi Đức Phật nhập diệt, có những nơi danh hiệu Tam Bảo không còn được nghe và cũng không còn được biết đến.

Thật vậy, người dân Ấn Độ hoàn toàn không biết gì về Phật giáo, trong khi Phật giáo Đại thừa phát triển mạnh ở Việt Nam, Trung Quốc, Đài Loan, Nhật Bản và Hàn Quốc và Phật giáo Nguyên thủy phát triển mạnh ở Thái Lan, Campuchia, Lào, Sri Lanka, Myanmar, v.v., Nhưng trên quê hương của chính nó thì hoàn toàn không còn ai biết đến. Mặc dù Phật giáo có một nền văn hóa phong phú. và di sản triết học, lịch sử lâu đời. Nhưng sẽ có hy vọng cho sự hồi sinh của nó, và sự quan tâm tái tạo lại Phật giáo trong những năm gần đây là rất đáng kể, với hàng triệu người trên khắp thế giới hướng về truyền thống tâm linh cổ xưa này để nương tựa, thực hành và tận hưởng vô số lợi ích to lớn cũng như sự bình an từ những lời dạy quý báu của bậc Toàn Giác. Hôm nay tôi cũng xin trình bày đề tài "Những Ý Tưởng Phục Hưng Phật Giáo Ấn Độ Trong Tương Lai". Đây là một chủ đề khám phá ý nghĩa lịch sử và văn hóa của Phật giáo ở Ấn Độ, tình trạng hiện tại và nhu cầu phục hồi.

1. **Khái quát một vài sự kiện lịch sử về cuộc đời của Đức Phật**

Siddhartha Gautama Đản sinh và nhập niết bàn vào năm (563-483 TCN) tại Lumbini ở Nepal.

Thuở thiếu thời Ngài sống trong cung vàng điện ngọc, nhưng luôn canh cánh trong lòng một sự trầm tư khó tả. Ngài buồn vì sự khổ đau của một kiếp nhân sinh trong vòng lẩn quẩn. Sau khi đi dạo bốn cửa thành.

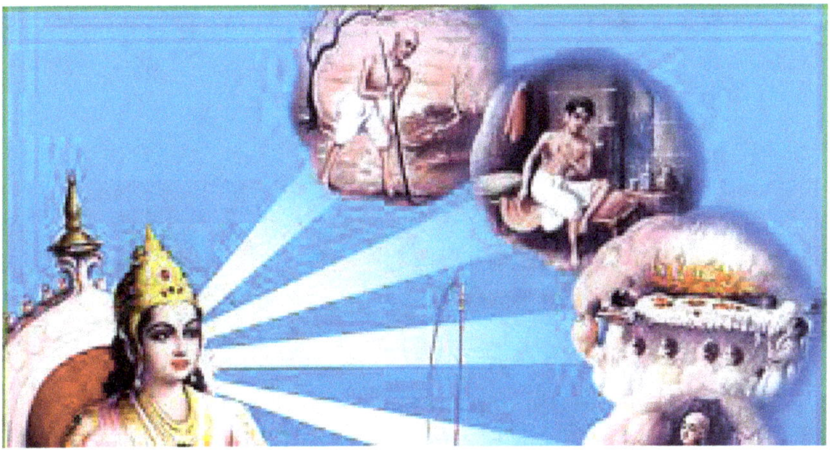

Ngài đã ngộ ra chân lý về nỗi khổ của "già, bệnh và tử của một kiếp người. Mặc dù Ngài có vợ đẹp con xinh nhưng Ngài quyết xuất gia tầm cầu chân lý, năm 19 tuổi theo Đại Thừa (29 tuổi theo Theravada Buddhism).

Sau đó, Ngài đạt được giác ngộ tại Bồ Đề Đạo Tràng, và được biết đến như một vị Phật ở Ấn Độ.

Trong suốt cuộc đời còn lại của Đức Phật, Phần lớn Ngài đã du hành khắp vùng đông bắc và những vùng lân cận của Ấn Độ, thuyết giảng giáo lý trong suốt 49 năm (Đại Thừa) và thành lập Tám chúng là Tăng (Bhikkhu), Ni (Bhikkhunis), Cư sĩ nam (Upāsaka), Cư sĩ nữ (Upāsikā), Chư Thiên (các vị thần hay các chư Thiên), con người, phi nhân và các bậc Alahant giác ngộ.

Những lời dạy của Đức Phật, trong đó nhấn mạnh đến Tứ Diệu Đế, Bát Chánh Đạo, Ba Mười Bảy Phẩm Trợ Đạo và Thập Nhị Nhân Duyên v.v. Pháp âm của Ngài đã vang dội đến quần chúng. Lời dạy của Ngài đã nhanh chóng lan truyền khắp tiểu lục địa Ấn Độ và hơn thế nữa. Các đệ tử của Ngài, đặc biệt là giai đạon của vua Asoka (304 - 232 trước công nguyên).

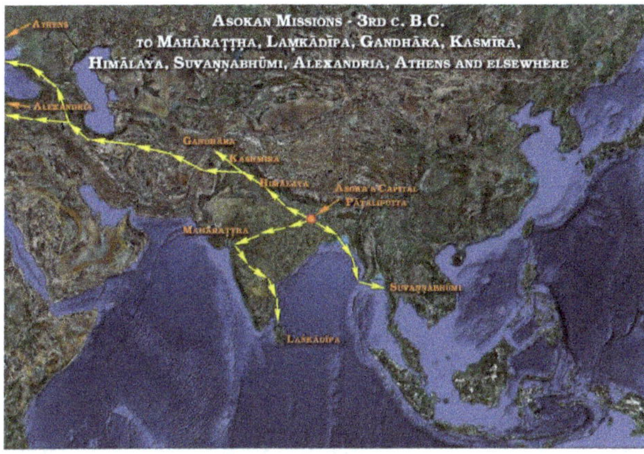

Nhà vua đã ra lệnh mang Giáo pháp của Đức Phật đến các nước láng giềng như Sri Lanka, Myanmar (Miến Điện) và Thái Lan, v.v., Phật giáo đóng một vai trò quan trọng trong việc hình thành văn hóa Ấn Độ, khi Hoàng đế Ashoka chuyển sang Phật giáo và ủng hộ sự lan rộng của nó trên khắp tiểu lục địa Ấn Độ và các nước khác. Trong thời kỳ này, Phật giáo phát triển mạnh mẽ, nhiều địa điểm Phật giáo cốt yếu đã được xây dựng như Đền Mahabodhi ở Bodh Gaya, Sarnath, Lumbini, Kushinagar và những nơi khác đã được xây dựng. Tuy nhiên, Phật giáo đã suy tàn ở Ấn Độ trong thời kỳ trung đại do nhiều yếu tố khác nhau, có nhiều nguyên nhân dẫn đến sự suy tàn của Phật giáo ở Ấn Độ. Trong đó có nhiều nguyên nhân chính như nạn ngoại xâm, Một vài người cực đoan thống trị Ấn Độ giáo đã tàn sát Phật giáo như Vua Pushyamitra Shunga, trị vì từ năm 187 đến 151 TCN, và Vua Sasanka, trị vì từ năm 606 đến 637 CN, đều thù địch với Phật giáo. Một số nguồn lịch sử, Các nhà nghiên cứu, sử gia và học giả, tu sĩ Phật giáo cho rằng ông đã bức hại Tăng Ni và nhắm vào các cơ sở Phật giáo. ông đã phá hủy các tu viện, đền thờ và các công trình Phật giáo, thường dùng đến bạo lực chẳng hạn như đốt phá những nơi thờ cúng này và giết chết tăng ni. Bên cạnh đó, những người Bà-la-môn một mặt phát động chiến dịch bài trừ Phật giáo, đàn áp Phật tử, mặt khác lại đưa những điểm tốt của đạo Phật vào hệ thống giáo lý của mình để thuyết phục quần chúng. Thêm vào đó, là sự tàn sát dã man của đạo Hồi. Năm 1193, tại trường Đại học Nalanda bị tấn công và phá hủy bởi lực lượng của tướng Thổ Nhĩ Kỳ Bakhtiyar Khilji, người từng là chỉ huy dưới quyền của Qutb-ud-din Aibak, người sáng lập Vương quốc Hồi giáo Delhi.

https://indiandharmicgenocidemuseum.com/(Bảo tàng diệt chủng tôn giáo Ấn Độ. Nalanda-genocide-1193.)

Ông ấy đã ra lệnh giết chết gần 12000 người. Bao gồm: Tăng Ni, Các học giả theo học ở ngôi trường này và 9 triệu bản kinh đã đốt trong vòng sáu tháng.

Thêm vào đó, sự di cư của các học giả và nhà sư Phật giáo đến các vùng khác của châu Á. Đồng thời, cộng với một số sai lầm của cá nhân tăng ni, đã làm cho Phật giáo ở Ấn Độ nhanh chóng suy tàn. Từ đó, Phật giáo Ấn Độ mất đi sức sống, ảnh hưởng dần dần giảm sút. Cuối cùng, nhiều địa điểm linh thiêng rơi vào tình trạng hư hỏng, suy tàn và đổ nát. Bên cạnh đó, một số thánh địa đã rơi vào tay các tôn giáo khác hoặc bị người dân lấn chiếm. Có một điều rất may mắn cho Phật giáo ở Ấn Độ. Vào giữa thế kỷ 19 sau Công nguyên, các quan chức và các nhà nghiên cứu, nhà sư và các nhà học giả ở phương Tây và phương Đông bắt tay cùng với các hoạt động của các nhà khảo cổ học như Prinsep, Cunningham, A.C. L Carlleyle, Dr Führeror etc., tạo nên phong trào chấn hưng Phật giáo nổi bật nhất ở Ấn Độ dưới sự lãnh đạo của Venerable Dharmapala, Devapriya Valisinha, Ven. K. Siriniwasa, Ven. D. Sasanasiri, Ven. N. Jinaratana, Ven. U. Dhammaratana, Ven. M. Sangharatana, Ven. Fujii Guruji, Ven. Mahavira, Ven. Kripasaran, Ven. Bodhananda, Rahul Sankriyayan,dharmanandaKosambi, Ven. Jagdish Kashyap, Tiến sĩ Ambedkar, Đức Đạt Lai Lạt Ma thứ 14, Ven. Thích Nhất Hạnh, v.v.,

2. Những Ý Tưởng Phục Hưng Phật Giáo Ấn Độ

a. Đề cử các vị Tăng Đạo cao, Đức trọng ở các nước nhập cư đến Ấn Độ

Để chấn hưng Phật giáo Ấn Độ trong thời hiện đại, cần có những bước sau đây: Mỗi quốc gia nên cử những Tăng Ni có đạo hạnh, uyên thâm về pháp học lẫn pháp hành. Họ là những người có tâm nguyện hành Bồ Tát Đạo di cư sang Ấn Độ, học tiếng Ấn Độ, và truyền bá giáo lý của Đức Phật cho mọi người. Để góp phần củng cố nhân lực tu sĩ Phật Giáo ở Ấn Độ. Vì hiện nay tu sĩ còn quá ít, nhiều vùng chưa có tu viện và tu sĩ.

b. Chính sách và sự hỗ trợ của Chính phủ Ấn Độ

Thảo luận các chính sách và sự ủng hộ của chính phủ có thể giúp cho sự phát triển và duy trì các cơ sở Phật giáo, bao gồm các tu viện Phật giáo, chùa chiền, trường đại học và Tăng đoàn Phật giáo v.v.

Ngày nay, Chính phủ Ấn Độ cũng đã cho chúng ta thấy, họ cũng đang tích cực hỗ trợ công cuộc chấn hưng Phật giáo, họ cũng tạo điều kiện thuận lợi cho khách hành hương hay Tăng Ni Phật tử quốc tế đến tạm trú trong khuôn viên các trường Đại học để nghiên cứu Phật học như trường Đại học Gautam Buddha, Đại học Shubhati, Đại học Delhi, Đại học Nagarjuna, Đại học Allahabad, Đại học Varanasi, v.v. Họ cũng đã cung cấp hỗ trợ tài chính cho việc xây dựng và an ninh của các địa điểm Phật giáo. Chính phủ Ấn Độ cũng hỗ trợ một ít tài chính cho các tổ chức Phật giáo khác nhau, bao gồm Viện Nghiên cứu Tây Tạng Cao cấp Trung ương, Nava Nalanda Mahavihara và Liên đoàn Phật giáo Quốc tế. Chính phủ cũng cung cấp hỗ trợ cho việc khôi phục và bảo trì các địa điểm Phật giáo, chẳng hạn như Khu phức hợp Đền Mahabodhi ở Bodh Gaya.

Sự phát triển và duy trì các cơ sở Phật giáo, Tu Viện, Chùa và các trường Đại học, cũng như tăng cường nguồn lực tu sĩ Phật giáo rất là đáng kể. Bên cạnh đó, các chính sách và quỹ của chính phủ có thể đóng một vai trò quan trọng trong việc hỗ trợ các tổ chức và nhân sự này.

Chính phủ có thể cung cấp hỗ trợ tài chính, miễn thuế và hỗ trợ mọi mặt về pháp lý như visa nhập cảnh, tạm trú dài hạn, các nơi hành hương Phật giáo không bán vé, cho phép các kênh phát sóng về triết học Phật giáo, cho phép mở các trung tâm ngồi thiền. Vừa rồi, Hội nghị thượng đỉnh Phật Giáo Toàn Cầu đã được tổ chức tại New Delhi vào ngày 20-21 tháng 4 năm 2023. Tại buổi lễ, Thủ tướng Narendra Modi cũng đã bắt đầu buổi lễ và nêu lên các vấn đề: Những thách thức trong xã hội đương đại đối với Tăng Ni, học giả Phật giáo, Cư sĩ nam, cư sĩ nữ thảo luận.

Đặc biệt. Ngài cũng đề cập đến những lợi ích mà Phật giáo mang lại cho hòa bình, không chỉ cho bản thân tôi mà còn cho toàn thế giới..Điều này cũng có thể góp phần thúc đẩy việc nghiên cứu Phật giáo, đi đôi với việc bảo tồn và phát triển văn hóa Phật giáo trên quê hương của Đức Phật.

c. Thiết lập quỹ Phật giáo quốc tế để hỗ trợ cho Phật giáo Ấn Độ

Để phát triển và phục hưng Phật giáo ở Ấn Độ, điều cần thiết là có một quỹ tài chính, quỷ này là để xây dựng Tu viện cho Tu Sĩ an trú, xây dựng các lớp học từ Tiểu học tới Đại học và xây dựng các trung tâm thiền định v.v. Tu sĩ đứng ra giảng dạy các lớp từ trường Tiểu học tới Đại học nói trên để thu hút sự quan tâm của những Tỳ kheo trẻ nhiều quốc gia về nghiên cứu.

d. Phân bổ công tác Phật sự cho Tăng Ni

Hiện nay, các nước trên thế giới cũng đã triển khai công tác này nhưng hiệu quả chưa cao. Bởi vì, Tu sĩ các nước thường chú trọng tập trung xây dựng tại bốn Thánh tích, như Bồ Đề Đạo Tràng; Nơi Đức Phật Chuyển Pháp Luân; Nơi Đức Phật sinh ra; và Nơi Đức Phật Nhập Diệt. Một số chùa đang kêu gọi Phật tử đóng góp, xây dựng dưới hình thức kinh doanh. Tôi cho rằng việc làm này chỉ góp phần làm cho Phật giáo suy tàn chứ không làm chấn hưng Phật giáo tại Ấn Độ. Sẽ có một số tăng ni nói rằng họ phải mướn người, thuê phục vụ, hay trả nhiều loại hoá đơn cho mọi thứ trong tu viện. Bởi vậy, biến tu viện trở thành một khách sạn. Tôi không đồng ý với suy nghĩ này. Bằng mọi giá, nơi Thánh địa phải giữ cho thanh tịnh. Các Tự viện Phật giáo các nước cần có sự can thiệp kịp thời của Tăng đoàn Phật giáo quốc tế. Con mong rằng trong tương lai Tăng Ni đến Thánh địa, họ chỉ nghĩ trong đầu là thực hành lời Phật dạy, không còn chi phối bất cứ mọi chi phí nào. Để làm được điều này, đòi hỏi phải có những bậc Thánh tăng hay những vị tu hành chân chính mới dìu dắt hay đùm bọc được những tu sĩ xa lạ ở từ nhiều Quốc gia.

e. Giáo dục đạo đức Phật giáo

Theo giáo lý của Đức Phật, việc giáo dục đạo đức cho thế hệ

trẻ có thể được hướng dẫn theo Con Đường Bát Chánh và thọ trì Ngũ Giới cấm. Dưới đây là một số khía cạnh chính cần xem xét: Ngũ giới là nền tảng của hành vi đạo đức trong Phật giáo, chúng bao gồm: Không sát sinh, không trộm cắp, không tà dâm, không nói dối và không uống rượu hay không uống hay hút các chất làm say sưa nghiện ngập. Tất cả mọi người, đặc biệt là thanh thiếu niên nếu làm theo lời dạy này sẽ giảm bớt gánh nặng cho xã hội. Gia đình sẽ không phải lo vợ chồng ngoại tình, hay để đồ đạc ngoài đường, hay trong hẻm sâu cũng không sợ mất. Người đạo đức là cố gắng giữ gìn năm giới cấm để cho xã hội được hòa bình, mọi người sẽ sống trong sự thân thiện, nhà nhà sẽ được hạnh phúc và yên vui.

f. Tham gia cộng đồng

Tham gia vào các cộng đồng Phật giáo và tham gia vào các khoá thiền, hoặc tình nguyện tham gia các tổ chức thiện nguyện hay hỗ trợ vật chất đến với mọi người trong khả năng của chúng ta hay chia sẻ kinh nghiệm thực hành đến với cộng đồng v.v.

3. Điều chỉnh và thích ứng những gì cho phù hợp với thế hệ trẻ

Tăng đoàn Phật giáo quốc tế nên phân bổ các Tỳ kheo cư trú khắp nơi ở Ấn Độ. Chư Tăng quốc tế phải phối hợp với chư Tăng địa phương để kịp thời hướng dẫn công tác Phật sự cho phù hợp với phong tục, tập quán, văn hóa, pháp luật nơi trú xứ, v.v.

a. Kết nối giới trẻ

Tạo ra các chương trình và sáng kiến được thiết kế đặc biệt để thu hút những người trẻ tuổi vào giáo lý Phật giáo. Tổ chức các khóa tu, hội thảo và sự kiện tương tác dành cho giới trẻ kết hợp các thực hành truyền thống với các phương pháp đương đại, chẳng hạn như nghệ thuật, âm nhạc và các hoạt động dựa trên chánh niệm.

b. Nắm bắt công nghệ mới

Hiện nay, chúng ta đang sống trong thời đại kỹ thuật số nên việc sử dụng công nghệ hiện đại là không tránh khỏi. Cho nên Tăng Ni không thể bỏ qua. Bởi vì, họ là sứ giả của Như Lai, là người mang thông điệp của Đức Phật đến với mọi người. Công nghệ và truyền thông là phương tiện lan truyền nhanh nhất. Vì vậy, để dạy chánh niệm và thực hành, ngồi thiền, tụng kinh, khóa học, tổ chức lễ hội Phật giáo, hay an cư kiết hạ và hơn thế nữa. Vì vậy, việc sử dụng liên thông xã hội để chia sẻ trí tuệ của Phật giáo đến quần chúng. Nó vô cùng cần thiết cho nhữn tỳ kheo trẻ hôm nay.

4. Giải quyết những khó khăn và thách thức trong bối cảnh xã hội hiện nay

Sự phục hưng Phật giáo trong thời hiện đại có thể đối mặt với những khó khăn và thách thức. Tôi sẽ đưa ra một số trở ngại thông thường có thể xảy ra:

a. Những giá trị xã hội thay đổi

Khoa học phát triển, đời sống vật chất được nâng cao, con người có nhu cầu hưởng thụ. Do đó, hầu hết mọi người trong xã hội hiện đại thường quan tâm nhiều hơn đến chủ nghĩa vật chất, chủ nghĩa tiêu dùng và chủ nghĩa cá nhân. Một số tầng lớp thanh niên ngày nay chạy theo công nghệ, nghiện ngập trong những trò giải trí vô bổ, quay cuồng trong những điệu nhạc xập xình, nghiện những cảm giác ngây ngất của rượu từ nhẹ đến mạnh, nghiện các loại xì ke và ma túy v.v… Việc hướng đến những giá trị tinh thần là điều vô cùng khó khăn đối với giới trẻ. Vì vậy, một số người trẻ tuổi thích theo đuổi thú vui trần tục hơn là thực hành tâm linh và đạo đức.

b. Rào cản văn hóa, phong tục và ngôn ngữ

Ở những nơi Phật giáo đã suy tàn từ lâu, người dân khó tiếp nhận một tư tưởng mới, một giáo lý mới. Bên cạnh đó, có một số rào cản về văn hóa, phong tục tập quán, cách giao tiếp với cộng đồng về ngôn ngữ, cách ứng xử, những quan niệm sai lầm và những niềm tin sai lầm, v.v. Đó là một thách thức lớn. Đòi hỏi người hoằng pháp phải thực hành đạo hạnh tốt đẹp của con đường Bồ tát đạo mới có thể chịu khổ, chịu khó, hướng dẫn và dẫn dắt bằng tấm lòng từ bi rộng lớn thì quần chúng mới từ từ mến mộ người truyền giáo, họ mới có thể dần dần thâm nhập giáo lý của Đức Phật..

c. Sự thống trị của những tôn giáo khác

Ấn Độ là quốc gia có đa số người theo đạo Hindu, Ấn Độ giáo là nơi phân chia hệ thống giai cấp gay gắt từ thời Đức Phật vẫn còn ảnh hưởng sâu sắc trong xã hội Ấn Độ cho đến ngày nay. Đây là một thử thách lớn đòi hỏi một tu sĩ Phật giáo phải có trí tuệ siêu việt, tình thương vô điều kiện và tinh thần đa văn hóa mới có thể chuyển hóa được quan niệm đã ăn sâu vào gốc rễ của người dân từ lâu đời. Do đó, những cá nhân từ các giai cấp thấp muốn chuyển sang Phật giáo có thể chạm trán với sự phản đối gay gắt và phân biệt đối xử. Bên cạnh đó, các tôn giáo khác như Hồi giáo và Thiên chúa giáo cũng có hàng triệu tín đồ. Phật giáo phải đối mặt với thách thức trong việc thiết lập vị trí của mình trong các truyền thống của những tôn giáo khác đang thống trị và thu hút những tín đồ mới trong xã hội đa tôn giáo này. Đó là việc làm quá khó khăn.

5. Ứng dụng lời Phật dạy vào cuộc sống hàng ngày và thực hành thiền định

Áp dụng lời Phật dạy vào cuộc sống hàng ngày và thực hành thiền định có thể chuyển hóa nội tâm của mình và những người khác, loại bỏ mọi phiền não và tâm chúng ta sẽ trở nên an tĩnh và hạnh phúc. Dưới đây là một số gợi ý về cách kết hợp giáo lý của Đức Phật và thực hành thiền định trong cuộc sống hàng ngày của bạn:

a. Chánh niệm trong các hoạt động hàng ngày

Tu tập chánh niệm bằng cách tỉnh giác về các hoạt động hàng ngày của chúng ta. Hãy chú ý đến thời điểm hiện tại, cho dù đó là đang ăn uống, đi lại, làm việc hay tương tác với người khác. Thực hành này giúp phát triển ý thức sâu sắc về sự hiện diện và tăng cường khả năng quan sát những suy nghĩ, cảm xúc, hành động và toàn thân thể của bạn.

b. Thực hành Bát chánh đạo

Để thực hành Bát Chánh Đạo bao gồm tám nguyên tắc liên kết với nhau: Chánh kiến, Chánh tư duy, Chánh ngữ, Chánh nghiệp, Chánh mạng, Chánh tinh tấn, Chánh niệm và Chánh định. Đây là con đường độc nhất đưa đến giác ngộ hoàn toàn đã được Đức Phật xác quyết rõ ràng trong kinh tạng Nikayas.

c. Thực hành thiền

Dành thời gian mỗi ngày để thực hành thiền định chính thức. Thiền minh sát, còn được gọi là thiền tuệ, là sự thực hành chính yếu trong Phật giáo. Nó liên quan đến việc quan sát trên toàn thân, thọ, tâm và Pháp với sự nhận thức rõ ràng không can thiệp hay điều khiển. Quan sát cho đến khi cơ thể và tâm trí này hoàn toàn vô ngã.

d. Thực hành lòng từ và bi mẫn

Tu tập lòng từ và bi mẫn hướng tâm đến chính mình và người tha nhân. Chúng ta thực tập gửi đến những điều ước tốt đẹp và tác ý những điều tích cực đến với tất cả chúng hữu tình. Luôn thông cảm tha thứ những lỗi lầm của người khác bằng lòng từ và bi mẫn vô điều kiện.

e. Nghiên cứu giáo lý Phật giáo

Tham gia vào nghiên cứu kinh điển hay những văn bản và giáo lý Phật giáo. Đọc sách, tham dự các cuộc Pháp đàm hoặc tham gia các nhóm nghiên cứu để hiểu sâu hơn về triết lý, khái niệm và luật tạng của Phật giáo. Suy ngẫm về những lời dạy và tìm những phương pháp thích hợp để áp dụng trong cuộc sống hàng ngày của chúng ta.

f. Phát triển phẩm chất cao quý

Phản chiếu và trau dồi những phẩm chất cao quý trong nội tâm của chúng ta chẳng hạn như bố thí, trì giới, nhẫn nhục, lòng biết ơn, sự bình đẳng và trí tuệ, tác ý phát triển những phẩm chất này trong cuộc sống hàng ngày, cho chính chúng ta và người khác.

Phần kết luận

Trong xã hội ngày nay, khi khoa học kỹ thuật tiến bộ như vũ bão, con người chìm đắm trong những thành tựu mà khoa học mang lại, nên họ chạy đua không có điểm dừng. Đôi khi nhìn lại họ cảm thấy mệt mỏi trong cuộc sống của con người. Có những người lớn hay trẻ em quá bế tắc trong cuộc sống hay trong học tập họ đã không tìm ra lối thoát. Cuối cùng Họ chọn cách kết thúc cuộc đời mình một cách vô nghĩa. Ở đây người viết không phủ nhận những thành tựu của khoa học kỹ thuật mang lại cho loài người. Nhưng nhà văn chỉ ra những cách vượt qua những bế tắc mà con người đang gặp phải. Sự tiến bộ của khoa học và công nghệ là điều cần thiết cho cuộc sống tiến bộ của chúng ta. Nhưng nếu không khéo léo, chúng ta sẽ gặp những vấn đề bế tắc, căng thẳng và đau khổ. Vì vậy, người viết đã tìm ra những phương pháp, tư tưởng dựa trên lời Phật dạy để giải quyết những vấn đề khó khăn, bế tắc, đau khổ trong cuộc sống của con người hiện nay. Do đó, việc chấn hưng Phật giáo tại Ấn Độ nói riêng hay trên toàn thế giới là vô cùng cần thiết đối với xã hội ngày nay. Như nhà bác học A. Einstein đã nói rằng: "Khoa học mà không có tôn giáo thì khập khiễng. Tôn giáo không có khoa học thì mù quáng" hay "Tôn giáo của tương lai sẽ là một tôn giáo toàn cầu, vượt lên trên mọi thần linh, giáo điều và thần học. Tôn giáo ấy phải bao quát cả phương diện tự nhiên lẫn siêu nhiên, đặt trên căn bản của ý thức đạo lý, phát xuất từ kinh nghiệm tổng thể gồm mọi lĩnh vực trên trong cái nhất thể đầy đủ ý nghĩa. Phật Giáo sẽ đáp ứng được các điều kiện đó". Cuối cùng, Người viết xin khẳng định lại một điều rằng, những lý tưởng mà tôi đưa ra, giúp cho những ai có tinh thần phục hưng Phật giáo Ấn Độ hay thế giới tham khảo qua bài báo của tôi, có thể giúp được phần nào trong việc phục hưng Phật giáo trong tương lai. Người viết luôn mong ước ngọn đuốc trí tuệ của Phật Giáo soi đường để giải quyết những thách thức và vấn nạn của thế giới hiện đại. Việc áp dụng giáo lý nhà Phật vào nhiều khía cạnh khác nhau thì tất nhiên sẽ mang lại nhiều niềm vui, thú vị và an lạc hạnh phúc trong cuộc đời này.

***

BIBLIOGRAPHY

1. Venerable Mahathera, Narada. *The Buddha and His Teachings*,Taipei, Taiwan: Buddha Dharma Education Association Inc, 1998.
2. scholarship and education, *Alf Hiltebeitel Dharma: Its early History in Law, Religion, and Narrative*, Oxford New York: Oxford University press, 2011.
3. Cambridge University. *An Introduction to Buddhism: Teachings, History and Practices*,New York: United States of America by Cambridge University Press,1990.
4. Harvey,Peter. *An Introduction to Buddhism: Teachings, History and Practices*, New York: Cambridge University Press, 2013.
5. Bapat,P.V.*2500 Years of Buddhism*, New Delhi: Publications Division,1956.
6. Skilton, Andrew.*A Concise History of Buddhism*, 2004.
7. *(VINAYA-PIṬAKA) The Book of the Discipline*, London: The Pali Text Society, 1938, Translated ByI. B. HORNER, M.A, (SUTTAVIBHAṄGA) V-1.
8. Peter, Harvey. *An Introduction to Buddhism: Teachings, History and Practices* (2nd ed.). Cambridge, UK: Cambridge University Press, 2013.
9. A.K. Warder. *Indian Buddhism*, Delhi: Mothal Banarsidass,1970.
10. Sarao, K.T.S. *The Decline of Buddhism in India*, New Delhi: Munshiram Manobarlal, 2012.
11. https://buddhistculture.weebly.com/uploads/3/1/7/3/3173298/maps-of-ancient-buddhist-india.pdf

CHƯƠNG V

CÁC BÀI VIẾT ĐÁNG CHÚ Ý VỚI CHỦ ĐỀ MỞ RỘNG

5.1

TRIẾT LÝ PHẬT GIÁO ĐÃ ĐẾN CÁC TRƯỜNG ĐẠI HỌC HOA KỲ

Tỳ Kheo Ni TN Giới Hương
trình bày tại Hội nghị Phật giáo
ở Delhi ngày 1 tháng 7 năm 2023
Giảng viên Học viện Phật giáo Việt Nam, TP HCM
huongsentemple@gmail.com

Phật giáo là một trong những tôn giáo lớn nhất thế giới và bắt nguồn từ 2.600 năm trước ở Ấn Độ. Những người theo đạo Phật tin rằng cuộc sống của con người là một chuỗi đau khổ; tu tập giới định tuệ nơi thân khẩu ý sẽ là một trong những cách để đạt được giác ngộ, giải thoát hoặc niết bàn.

Lịch sử Phật giáo tại Hoa Kỳ thừa nhận rằng vào giữa thế kỷ 19, Phật giáo bắt đầu được những người nhập cư Châu Á truyền vào Châu Mỹ khi một số lượng đáng kể những người nhập cư từ Đông Á bắt đầu đến. Hoa Kỳ trở thành quê hương của Phật tử Trung Quốc, Nhật Bản, Hàn Quốc, Việt Nam, Thái Lan, Campuchia, Lào hay hay quê hương của các vị có xuất xứ ở các quốc gia Phật giáo trên thế giới.

Mặc dù là một quốc gia non trẻ (thế kỷ XVIII đến nay) nhưng Hoa Kỳ là một quốc gia phát triển, là thành viên có quyền lực trong hầu hết các tổ chức quốc tế nổi tiếng và có số lượng cá nhân, tổ chức đoạt giải Nobel nhiều nhất. Nơi đây sở hữu nhiều trường đại học danh tiếng hay các trung tâm văn hóa giáo dục hàng đầu để đào tạo ra những công dân hay nhà nghiên cứu quốc tế. Trong số đó, các ngành Tôn giáo và Phật học tại các trường cao đẳng và đại học Hoa Kỳ cũng rất nổi tiếng và thu hút nhiều sinh viên, nhà nghiên cứu, học giả từ nhiều quốc gia đến đây học hỏi.

1. CÁC NGÀNH PHẬT HỌC CHUYÊN KHOA

Cờ Mỹ và Tượng Nữ thần Tự do

Một số trường đại học Phật giáo cung cấp nhiều bằng cấp về Phật học. Đại học có nghĩa là học cao. Nó cung cấp các phương tiện cho việc giảng dạy và nghiên cứu và được phép cấp bằng cấp học thuật. Khi các trường đại học được thành lập, những người sáng lập nắm bắt và miêu tả một tầm nhìn vô tận và rộng lớn, một sự mở rộng bao trùm nhân loại và trải dài khắp vũ trụ. Đó gọi là "đại học. " Triết học hay Phật giáo là lời dạy của Đức Phật về đạo đức và chánh niệm ở thân, khẩu, ý, giữ giới-thiền-tuệ, giải thoát và giác ngộ để đem lại hạnh phúc và an lạc cho mình và người.

Đại học dựa trên nền tảng Phật giáo tập trung vào lĩnh vực Nghiên cứu Phật giáo, và những người sáng lập là các tu sĩ Phật giáo. Giống như các đại học khác, trường cung cấp bằng cấp - Cử Nhân (B.A.), Thạc Sĩ (M.A.) và Tiến sĩ (Ph.D.) từ nhiều phân khoa

(*Phật học, Ngôn ngữ, Ngôn ngữ học, Văn học, Tâm lý học, Triết học, Lịch sử...*), Thương mại và Kinh doanh, Giáo dục, Luật, quản lý, Mỹ thuật, Khoa học, Khoa học Xã hội, và Công nghệ... Tuy nhiên, các trường đại học Phật giáo nổi tiếng với việc cung cấp chuyên Khoa Nghiên cứu Phật giáo, và những người sáng lập của nó là tu sĩ Phật giáo hay Phật tử.

Đức Phật Thích Ca Mâu Ni

Các trường đại học Phật giáo ở Hoa Kỳ là những học viện được chánh phủ công nhận và cấp giấy phép hoạt động. Tại California, các cơ sở giáo dục phải được giấy phép hoạt động của Hiệp hội các trường phổ thông và đại học phía Tây (the Western Association of Schools and Colleges). Đây là "một tổ chức cung cấp giấy chứng nhận cho các trường đại học, cao đẳng, trung học và tiểu học công lập và tư thục ở California và Hawaii... "[182]

---

182 https://en.wikipedia.org/wiki/Western_Association_of_Schools_and_Colleges

2. CÁC ĐẠI HỌC PHẬT GIÁO ĐƯỢC CÔNG NHẬN TẠI HOA KỲ DO CÁC TU SĨ PHẬT GIÁO CHÂU Á SÁNG LẬP

Tại Hoa Kỳ, có bốn trường đại học Phật giáo nổi tiếng: Naropa, Đại học The West (phương Tây), Soka, và Đại học Phật giáo Dharma Realm (Pháp Giới). Chỉ riêng tiểu bang California có ba trường đại học trong số bốn trường này.

Tiểu bang California (phía tây Hoa Kỳ) có thành phố Los Angeles, Hollywood, cầu Cổng Vàng, đảo Alcatraz, và cũng là nơi nổi tiếng cho sự phát triển tri thức và tâm linh mà toàn cầu đang hướng đến. California là một tiểu bang đa dạng, và điều đó chắc chắn được thể hiện khá năng động trong các trường đại học Phật giáo này.

2.1. **ĐẠI HỌC NAROPA** (Boulder, Colorado) được thành lập bởi Chogym Trungpa, một vị thầy Phật giáo Tây Tạng vào năm 1974. Nó được đặt theo tên của nhà hiền triết Phật giáo Ấn Độ thế kỷ thứ mười một, Naropa, vị trụ trì cuối cùng của Đại học Nalanda ở miền bắc Ấn Độ. Được thành lập dưới "sự bảo trợ của Phật giáo Đại thừa, Nalanda đã phát triển mạnh mẽ ở Ấn Độ từ thế kỷ thứ năm đến thế kỷ thứ mười hai. Tại Nalanda, triết học Phật giáo và thiền định đã tạo ra môi trường tâm linh hướng thượng để các học giả, nghệ sĩ và người chữa bệnh từ nhiều quốc gia châu Á và các truyền thống tôn giáo đến nghiên cứu, tham luận và học hỏi lẫn nhau."[183]

183 https://www.naropa.edu/about-naropa/history-of-naropa/

Naropa có 3,7 mẫu Anh với hai khuôn viên được bao quanh bởi cây cối xanh tươi. Trường rất yên bình với thiết kế giống như vườn thiền bao gồm đá, cây, hoa cảnh nghệ thuật...

Mục đích của trường là chữa lành, tư vấn và hướng dẫn bằng tâm lý học Phật giáo và thực hành chánh niệm, thiền định và tự quán chiếu (nội tỉnh nhất tâm):

Mục đích của Học viện Naropa là tập hợp động lực của các mặt đối lập và hợp nhất các quan điểm cực đoan. Khi các mặt đối lập cọ xát với nhau, thì sẽ phát ra năng lượng. Mối quan tâm của trường là làm cho Học viện Naropa trở thành nơi mà hoạt động trí tuệ sẽ được kết hợp với trải nghiệm, để hòa trộn hai loại hiểu biết—trí thức với trực giác. Sự chia rẽ giữa Đông và Tây là sự chia rẽ giữa khối óc và trái tim.[184]

2.1.1.NGƯỜI SÁNG LẬP ĐẠI HỌC NAROPA

Chogyam Trungpa sinh ngày 5 tháng 3 năm 1939, ttại một trại du mục ở vùng Nangchen của Kham, Tây Tạng. Trungpa đã nổi tiếng trong cả các ấn phẩm phổ thông và học thuật, từ các bài báo trên tạp chí đến các nghiên cứu về Phật giáo đương đại, và có rất nhiều trang web dành để tưởng nhớ về Trungpa. Ông là một nhà sư Tây Tạng, nhưng sau đó ông đã xả y hoàn tục để kết hôn với một phụ nữ Anh Quốc.

Có nhiều nguồn về cuộc đời và tự truyện của Trungpa, tuy nhiên, một trong những đóng góp của Trungpa là thành lập Đại học Naropa ở Boulder, Colorado, Đại học Phật giáo đầu tiên ở Mỹ này.

Chogyam Trungpa, nhà sáng lập trường Đại học Naropa

184 https://www.naropa.edu/

2.1.2. CÁC CHƯƠNG TRÌNH LỊCH SỬ VÀ HỌC THUẬT

Theo thông tin của trang web Treasury of Lives:[185]

Ban đầu, dưới sự kiểm soát hành chính của Vajradhatu, trường bắt đầu với một khóa học mùa hè năm 1974 và các nhà văn, nhạc sĩ và giáo viên tôn giáo nổi tiếng như Ram Dass (1931-2019), Allen Ginsberg (1926-1997), Anne Waldman (sinh năm 1945), Joan Halifax (sinh năm 1942) và John Cage (1912-1992) giảng dạy. Trungpa muốn đặt tên cho ngôi trường mới theo tên trường đại học Nalanda, Ấn Độ, nhưng những người khác góp ý, nên cuối cùng, ông đã lấy tên của vị thánh Phật giáo Ấn Độ thế kỷ thứ mười một, Naropa, người từng là một trong những vị viện chủ cuối cùng của Nalanda. Ginsburg và Waldman đã tổ chức chương trình Văn Chương Sáng Tạo và họ đặt tên là Trường phái thơ ca quái gở Jack Kerouac. Hơn 1.500 sinh viên đã đến học trong khóa mùa hè đầu tiên này.[186]

Tổng quan về Đại học Naropa

185 https://treasuryoflives.org/biographies/view/Eleventh-Trungpa-Chogyam-Trungpa/11231

186 https://www.naropa.edu/about-naropa/history-of-naropa/

Kể từ những năm 1990, trường đã được xem coi là cái nôi của "phong trào giáo dục chiêm nghiệm ở Mỹ."[187] Nơi đây thường tổ chức nhiều cuộc hội thảo về tâm linh với hàng ngàn sinh viên và trí thức nhân sĩ tham dự.

Trong những thập niên 1970, số lượng sinh viên đại học tại Đại học Naropa tăng lên 900. Số lượng người hướng dẫn là bảy mươi. Hiện nay trường có 1.052 học sinh; độ tuổi trung bình là ba mươi hai. Sinh viên tìm kiếm kiến thức và trí tuệ trực giác để làm việc cùng nhau.Thời gian trôi qua nhanh chóng và Đại học Naropa chuẩn bị chào đón du khách để kỷ niệm 50 năm thành lập Naropa vào năm 2024. Khác mời được hoan nghênh đến kết nối với "Naropa ở tuổi 50" bằng mọi phương tiện. Sự kiện này sẽ đánh dấu sự đánh giá cao không giới hạn về quá khứ và hiện tại, khi chúng ta hình dung về tương lai để cùng nhau tạo ra **"những tia sáng trí tuệ bay khắp mọi hướng."**[188]

Đức Đạt Lai Lạt Ma thứ 14 Tenzin Gyatso
và Hòa thượng Tinh Vân

Đại học Naropa hứa hẹn sẽ là một nơi lý tưởng cho các sinh viên từ khắp nơi trên thế giới có thể đến, tham gia và thực hành chánh niệm và từ bi. Đây là một nơi "sáng tạo, đổi mới, thể hiện

187 https://www.naropa.edu/about-naropa/history-of-naropa/
188 Sđd.

nghệ thuật và dấn thân xã hội. ”[189]

2.2. ĐẠI HỌC PHƯƠNG TÂY (Rosemead, California) được thành lập vào năm 1990 bởi Cố Hòa thượng Hsing Yun, người sáng lập Giáo hội Phật giáo Phật Quang Sơn (Fo Guang Shan) có trụ sở tại Đài Loan và Chùa Hsi Lai, trụ sở chính của Giáo hội Bắc Mỹ.[190]

Trường đại học này là một tổ chức giáo dục phi lợi nhuận của bang California và được công nhận đủ tiêu chuẩn bởi Hiệp hội các trường học và cao đẳng phía Tây (WASC).[191] Trường là sự hợp tác tiên phong giữa giới Phật giáo Trung Quốc và Hoa Kỳ để thành lập một trường đại học Hoa Kỳ tích hợp các truyền thống nghệ thuật tự do và trí tuệ Phật giáo. Bởi vì đây là một trường tư nhân, hầu hết các quỹ đến từ chùa Phật Quang Sơn (Đài Loan) như Tiến sĩ Minh-Hoa Ta, Viện trưởng hiện tại của trường đại học này, nói rằng “40 phần trăm học bổng và quỹ để trường hoạt động là từ chùa Phật Quang Sơn (Đài Loan), bởi lẽ đây là trụ sở trung ương của Đại học phương Tây. Phật Quang Sơn được thành lập không chỉ dành cho những người quan tâm đến lĩnh vực giáo dục mà còn cung cấp các chương trình văn hóa cho sinh viên và nghiên cứu sinh thông qua những lời dạy của Đức Phật. Trên cơ sở đó, Phật Quang Sơn đã đến được với hàng ngàn người trên khắp thế giới. Công việc chính của Phật Quang Sơn về mặt giáo dục bao gồm:

1. Tài trợ các cuộc họp, hội thảo văn hóa, giáo dục cộng đồng, trường cao đẳng, trường đại học.
2. Tài trợ các hội thảo, hội nghị phổ cập giáo dục Phật giáo trong và ngoài nước.
3. Tuyển chọn và đào tạo tăng ni tài năng để đại diện cho Phật Quang Sơn hoằng pháp khắp thế giới.
4. Cung cấp tài chính để in kinh Phật nhằm phát triển đạo pháp đem lại hạnh phúc và an lạc cho mọi người.

---

189 Sđd.

190 https://www.uwest.edu/

191 Tanya Storch, *Các trường đại học dựa trên nền tảng Phật giáo ở Hoa Kỳ: Tìm kiếm một mô hình mới trong giáo dục đại học* , (Lanham: Lexington Books, 2015) 12.

5. Tài trợ cho các hoạt động giao lưu văn hóa, giáo dục của xã hội.
6. Và các hoạt động văn hóa liên quan đến Phật giáo.

Tác giả TN Giới Hương tại University of The West vào tháng 6 năm 2023

2.2.1. NGƯỜI SÁNG LẬP ĐẠI HỌC TÂY LAI

Hòa thượng Tinh Vân sinh năm 1927, tại Giang Đô, tỉnh Giang Tô, Trung Quốc.

Năm 1967, ngài đã thành lập tổ chức Fo Guang Shan (Núi Phật Quang) với bốn nguyên tắc:

1. Dùng văn hóa để truyền bá đạo
2. Dùng giáo dục để đào tạo nhân tài
3. Dùng từ thiện để mang lại lợi ích cho xã hội
4. Dùng thực hành để tịnh hóa lòng người.

Năm 1988, Ngài khánh thành **Chùa Hsi Lai** tại Hoa Kỳ, và năm 1991 khánh thành **Đại Học The West** ở Hoa Kỳ.

Tượng của Hòa thượng Tinh Vân tại sân Trường đại học, và tác giả TN Giới Hương vào tháng 6 năm 2023

Từ năm 1994 đến cuối đời, Đại sư Tinh Vân (97 tuổi) đã dành phần lớn thời gian của mình để phát triển Phật giáo ở các nước phương Tây thông qua Hiệp hội Phật Quang Sơn Quốc tế, một tổ chức Phật giáo đã gây ấn tượng mạnh mẽ đối với thế giới phương Tây. Hiệp hội đã tổ chức đại hội thường niên tại Canada, Úc, Pháp và Hoa Kỳ.[192]

2.2.2. PHẬT QUANG SƠN

Phật Quang Sơn (Hiệp Hội Phật Quang Quốc Tế) ở Đài Loan được thành lập dưới sự lãnh đạo của Đại sư Tinh Vân. Đây là một trong những tổ chức Phật giáo lớn nhất trên thế giới.

---

192 https://quangduc.com/author/about/8250/dai-su-tinh-van

Tổng quan về Phật Quang Sơn

Được thành lập tại Đài Loan vào năm 1967, hiện nay nó có hơn 200 ngôi chùa chi nhánh và các trung tâm liên kết trên khắp thế giới. Kể từ khi thành lập, tổ chức đã phát triển không ngừng về mọi mặt tôn giáo, văn hóa, xã hội, giáo dục, từ thiện, báo chí…

Tác giả Tỳ kheo Ni Giới Hương (chính giữa, áo màu lam) và Phật tử Việt Nam tại Phật Quang Sơn năm 2019

2.2.3. CHÙA TÂY LAI (Hsi Lai Temple)

Chùa Tây Lai (phía bắc Puente Hills, Hacienda Heights, Quận Los Angeles) bao gồm mười lăm mẫu Anh và mười đại sảnh chính, gồm có chánh điện, thư viện, giảng đường, hội trường, phòng triển lãm, bảo tàng nghệ thuật Phật giáo, phòng tưởng niệm, quả đường, nhà bếp, vv... Chùa được thiết kế theo "truyền thống kiến trúc nguy nga của Trung Quốc và là ngôi chùa Phật giáo cũng như trung tâm tu viện lớn nhất ở Tây bán cầu."[193] Chùa Tây Lai là nỗ lực khôi phục kiến trúc trang nghiêm thẩm mỹ cổ xưa, để giới thiệu với phương Tây một giáo lý huyền bí của Đức Phật qua biểu hiện của kiến trúc. Chùa Tây Lai cũng rất hiện đại, được trang bị đầy đủ, với công nghệ rất tinh vi và một trung tâm viễn thông với những thiết bị tốt nhất Có thể xem đây là tu viện Phật giáo đầu tiên là tài sản Phật giáo quý giá của phương Đông tại Hoa Kỳ. Đây là một minh chứng mạnh mẽ về hình ảnh Phật giáo trong thế kỷ 21 với tư cách là một tôn giáo, một nền văn hóa, giáo dục, từ thiện và một cảnh quan thánh thoát tôn nghiêm cho mọi người trong xã hội.

Quang cảnh chùa Tây Lai

2.2.4. CÁC CHƯƠNG TRÌNH LỊCH SỬ VÀ HỌC THUẬT

Về chương trình đào tạo, trường Đại học The West áp dụng mô hình giáo dục Đông-Tây nên cung cấp nhiều chương trình đại học

193 https://www.uwest.edu/about-university-of-the-west/

và sau đại học. Trường có môn Tôn giáo so sánh (Tỷ giáo), nghiên cứu Phật giáo, thương mại, tâm lý học, tiếng Anh Văn, nghệ thuật, Tuyên úy tôn giáo (tại bịnh viện, nhà tù, trường đại học, căn cứ quân sự Hoa Kỳ và những nơi cần thiết khác). Trường cũng có Dự án dịch Kinh điển tiếng Phạn Digital và Trung tâm Nghiên cứu về Dân tộc thiểu số và Doanh nghiệp Nhỏ[194] để đào tạo những vị Phật tử làm lãnh đạo ở Mỹ.

Một campus của trường Đại học The West

Theo trang web của Đại học The West, nhiệm vụ của Đại học The West là cung cấp "Một nền giáo dục Phật giáo toàn diện cho con người, đồng thời tạo điều kiện cho sự hiểu biết và đánh giá cao về nền văn hóa Đông và Tây"[195]. Do đó, trường đại học dựa trên nền tảng Phật giáo được thành lập tại Mỹ để giới thiệu tôn giáo châu Á với văn hóa phương Tây.

Cạnh Trường the West, Chùa Tây Lai có nhiều hoạt động hàng ngày sống động, tụng kinh, thuyết pháp, thiền định, nghi lễ, dịch vụ tang lễ, hằng thuận đám cưới, nghi lễ Phật giáo và thực phẩm chay tịnh, cùng với các tổ chức từ thiện ở Los Angeles và trên toàn thế giới. Chùa đóng vai trò là nơi thực địa của sinh viên và các

---

194 https://www.uwest.edu/
195 https://www.uwest.edu/

nhà nghiên cứu Phật học tại Đại học the West. Nhiều sinh viên đến chùa Tây Lai để làm công quả, tình nguyện viên, thực tập, thực tập ăn chay, tránh làm hại động vật, bảo vệ môi trường tự nhiên, giữ đạo đức, không gây hại tổn thưởng người, không bạo lực và không bắt nạt như lời dạy của Đức Phật. Vì có mối liên hệ với Chùa Tây Lai và người sáng lập vĩ đại, Đại sư Tinh Vân, nhiều sinh viên đã chọn Đại học The West để học cách thay đổi suy nghĩ và xây dựng cuộc sống của họ tốt đẹp hơn. Điều này tạo nên sự cải thiện trong cuộc sống của sinh viên và đây chính xác là mô hình giáo dục mà xã hội cần.

2.3. ĐẠI HỌC SOKA (Aliso Viejo, California) được Ikeda Daisaku, vị chủ tịch người Nhật của Hội Soka Gakkai thành lập năm 1987. Hội Phật giáo Soka Gakkai quốc tế thường kết hợp mở các trường học thế tục liên kết với triết học Phật giáo.

Tổng quan về Đại học Soka

"Soka" được kết hợp từ hai từ tiếng Nhật: sozo (sáng tạo) và kachi (giá trị) có nghĩa là tạo ra giá trị vì Đại học Soka chú trọng đến khả năng bẩm sinh của sinh viên và dạy họ cách tạo ra vẻ đẹp và giá trị trong mọi khía cạnh của cuộc sống con người và thiên nhiên.

2.3.1. NGƯỜI SÁNG LẬP ĐẠI HỌC SOKA

Ikeda Daisaku sanh năm 1928 tại Tokyo. Trong những năm đầu tiên làm chủ tịch hội Soka Gakkai (dòng thứ ba), Ikeda Daisaku đã đi du lịch để kết nối với các thành viên của Soka Gakkai ở Bắc và Nam Mỹ, Châu Âu, Châu Á và các nơi khác trên thế giới.

Ông là một trong những nhà lãnh đạo Phật giáo có ảnh hưởng nhất còn sống vì Phật giáo Nichiren (Pháp Hoa Tông), một trường phái cụ thể mà Soka Gakkai International được thành lập, hiện được thực hành ở hơn 192 quốc gia và vùng lãnh thổ.

Năm 1993 tại Đại học Harvard, Daisaku Ikeda thuyết trình " **Phật giáo Đại thừa và Nền văn minh thế kỷ 21"** để nhận xét về tầm quan trọng quý giá của Phật giáo Đại thừa đối với hòa bình thế giới. Sau đó, ông thành lập Trung tâm Nghiên cứu Boston cho thế kỷ 21 để cung cấp một nơi đối thoại giữa các tôn giáo. Năm 1996, ông thành lập Trường Cao đẳng Daisaku Ikeda, Viện Nghiên cứu Chính sách và Hòa bình Toàn cầu Toda (mang tên ông). Năm 1987, ông thành lập **Đại học Soka của Mỹ,** tại Aliso Viejo (San Diego), California.

Daisaku Ikeda được vinh danh như "một nhà tư tưởng Phật giáo, nhà lãnh đạo, người xây dựng hòa bình, nhà văn và nhà thơ, nhà giáo dục, người đề xuất và thực hành đối thoại trên phạm vi rộng. Các đối tác đối thoại của Ikeda bao gồm Arnold Toynbee, Mikhail Gorbachev, Nelson Mandela, Rosa Parks, Herbie Hancock, Adolfo Pérez Esquivel và những nhân vật có ảnh hưởng khác trong quá trình chuyển đổi toàn cầu sang một nền văn hóa hòa bình và hiểu biết lẫn nhau. Nhiều cuộc đối thoại trong số này đã được xuất bản dưới dạng sách. "[196]

196 https://www.ikedacenter.org/about/daisaku-ikeda-founder

Ikeda Daisaku, người sáng lập Đại học Soka của Mỹ

2.3.2. CÁC CHƯƠNG TRÌNH LỊCH SỬ VÀ HỌC THUẬT

2.3.2.a.

Đại học Soka của Mỹ là một trường cao đẳng nghệ thuật ở Aliso Viejo (San Diego), California, được thành lập lần đầu tiên vào năm 1987. Năm 1995, Đại học Soka được mở rộng thêm hơn 103 mẫu đất ở Aliso Viejo, Quận Cam và được xây dựng một khuôn viên với nhiều hồ nước phun xinh đẹp. Các campus hiện tại cũng do Daisaku Ikeda xây dựng vào năm 2001.

Một campus của Đại học Soka

Tổ chức quốc tế Soka Gakkai có hơn 10 triệu thành viên ở 192 quốc gia, vì vậy tổ chức này có ngân sách dồi dào. Họ sử dụng các nguồn lực của mình để hỗ trợ lẫn nhau. Đó là lý do tại sao Tanya Storch trong cuốn sách "*Các trường đại học dựa trên Phật giáo ở Hoa Kỳ: Tìm kiếm một mô hình mới trong giáo dục đại học*"[197] cô nói rằng:

"Trong thời kỳ khủng hoảng kinh tế, trường đại học tư thục nhỏ này có quỹ khoảng 40 triệu đô la trong khi khoản tài trợ học bổng vượt quá 100 triệu đô la. Chủ tịch Đại học Soka của Mỹ, Tiến sĩ Daniel Habuki, giải thích lý do là ông đã viết hàng trăm lá thư cho những người đã theo học và tốt nghiệp từ nhiều trường Soka khác nhau, bao gồm cả trường trung học ở Tokyo mà ông đã tốt nghiệp. Các sinh viên tốt nghiệp Soka từ khắp nơi trên thế giới đã quyên góp hào phóng cho Đại học Soka của Mỹ, như một cách để đền ân. Đó là hệ thống hỗ trợ giáo dục của Soka quốc tế."[24]

---

197 , _ *Đại Học Phật Giáo,* 69.

Tác giả TN Giới Hương và sư cô TN Viên Chân
tại Trường Đại Học Soka tháng 6 năm 2023

2.3.2.b. CÁC CHƯƠNG TRÌNH HỌC TẬP

Đại học Soka của Mỹ có các chương trình đại học, sau đại học và nghiên cứu sinh:

Tác giả TN Giới Hương tại Trường Đại Học Soka
tháng 6 năm 2023

Theo *US News và World Reports* cho rằng: "Là một trường đại học và cao đẳng nghệ thuật tư thục bốn năm, Đại học Soka của Mỹ được xếp hạng, một trong số 50 trường hàng đầu trên toàn quốc theo "Trường đại học tốt nhất năm 2014." Năm 2012, Đại học Soka của Mỹ được xếp hạng số một với nhiều sinh viên quốc tế theo học nhất trong số tất cả các trường cao đẳng và đại học theo "Những trường đại học tốt nhất năm 2012."

2.4. TRƯỜNG ĐẠI HỌC DHARMA REALM (PHÁP GIỚI) (Ukiah, San Francisco, California) được Hòa Thượng Tuyên Hóa người Trung Quốc thành lập vào năm 1976 tại Ukiah, California. Đây là một trường đại học tư nhân phi lợi nhuận của Hoa Kỳ, tọa lạc bên trong Tu viện Vạn Phật Thánh Thành (Ten Thousand Buddha Monastery), chỉ cách San Francisco hơn 100 dặm về phía bắc, ở Hạt Mendocino. Trường đại học này cung cấp các khóa khóa học bốn năm chủ yếu liên quan đến Phật giáo và một số môn học phổ thông.

Trường Pháp Giới có nghĩa là cảnh vật xung quanh đều là pháp, một khi tỉnh thức thì vô minh biến mất. Đại học Phật giáo Pháp Giới được đặt tên với mong muốn rằng: bất cứ ai bước chân vào trường này, sẽ là một người thức tỉnh, một người giác ngộ, không ngu mê nữa. Trường đại học này đóng vai trò là nơi dành cho việc quán chiếm thẩm thấu bản thân, bản chất của vũ trụ rộng lớn hơn và hoạt động của chúng, cũng như vị trí của chúng ta trong vũ trụ này.

2.4.1. NHÀ SÁNG LẬP

Hòa thượng Tuyên Hóa ngay cửa ngõ TP. Vạn Phật

Hòa thượng Tuyên Hóa (1918-1995), một trong những bậc thầy Phật giáo Trung Quốc lỗi lạc nhất của thế kỷ 20, là một nhà cải cách tu viện và là bậc thầy Trung Quốc đầu tiên giảng dạy Phật giáo cho đông đảo người phương Tây. Hòa thượng vốn phát nguyện hoằng pháp khắp năm châu nên năm 1961 sang Úc hoằng pháp. Năm sau 1962 sang San Francisco, Hoa Kỳ.

Với tinh thần "Vì đạo pháp quên mình", Hòa thượng đã không ngại gian khổ, thường xuyên đến các đạo tràng trong và ngoài nước hoằng pháp Phật sự. Ngài được mọi người kính trọng vì lối sống khổ hạnh và tuân thủ Luật tạng. Trong thời Mạt Pháp nhiều người không tôn trọng giới luật này, Ngài đã nêu gương tốt và khuyến khích nếp sống khổ hạnh bằng cách mỗi ngày chỉ ăn một bữa vào buổi trưa và buổi tối ngủ ngồi, không nằm.

Hòa thương sống nhẫn nhục, bao dung, nhiều lần ăn chay để hồi hướng công đức cho chúng sinh. Cuộc khủng hoảng tên lửa ở Cuba năm 1962 xảy ra không lâu sau khi Ngài đến Hoa Kỳ. Ngài đã tuyệt thực 5 tuần để hiến thân cho hòa bình thế giới. Nhân chuyến đi Đài Loan năm 1989, Ngài đã ăn chay 3 tuần để hiến thân cho người dân Đài Loan. Sau đó, Ngài đi hoằng pháp tại nhiều nước Châu Âu.

Dù đã già nhưng Hòa thượng vẫn không muốn nghỉ ngơi. Suốt ba mươi năm không biết mệt mỏi, Ngài thuyết pháp giảng kinh Phật, giương cao ngọn đèn trí tuệ rực rỡ soi đường cho chúng sinh đắm chìm trong tăm tối của thời mạt pháp này. Chính trong lúc lâm bệnh để gánh chịu khổ đau cho chúng sinh, Ngài vẫn kiên trì tiếp tục phát đại nguyện phiên dịch kinh Phật.

Ngày 7 tháng 6 năm 1995, Hòa thượng Tuyên Hóa viên tịch tại Los Angeles, Hoa Kỳ, trao cho các đệ tử ba trách nhiệm quan trọng:

1. Tiếp tục hoằng dương Phật pháp

2. Dịch kinh Phật

3. Hoàn thành sự nghiệp giáo dục.

Đức Đạt Lai Lạt Ma thứ 14 Tenzin Gyatso
và Hòa thượng Tuyên Hóa

Tuân theo lời dạy của Hòa thượng, bốn chúng đệ tử (Tỳ kheo, Tỳ kheo ni, Upasaka (thiện nam) hay Upasika (tính nữ) tại Đại học Phật giáo Pháp giới đã dốc lòng trì tụng Kinh Hoa Nghiêm và niệm Phật hiệu để cầu nguyện trong bốn mươi chín ngày kể từ ngày Ngài nhập tịch.

Dù không muốn để lại dấu vết trên cõi đời này, nhưng bằng công đức hoằng pháp ở phương Tây, phiên dịch kinh điển, kiến lập tu viện, trường học, cao đẳng và đại học trong suốt cuộc đời của mình, Hòa thượng đã gieo mầm Bồ Đề và đã ảnh hưởng sâu rộng đến mọi tầng lớp dân cư phương Tây. Những dấu ấn của Ngài sẽ không bao giờ phai mờ theo thời gian.

2.4.2. CÁC CHƯƠNG TRÌNH LỊCH SỬ VÀ HỌC THUẬT

Phật Học Đường Pháp Giới rộng lớn với 448 mẫu tây. Có 25

cơ sở như Trường Tiểu học Thấm nhuần Thiện tâm, Trường Trung học Phát triển Đức hạnh, Ký túc xá Hoan hỷ bố thí cho chư Ni, và Ký túc xá Như Lai tự viện cho chư tăng, vv...Trên con đường trong khuôn viên trường, có nhiều tấm biển thức tỉnh với những cái tên như: Đại Lộ Từ Bi, Con Đường Tử Tế, Con Đường Nhẫn Nhục, Con Đường Hạnh Phúc, v.v. như nhắc nhở du khách hãy trở về tỉnh thức và chánh niệm khi bước chân vào trường đại học.

DHARMA REALM
BUDDHIST UNIVERSITY

2.4.2.c. CHƯƠNG TRÌNH ĐẠI HỌC

Chương trình Cử nhân có mười chuyên ngành riêng biệt: Kinh điển Phật giáo, Kinh điển phương Tây, Kinh điển Trung Quốc, Kinh điển Ấn Độ, Ngôn ngữ, Toán học, Khoa học Tự nhiên, Hùng biện và Viết, Âm nhạ, vv... Chương trình giảng dạy cốt lõi bao gồm các văn bản chính - Kinh điển Phật giáo, phương Tây, Ấn Độ và Trung Quốc - được nghiên cứu và thảo luận trong các hội thảo, trên tinh thần tìm hiểu diễn giải chia sẻ. Thông qua việc đọc kỹ các tác phẩm kinh điển cơ bản, người học có thể tham gia năng động vào các cuộc đối thoại.

2.4.2.d. Tuyển sinh sau đại học

Chương trình Thạc sĩ và Tiến sĩ về Kinh điển Phật giáo cung cấp sự hiểu biết về Phật giáo thông qua việc đọc kỹ và phân tích cẩn thận các nguồn chính của nó. Chương trình giảng dạy trải rộng trong một khóa học kéo dài hai năm, được thiết kế để giúp sinh viên tiếp cận những ý tưởng và vấn đề chính của truyền thống triết học Phật giáo.

Quang cảnh Đại học Phật giáo Pháp giới

2.4.2.e. Chứng chỉ tốt nghiệp về tuyển sinh dịch thuật Phật giáo

Trên các tác phẩm điêu khắc Phật giáo có khắc nhiều ngôn ngữ cổ đại nên cần phải dịch sang các ngôn ngữ hiện đại như tiếng Anh, tiếng Trung, tiếng Tây Ban Nha, v.v. DRBU sẽ cấp chứng chỉ tốt nghiệp dịch thuật Phật giáo. Đây là một chương trình tích hợp kéo dài hai học kỳ, kết hợp việc dịch kinh điển Phật giáo từ tiếng Trung Quốc /tiếng Phạn sang tiếng Anh với việc nghiên cứu, thực hành và phục vụ trong môi trường tự viện.

Chương trình giảng dạy sẽ cung cấp các kỹ năng: "lý thuyết và phương pháp dịch thuật, bối cảnh hóa văn hóa và lịch sử, và kinh nghiệm dịch thuật thực tế. Chương trình cung cấp một nền tảng lý thuyết cùng với vô số kinh nghiệm trong thực hành dịch thuật."[198]

Đại học Phật giáo Pháp Giới là một trường tư thục nhỏ dành riêng cho giáo dục khai phóng trong truyền thống Phật giáo rộng lớn. Nơi đây thường mời cách khách tăng đến chủ trì các buổi thuyết pháp, pháp đàm, tụng kinh, thiền định, nhập thất nghi lễ, vv...

Pháp thoại cùng với chư tăng của tịnh xá Abhayagiri tại Trung tâm Sudhana ở Ukiah

3. CÁC TRƯỜNG ĐẠI HỌC Ở HOA KỲ CÓ MÔN PHẬT HỌC

Bên cạnh bốn trường đại học Phật giáo ở trên là Naropa (Colorado), Đại học Phật giáo The West, Soka và Pháp Giới (California), Hoa Kỳ còn có rất nhiều trường đại học không do các tu sĩ Phật giáo châu Á thành lập, nhưng có phân khoa Phật học trong ngành tôn giáo học bao gồm:

3.1. Đại học Wisconsin-Madison (Wisconsin) được thành lập vào năm 1848, UW-Madison là trường đại học chính thức của bang và là cơ sở hàng đầu của Hệ thống Đại học Wisconsin. Trường có

198 https://www.drbu.edu/academics/our-philosophy-education

Chương trình Nghiên cứu Tôn giáo, triết học Phật giáo, nghiên cứu Tây Tạng và Phật giáo Tây Tạng. Cố Hòa thượng Thích Chơn Thiện, Giáo sư Lê Mạnh Thát… đã từng học và tốt nghiệp tại đây. Tại California, Tỳ Kheo Ni Tịnh Quang (Thiền viện Quán Âm, Red Land, California) cũng lấy bằng tiến sĩ ở đây.

3.2. **Đại học California, Berkeley** (California), được thành lập năm 1868. Nơi đây có Trung tâm Nghiên cứu Phật học Numata và Nhóm Phật Học Berkeley có các chương trình Đại học, thạc sĩ và tiến sĩ; bắt đầu từ chương trình nghiên cứu liên ngành cho đến chuyên khoa tiến sĩ Phật học. Trường đại học này cũng có chương trình đào tạo Tuyên Úy Phật giáo, liên kết với Hiệp hội Thần học Cao học.

3.3. **Đại học Havard** (Massachusetts) được thành lập vào năm 1874. Nơi đây có đào tạo các chuyên gia Phật giáo phù hợp với điều kiện toàn cầu, hiện đại. Trong khi làm luận án tiến sĩ về Nghiên cứu Phật học tại Harvard, có thể tham cứu các ý tưởng, thực hành, kinh nghiệm, thể chế và cuộc sống - thế giới Phật giáo ở Nam Á, Đông Á, Nội Á và Tây Tạng, vv…

3.4. **Đại học Chicago** được thành lập vào năm 1890 bởi John D. Rockefeller. Nghiên cứu về Phật giáo tại Đại học Chicago thu hút sinh viên và giảng viên từ khắp nơi. Mặc dù trường không cung cấp một chương trình cấp bằng chính thức trực tiếp về "Nghiên cứu Phật học", nhưng trường đã tạo ra không chỉ một số lượng đáng kể các học giả nghiên cứu Phật giáo mà có cả học bổng có ý nghĩa to lớn trong lĩnh vực này.[199]

199 https://www.uchicago.edu/vi

3.5. **Đại học California, Riverside,** được thành lập vào năm 1907. Trường có Khoa Tôn giáo, nơi giảng dạy các tôn giáo lớn có nguồn gốc châu Á bao gồm Ấn Độ giáo, Phật giáo, Nho giáo, Đạo giáo và Thần đạo. Chúng bao gồm các chủ đề chính trong mối quan hệ giữa khoa học và tôn giáo. Trọng tâm chính là các vấn đề giữa khoa học và các tôn giáo phương Tây, đặc biệt Hồi giáo, Phật giáo và Ấn Độ giáo.

Ngay cả tôi (tác giả Tỳ Kheo Ni Giới Hương) đã lấy bằng Tiến sĩ về Phật học tại Đại học Delhi, nhưng khi định cư tại California (2010), tôi cũng học một số tín chỉ về Nghiên cứu Phật học trong Khoa Tôn giáo tại đây (2013 - 2017), dù lúc đó chuyên ngành của tôi văn chương Châu Á tại Đại học California, Riverside.

Author Bhikkhunī TN Giới Hương graduated Literature in UCR in 2016

Mỹ là một quốc gia tiên tiến. Có nhiều trường cao đẳng và đại học tư thục, tiểu bang và chính phủ dạy Phật học trong Khoa Tôn giáo hoặc các khoa khác, chẳng hạn như Đại học California, Los Angeles, Đại học Texas, Đại học Arizona, Đại học Hawaii, Đại học Florida, Đại học Michigan, Đại học Virginia, Đại học Washington, Đại học Yale, Đại học Columbia, Đại học Yale, Đại học Princeton, Đại học Cornell, v.v.

Các trường đại học Phật giáo này ở Hoa Kỳ đã tồn tại trong nhiều thập kỷ và được Hiệp hội các trường phổ thông và đại học phương Tây công nhận tiêu chuẩn đại học. Những trường khác là tương đối mới và đang trong quá trình được công nhận hoặc chưa có sự công nhận chính thức. Đặc biệt, tại các trường đại học này, nhiều giáo sư đã nghiên cứu Phật học toàn thời gian để giảng dạy hoặc viết về Phật giáo.

4. NGHIÊN CỨU PHẬT HỌC ĐƯỢC ẨN DƯỚI CÁC PHÂN KHOA KHÁC NHAU

Hiển nhiên là hầu hết các trường đại học Phật giáo đều có khoa Nghiên cứu Phật học, và các trường đại học tự hào có khoa này. Tuy nhiên, ở Hoa Kỳ, hầu như tất cả các trường đại học trên đều không có Khoa Nghiên cứu Phật giáo riêng biệt, mà các nghiên cứu Phật học được liên kết với các môn học khác như Tôn giáo, Nghiên cứu Nam Á, Nghiên cứu Đông Á, Nghiên cứu Châu Á, Nhân chủng học, Xã hội học, Tâm lý học, Lịch sử, Triết học và Văn học.

Chủ đề nghiên cứu Phật giáo thường ẩn dưới những tên gọi khác:

1. Nghiên cứu tôn giáo (Ấn Độ giáo, Thiên Chúa giáo, Kỳ Na giáo, Hồi giáo, Phật giáo, Do Thái giáo...)
2. Các Chương trình Nghiên cứu Địa lý, Văn hóa (Châu Á học, Đông Á học, Nam Á học, Tây Tạng, Việt Nam, Thái Lan, Sri Lanka, Hàn Quốc học...)
3. Các môn học đặc biệt như Văn học, Tâm lý học, Triết học,

Lịch sử, Khảo cổ học, Ngôn ngữ, Điện ảnh, Âm nhạc, v.v.

5. MÔN PHẬT HỌC CHÍNH LÀ HỌC SAU CÁC MÔN KIẾN THỨC TỔNG HỢP

Giống như hầu hết cấu trúc của các trường đại học trên thế giới, trong một chương trình thạc sĩ, sinh viên phải học giáo dục phổ thông và sau đó thu hẹp phạm vi của họ vào Nghiên cứu Phật học (chuyên ngành). Ví dụ: Nghiên cứu tôn giáo, trước tiên yêu cầu các sinh viên có kiến thức cơ bản về tất cả các truyền thống tôn giáo, cũng như làm quen với các tài liệu lý thuyết về nghiên cứu tôn giáo; sau này nếu nhà nghiên cứu học thạc sĩ hay tiến sĩ thì chỉ giới hạn phạm vi vào một tôn giáo như học theo hình kim tự tháp, trước là chung chung rộng rãi, sau là thu hẹp phạm vi nhỏ lại lên đỉnh kim tự tháp.

Về lĩnh vực nghiên cứu, sinh viên đầu tiên tập trung vào các ngôn ngữ châu Á (Pali, Phạn ngữ, Trung Quốc, Nhật Bản, Tây Tạng, Hàn Quốc và Việt Nam…) và nghiên cứu Phật giáo trong các bối cảnh lịch sử và văn hóa khác nhau. Đối với chương trình đào tạo tiến sĩ, các nhà nghiên cứu thường được yêu cầu lấy một số tín chỉ bằng một hoặc hai ngôn ngữ khác ngoài tiếng Anh để hoàn thành các tiêu chuẩn của trường đại học.

6. CÁC CHƯƠNG TRÌNH THẠC SĨ, PHÓ TIẾN SĨ VÀ TIẾN SĨ PHẬT HỌC

Hiện tại, Phật học thuộc các ngành học khác như Nghiên cứu Tôn giáo hay Nghiên cứu Châu Á nên thường không có bằng cử nhân riêng ở các trường đại học Phật giáo. Các trường đại học ở Mỹ chỉ cấp bằng thạc sĩ, phó tiến sĩ và tiến sĩ của Nghiên cứu Phật học trong các khoa khác trong đó các Chương trình Nghiên cứu Phật giáo được chia thành nhiều loại. Điều này giúp sinh viên biết và tiếp cận từ từ để có kế hoạch phù hợp nhất với sở thích và mục tiêu của mình.

7. CHÀO ĐÓN MỌI SINH VIÊN THAM GIA LỚP PHẬT HỌC DÙ ĐÓ KHÔNG PHẢI LÀ CHUYÊN NGÀNH CỦA HỌ

Tại Hoa Kỳ, mọi tổ chức học thuật thường cung cấp các khóa học ngoại khóa. Do đó, sinh viên theo đuổi các môn học khác như Luật, Y học, Khoa học Máy tính và Hệ thống Thông tin, Nông nghiệp, Điện lực, Kế toán, Tài chính, Nghệ thuật, Thiết kế, Kiến trúc, Cơ khí, Hàng không, Sản xuất, Kỹ thuật, Kinh tế và Kinh tế lượng, Nghiên cứu Quản lý, Kinh doanh, Kỹ thuật và Công nghệ... nhưng ai cũng có thể tham gia lớp Phật pháp căn bản.

8. NGHIÊN CỨU PHẬT GIÁO TẬP TRUNG HƠN VÀO PHÂN TÍCH THỰC TẠI, KHÔNG THIÊN VỀ LÒNG TIN HAY TÍN NGƯỠNG

Các trường đại học hướng dẫn nghiên cứu sinh tiếp cận Phật giáo để phân tích theo quan điểm khảo sát thực tế của họ về khái niệm triết học, lịch sử, xã hội học, tâm lý học, tôn giáo và văn hóa. Đó không phải là một niềm tin hay thực hành để đạt được giác ngộ. Tu tập chứng ngộ là việc mà một người tốt nghiệp sau này có thể làm tùy theo ước nguyện của mỗi cá nhân. Tuy nhiên, ở các trường đại học, các chương trình sau đại học thường cung cấp một trong ba điều sau:

1. Theo đuổi học vị trong bối cảnh rèn luyện tu tập Phật giáo.
2. Các khóa thực nghiệm Phật giáo bổ sung cho việc nghiên cứu học thuật.
3. Nhấn mạnh vào việc nghiên cứu Phật giáo từ quan điểm thông thường.

9. TẠI SAO NHIỀU NGƯỜI THEO HỌC ĐẠI HỌC PHẬT GIÁO

Nhiều tăng ni và cư sĩ Việt Nam đã đăng ký vào bốn trường đại học như Naropa, Đại học The West, Soka và Đại học Phật giáo Pháp Giới. Khi hỏi lý do, nhiều quý thầy cô Việt Nam ở Chùa Hương như sư cô Nguyên Hiếu (Chùa Hương Sen), sư cô Phước

Nhẫn (Chùa Liên Liên Hương)... đã trả lời rằng vì các học viện này tập trung nhiều hơn vào việc thực hành tâm linh, ý thức đạo đức trong sáng, không ức hiếp, bạo lực, giết hại và tổn thương, trong không khí đại học như tu viện sẽ dẫn đến sự thành công trong nghề nghiệp và phụng sự cho đời và đạo. Trường Phật giáo không chạy theo vật chất mà hướng đến tìm sự cân bằng giữa kiến thức trí tuệ và trí tuệ trực giác để chúng có thể giúp sinh viên sống và làm việc lành mạnh. Trường giúp sinh viên hòa hợp giữa thực hành chiêm nghiệm với nghiên cứu học thuật truyền thống, khơi dậy sự hiện hữu chánh niệm trong suốt hành trình giáo dục. Dường như sinh viên trở nên trung thực hơn, đạo đức hơn, hiền lành hơn, hữu ích, cởi mở và thân thiện với người khác hơn, vv... Với phương pháp giảng dạy chiêm nghiệm tâm linh này, sinh viên được truyền cảm hứng từ khát khao tu học thực sự thay vì một ước muốn duy nhất về một địa vị, danh vọng vật chất hoặc công việc được trả lương cao.

Theo tỷ lệ tốt nghiệp của Đại học the West, thống kê cho thấy rằng gần "90 phần trăm (so với chỉ 50 phần trăm trên toàn quốc), và hơn 80 phần trăm sinh viên tốt nghiệp tìm được việc làm trong ngành nghề họ đã chọn. Tất cả họ đều báo cáo rằng họ rất hài lòng trong cuộc sống, nghề nghiệp và đặc biệt là từ ý thức có mục đích hướng thượng trong cuộc sống và sẵn sàng đối mặt với những thách thức tâm lý."[200]

Những kết quả tích cực này là bằng chứng cho thấy giáo dục từ các trường đại học Phật giáo đã tác động tiềm năng để xây dựng nhân cách, cuộc sống và nghề nghiệp của một xã hội toàn cầu.

10. KẾT LUẬN

Phật giáo đã được vinh danh là "Tôn giáo tốt nhất thế giới bởi Liên minh quốc tế vì sự tiến bộ của tôn giáo và tâm linh (ICARUS) tại Geneva, Thụy Sĩ." Điều này tạo nên niềm vinh dự lớn lao cho những người theo đạo Phật, nhằm khẳng định giá trị bất biến của lời Phật dạy. Đó là lý do mà nhiều sinh viên, nhà nghiên cứu từ

200 Storch, Đại Học Phật Giáo, 19.

khắp nơi đã chọn Phật giáo làm cách sống và tìm hiểu học hỏi đạo Phật ở trong các trường cao đẳng hoặc đại học. Đó là điều đáng ngạc nhiên là sự truyền bá Phật giáo từ châu Á sang Hoa Kỳ lan rộng như thế nào trong thế kỷ hai mươi và hai mươi mốt, đặc biệt qua bốn trường đại học Phật giáo như Naropa, The West, Soka và Dharma Realm do Chư tôn đức và Phật tử châu Á như Tây Tạng, Đài Loan, Nhật Bản và Trung Quốc thành lập. Các ngài đã thành lập các học viện Phật giáo cao cấp để đáp ứng nhu cầu tâm linh của quần chúng, đặc biệt là sinh viên trí thức và các nhà nghiên cứu từ nhiều chủng tộc quốc gia, đa văn hóa, đa tôn giáo, vv…

Các trường đại học Phật giáo là những tổ chức giáo dục phát triển tốt, tự duy trì, bởi lẽ hàng năm trường đào tạo hàng trăm sinh viên tốt nghiệp ra trường, gia nhập lực lượng lao động quốc gia với các kỹ năng chuyên nghiệp và trần ngập tình thương và hiểu biết sâu sắc trong cuộc sống.

Cơ đốc giáo là tôn giáo thống trị tại Hoa Kỳ có nhiều trường cao đẳng và đại học Cơ đốc giáo như Đại học Baptist California (San Bernardino, California), Đại học Cơ đốc giáo Ohio (Ohio), Đại học Giám lý Phương Nam (Dallas, Texas), Đại học Cơ đốc giáo Texas (Texas), San Diego Christian College (California), v.v.

Phật giáo ở Mỹ có bốn trường đại học Phật giáo nổi tiếng: Đại học Naropa (Boulder, Colorado), Đại học The West (Rosemead, California), Đại học Soka (Aliso Viejo, California) và Đại học Phật giáo Dharma Realm (Ukiah, California), và nhiều trung tâm tu học Phật giáo khác.

Có hai trường đại học Do Thái: Đại học Yeshiva (thành lập năm 1886, ở New York) và Đại học Do Thái Mỹ (thành lập năm 2007, Los Angeles, California).

Hồi giáo có Đại học Hồi giáo ở Southfield, Michigan, Mỹ. Mục đích là cung cấp "giáo dục đại học Hồi giáo ở Hợp chủng quốc Hoa Kỳ."[201]

Bốn trường đại học Phật giáo và các trường đại học khác cung

201 https://en.wikipedia.org/wiki/Islamic_American_University

cấp hướng dẫn về Nghiên cứu Phật giáo, cách sống văn hóa châu Á và tôn giáo phương Đông. Những trường này cung cấp một chương trình giảng dạy đa văn hóa chưa từng tồn tại ở Hoa Kỳ. Đây là một nơi liên-tôn giáo để đối thoại văn hóa và hòa bình, nơi sinh viên và giáo sư thuộc các quốc tịch và tôn giáo khác nhau giao lưu và làm việc cởi mở với nhau.

Điều làm cho các trường đại học này khác biệt so với hàng trăm trường đại học khác trên khắp Hoa Kỳ là giáo dục trong các lĩnh vực chuyên môn được cung cấp văn bằng nghiên cứu Phật giáo. Hơn 2.600 năm lịch sử đã trôi qua, thông điệp hạnh phúc giải thoát của Đức Phật Thích Ca đã được trải nghiệm và hiện hữu trong nhiều môi trường xã hội và chính trị khác nhau. Bây giờ, nó đang được hiện hữu và phát triển vào thế kỷ 21 ở Hoa Kỳ.

Cuối cùng nhưng không kém phần quan trọng, những trường đại học lấy cảm hứng từ Phật giáo này nằm dưới sự bảo trợ của Phật giáo Đại thừa mà những người sáng lập đang tuân theo phương pháp thực hành của truyền thống Đại thừa này. Phương pháp giảng dạy và các trường đại học là phương tiện giúp sinh viên, nhà nghiên cứu, xã hội và quốc gia để trở về Phật tánh vốn có của họ. Có một quá trình phát triển hỗ trợ lẫn nhau. Nơi đây không có trò và thầy, không có bạn và tôi, không có trói buộc và giải thoát, không có sinh tử và cứu cánh.... Trong tự tánh ấy, không có hình tướng, chấp thủ; tất cả đều là không hai (bất nhị). Wayne Chen, Giám đốc Kế hoạch Chiến lược và Phát triển tại Đại học Phật giáo Pháp Giới, nhận xét về giá trị của nền giáo dục dựa trên Phật giáo trong xã hội Mỹ hiện đại, "Trường đại học đặt mục tiêu trở thành một cơ sỡ giáo dục tiêu chuẩn được công nhận theo quy định của Hiệp hội các trường phổ thông và đại học phương Tây; các chương trình sẽ cố gắng hướng tới việc hiện thực hóa tầm nhìn và khát vọng của người sáng lập, tức Hòa thượng Tuyên Hóa đã đặt ra, và phương pháp sư phạm trung tâm nhằm mục đích truyền đạt kiến thức và kích hoạt trí tuệ nội tại mà mọi cá nhân đều sở hữu."[202]

---

202 Storch, Đại Học Phật Giáo, 33.

Và tầm nhìn và nguyện vọng của các sinh viên, nghiên cứu sinh, giáo sư và tất cả thành viên của Đại học Phật giáo Pháp Giới do Đại sư Tuyên Hóa sáng lập là gì? Đó là "Giáo dục không có bắt đầu và kết thúc. Không có một địa điểm nào không phải là nơi tu học, và không có một khoảnh khắc nào không phải là thời gian để học hỏi." (Website chính thức của DRBD)

***

NGUỒN

1. *Cùng nhau cải thiện trường học của Mỹ.* Biên tập bởi S. Louis M. Gomez, Manuelito Biag, David G, Imig, Randy Hitz và Steve Tozer. Washington, DC: Rowman & Littlefield, 2023.
2. Seager, Richard Hughes. *Phật giáo ở Mỹ* (Bản sửa đổi và bổ sung). New York: Nhà xuất bản Đại học Columbia, 2012.
3. Storch, Tanya. *Các trường đại học dựa trên cơ sở Phật giáo tại Hoa Kỳ: Tìm kiếm một mô hình mới trong giáo dục đại học.* Lanham: Sách Lexington, 2015.
4. Các trường đại học Phật giáo tại Hoa Kỳ

   https://internationaljournaldharmastudies.springeropen.com
5. Chương trình sau đại học về nghiên cứu Phật giáo

   https://networks.h-net.org/node/6060/pages/6886/grad-programs-buddhist-studies

Học Phật học ở đâu?

1. *Danh sách tổng hợp các chương trình nghiên cứu Phật giáo tại Hoa Kỳ* của y Duncan Ryuken Williams. https://tricycle.org/magazine/where-to-study/
2. *Làm thế nào những con thiên nga đến hồ, một lịch sử tường thuật của Phật giáo ở Mỹ* ấn bản năm 1981, tái bản năm 1986 và 1992.
3. *Sự thức tỉnh của phương Tây,* bởi Stephen Batchelor, Parallax Press, 1994.

4. *A Brief History of Buddha Studies in Europe and America* by De Jong, 1987.
5. Robert Topmiller, *Bản tin của Đại học Kentucky,* tháng 1 năm 1997.
6. Bài khảo sát: "Nghiên cứu Học thuật về Phật giáo tại Hoa Kỳ," 1994.
7. *Danh mục các Tổ chức và Chùa Phật giáo tại Hoa Kỳ,* 1999.
8. Báo cáo của chúng tôi: *Điều mà Fo Kuang Shan A đã đạt được* (1991).
9. *Bản tin Phật Quang t er* 1991, 2016
10. *Truyền lại ánh sáng: Tiểu sử của Hòa thượng Hsing Yun* (1995).
11. *Ngôi sao và đám mây: Hòa thượng Hsing Yun* (2003).
12. Trang web Toàn cầu của Tu viện Phật Quang Sơn:

    https://www.fgs.org.tw/en (2017)

    https://www.buddhistdoor.net

    https://www.worldhistory.org

    https://www.pewforum.org

    https://www.pluralism.org

    https://www.pewresearch.org

    https://en.wikipedia.org/wiki/Buddhist_universities_and_colleges_in_the_United_States

    https://blog.gitnux.com/buddhism-in-america-statistic/

    https://en.citizendium.org/wiki/Buddhism_in_the_United_States

    http://www.buddhism.org/Fo Guang

    Shans/Dharma/Tripitaka/37FactorsEnlightenment.htm

5.2

BÀN LUẬN VỀ TRIẾT LÝ VÔ THƯỜNG THEO CÁI NHÌN THỰC DỤNG

Người Viết: Thích Minh Phú - Huỳnh Thanh Liêm

I. Giới Thiệu Tổng Quát Về Thuyết Vô Thường.

Triết lý aniccā (vô thường) là loại giáo lý mà Đức Phật luôn giảng dạy về sự biến đổi không ngừng của các hiện tượng vật chất và tinh thần bởi các yếu tố ngoại và nội duyên tương tác lên nó. Giáo lý vô thường này được diễn tả như là một trong những giáo lý căn bản của Phật giáo. Theo tự điển Pali - Việt, tính từ aniccā (vô thường) bắt nguồn từ tiền tố phủ định a- cộng với chữ niccā (vĩnh viễn) có ý nghĩa là phủ nhận sự trường tồn của vạn vật. Mọi vật trong vũ trụ này có hình tướng sẽ không thể tồn tại mãi mãi mà sẽ bị diệt vong. Quy luật vô thường (thành, trụ, hoài, không) là chân lý bất biến của tục đế. Dù muốn thay không muốn, mọi người cũng phải công nhận vạn vật trong vũ trụ này luôn luôn thay đổi, chuyển biến liên tục. Do đó, mọi sự vật hiện tượng đều không ổn định, luôn thay đổi liên tục theo từng khoảng khắc thời gian cho dù chúng xuất hiện ở bất kỳ hành tinh nào.

Lý thuyết về vô thường là một chủ đề được phổ biến rộng rãi trong giáo lý Phật giáo cũng như các câu nói thông thường trong dân gian. Mọi người thường đề cập về sự vô thường với quan điểm bi quan tiêu cực liên quan sự chia tay, chết chóc đau thương hay sự thay đổi suy nghĩ, quan điểm liên tục trong tâm lý và cuộc sống.

Tùy theo quan điểm và sự hiểu biết của mỗi người, của từng

học giả mà triết lý vô thường được diễn đạt với nhiều hình thức khác nhau. Trong khi có người này giải thích giáo lý vô thường theo quan điểm bi quan tiêu cực thì lại có những người khác định nghĩa vô thường theo gốc độ nhìn tích cực, lạc quan, thực dụng hơn. Cho dù họ có giải thích giáo lý vô thường theo cách nào, cũng không nằm ngoài 3 khái niệm căn bản của triết lý vô thường: Thân Vô Thường, Tâm Vô Thường và Hoàn Cảnh Vô Thường.

Từ quan điểm khách quan, giáo lý vô thường rất dễ hiểu với ý nghĩa đơn giản nói về sự biến đổi của tất cả vạn vật theo từng khoảng khắc thời gian từ vật chất đến tinh thần. Ai ai cũng đều biết về "vô thường" thông qua các sự biến đổi các sự vật hiện tượng xung quanh chúng ta. Tuy nhiên, để hiểu đầy đủ ý nghĩa sâu sắc và áp dụng giáo lý vô thường này mang lại lợi ích thiết thực, cải thiện trong đời sống một cách hiệu quả, điều này rất khó có ai có thể làm được như ý.

Trong bài viết này, người viết xin chia sẻ vài luận điểm với nhiều gốc độ khác nhau liên quan triết lý vô thường này nhằm nâng cao quan điểm tích cực của mọi người hiểu về giáo lý vô thường một cách sâu sắc. Cũng như giúp cho người đọc hiểu rõ về sự vận hành định luật vô thường theo gốc độ tương tác nhân quả tạo ra sự thăng - trầm, tốt - xấu xảy ra trong cuộc sống đời thường của chúng ta.

II. Nghiên cứu lý thuyết vô thường

II.1. Khái niệm về vô thường:

Buddhist dictionary: Manual of Buddhist terms and doctrines định nghĩa anicca: 'Impermanent - vô thường' là : "*Impermanence of things is the rising, passing and changing of things, or the disappearance of things that have become or arisen. The meaning is that these things never persist in the same way, but that they are vanishing dissolving from moment to moment.*"[203]

" *Vô thường của sự vật là sự sinh diệt và sự biến đổi của sự*

203 Ven. Nyanatiloka, 1980, p. 36

vật hay sự biến mất của sự vật đã thành hình hay đã phát sinh ra. Ý muốn nói là những sự vật này không bao giờ tồn tại cùng một trạng thái giống nhau, nhưng chúng đang biến đổi liên tục từ khoảnh khắc này sang khoảnh khắc khác."

Theo truyền thống Phật Giáo Thereavada, khái niệm vô thường (aniccā) là một trong ba triết lý Tam Pháp Ấn của Phật Giáo. Tam Pháp Ấn (Tilakkhaṇa) là: vô thường (aniccā), khổ (dukkha), và vô ngã (anattā). Theo Du Già Sư Địa Luận, quyển 85 (Yogācārabhūmi-Śāstra) có đề cập khái niệm vô thường này trong Tứ Pháp Ấn: vô thường (anityākāra), khổ (duḥkhākāra), không (śūnyākāra), vô ngã (anātmākāra).

Hiện tượng vô thường của vạn vật xảy ra trong hai phạm trù: sự vô thường trong vật chất và sự vô thường tinh thần. Có ba phương diện về vô thường: 1) Thân vô thường, 2) Tâm vô thường, và 3) Hoàn cảnh vô thường.

1. Thân vô thường có bốn thời kỳ: sinh, lão, bệnh, và tử.
2. Tâm vô thường có bốn giai đoạn: hình thành, tồn tại, chuyển tiếp, biến mất
3. Hoàn cảnh vô thường có bốn thời kỳ: hình thành, tồn tại, hoại dần, diệt mất.

Sự vô thường xảy ra trong ba khoảng khắc thời gian: quá khứ vô thường, hiện tại vô thường và tương lai vô thường.

Giải thích hiểu về vô thường theo khái niệm thực dụng:

Với sự trải nghiệm thực dụng về cuộc sống, khái niệm vô thường có thể được hiểu theo lý duyên khởi tương tác như sau:

"*Vô thường là một quá trình chuyển đổi dựa trên cơ sở tương tác duyên của nó. Tương tác duyên theo xu hướng nào thì các sự vật hiện tượng và tâm lý sẽ chuyển đổi theo xu hướng ấy.*"

Các vấn đề chuyển đổi vô thường giữa tốt và xấu; giữa thành công và thất bại, giữa thương và ghét, giữa còn và mất, giữa thịnh và suy, giữa giàu và nghèo.

Tuỳ theo sự tác động của các duyên theo xu hướng nào thì kết quả chuyển đổi sẽ chuyển đổi theo xu hướng đó.

Dân gian có câu: "*Tàng cây nghiêng hướng nào thì bóng đổ hướng đấy*"

Vd:

* Sự vô thường chuyển hoá giữa ghét và thương:

- Nếu mình cứ tạo ra các nhân tố tác động đưa đến ghét. Cảm xúc của đối phương, sẽ chuyển dần từ thương thành ghét, cho dù trước đó đối phương có thương mình.

Ngược lại, khi trước đó đối phương thường ghét mình do oan trái gì đó từ những việc trước đó hay do dư âm kiếp trước để lại mà luôn muốn hại mình bằng cách này hay cách kia, nhưng nếu mình cố tình tác ý kết nối duyên lành với họ, không tiếp tục gây thù kết oán với họ nữa. Thông qua thời gian dài tương tác thiện duyên và sự thử thách, khi thiện duyên giữa mình và họ được tăng trưởng, họ dần dần sẽ cảm nhận được tình thương, sự chân thành thiện tâm của mình. Họ tự động phát sinh ra sự nhận thức tốt đánh giá về mình lại. Thay vì đó là sự khó chịu, họ sẽ cảm giác dễ chịu hơn khi nghĩ về mình. Từ đó họ sẽ dần dần có thiện cảm với mình, không còn ghét mình như trước nữa. Như vậy, chúng ta sẽ thành công trong việc chuyển hoá từ ghét thành thương, biến hận thù thành người thân mình.

Kinh Pháp Cú (Dhammapada), Phẩm Song Yếu (Yamakavaggo),[204] Đức Phật dạy:

"4. Nó mắng tôi, đánh tôi,
Nó thắng tôi, cướp tôi.
Ai ôm hiềm hận ấy,
Hận thù không thể nguôi."

"*He abused me, he beat me, he defeated me, he robbed me", in those who do not harbour such thoughts hatred is appeased.*"

204 Thiện Tri Thức (Editor) & MahāThera Nārada (Tr, Pāli - Anh); HT. Thích Thiện Siêu (Hán - Việt); HT. Thích Minh Châu. (Pāli - Việt), 2014, p. 21

"5. Với hận diệt hận thù,
Đời này không có được.
Không hận diệt hận thù,
Là định luật ngàn thu."

"Hatreds never cease through hatred in this world; through love alone they cease. This is an eternal law."

Sân hận, ghét nhau, người ta thường dùng những lời nói nặng nề và hành động làm tổn hại cho nhau, làm cho oan trái thêm tăng trưởng thì làm sao hận thù bớt đi được, mà ngược lại hận thù càng tăng trưởng thêm.

Dùng lòng từ bi và trí tuệ ứng xử với người có oan trái với mình, không để cho ác cảm sinh khởi với họ, không gieo thêm thù - kết oán với họ bằng thân, khẩu, ý tức là mình đã dần dần gieo duyên lành với họ. Giống như bỏ nước vào muối, lâu ngày tích luỹ, nước sẽ nhiều dần thì muối sẽ lạc lại. Có như vậy hận thù mới dần dần giảm bớt và biến mất, sau đó chuyển hoá từ hận thù thành tình thương. Mình và họ sẽ sống hoà hợp thương yêu nhau nhiều hơn.

Nên mới nói:

"Một khi thiện duyên tăng trưởng thì làm sao sống xấu nhau được.

Một khi oán duyên tăng trường thì làm sao sống tốt nhau được."

Khi thiện duyên giữa mình và họ tăng tưởng thì cảm xúc tâm lý tương tác giữa và họ sẽ sinh ra cảm giác dễ chịu, dễ hiểu, dễ cảm thông nhau nhiều hơn, suy nghĩ tốt về nhau. Đương nhiên, mình và họ sẽ sống tốt với nhau.

Ngược lại một khi oán duyên giữa mình và họ tăng trưởng thì cảm xúc tâm lý tương tác giữa mình và ho sẽ dễ nổi cáo, khó chịu nhau, không cảm thông nhau, dễ hiểu lầm nhau dẫn đến suy nghĩ không tốt về nhau thì đương nhiên làm sao đủ tinh thần để có sống tốt với nhau được, mà chỉ có thể sống xấu, gây thù kết oán tổn thương lẫn nhau .

Cái này gọi là nghiệp tương tác tâm lý. Tâm lý tương tác tốt hay xấu với nhau là tuỳ theo nghiệp duyên giữa mình và họ vào thời điểm đó có thiện duyên đang thịnh hay oán duyên đang thịnh, chúng tương tác tâm lý của mình

*** Sự vô thường chuyển hoá giữa giàu và nghèo:**

Tương tự như trên, nếu ai đó cho dù họ có giàu sang phú quý trong hiện tại với nhà cửa, ruộng vườn, tiền bạc dồi dào, nhưng nếu họ cứ gieo các nhân nghèo như: "sống tiêu xài lãng phí cơm gạo, nước sinh hoạt, tiền bạc, luôn xem thường người nghèo, không chịu khó sống tiết kiệm thiểu dục tri túc, thường giao du kẻ ác ăn chơi sa đoạ, không biết làm phước bố thí cho kẻ nghèo, luôn luôn cao ngạo ỷ lại vào thế lực, tiền bạc và sự giàu sang của mình, không biết tôn trọng người khác, thường gây ra nhiều oan trái với mọi người bằng những lời nói ác, hành động ác làm tổn thương mọi người xung quanh, không biết cảm thông với những người nghèo và những người không giỏi như mình.

Tất cả các nhân tố bất thiện trên, nếu ai đó thường xuyên gieo các nhân tố này sẽ dẫn đến một tương lai nghèo nàn. Một tương lai không xa, tiền bạc, gia tài sẽ bị tổn hại. Nhiều việc xui xẻo trong kinh doanh sẽ đến; các tai nạn trong đời sống và bệnh tật trong thân thể sẽ dần dần đến với họ. Và nhiều ý niệm tiêu cực sẽ xuất hiện trong tâm lý của họ xúi họ làm việc sai trái này đến một sai trái khác. Các nghiệp ác sẽ ngày một tăng trưởng và càng lôi kéo thêm những ý niệm xấu của những kẻ xấu đến hại gia đình họ bị tan gia bại sản. Chắc chắc rằng gia tài của họ sẽ bị phá sạch bằng nhiều cách. Tương lai của bản thân họ và gia đình họ sẽ rơi vào hoàn cảnh đen tối, nghèo nàn và sẽ bị người khác xem thường họ lại như lúc trước họ xem thường, khinh khi đôi những người nghèo khó, không giỏi bằng mình.

"*Đồng tiền và gia tài có phước báu bảo hộ thì đồng tiền và gia tài đó mới có thể tồn tại lâu dài từ đời mình đến đời của con cháu.*

Đồng tiền và gia tài đó không có phước báu bảo hộ thì nó sẽ tự phá huỷ bằng nhiều cách và tự nó sẽ ra đi."

Và ngược lại, do dù chúng ta có bị nghèo khó, gặp nhiều chướng duyên. Nếu chúng ta cố gắng phấn đấu làm ăn, tiêu dùng tiền bạc - vật chất đúng cách, biết nhẫn nại chịu khó, không gieo các nhân ác hại người, hại vật và không keo kiệt ích kỷ công sức trong quá trình làm việc với các cộng sự. Nhiệt tâm siêng làm, chịu khó học hỏi, mọi người thương mến nâng đỡ và bản thân mình thường giúp đỡ người nghèo khó hơn mình, giúp đỡ người không còn non kém trong kinh nghiệm sống và nghề nghiệp, cũng như tôn trong, học hỏi từ người lớn tuổi. Từ các nhân lành tốt đó sẽ sinh khởi các phước báu, dần dần những may mắn sẽ đến người họ. Cũng từ đó các thiện nghiệp tăng trưởng, sẽ chiêu cảm dẫn dắt những người có thiện tâm sẽ đến hợp tác với mình, giúp đỡ mình ngày một tiến bộ, phát triển hơn. Họ sẽ hợp tác nâng đỡ mình trong công ăn việc làm. Và cũng do phước báu kiến thức làm cho mình tăng trưởng sẽ làm cho mình dễ dàng học hỏi các cái hay từ nhiều người khác chỉ dạy, nâng cao tay nghề mình. Ngày tháng trôi qua, mình sẽ trưởng thành hơn và sẽ dần dần thành đạt trong cuộc sống. Một tương lai không xa, họ sẽ trở nên giàu có với đầu óc thông minh và được nhiều người thiện với tâm ý thiện trợ giúp mình.

Sự vô thường trong cuộc sống luôn luôn làm cho mọi thứ có thể thay đổi. Có thể chuyển tốt thành xấu và cũng có thể chuyển xấu thành tốt. Chuyển nghèo thành giàu và ngược lại cũng có thể chuyển nghèo thành giàu; Vô thường chuyển đổi từ thương thành ghét và cũng có thể chuyển ghét thành thương...v.v. Tuỳ theo chúng ta tương tác nhân tố gì thì sự thành tựu chuyển đổi sẽ có tương dương với các nhân đã gieo.

Triết thuyết vô thường được diễn tả nằm rải rác nhiều nơi trong Kinh tạng Pāli[205].

1. Kinh Con Sư Tử, Kinh Tưởng Điên Đảo trong Tăng Chi I.
2. Kinh Sự Kiện Cần Phải Quán Sát, Kinh Sợ Hải Trong Tương Lai, Kinh Tôn Giả Nāgita trong Tăng Chi II.
3. Kinh Không Thường Xuyên, Kinh Vô Thường trong Tăng Chi III.

---

205 HT. Thích Minh Châu (Việt dịch), 2022

4. Kinh Ví Du Con Rắn trong Trung Bộ I
5. Kinh Tuổi Thọ trong Tương Ưng Bộ I.
6. Kinh Vô Thường, Kinh Ba Thời Là Vô Thường, Kinh Hỷ Được Đoạn Tận, Kinh Gió, Kinh Có Nhân Là Vô Thường, Kinh Sư Tử, Kinh Phân Bò, Kinh Vô Thường, Kinh Vô Thường Tánh trong Tương Ưng Bộ III.
7. Kinh Diệt Hỷ Tiêu Tận, Kinh Vô Thường Nội trong Tương Ưng Bộ IV.
8. Phẩm Đạo, câu 277 trong Kinh Pháp Cú[206]

Và trong kinh sách Phật Giáo Đại thừa và các bộ luận cũng thường đề cập về triết lý vô thường này.

Trong các trang web tiếng Anh, đọc giả có thể tham khảo thêm các khái niệm "*Impermanence*"[207], "*The marks of existence*"[208], "*The Three Basic Facts of Existence: I. Impermanence (Anicca)*"[209] để hiểu thêm về giáo lý vô thường này.

Trong vũ trụ này, tất cả mọi vật chất, kể cả tinh thần liên tục có chịu sự tác động qua lại với nhau, mọi vật chất có hình tướng, là giả tạo, không thật, chúng sẽ không thể tồn tại mãi mãi. Tất cả mọi vật chất đều do nhiều yếu tố hợp lại hình thành và diệt đi theo chu kỳ của bốn giai đoạn của vật chất: "sự vật sinh ra, biến mất và biến đổi, suy tàn và chấm dứt của vật chất hay bất cứ thứ gì được sinh ra chắc chắn sẽ thay đổi theo thời gian và hủy diệt."

Nên tất cả vạn vật, chúng luôn tồn tại phụ thuộc lẫn nhau và cũng thường thay đổi vị trí với nhau để cùng tồn tại. Cũng có thể nói sự vô thường của các vật chất lớn là sự biến đổi dịch chuyển tương tác nhau của các tế bào phân tử nhỏ từ vị trí này qua một vị trí khác hay sự thay đổi các kết cấu tồn tại của các phân tử nhỏ từ hiện trạng này chuyển sang một hiện trạng khác. Chúng liên kết và

---

206 Thiện Tri Thức (Editor) & MahāThera Nārada (Tr, Pāli - Anh); HT. Thích Thiện Siêu (Hán - Việt); HT. Thích Minh Châu. (Pāli - Việt), 2014)

207 Impermanence, 2023

208 Three marks of existence, 2023

209 Nyanaponika Thera, 2013

tương tác nhau để tồn tại với nhiều thể loại hình thức khác nhau. Ngày nay, khoa học cũng đã chứng minh được tất cả các vật chất hay các năng lượng, chúng không tự biết mất đi mà nó sẽ chuyển hoá sự tồn tại từ dạng này qua một dạng khác.

"*Năng lượng không thể được tạo ra cũng như không thể bị phá hủy; thay vào đó, nó chỉ có thể được biến đổi từ dạng này sang dạng khác hoặc chuyển đổi từ vật này sang vật khác (hoặc cả hai)*"[210]

Luận:

Các phân tử nhỏ bên trong các vật chất, khi chúng hình thành các vật chất lớn, các phân tử vật chất nhỏ sẽ liên kết nhau, tạo ra các sản phẩm vật chất lớn có nhiều hình khác nhau. Khi vật chất lớn huỷ diệt đi, các phân tử nhỏ bên trong vật chất này sẽ tan rã sự liên kết nhau và chúng sẽ liên với các nhóm phân tử nhỏ khác và tiếp tục sinh ra tạo thành một dạng vật chất khác để tiếp tục tồn tại. Cứ thế mà chúng luân chuyển sinh ra, hình thành, huỷ hoại và diệt đi, rồi lại sinh ra.

Có một số vật chất hay tinh thần, có những thứ có thể tồn tại song song gắn bó, bổ sung cho nhau và phụ thuộc lẫn nhau để duy trì sự tồn tại. Có những thứ vật chất hay tinh thần, chúng không thể cùng tồn tại chung với nhau. Khi cái này xuất hiện thì các loại vật chất khác sẽ huỷ diệt và sau đó sinh ra một loại vật chất khác. Các tương tác giữa các yếu tố trong việc sinh ra, duy trì, phát triển và huỷ diệt gần giống như sự tương tác tương sinh - tương khắc của ngũ hành (Kim, Mộc, Thuỷ, Hoả, Thổ) trong vũ trụ.

Do đó, triết lý vô thường này có mối liên hệ với triết lý nhân quả, triết lý duyên sinh, triết lý 12 nhân duyên và triết lý tương sinh - tương khắc của ngủ hành bên Đạo Giáo bên Trung Hoa.

Khi cái này phát sinh, sẽ sinh cái cái khác; Khi cái khác xuất hiện, rồi sẽ sinh ra một hay nhiều cái khác nữa; Hoặc khi cái này diệt đi thì cái kia cũng diệt theo; hoặc cái kia đã diệt rồi, tất cả các

210 Bảo toàn năng lượng, 2022

cái khác có liên quan với chúng sẽ phải tự diệt theo.

Hoặc các yếu tố tương tác duyên theo chiều nghịch, khi có một số vật chất này xuất hiện thì bắt buột các vật chất khác sẽ phải huỷ diệt. Sau đó sẽ sinh ra loại vật chất khác.

Ví như khi xuất hiện lửa, các vật chất khác dễ bị thiêu đốt cháy rụi hết. Trong quá trình cháy rụi sẽ sinh ra tro tàn. Kế tiếp, các tro tàn nay sẽ biến thành đất. Hoặc khi sóng thần xuất hiện, mọi thứ khi có sóng thần đi ngang qua, chúng sẽ bị tàn phá hết các cơ sở vật chất và gây ra sự chết chóc đau thương.

Và cũng thường khi có sự tàn phá, huỷ hoại của những thứ vật chất này thì lại những thứ khác được sinh ra tốt đẹp hơn những cái trước như trong các công việc xây dựng. Có thể phá hoại các ngôi nhà củ và xây dựng lại những cái nhà mới xinh đẹp hơn, sang trọng hơn, thoáng hơn.

Do đó, sự huỷ hoại không đồng nghĩa nó biến mất, mà là nhân tố tạo ra sự sinh ra mới của các sự vật, hiện tượng kế tiếp. Từ đó cho thấy, các yếu tố từ vật chất, cũng như tinh thần, chúng tương tác với nhau rất đa dạng trong sự tương các tác duyên hay sự tương sinh - tương khắc theo quy luật vận hành ngũ hành hay của tứ đại trong vũ trụ.

Do vậy, vạn vật điều bị định luật vô thường chi phối, luôn luôn tác động lẫn nhau trong sự sinh, trụ, di, diệt của vũ trụ nhân sinh. Nên mới thấy khái niệm quy luật vận hành vô thường trong vũ trụ này là khái niệm tương tác tự nhiên trong sự sinh tồn và diệt vong, rồi lại tiếp tục sinh tồn lại của vạn vật. Quy luật vô thường này không phụ vào ý niệm của con người, hay ý niệm của Vị Thần Linh nào điều khiển chúng.

Giả sử có Vị Thần Linh toàn năng nào đó có thẩm quyền quyết định sự sinh tồn và huỷ diệt của vạn vật. Khi Vị Thần Linh Toàn Năng đó muốn cho những cái nào tồn tại mãi mãi thì những thứ đó sẽ tuân theo sự chỉ thị của đấng Toàn Năng tồn mà tồn tại mãi mãi, không bao giờ diệt vong; hoặc Vị Thần Linh đó muốn cái nào bị diệt vong thì những thứ đó sẽ diệt vong.

Vấn đề muốn cái nào diệt vong thì ai cũng có khả năng làm

được, không cần đến oai lực của Đấng Thần Linh Toàn Năng, con người đều có thể huỷ diệt mọi thứ. Còn muốn cái nào tồn tại mãi mãi, không bao giờ diệt vong thì Đấng Thần Linh Toàn Năng cũng phải bó tay. Điều này không thể thực hiện thành công.

Đức Phật dạy: "

"Phàm sự vật gì là pháp hữu vi, do suy tư tác thành, thời sự vật ấy là vô thường, chịu sự đoạn diệt"[211]

Phàm những gì có hình tướng thì sẽ không thể tồn tại mãi mãi. Mọi thứ vật chất hay tinh thần đều phải chịu sự tác động lẫn nhau đưa đến sự sinh ra, hình thành, già hay huỷ hoại dần dần đi, rồi diệt vọng và tái xuất hiện lại ở một dạng khác. Vạn vật sẽ không thể tồn tại mãi mãi theo mệnh lệnh của Đấng Toàn Năng nào đó chỉ thị, huống chi là tuân theo ý niệm của con người.

Vấn đề tạo ra các vật chất có thể được xem là dễ, diệt đi cũng dễ vì con người cũng có khả năng làm được. Nhưng muốn các vật chất hay tinh thần tồn mãi mãi thì không thể, không ai có thể làm được điều này.

Do vậy, Đấng Thần Linh Toàn Năng cũng không thể thay đổi sự vận hành của định luật vô thường trong vũ trụ, nhân sinh. Huống chi là con người, cho dù họ thuộc một tôn giáo nào linh thiêng hay theo triết lý nào đi chăng nữa. Dù tin hay không tin, dù muốn hay không muốn, họ cũng phải không thể nào thay đổi được nguyên lý vô thường tác động lên vạn vật trong vũ trụ.

II.2. Sự cảm nhận về định luật vô thường:

Đứng trước sự thay đổi vô thường của vật chất và tinh thần trong vũ trụ, chúng ta sẽ thấy có ba trạng thái tâm lý cảm thọ xuất hiện: 1) Khổ, 2) Vui, 3) Không khổ, không vui.

a) Nỗi khổ của con người được chia thành tám nhóm khổ mà Kinh Chuyển Bánh Xe Pháp (Dhammacakkappavattana Sutta)[212]

211 Kinh Bát thành - MN 52 -Aṭṭhakanāgarasuttaṃ, 2004

212 Dhammacakkappavattana Sutta: Setting the Wheel of Dhamma in Motion. (n.d.), 2013

trong Saṁyutta Nikāya đề cập:

1) Khổ do sinh. Trong kinh, Đức Phật diễn tả các chúng sinh khi trú vào bào thai có cảm giác rất đau khổ. Vì một chúng sinh trong quá trình hình thành, cho đến có tâm thức sống trong bào thai, các cảm giác của thai nhi luôn phụ thuộc vào các thức ăn của người mẹ. Đối với một thai nhi của một con người, sau 9 tháng 10 ngày mới được sinh ra. Thời gian ở trong bào thai, chúng sinh đó có cảm giác rất lâu mà phải cam chịu cho đến ngày được sinh ra làm con người. Khi người mẹ ăn đồ nóng cay, thai nhi có cảm giác bị nóng cả người rất đau khổ. Khi người mẹ ăn đồ lạnh, thai nhi sẽ có cảm giác lạnh giá như sống trong băng tuyết. Thai nhi luôn sống trong bóng tối và sự trật trội của tử cung, tâm lý lúc tỉnh, lúc mê. Cứ thế ngày tháng trôi qua, thai nhi phát triển lớn dần trong bào thai của mẹ. Thai nhi có nhiều cảm giác đau khổ trong quá trình mình nằm trong tử cung của người mẹ 9 tháng, 10 ngày. Hơn nữa, khi được sinh ra, thai nhi bị chèn ép bởi xương mu vùng kính, cảm giác rất đau đớn, khó diễn tả. Nếu thai nhi có kích thước to quá, việc sinh sản rất khó cho người mẹ nên cả mẹ lẫn đứa con đều rất đau đớn, khổ sở. Đôi khi vì đau đớn quá, thai nhi tử vong trong quá trình sinh sản của người mẹ.

Ngoài ra, ý nghĩa khổ do sinh còn được hiểu là chúng sinh do nhân quả lực nên phải tái sinh hết chỗ này đến chỗ khác; hết mang thân loài vật này thì lại mang thân loài vật khác để trả nghiệp trong luân hồi sinh tử; Cứ thế mà hết kiếp này đến kiếp khác, chúng sinh cứ thế mà tái sanh liên tục trong các loài chúng sinh để đền trả quả báo ác nghiệp mà mình đã gieo trong những kiếp quá khứ. Cứ thế, chúng sinh vẫn mãi lẫn uẩn chịu sinh tử trong nhiều kiếp khổ đau trong lục đạo luân hồi.

2) Khổ do già. Thân thể này khi được sinh ra, đương nhiên nó phải lớn, rồi phải già đi theo quy luật vận hành vô thường của vũ trụ (sinh, lão, bệnh, tử). Nên thân thể này không thể nào trẻ mãi, mạnh khoẻ hoài không bệnh, mà phải già yếu đi, tóc bạc, da nhăn đi, sức khoẻ hao mòn theo năm tháng. Khi sức khoẻ ngày một yếu dần, đề kháng cơ thể cũng yếu đi. Từ đó nhiều bệnh tật được sinh ra. Có nhiều loại bệnh nguy hiểm, khó điều trị hành hạ thể xác này

ngày đêm, làm cho thân xác này cảm nhận đau khổ vô cùng.

3) Khổ do bệnh. Phàm khi có thân, chắc chắn sẽ có vô số loại bệnh tật trong cơ thể phát sinh do quá trình lão hoá của cơ thể, hoặc do chế độ ăn uống, sinh hoạt, ngủ nghỉ sinh hoạt của con người không biết điều tiết quân bình cơ thể, hoặc do các hoá chất độc hại xâm nhập cơ thể từ việc ăn uống hay làm việc, hoặc các tai nạn trong đời sống gây ra nhiều tổn hại cơ thể sinh ra bệnh tật. Khi các căn bệnh xuất hiện, tuy có những loại bệnh nhẹ dễ điều trị, mau lành bệnh, nhưng cũng có nhiều loại bệnh nặng, rất đa dạng nguy hiểm, chết người, rất khó điều trị. Các loại bệnh này ngày đêm hành hạ thân thể bệnh nhận, kể cả các loài vật, làm cho chúng luôn có cảm giác đau đớn, nhức mỏi khổ sở cho đến khi bị mê mang kiệt sức, rồi chết đi.

4) Khổ do chết. Thân thể này luôn phải chịu đựng các bệnh tật, già yếu, rồi lại chết. Trước khi cơ thể chết đi sẽ có cảm giác rất đau đớn, khổ sở khó diễn tả. Chỉ có người đang nằm oằn oại sắp chết mới biết được rõ về tâm lý khổ sở đó như thế nào. Ngoài ra, tâm lý của người sắp chết sẽ có nhiều việc lo lắng về con cái: "Khi mình chết rồi các con sẽ sống sao đây?; Nhà cửa tài vật chúng có tranh giành nhau không ?; Và nhiều nỗi sợ hãi được sinh ra, tâm lý người sắp mất lúc mê, lúc tỉnh, không biết kiếp sống kế tiếp, mình sẽ đi đầu thai ở đâu ?". Muôn điều sầu khổ ập đến, vừa khổ nơi thân đau đớn mệt mỏi, không còn sức, cũng vừa khổ nơi tâm khó chịu nỗi cho người sắp mất cho đến khi thân thể này chết hoàn toàn.

5) Khổ do cầu nguyện không được như ý. Cuộc đời này có rất nhiều điều không được như ý. Nỗi thất vọng và khổ đau do không được toại nguyện như ý là việc thường xảy ra trong cuộc sống nhân sinh.

- Đau khổ không toại nguyện vì cơ thể này luôn có nhiều bệnh tật, già yếu, không thể trẻ đẹp, mạnh khoẻ hoài mà không bệnh. Cơ thể này sẽ phải theo quy luật vô thường tự nhiên: sau khi sinh ra, phải lớn lên, rồi già, bệnh và chết.

- Đau khổ không toại nguyện vì các bối cảnh và mọi người sống xung quanh mình, sẽ làm những điều mà mình không muốn, không thích và luôn chán ghé chúng. Nên tâm sẽ sinh ra sự buồn phiền, khó chịu, thất vọng do cuộc đời mang lại cho mình. Đôi khi có nhiều việc sẽ gây ra nhiều nổi buồn khó chịu do bị tổn thương, đau khổ bởi người khác xúc phạm tổn hại mình bằng lời nói hay hành động.

- Đau khổ do không toại nguyện vì có rất nhiều chuyện phức tạp mối quan hệ tình cảm giữa nam và nữ hoặc các mối quan hệ tình cảm đồng tính, làm cho tâm lý bị xáo trộn, có cảm giác đau khổ khi chuyện tình cảm đó không được như ý vì nguyên nhân 1 trong 2 người đó sống không chung thuỷ, hoặc do bạo lực tình cảm khi ghen tuông. Họ tuông ra những hành động và lời nói xúc phạm gây tổn thương cho nhau. Làm cho chuyện tình cảm đưa đến sự đổ vở tan nát con tim nên người nam hay người nữ đó sẽ có cảm giác đau đớn thể xác và tâm hồn trải qua nhiêu ngày tháng mất ăn, mất ngủ.

- Đau khổ không toại nguyện là lòng người khó lường, luôn luôn có sự thay đổi liên tục, lúc tốt, lúc xấu. Sự vô thường thay lòng đổi dạ bởi nguyên nhân nào đó sẽ gây ra sự rạn nứt trong tình cảm ứng xử giữa cha và con, giữa anh và em, giữa các đồng nghiệp, giữa các họ hàng quyến. Từ đó họ dễ gây gỗ nhau hoặc hãm hại gây ra sự tan nát gia đình, hoặc giết hại tạo ra sự chết chóc tang thương cho nhau.

- Đau khổ không toại nguyện là do bị nghiệp chướng nặng nề làm cho mình gặp phải nhiều hoàn cảnh xấu, nhiều con người xấu làm cho mình bị tan thương, đau khổ, không được mọi người thương yêu nâng đỡ.

Những cái khổ không toại nguyện này cứ thế quay quanh các chúng sinh, làm cho chúng sinh phải chịu đau khổ hết cái không toại nguyện này đến cái không toại nguyện khác, cứ thế mà làm cho cho thân, tâm mình bị chìm trong khổ đau.

6) Khổ do các oan gia gặp gỡ. Thường trong cuộc sống nhân sinh, các chúng sinh thường vì tư lợi của mình mà sẵn sàng tước đoạt các quyền lợi, tiền bạc, tài sản, công danh sự nghiệp, vợ hay chồng, con cái của người khác để làm sở hữu riêng cho mình hoặc

vì lợi ích của nhóm nào đó. Hoặc các chúng sinh chỉ vì sự tìm cầu thức ăn, sự sinh tồn trong cuộc sống, các giống loài có thể giết hại lẫn nhau, ăn thịt với nhau. Chính vì lý do này mà các loài chúng sinh thường xuyên gây thù kết oán lẫn nhau, loại vật mạnh ăn nuốt loài vật yếu hơn. Sau đó chúng sinh này phải chịu ác quả luân hồi lại để đền trả các nghiệp ác mà mình đã gieo trong quá khứ. Nhân ác do mình gieo thì mình phải chịu lại cái quả oán nghiệp đó, nên cõi đời này cũng thường bị khổ là oan gia gặp gở nhau.

7) Khổ do khi thương yêu nhau mà phải chia lìa. Khổ này do ái sinh. Khi họ có sự ái thích giữa người này và người kia hay giữa con người và gia tài, sự nghiệp giàu sang phú quý, họ sẽ tạo ra sự càng gắn bó khắn khít quan tâm những gì mình ưa mến ái nhiễm. Khi tài vật, sự nghiệp bị mất đi vì một lý do nào đó, họ sẽ rất đau khổ. Hoặc người thân yêu thương của họ bị chia tay phân ly do sự chết chóc, hoặc do bệnh tật hay tai nạn. Hoặc do đổ vỡ chuyện tình cảm lứa đôi thì họ sẽ đau đớn buồn khổ. Tuỳ theo mức độ ái nhiễm, chấp thủ càng cao thì nỗi khổ đau con người sẽ nhận lại càng lớn.

8) Khổ do ngũ uẩn (sắc uẩn, thọ uẩn, tưởng uẩn, hành uẩn, thức uẩn) hoàn hành làm cho vô minh được tăng trưởng, các tâm niệm tà kiến - phiền não dễ phát sinh. Các chúng sinh dễ bị điên đảo chấp thủ mọi thứ mà họ tiếp xúc. Đây là thói quen chấp thủ tự nhiên, bình thường của chúng sinh. Tuỳ theo các tâm sở thiện và bất thiện mà họ đang chấp mà tạo ra các nghiệp tương đương. Nên mới nói:

"*Mỗi mỗi hoàn cảnh cám dỗ đều có thể làm cho cho con người bị lầm đường lạc lối...*

Kẻ thù đáng sợ nhất của con người, chính là bản thân họ.

Những gì chúng ta đang làm, chính là những gì chúng ta nghĩ.

Suy nghĩ tốt sẽ thành tựu hành vi thiện.

Suy nghĩ xấu sẽ dẫn đến hành vi ác.

Đây là quy luật tự nhiên."

Chúng sinh thường bị chi phối bởi các cảm thọ của thân và tâm, hay nói cách khác là luôn luôn bị chế ngự bởi các tướng cảm thọ của ngủ uẩn (sắc, thọ, tưởng, hành, thức) là một quy trình tương tác thông qua sáu căn, tiếp xúc với sáu trần, sinh ra sáu thức cảm nhận. Từ đó các ái nhiễm chấp thủ (tham, sân, si, hỷ, nộ, ái, ố) sinh ra dựa trên các tướng cảm thọ của ngũ uẩn. Giống như sắt sinh ra sét, sét trở lại ăn mòn lại sắt. Mình sinh ra tâm phiền não chấp thủ. Tâm phiền não chấp thủ trở ngược hại lại mình. Quy trình tương tác như vậy, chúng sinh đã trải qua nhiều đời nhiều kiếp sống trong đó. Các chúng sinh có thói quen lấy các tướng cảm thọ của ngủ uẩn làm thức ăn, làm sự sống và làm như cầu của cuộc sống. Từ đó tạo ra các nhân khổ, chúng sinh phải chịu quả khổ trong nhiều kiếp luân hồi nơi ba ác đạo và lục đạo luân hồi.

b) Cảm xúc hạnh phúc có thể được chia thành ba khía cạnh:

1) Cảm giác tâm lý hạnh phúc phụ thuộc vào các yếu tố nội duyên và ngoài duyên tác động tạo ra các cảm giác trên thân và cảm giác tâm lý. Mà cảm giác hạnh phúc phụ thuộc hoàn cảnh sẽ luôn sự hiện diện của các tâm ái nhiễm, chấp thủ phiền não phát sinh kèm theo và đưa đến các khổ đau về sau cho các chúng sinh.

2) Cảm giác tâm lý hạnh phúc không phụ thuộc vào các yếu tố bên ngoài như tâm lý cảm nhận trong các trạng thái thiền định từ sơ thiền, nhị thiền, tam thiền, tứ thiền cho đến chứng đắc các Thánh Quả như Tứ quả Thanh Văn, Bích Chi Phật, Thập Địa của Bồ Tát, Phật Quả Chánh Đẳng Chánh Giác. Các trạng thái tâm an lạc, hạnh phúc, thanh tịnh, nhẹ nhàng ấy gọi là trang thái tâm có tự chủ các cảm thọ khi đối diện trần cảnh.

3) Cảm giác tâm lý hạnh phúc và sống biết đủ, điều độ trong ăn uống, ngủ nghỉ, chấp nhận hoàn cảnh sống ở hiện tại, không luyến tiếc, không buồn phiền, không níu kéo những gì đã qua trong quá khứ. Đây là trạng thái hạnh phúc thiểu dục tri túc, chấp nhận đối diện mọi hoàn cảnh khó khăn, và luôn có nghị lực vượt qua những khó khăn chướng ngại.

c) Cảm giác tâm lý không khổ, cũng không vui được chia thành ba khía cạnh:

1) Sự biến đổi tự nhiên của vật chất, tâm lý, hoàn cảnh và vũ trụ thông qua thời gian, bản thân sự thật các pháp của vật chất và

các loại tâm sở, bản thân nó không tự biết. Chỉ có chủ thể tánh biết trong mỗi chúng sinh mới có thể cảm nhận biết được vạn vật và các tâm sở thông qua sáu thức của hệ thần kinh khi sáu căn tiếp xúc với sáu trần cảnh.

2) Tình trạng hôn mê sâu, trạng thái mất tri giác.

3) Trạng thái từ bỏ mọi cảm giác trong tư tưởng, thân thể trong lúc thiền định thâm sâu. Trạng thái này có thể đương đương với trạng thái cảm nhận hạnh phúc không phụ thuộc vào các yếu tố bên ngoại tác động.

Sự vô thường tự nhiên của vật chất không có hệ thần kinh cảm xúc xen vào có 2 trường hợp: a) Sự biến đổi sinh diệt trong tự nhiên của các vật chất thay đổi không ngừng, không liên quan gì đến các cảm giác của hệ thần kinh cảm nhận ý thức, b) Sự tự tại của tâm do tu tập thiền định, không bị ảnh hưởng nhiều bởi các vật chất, hoàn cảnh, cảm thọ, thân xác chi phối.

a) Sự vô thường trong các vật chất không có yếu tố hệ tinh thần cảm nhận xen vào thì chẳng khác gì một xác chết của con người khi hơi ấm tâm thức rời khỏi xác, không còn cảm giác ở các giác quan nhận thức tại các căn: mắt, tay, mũi, lưỡi, thân, ý. Nó cũng giống như vật thể vô tri vô giác của núi, cây, đất, đá, nước, gió, lửa hay những tế bào, nguyên tử, phân tử, v.v... cấu tạo nên vật chất, chúng không có hạnh phúc hay cũng không có khổ đau. Trường hợp này có thể nói: "cái gì có hình tướng là vô thường, không thể tồn tại lâu dài", nhưng không thể nói "cái gì vô thường là khổ" như trong kinh nói.

Luận:

Mọi hiện tượng vật chất liên tục thay đổi. Thân thể này chết đi, mất đi cảm giác của các tế bào thần kinh. Thân thể này khi không còn tâm thức cảm nhận, cho dù nó có huỷ diệt đi, sẽ không có cảm giác đau khổ hay hạnh phúc. Chính vì lý do này mà một số nhà triết học duy vật biện chứng không chấp nhận quan niệm "*Cái gì vô thường là khổ*" trong Phật Giáo.

Sự phủ nhận của các nhà triết học duy vật biện chứng về lý thuyết "*Cái gì vô thường là khổ*", cũng có lý đúng của nó. Nhưng cái đúng này chỉ phù hợp với sự vô thường tự nhiên của các vật chất không có tâm lý cảm xúc chấp thủ xen vào. Một khi không có tâm lý cảm xúc xen vào các vật chất thông qua sáu thức, cho dù trái đất này có huỷ diệt hay bị thay đổi bởi các tác động từ các thiên thạch va chạm vào trái đất làm cho trái đất huỷ diệt hết sự sống trải qua hàng tỷ năm cũng không có chúng sinh nào khổ đau do sự vô thường của vật chất.

Nhưng nếu sự vô thường của vật chất có sự can thiệp tâm lý nhận thức chấp thủ, ái nhiễm xen vào thông qua sáu thức thì sẽ khác. Chúng ta không thể nói: "cái gì vô thường là không khổ". Mà phải nói: "cái gì vô thường là khổ" vì khi ấy tâm của chúng sinh bị vướng bận chấp thủ các tướng sinh - diệt, thăng - trầm, được - mất, ghét - thương nên sinh ra cảm thọ hạnh phúc và khổ đau. Nếu ai đó không tin, có thể thử nghiệm để kiểm chứng trong qua thực tế.

b) Khi tâm thức đứng trước sự vô thường - thăng trầm của cuộc đời mà tâm đó không bị dính mắc chấp thủ, không quá phụ thuộc vào cảm thọ các căn, không còn bị ngoại cảnh và thân xác chi phối. Tâm đó sẽ luôn luôn tự chủ, kiểm soát phòng hộ tốt sáu căn, an trú sâu vào thiền định. Tâm trí tuệ sẽ được chiếu sáng chế ngự được các tâm sở bất thiện tác động đến mình. Trạng thái tâm này chỉ có trong trạng thái thiền định sâu, một niệm vọng còn không phụ thuộc vào, làm gì có chuyện buồn phiền đau khổ hay sống hạnh phúc trong đó.

III. Luận về tâm cảm nhận trước sự vô thường của vạn vật:

Dẫu biết rằng vạn vật là vô thường, biến đổi không ngừng, nó giống như nước của một dòng sông, dòng chảy của một dòng sông chảy liên tục không ngừng thay đổi theo từng phút giây.

"No man ever steps in the same river twice, for it's not the same river and he's not the same man."[213]

---

213 Arushi Bhaskar, 2022

"Không ai tắm hai lần trên một dòng sông, vì đó không phải là cùng một dòng sông và anh ta không phải là cùng một người."

Nhưng nếu ai cố chấp, bám víu, tham luyến một điều gì đó đã xảy ra trong quá khứ, hoặc không chấp nhận các kết quả mang lại trong hoàn cảnh hiện tại, dù được như ý muốn hay không như ý muốn, họ sẽ cảm thấy buồn phiền, thất vọng, đau khổ trước sự vô thường thay đổi của cuộc đời không như ý mình muốn. Và các cảm giác đau khổ sẽ càng tăng trưởng thêm, khổ khổ chồng chất. Tai hoạ này chưa hết lại đến các tai hoạ khác, khổ não triền miên, không chịu nổi.

Đức Phật dạy rằng ngũ dục lạc trong thế gian này là vô thường giả tạo, không thật có nên chúng ta cần phải thường xuyên quán chiếu tu tập, đừng để tâm mình bị chìm đắm vui sướng trong các dục lạc ấy. Ngũ dục được diễn tả trong các kinh như miếng xương khô[214], không có chút máu, thịt. Ví dụ ngụ ý nói về câu chuyện của con chó thích ngậm khúc xương khô. Vì con chó cảm giác khúc xương khô có vị ngọt nên nó thích. Con chó cứ liếm mãi, liếm mãi khúc xương khô không chán. Khi có các con chó khác tranh giành khúc xương khô với nó. Nó sinh ra sân hận, tranh đấu cắn lộn với các con chó khác.

Thật ra vị ngọt mà con chó cảm nhận đó là vị ngọt do nước miếng trong miệng của con chó tiếc ra. Nó cảm nhận thấy ngọt ngọt và cho đó là ngon. Nhưng thật ra đó chỉ là ảo giác, chẳng có ngon bổ dưỡng gì với khúc xương khô kia.

Ngũ dục trong kinh cũng được ví như vị ngọt mật ong trên lưỡi dao hay vị ngọt mật ong có thuốc độc[215]. Nếu ai liếm mật ong đó sẽ bị dễ bị đứt lưỡi gây đau đớn, khổ sở, hoặc phải bị đau đớn tử vong do thuốc độc.

Ngũ dục được ví như lửa than hồng[216], nếu chúng ta đâm đầu chôn vùi trong ngũ dục sẽ tự rước lấy tai hoạ làm khổ thân mình.

Thế nhưng ngũ dục trong dân gian, con người luôn tìm cầu

214 Giáo sư Trần Phương Lan (Việt dịch), 2004, p. 141
215 Trần Tuấn Mẫn - Trần Phương Lan (Việt Dịch), 2001, p. 568
216 Ibid. p. 141

và thưởng thức ngủ dục lạc xem đó là hạnh phúc trong dân gian. Chúng mang lại cho con người các cảm giác dễ chịu, thoả mãn tâm ý.

Do đó, con người luôn bị cuốn hút vào sự hấp dẫn của các vị ngọt của sắc đẹp ái dục, tiền tài - vật chất giàu sang, công danh sự nghiệp có vị trí cao trong xã hội, các loại thức ăn ngon đủ loại, ngủ nghỉ trên chăn im, niệm ấm, mát mẻ dễ chịu, thoả thích. Con người luôn cảm nhận đó là sự vui sướng là hạnh phúc mà họ đang tìm cầu.

Mà tất cả cảm giác hỷ lạc hay khổ đau này là sự cảm nhận của sáu thức thông qua sáu căn tiếp xúc với sáu trần cảnh sinh ra các loại tâm sở như "tham, sân, si, hỷ, lạc, ái, ố, sầu bi, khổ ưu não và sợ hãi" là các trạng thái tâm của con người.

Thông thường, con người thường cho các cảm xúc ảnh hưởng từ các loại tâm sở thông qua sáu thức là của mình, là liên quan mình, là ảnh hưởng đến mình nên mới xem đó là thức ăn không thể thiếu của một chúng sinh.

Nhưng thực ra các loại tâm sở: "tham, sân, si, hỷ, lạc, ái, ố, sầu bi, khổ ưu não, sợ hãi" là loại tâm sở hình thành dựa trên các duyên tương tác, chúng không tự sinh ra. Khi đủ duyên thì chúng sinh ra. Khi hết duyên thì chúng diệt đi. Con người thường không thể tự chủ các cảm xúc của mình khi các loại tâm sở sinh khởi lên trong tâm cho dù đó là tâm sở thiện hay tâm sở bất thiện. Từ đó cho thấy "khi các cảm xúc và tâm niệm của con người xuất hiện ra trong tâm lý như thế nào thì con người sẽ cảm nhận và hành xử theo như thế ấy, khó mà đi ngược lại được"

Nên khi đủ duyên tạo ra cảm giác vui sướng, hạnh phúc mà chúng ta muốn buồn khổ thì cũng không thể buồn khổ được. Hoặc ngược lại khi có đủ duyên tác động tạo ra các cảm giác buồn khổ mà muốn vui sướng hạnh phúc thì cũng không thể nào có cảm giác vui sướng được.

Ma lực lôi kéo của các cảm thọ rất mãnh liệt, luôn luôn cuốn hút chúng sinh chấp thủ vào chúng. Cho nên chúng sinh trải nhiều đời nhiều kiếp lẫn quẩn trong các cảm thọ của sáu thức và sinh ra các tâm sở: "tham, sân, si, hỷ, lạc, ái, ố, sầu bi, khổ ưu não, sợ hãi" này. Cứ thế là chúng sinh cứ lẫn uẩn lấy thức ăn của các cảm thọ sáu thức làm sự sống trải qua hết kiếp này tới các kiếp khác trong sáu loài, ba cõi, không thể nào thoát ra dù có muốn nhàm chán chúng đi chăng nữa.

Đức Phật là người có đủ khả năng khai sáng tư tưởng giải thoát, từng bước chỉ dạy cho các chúng sinh thoát khỏi sự cám dỗ của các cảm thọ. Vì các cảm thọ là nguyên nhân đưa đến khổ đau. Nên khi mọi loài khi tiếp xúc, ứng xử với nhau đều thông qua 18 giới (căn, trần, thức) và luôn lấy các loại tâm sở tương tác để làm một hệ thống xử lý, phản ứng và hành động thiện và bất thiện. Từ đó, họ tạo ra nhân thiện và nhân ác để tương lai sau này nhận lại các quả báo tốt - xấu từ các nghiệp đã gieo trước đó.

"*Phàm là một chúng sinh khi tạo ra bất kỳ nhân tố gì dù tốt hay xấu, tác động vào trong cuộc sống. Thì cuộc đời sẽ trả lại các kết quả, có thể là tốt, có thể là xấu, chúng ta sẽ lại các kết quả đó*".

Nếu khi chúng ta nhận lại các kết quả không được như ý thì chúng ta cần nên xem xét các nhận tố mà mình đã gieo xem coi chúng có hợp lý, phù hợp với bối cảnh thực tại không ?. Nếu nhận thấy các nhân tố đã gieo vào cuộc đời không phù hợp thì nên điều lại. Nếu chúng ta cứ tái diễn tiếp tục gieo các nhân tố sai trái, không phù hợp thì cuộc đời sẽ tiếp tục trả lại các kết quả xấu - không như ý lại cho mình. Và sẽ tiếp tục trả lại các kết quả xấu cho đến khi chúng ta cảm nhận được những gì mình đã làm là sai trái, không phù hợp thì mình sẽ tự giác điều chỉnh lại cho phù hợp mới thôi. Lúc đó cuộc đời sẽ trả lại các kết quả như ý vì các nhân tố phù hợp đã gieo trước đó vào cuộc đời của mình.

Từ đó chúng ta có thể nhận thấy sự vô thường thay đổi giữa tốt - xấu, thịnh hay suy, được hay mất, khen hay chê, thương và ghét mà cuộc đời mang lại sẽ chỉ dạy cho chúng ta học cách biết cách chọn lọc gieo các nhân tố vào cuộc đời sao cho đúng đắng, phù hợp. Nếu không, mình sẽ là người nhận lại các kết xấu từ các nhân tố đã gieo.

IV. Kết Luận

Từ sự tìm hiểu về triết lý vô thường trên, chúng ta có thể hiểu rõ sâu sắc sự thay đổi của cuộc đời từ vật lý đến tâm lý, hoàn cảnh. Tất mọi thứ trên đời này đều có thể thay đổi bất ngờ liên tục bởi nhiều yếu tố tương tác. Từ đó, chúng ta có thể rút ra được kinh nghiệm sống ứng xử để bảo hộ được thiện tâm lâu dài khi trước sự thay đổi vô thường của lòng người và hoàn cảnh.

"*Không nên quá quan trọng những cái tốt hay xấu mà mọi người đối xử với mình.*

Mà hãy xem những hành động tốt hay xấu mà mình đối xử với mọi người.

Hãy gieo cái tốt để họ nhận cái tốt.

Một khi cái tốt, cái thiện hình thành nơi người ta, người ta sẽ tự động trả cái tốt về lại cho mình mà không cần phải mong cầu."

Do vậy khi đối diện với sự thương và ghét, thịnh và suy, tốt và xấu, chúng ta không nên vội buồn khổ, chán nản mà chúng ta cố gắng phấn đấu tương tác các nhân tố tốt với mọi người để có thể chuyển hoá các nghiệp xấu thành các nghiệp tốt, chuyển hoá oan trái thành thân thiện, chuyển hoá ghét thành thương, cũng như chuyển hoá hoàn cảnh xấu thành hoàn cảnh tốt.

Và từ các kết quả tốt đẹp mà chúng ta thừa hưởng lại từ những suy nghĩ đúng đắng, việc làm đúng đắn, hành xử đúng phù hợp. Chúng ta sẽ có sự tăng trưởng niềm tin với Tam Bảo, cũng như tin tưởng vào giáo lý của Phật dạy. Chúng ta sẽ có đầy đủ trí tuệ và nghị lực để trợ giúp cho chính mình và mọi người vượt qua mọi sự cám dỗ cảm xúc của sáu thức (những nguyên nhân khổ), làm chủ tâm mình, biết rõ cách để bảo hộ duy trì tâm thiện lành lâu dài và luôn cận trọng hành xử đúng đắn phù hơp để làm lợi ích cho mình và mọi người xung quanh.

***

References

1. Arushi Bhaskar. (2022, December 04). *UPSC Essentials | This Quote Means: 'You don't step into the same river twice'.*

Retrieved May 05, 2023, from indianexpress.com: https://indianexpress.com/article/explained/upsc-essentials-this-quote-means-step-into-same-river-twice-8304349/

2. *Bảo toàn năng lượng.* (2022, May 13). Retrieved from In Wikipedia: https://vi.wikipedia.org/wiki/B%E1%BA%A3o_to%C3%A0n_n%C4%83ng_l%C6%B0%E1%BB%A3ng

3. Dhammacakkappavattana Sutta: Setting the Wheel of Dhamma in Motion. (n.d.). (2013, November 30). *Dhammacakkappavattana Sutta: Setting the Wheel of Dhamma in Motion" (SN 56.11), translated from the Pali by Thanissaro Bhikkhu.* Retrieved from Access to Insight (BCBS Edition): https://www.accesstoinsight.org/tipitaka/sn/sn56/sn56.011.than.html

4. Giáo sư Trần Phương Lan (Việt dịch). (2004). *Khuddakanikāya: Kinh Tiểu Bộ tập IX, Chương XVIII, Jātaka 527.* (Viện Nghiên Cứu Phật Học Việt Nam, Ed.) Hà Nội: NXB Tôn Giáo.

5. HT. Thích Minh Châu (Việt dịch). (2022). *Kinh Tạng Pāli (Pāli Nikaya).* Hà Nội: NXB Hồng Đức.

6. *Impermanence.* (2023, April 08). Retrieved from Wikipedia: https://en.wikipedia.org/wiki/Impermanence

7. *Kinh Bát thành - MN 52 -Aṭṭhakanāgarasuttaṃ.* (2004, June 15). Retrieved from SuttaCentral. (n.d.).: https://suttacentral.net/mn52/vi/minh_chau?reference=none&highlight=false

8. Nyanaponika Thera. (2013, November 30). *The Three Basic Facts of Existence: I. Impermanence (Anicca). (n.d.).* Retrieved from Access to Insight (BCBS Edition): http://www.accesstoinsight.org/lib/authors/various/wheel186.html

9. Thiện Tri Thức (Biên tập) & MahāThera Nārada (dịch Pāli - Anh); HT. Thích Thiện Siêu (dịch Hán - Việt); HT. Thích Minh Châu. (dịch Pāli - Việt). (2014). *Kinh Pháp*

Cú: Lời Phật dạy, Pāli - Anh - Việt - Hán đối chiếu. Tp. Hồ Chí Minh, Việt Nam: Công Ty Cp Văn Hoá Thiện Tri Thức. Retrieved from https://thuvienhoasen.org/images/file/ZSqWfkb40QgQAJh6/kinh-phap-cu-19-10-2014-.pdf

10. *Three marks of existence.* (2023, April 12). Retrieved from Wikipedia: https://en.wikipedia.org/wiki/Three_marks_of_existence

11. Trần Tuấn Mẫn - Trần Phương Lan (Việt Dịch). (2001). *Khuddakanikāya: Tiểu Bộ Kinh - Tập VI, chương V, Jātaka 366 - Chuyện Con Quỷ Gumbiya.* (Viện Nghiên Cứu Phật Học Việt Nam, Ed.) Hà Nội: NXB Tôn Giáo.

12. Ven. Nyanatiloka. (1980, March). *Buddhist dictionary: Manual of Buddhist terms and doctrines (4th Edition).* (V. Nyanatiloka, Editor, & Buddhist Publication Society) Retrieved 05 03, 2023, from The Buddhist eLibrary: https://www.buddhistelibrary.org/buddhism-online/e-books/palidictionary.pdf

5.3

NHỮNG LỜI DẠY Ý NGHĨA CỦA ĐỨC PHẬT VỀ CÔNG ƠN CHA MẸ TRONG KINH TẠNG

Thích Nữ Viên Nhuận (Pham Thi Kim Trinh)
Đại học Nalanda - Ragir, Bihar, Nalanda 803116, Ấn Độ

DẪN NHẬP

Thật khó để tìm thấy những người trên thế giới này biết ơn những hành động tử tế của người khác.[217] Đức Thế Tôn khen những người biết cả ơn là người liêm khiết, văn minh. Đặc biệt, về khía cạnh biết ơn và biết ơn cha mẹ, Bậc Đạo Sư đã nhiều lần nhấn mạnh trong Kinh Tạng rằng báo đáp công ơn và lòng từ bi của cha mẹ là trách nhiệm đạo đức hiển nhiên của mỗi người con cũng như là phương pháp lành mạnh và hữu ích để được phước lành cho mình.

Từ khóa: Đức Phật, lòng biết ơn, Kinh, Tạng, v.v., …

GIỚI THIỆU

Rất khó để xác định chính xác ai có thể đã đóng vai trò là cha hoặc mẹ của một người trong các kiếp trước do thực tế là con người tồn tại trong vũ trụ do vòng luân hồi. Sự thật đã được Bậc

217 AN 2:118; *Dullabhā Sutta: ;* dịch; Bhikkhu, Thanissaro; (USA: Ca, 2017: 511), p. 29.

Đạo Sư chứng kiến và công nhận nhờ trí tuệ siêu việt của Ngài. Dẫu vậy, trong suốt quá trình tồn tại của con người trong vòng sinh tử vô lượng kiếp, ai cũng có thể làm cha làm mẹ của một người.

Ngoài ra, Đức Phật còn nhắc nhở mọi người trên thế gian rằng lượng nước chứa trong bốn đại dương ít hơn lượng nước từ dòng sữa mẹ mà một người đã tiêu thụ trong vô số kiếp trong vòng luân hồi.[218] Vì vậy, có thể nói rằng mục đích đằng sau những bài giảng lừng lẫy của Ngài được sưu tập trong Kinh tạng là để truyền đạt cho các thế hệ tương lai về tầm quan trọng và lợi ích của việc biết ơn và biết ơn đối với công đức vô lượng vô biên của cha mẹ.[219] Nói cách khác, hiếu được xem là nền tảng đạo đức cơ bản nhất của con người, đồng thời cũng là một trong bốn điều lành mà người đệ tử Phật phải thực hiện để thực hiện được lời Đức Thế Tôn đã nói sau đây: "*Sukha matteya loke. Atho petteyyata sukha. Sukha samannata loke. Atho brahmannata sukha*".[220]

Dựa trên nền tảng của các nghiên cứu trước đây liên quan đến nghiên cứu, nhà nghiên cứu sẽ thảo luận về ý nghĩa của những lời dạy ban đầu của Đức Phật về lòng hiếu thảo, bổn phận của con cái đối với cha mẹ và lợi ích của việc thực hành lòng hiếu thảo. Mục đích của việc tu học, đối với bản thân là tạo điều kiện tốt để nhìn lại, quan sát và thực hành những lời Phật dạy đầy ý nghĩa về công ơn cha mẹ. Hơn nữa, nhà nghiên cứu cũng mong mọi người, đặc biệt là giới trẻ hiểu rõ về quyền và bổn phận của con cái đối với cha mẹ. Từ đó, mọi người luôn làm những lời nói và hành động thiện với cha mẹ để thiết lập và duy trì một cuộc sống gia đình hạnh phúc hòa thuận theo lời Phật dạy.

---

218 *SN*. 15.3; *Anamatagga Saṃyutta: Nước Mắt;* dịch, Bhikkhu, Bodhi, (USA: Wisdom Publications, 2000), p. 653

219 *SN. 15.4; Mother's Milk,* trans, Bhikkhu, Bodhi, (USA: Wisdom Publications, 2000), p. 653.

220 *Dhp,* V. 332; by Buddharakkhita, Acharya; (Sri Lanka: Buddhist Publication Society, 1985), p.73.

"Ở đời này phụng dưỡng mẹ là thiện, phụng sự cha là thiện, phụng sự chư tăng là thiện, phụng sự thánh nhân là thiện."

1. Những lời Phật dạy ý nghĩa về công ơn cha mẹ

1.1. Thực hành đạo hiếu như một nghĩa vụ thiêng liêng

Lòng biết ơn (Pali: *kataññu*) là đền đáp tích cực cho những gì người khác đã làm. Dựa trên giá trị đạo đức của lòng biết ơn và tâm niệm, Bậc Đạo Sư đặc biệt nhấn mạnh đến công ơn cha mẹ. Trong Kinh tạng, việc báo đáp công ơn sinh thành dưỡng dục sâu nặng, thiêng liêng của cha mẹ đã được Đức Phật nhiều lần nhắc đến như một bổn phận, trách nhiệm đạo đức hiển nhiên của mỗi người con.

Công đức của cha mẹ đã được Đức Thế Tôn bàn luận trong Kinh Kataññu (Kinh Tri Ân, AN 2:31-32). Đây là bài kinh quan trọng và có ảnh hưởng nhất về việc báo ơn cha mẹ được đưa vào trong Kinh Tăng Chi Bộ. Mở đầu bài kinh, Đức Phật đưa ra một số nhận xét về sự khác biệt giữa những người thiếu chính trực và những người chính trực. Trong suy nghĩ của Ngài, tri ơn và biết ơn là hai thuộc tính của một người liêm chính và một người văn minh. Mặt khác, một người thiếu chính trực không có các thuộc tính của lòng biết ơn và bị phê bình. Đặc biệt, trong bản văn này, Đức Phật ca ngợi công đức to lớn vô biên của cha mẹ bằng cách nói rằng cha mẹ là hai người khó báo đáp vì những hy sinh mà họ đã làm cho con cái dưới hình thức chăm sóc, nuôi dưỡng và hướng dẫn trong thế giới này.[221]

Đức Thế Tôn cũng giải thích chi tiết về những đức tính tuyệt vời này của cha mẹ trong Kinh Sigālaka (Lời Khuyên Người Tại Gia, DN 31)[222], có thể tìm thấy trong kinh điển Pāḷi. Lòng đại bi của cha mẹ đối với con cái được Đức Thế Tôn thể hiện trong kinh qua năm việc thiện sau đây: thứ nhất, bảo vệ con cái khỏi bị hại; thứ hai, khuyến khích con cái tích đức bằng cách làm việc thiện; thứ ba, truyền lại cho con cái những bài học cuộc sống quan trọng; thứ tư, tạo dựng con cái trong cuộc hôn nhân hạnh phúc; và thứ năm, để lại tài sản thừa kế cho con cháu của họ. Vì vậy, có thể nói

---

221 AN 2:31-32; *Kataññu* Sutta: Bài Kinh Tri Ân; dịch, Bhikkhu, Thanissaro, (USA: Ca, 2017: 511), p.17.

222 DN 31; *Sigālaka Sutta*: *Lời Khuyên của Người Tại Gia,* dịch ,Maurice, Walse, Boston: Wisdom Publication, in 1995, p.467.

rằng tình yêu vô bờ bến mà cha mẹ dành cho con cái là nguồn gốc của những hành động vị tha mà họ thực hiện cho con cái.

Ngoài ra, Đức Phật còn tôn vinh cha mẹ là bậc Phạm thiên, những người hướng dẫn đầu tiên và xứng đáng là món quà trong một bài kinh khác gọi là Sabrahmā Sutta.[223] Trong bài kinh này, Đức Phật dạy mọi người phải kính trọng và cư xử đúng mực với cha mẹ mình bằng cách truyền đạt những chỉ dẫn thiết thực sau đây.

Theo câu chuyện, Đức Phật ban danh hiệu '*Brahma*' cho cha mẹ của một người vì họ sở hữu 'Tứ trú xứ thiêng liêng' hay 'Bốn trạng thái vô biên' (*Appamañña*)[224] còn được gọi là *Brahmavihāras*.[225] Các đặc tính của tâm từ, bi, hỷ, xả được bao gồm trong phạm trù này. Đặc biệt, theo lời dạy của Đức Phật, sự giàu có của một nhà sư bao gồm những phẩm chất đạo đức này.[226]

Tâm từ là một loại thiện chí tích cực đối với tất cả mọi người.[227] Nó có nghĩa là có một tình yêu vô điều kiện, vô hạn và vị tha đối với hạnh phúc và sự hài lòng của tất cả chúng sinh trên thế giới. Khi cha mẹ cung cấp thức ăn và chăm sóc cho con cái của họ, họ làm như vậy vì tình yêu thương vô điều kiện dành cho đứa trẻ, mà không hề kỳ vọng rằng đứa trẻ sẽ đền đáp lại tình yêu thương đó. Trên thực tế, Đức Phật đã dạy và truyền cảm hứng cho mọi người trau dồi lòng từ trong bài giảng độc nhất vô nhị về lòng từ được gọi là *Karaniya Metta Sutta* bằng cách so sánh phẩm chất tốt đẹp

---

223 AN 4.63; *Sabrahmā Sutta: Với Bậc Phạm Thiên;* dịch, Bhikkhu Bodhi, (Boston: Wisdom Publications, 2012), p.453

224 DN 33; *Saṅgīti Sutta: The Chanting Together;* trans, Maurice, Walse, (Boston: Wisdom Publications, 1995), p.489.

225 Ari Ubeysekara, Bốn trạng thái vô biên' *(brahma viharas) trong Phật giáo Nguyên Thủy* (Drarisworld, February 23, 2020), accessed March 13th, 2022, https://drarisworld.wordpress.com/2020/02/23/four-divine-abodes-brahma-viharas-in-theravada-buddhism/

226 DN. 26; Cakkavati Sīhanāda; trans, Maurice, Walse, (Boston: Wisdom Publication, 1995), p. 405.

227 Peter, Harvey, *Giới thiệu về Đạo Phật: Lời dạy, Lịch sử, and Thực hành;* (Cambridge University Press, 2012), p.p 154-326.

với tình thương vô hạn của người mẹ.[228] Trong bài kinh, Đức Phật nhấn mạnh rằng giống như người mẹ sẵn sàng hy sinh tất cả những gì mình có, kể cả mạng sống của mình, để đảm bảo cho con cái có một cuộc sống hạnh phúc và yên bình, thì một hành giả chân chính cũng nên phát tâm vô lượng tất cả chúng sinh. Kết quả là, theo truyền thống, mọi người tin rằng cha mẹ sở hữu đặc điểm từ thiên đường của lòng nhân ái.

Lòng bi bắt nguồn từ lòng nhân ái, "*Đó là nhận ra nỗi khổ của người khác như nỗi khổ của chính mình.*"[229] Một người sở hữu thuộc tính thần thánh luôn thể hiện sự đồng cảm với sự căng thẳng và nỗi thống khổ của người khác như thể đó là hoàn cảnh của chính họ. Trong một tình huống điển hình, cha mẹ thể hiện sự quan tâm đến sức khỏe của con cái bằng cách đồng cảm, thấu hiểu và chia sẻ những thách thức mà con cái họ phải đối mặt trong quá trình phát triển. Kết quả là, lòng bi được coi là đặc điểm đáng ngưỡng mộ thứ hai của cha mẹ.

Hỷ là một người sở hữu đặc điểm đáng ngưỡng mộ về niềm vui đồng cảm khi họ vui mừng trước sự thành công, hạnh phúc và thịnh vượng của người khác giống như cách họ vui mừng với chính mình.[230] Sự tồn tại của hiện tượng này chứng tỏ rằng cha mẹ có mong muốn tự nhiên là khuyến khích con cái họ tham gia vào các hoạt động tốt và tránh tham gia vào các hành động tiêu cực. Họ vui mừng trước hạnh phúc và thành tích của con cái họ, và họ đặc biệt đánh giá cao những điều tích cực mà con cái họ đã đạt được. Kết quả là, người ta khẳng định rằng các bậc cha mẹ có thể nói rằng họ sở hữu thuộc tính trời cho là vui thích đồng cảm.

Xả là khả năng duy trì trạng thái cân bằng và tĩnh lặng của tâm bất chấp tính chất tàu lượn siêu tốc của những trải nghiệm cuộc

228 Sn 1.8 *Karaniya Metta Sutta: Bài kinh Lòng Từ, the Book of the Protection;* dịch; Piyadassi Thera, (Sri Lanka: The Buddhist Publication Society, 1999), p.36.

229 Peter, Harvey, *Giới thiệu về Đạo Phật: Lời dạy, Lịch sử, and Thực hành;* (Cambridge University Press, 2012), p.p 154-326.

230 Merv Fowler, *Đạo Phật: Những Niềm Tin và Thực Hành*(Sussex Academic Press, 1999), 60-62, ISBN 978-1-898723-66-0.

sống của một người.[231] Nó chỉ ra rằng một người sở hữu phẩm chất của sự bình tĩnh có thể duy trì sự bình tĩnh trong bất kỳ tình huống nào của cuộc sống ngay cả khi người đó gặp nhiều vấn đề trong cuộc sống của một người; mặt khác, một người thiếu phẩm chất này có xu hướng phản ứng tiêu cực với những thăng trầm xảy ra trong cuộc sống của họ. Xả là một đức tính tốt nơi cha mẹ vì nó chứng tỏ rằng dù con đẹp hay xấu, ngoan hay hư, thành công hay thất bại, cha mẹ đều vui lòng ôm ấp và bảo vệ con cái bằng một tình yêu vô điều kiện và bao dung. Bình đẳng là một phẩm chất cao quý ở cha mẹ.

Ngay từ khi con chào đời, cha mẹ đã nuôi dưỡng và dành những đức tính tốt đẹp của mình cho con cái, và quá trình này tiếp tục cho đến cuối cuộc đời của họ. Từ khi người phụ nữ mang thai cho đến khi sinh nở, các bà mẹ luôn coi trọng và chăm sóc con cái một cách cần mẫn, chu đáo, họ làm việc đó mà không phàn nàn một lời nào. Vì sự lớn lên và phát triển của em bé trong bụng mẹ, người mẹ phải trải qua rất nhiều đau khổ, thống khổ và lo lắng trong thời kỳ mang thai. Ngoài ra, cho đến thời điểm chuẩn bị sinh nở, cô ấy đã cố gắng chịu đựng rất nhiều cơn đau, chiến thắng nó và luôn dũng cảm đối mặt với mọi mối đe dọa bất cứ lúc nào. Bất chấp điều này, một người mẹ sẵn sàng từ bỏ cuộc sống của mình để sinh ra đứa con của mình. Khi đó, nếu quá trình sinh nở của cô ấy diễn ra suôn sẻ, cô ấy sẽ bình an vô sự, không bị thương tật, nguy hiểm và đứa con của cô ấy cũng sẽ được sinh ra trong sự an toàn, bình yên. Tuy nhiên, nếu quá trình không diễn ra tốt đẹp, cả hai sẽ không an toàn. Nếu không phải như vậy, cô gần như chắc chắn sẽ phải chịu đựng rất nhiều đau đớn khi sinh con. Ngoài ra, sau khi sinh con, người mẹ vẫn tiếp tục nuôi dưỡng và chăm sóc đứa con yêu của mình bằng cách trao cho nó từng giọt sữa thơm ngon của mình. Cha mẹ luôn dành cho con cái tình yêu thương, sự chăm sóc và hỗ trợ vô điều kiện đối với các nhu cầu khác nhau của con cái cho đến khi chúng trưởng thành. Đặc biệt, vì đã là cha mẹ, họ sẵn sàng từ bỏ tất cả những gì mình có, kể cả tính mạng để đảm bảo

231 *Giới thiệu về Đạo Phật: Lời dạy, Lịch sử, and Thực hành;* 154, 326.

sức khỏe và hạnh phúc cho con mình. Do đó, theo Đức Phật, con cái phải tỏ lòng kính trọng, biết ơn và báo đáp cha mẹ vì cha mẹ là món quà vô giá mang lại lợi ích cho tất cả mọi người trên thế gian.

Mỗi người mẹ và người cha trên trái đất này đều có cùng một mục tiêu cơ bản: họ muốn con cái mình lớn lên trở thành những cá nhân tốt, đóng góp tích cực cho gia đình và cộng đồng. Vì vậy, cha mẹ nhất thiết phải thấm nhuần cho con cái những giá trị quan trọng là tránh xa những ảnh hưởng xấu, chăm chỉ làm việc, kính trọng ông bà cha mẹ và hòa thuận với con cái. Tình yêu mà cha mẹ dành cho con cái của họ là vô tận, và họ hướng đến những yêu cầu của con cái mà không đòi hỏi bất cứ điều gì đáp lại từ chúng. Bên cạnh đó, cha mẹ luôn ở bên cạnh con cái khi vui cũng như khi buồn, và họ đưa ra những hướng dẫn đúng đắn vào những thời điểm thích hợp để dạy con cách đối phó với những thăng trầm của cuộc sống. Ngoài ra, cha mẹ thể hiện sự quan tâm đến sự phát triển trí tuệ của con cái họ bằng cách đăng ký cho chúng đi học và tiếp tục tư vấn và hỗ trợ chúng trong suốt thời gian học tập. Trẻ xem cha mẹ chúng như những thành viên gương mẫu trong gia đình cũng như các thành viên của xã hội vì chúng đã được cha mẹ dạy dỗ về cách cư xử đúng đắn. Vì điều này, Đức Thế Tôn coi cha mẹ là những nhà giáo dục quan trọng nhất trong cuộc sống của con cái họ.

Đức Phật đã đưa ra những bài giảng đạo đức thiết yếu được mô tả ở trên với mục đích làm nổi bật công đức mà cha mẹ có đối với con cái của họ vì họ cung cấp tình yêu và sự hỗ trợ vô điều kiện cho mọi nhu cầu của con cái mà không mong đợi bất kỳ hình thức đền đáp nào từ con cái. Hơn nữa, mục đích của những lời dạy này được Đức Thế Tôn tiết lộ là để làm sáng tỏ lý do tại sao người con cần phải bày tỏ lòng biết ơn và sự biết ơn đối với cha mẹ, cũng như để bảo vệ ý nghĩa thiêng liêng của lòng hiếu thảo của con cái đối với cha mẹ. Hơn nữa, theo giáo lý mà Đức Phật truyền dạy trong kinh văn, không ai có thể bù đắp được công đức mà cha mẹ đã ban cho mình. Điều này là do cha mẹ làm những việc thiện vô tận và vô hạn cho con cái của họ, chẳng hạn như chăm sóc chúng, cung cấp cho chúng và hướng dẫn chúng vào thế giới này. Kết quả là, Đức Phật đã tôn vinh cha mẹ của một người như Phạm thiên, vị thầy đầu tiên, và là những người xứng đáng nhận được những món quà.

Cha mẹ cống hiến cả cuộc đời để bảo vệ và chu cấp cho con cái bằng mọi cách có thể vì tình yêu vô điều kiện dành cho chúng. Vì vậy, trong bài pháp thâm sâu có tên là Hy Sinh (AN 7:47)[232], Đức Thế Tôn đã cung cấp những lời trân quý để dạy về lòng biết ơn mà cha mẹ nên thể hiện đối với con cái. Sau khi một người Bà-la-môn hỏi Đức Thế Tôn về một nghi lễ hiến tế liên quan đến việc giết nhiều bò đực và nhiều loài động vật khác, Ngài dạy người Bà-la-môn rằng cha mẹ, người thân trong gia đình và những người theo đạo là ba ngọn lửa thực sự mà một người nên chăm sóc, tỏ lòng tôn kính. để, và tôn thờ trong suốt cuộc đời của một người. Điều này xảy ra sau khi người Bà-la-môn hỏi Đức Thế Tôn về nghi lễ giết nhiều bò đực và nhiều loài động vật khác. Đặc biệt, trong số này, ông chủ trương rằng mọi đứa trẻ phải tôn kính cha mẹ của chúng như là ngọn lửa đầu tiên trong bốn ngọn lửa nên được yêu thương và tôn thờ. Điều này là để thay thế thực hành thờ lửa thực sự. Vì theo quan niệm của Đức Phật, suốt cuộc đời, cha mẹ luôn nuôi nấng, phục vụ nhu cầu của con cái, và vì điều này mà họ sẵn sàng hy sinh tất cả, kể cả mạng sống của mình, để đảm bảo cho con được hạnh phúc, an lạc, và sự thịnh vượng của con cái họ. Sau khi hiểu được những bài học sâu xa mà Đức Phật đã dạy, vị Bà-la-môn quyết định thả năm trăm con bò đực và các loài động vật khác.

Là nghĩa vụ cơ bản nhất của một người con hiếu thảo, việc thể hiện sự tôn kính đúng mực đối với cha mẹ là một điều tuyệt đối cần thiết. Trên thực tế, trong một bài kinh khác được gọi là Những người trẻ tuổi Licchavi (AN 5.58)[233], Đức Thế Tôn đã hướng dẫn một nhà sư tên là Mahanama về năm đặc điểm của một thị tộc sở hữu sự giàu có của mình theo cách hợp đạo đức và luân lý. Ông nói rằng với sự giàu có chính đáng của mình, một thị tộc thể hiện sự tôn trọng và hỗ trợ đối với cha mẹ của mình trước tiên, các thành viên khác trong gia đình bao gồm 'vợ con, nô lệ, công nhân và

232 AN 7:47; *Sacrifice,* trans, Bhikkhu Bodhi, (Boston: Wisdom Publications, 2012), p.1030.

233 AN 5.58; *Licchavi Youths,* trans, Bhikkhu Bodhi, (Boston: Wisdom Publications, 2012), p. 690.

người hầu' ở vị trí thứ hai, 'hàng xóm và đối tác kinh doanh của anh ta' trong vị trí thứ ba, các vị thần cúng dường ở vị trí thứ tư, và những người khổ hạnh và Bà-la-môn ở vị trí cuối cùng. Trong số những đức tính này, Bậc Đạo Sư ca ngợi việc hiếu kính cha mẹ và báo đáp họ bằng của cải chính đáng là phẩm chất đầu tiên và lớn nhất trong năm phẩm chất của một thị tộc, sử dụng những từ quan trọng sau đây để mô tả cách thực hiện điều này:

Cha mẹ là những thành viên quan trọng nhất trong gia đình vì họ cần thiết cho sự tăng trưởng và phát triển thể chất và trí tuệ của trẻ. Họ thực hiện chức năng quan trọng nhất. Họ cưng chiều con mình vô điều kiện và đáp ứng mọi nhu cầu của chúng mà không mong đợi bất cứ điều gì đáp lại từ con cái của họ. Đặc biệt, vì đã là cha mẹ, họ sẵn sàng từ bỏ tất cả những gì mình có, kể cả tính mạng để đảm bảo sức khỏe và hạnh phúc cho con mình. Do đó, không có gì ngạc nhiên khi Đức Phật đã truyền đạt những lời dạy quan trọng này về lòng biết ơn và sự biết ơn đối với cha mẹ, cũng như nhắc nhở con cái rằng việc bày tỏ lòng biết ơn đối với cha mẹ là một nghĩa vụ đạo đức tự nhiên của một người hiếu thảo.

1.2. Thực hành báo hiếu như một phương pháp thiết thực để tạo phước

Theo truyền thống Phật giáo sơ khai, nó không chỉ được coi là trách nhiệm đạo đức của một đứa trẻ mà còn là một phương tiện tốt để tạo phước cho bản thân mà con cái nên báo đáp công ơn cha mẹ của mình. Trên thực tế, trong một số trường hợp độc đáo lấy từ Kinh tạng, Bậc Đạo Sư ca ngợi việc bày tỏ lòng biết ơn đối với cha mẹ là một hành vi tốt đẹp và đạo đức.

Có một câu chuyện được kể trong Kinh *Maha Mangala*[234] (Sn 2.4) về nhiều món quà được ban tặng cho một con người. Theo giáo lý, trong khi Đại Đạo Sư đang ở tại tịnh xá Jetavana, một vị thiên đã xuống thăm Ngài để hỏi về những điều trên thế gian này có thể được coi là phước lành một cách hợp pháp. Để trả lời câu

---

234 Sn 2.4; *Maṅgala Sutta: Discourse on Blessings, the Book of the Protection;* trans, Piyadassi Thera, (Sri Lanka: The Buddhist Publication Society, 1999), p. 29.

hỏi của ông, Đức Thế Tôn đã thuyết pháp trong đó Ngài liệt kê ba mươi tám phước lành trong vũ trụ mà nếu tuân theo sẽ đảm bảo cho một người được thịnh vượng và thành công trong cả kiếp này và kiếp sau. Đức Phật dạy rằng, trong tất cả những phước lành tuyệt vời này, phụng dưỡng cha mẹ thực sự là phước lành lớn nhất, và đó là điều mà mọi người nên làm để tích lũy công đức cho chính mình. Trên thực tế, theo kinh điển, Đức Phật đã truyền trí tuệ sau đây cho chư thiên:

Một chuyên luận có tựa đề *Kinh Vatapada* (Những Lời Nguyện) được viết bởi Đại Đạo Sư và được gọi là "Những Lời Nguyện". Trong tài liệu này, Đại Đạo Sư giải thích rằng phụng dưỡng cha mẹ là điều đầu tiên trong bảy lời thề cao quý mà Sakka đã lập khi còn là một con người. Trong suốt cuộc nói chuyện, Đức Phật đã thảo luận về bảy thiện hạnh mà Sakka đã thực hiện trong một kiếp trước. Khi còn là một con người, anh ta đã thực hiện bảy hành vi đức hạnh. Những điều này bao gồm tôn kính cha mẹ, thể hiện sự kính trọng đối với người lớn tuổi trong gia đình, nói tốt về người khác, không nói xấu người khác, không nói lời vu khống, nói sự thật và không tức giận.[235] Người ta thường đồng ý rằng việc thể hiện lòng kính trọng đối với cha mẹ là điều quan trọng nhất trong những việc làm đạo đức này. Như một phần thưởng cho những việc làm tốt của mình, anh ấy đã được tái sinh ở cõi trời Tavatimsa[236] (còn được gọi là thiên đường của 33 vị thần), nơi anh ấy cuối cùng đã vươn lên vị trí lãnh đạo trong số các vị thần.[237] Do đó, chúng ta có thể khẳng định rằng mức độ hiếu thảo của một người là cao nhất trong danh sách các công đức của họ.

Công đức báo hiếu cha mẹ đã được Bậc Giác Ngộ nhấn mạnh trong kinh *Mātuposaka* (Người Phụng Dưỡng Mẹ)[238], có thể tìm

235 SN 11.11; *The Vows,* trans, Bhikkhu, Bodhi, (USA: Wisdom Publications, 2000), p. 329.

236 Keown, Damien, *A Dictionary of Buddhism* (London: OUP Oxford, 2004), accessed March 12th, 2023, https://www.oxfordreference.com/display/10.1093/acref/9780198605607.001.0001/acref-9780198605607.

237 SN 11.11; *The Vows,* trans, Bhikkhu, Bodhi (USA: Wisdom Publications, 2000), p. 329.

238 SN 7.19; *The Mother Supporter,* trans, Bhikkhu Bodhi, (USA: Wisdom

thấy trong kinh điển Pali. Trong bài kinh, một người Bà-la-môn duy trì sự tuân thủ tôn giáo của mình bằng cách đi từ người này sang người khác để khất thực, đã đến thăm Đức Phật khi Ngài đang đi khất thực. Anh ta đến để hỏi Đức Phật về việc liệu anh ta có thể chu cấp cho gia đình mình hay không bằng cách bố thí thực phẩm mà anh ta đã nhận được một cách chính đáng từ các gia chủ. Sau khi xem xét nghiêm túc câu hỏi của anh ta, Đức Phật trả lời bằng cách nói với anh ta rằng vì anh ta đã cung cấp thực phẩm khất thực cho gia đình mình, nên anh ta đã hoàn thành trách nhiệm của mình đối với cha mẹ mình một cách thích hợp. Anh ta có thể kiếm được rất nhiều công đức cho mình bằng cách đi theo con đường hành động. Ngoài ra, Đức Phật còn tuyên bố, với mục đích củng cố niềm tin của những người luôn thực hành hiếu thảo với cha mẹ, rằng ai làm được công ơn cha mẹ ấy thì hiện tại luôn được các bậc trí khen ngợi, và sau khi chết, người đó sẽ được tái sinh vào cõi trời tốt lành từ những điều thiện đã làm. Điều này được cho là củng cố niềm tin của những người luôn thực hành hiếu thảo với cha mẹ.

Cha mẹ thường xuyên có mặt bên cạnh con nhưng không nói chuyện với con để chăm sóc, bảo vệ, hỗ trợ về tinh thần, tình cảm cho con. Cha mẹ thường hy sinh tuổi trẻ, sức khỏe và an ninh tài chính của mình để cung cấp sự giáo dục tốt nhất có thể cho những đứa con yêu quý của họ. Cha mẹ là những người thầy đầu tiên và quan trọng nhất của con cái, hướng dẫn chúng mọi thứ từ những nguyên tắc cơ bản của cuộc sống đến những giá trị quan trọng nhất và giúp chúng phát triển thành những người trưởng thành toàn diện. Dù cha mẹ có coi con trai, con gái là người lớn nhưng trong mắt họ, chúng vẫn là những đứa trẻ cần được yêu thương và che chở hàng ngày. Cha mẹ chỉ cho con cái cách đi đứng, nói chuyện và ăn uống với sự tận tâm không ngừng và sự kiên nhẫn không ngừng khi họ hướng dẫn con cái mình trong những giai đoạn đầu đời. Đặc biệt, ở thời điểm đầu đời khi trẻ bắt đầu tiếp xúc với những điều mới và tiếp thu kiến thức mới, cha mẹ chính là người dạy cho trẻ những kỹ năng sinh tồn và phát triển khác. Ngoài ra,

---

Publications, 2000), p. 277.

cha mẹ thường hướng dẫn con cái cách giao tiếp với người khác một cách tế nhị và cách giao tiếp với người khác theo cách thúc đẩy sự hòa hợp. Hành động của con cái được cha mẹ trân trọng, họ dõi theo từng cử động của con cái mà không nói nên lời. Khi đương đầu với những thử thách trong cuộc sống, họ luôn động viên và an ủi con cái. Dù cuộc sống của họ có khó khăn và bất hạnh đến đâu, cha mẹ sẽ luôn tạo điều kiện tốt nhất cho con cái và làm mọi thứ trong khả năng của mình để hỗ trợ chúng vì niềm vui và sự hài lòng của con cái là điều mang lại cho họ niềm vui nhất. Họ giáo dục con cái không chỉ những kỹ năng cần thiết để sinh tồn cơ bản mà còn dạy cách kết nối thành công với những người khác cả trong gia đình và ngoài xã hội nói chung. Bằng cách này, họ chuẩn bị cho con cái họ thành công trong cuộc sống. Báo đáp công ơn cha mẹ không chỉ là trách nhiệm đơn thuần của người con đối với cha mẹ mà còn là một hành động thiện, một phương tiện thiết thực để trưởng dưỡng đạo đức và tạo công đức cho mình từ những việc lành đã làm, mà Bậc Đạo Sư đã nhấn mạnh nhiều lần trong một số nguồn kinh điển độc đáo. Sở dĩ như vậy là vì Bậc Đạo Sư đã nhấn mạnh rằng báo đáp công ơn cha mẹ không chỉ là trách nhiệm đơn thuần của người con đối với cha mẹ.

2. Những thông điệp thiết thực của Đức Phật về bổn phận của con cái đối với cha mẹ

2.1. Trách nhiệm của con cái đối với cha mẹ trong đời sống vật chất

Quan niệm biết ơn là một phẩm chất đạo đức cơ bản của con người trên đời. Trong Phật giáo, lòng biết ơn nói chung, và ơn cha mẹ nói riêng, là một đức tính lành mạnh và trung thực của một người liêm khiết và lễ độ.[239] Vì cha mẹ dâng hiến tất cả những gì mình có kể cả tính mạng của mình cho con cái để mong con cái được sống và lớn lên trong hòa bình, hạnh phúc, an khang và thành đạt. Do đó, trước hết về vật chất, bổn phận của người con trong gia

239 Bhikkhu, Thanissaro, trans, *Kataññu suttas*, AN 2:31-32 (USA: Ca, 2017: 511), 17-18

đình, theo lời khuyên của Đức Phật, là phải quan tâm, chăm sóc, phụng dưỡng mọi nhu cầu vật chất của cha mẹ để đền đáp phần nào công ơn sinh thành, dưỡng dục của họ. Những lời dạy đầy ý nghĩa của Bậc Đạo Sư về việc báo đáp cha mẹ đã được tìm thấy trong một số nguồn kinh điển đặc biệt trong Kinh Tạng.

Lúc đầu, việc phụng dưỡng cha mẹ vốn được coi là bổn phận quan trọng của người con hiếu thảo trong gia đình được tìm thấy trong *Kinh Sigālaka* (Lời Khuyên Người Tại Gia, DN 31) của Trường Bộ Kinh. Trong bài pháp dài, Đức Thế Tôn đã đưa ra lời khuyên đầy ý nghĩa như sau:

"Có năm cách mà người con trai nên phụng dưỡng cha mẹ mình ở phương đông. Ông nên nghĩ: Được họ ủng hộ, tôi sẽ ủng hộ họ. Tôi sẽ thực hiện nhiệm vụ của họ cho họ. Tôi sẽ giữ vững truyền thống gia đình. Tôi sẽ xứng đáng với di sản của mình. Sau bố mẹ tôi, tôi sẽ thay mặt họ phân phát quà."[240]

Theo lời dạy của Đức Phật trong *Kinh Sigālaka*, trong mối quan hệ giữa cha mẹ và con cái được biểu thị dưới hình thức trả ơn ở phương Đông, người con phải chăm sóc và hiếu kính cha mẹ bằng cách thực hiện năm bổn phận sau: (1). phụng dưỡng cha mẹ, (2). Thực hiện bổn phận của cha mẹ. (3). Giữ gìn truyền thống gia đình, dòng họ, (4). Hành động sao cho xứng đáng với cơ nghiệp của họ, (5). Cúng dường bố thí để tỏ lòng thành kính với những người thân đã khuất của họ.

Việc phụng dưỡng cha mẹ trong nghĩa vụ đầu tiên được đưa ra trong văn bản cần được chú ý như một phước lành tuyệt vời và một đặc ân lớn dành cho tất cả trẻ em trên thế giới.[241] Trong gia đình, người con phải làm tròn bổn phận đối với cha mẹ bằng cách kính trọng, chăm sóc, cố gắng tìm hiểu để hỗ trợ tận tình, kịp thời mọi nhu cầu cần thiết và trung thực của cha mẹ trong khả năng của

---

240 Maurice, Walse, trans, *Sigālaka Sutta: Advice to Lay People,* DN 31 (Boston: Wisdom Publication, 1995), 467

241 Piyadassi Thera, trans, *Maṅgala Sutta: Discourse on Blessings, the Book of the Protection*, Sn 2.4 (Sri Lanka: The Buddhist Publication Society, 1999), 29

mình. Anh ta không nên ngần ngại đáp ứng bất cứ điều gì mà cha mẹ anh ta cần để cha mẹ anh ta được khỏe mạnh, bình an và hạnh phúc. Đặc biệt, phụng dưỡng cha mẹ về mặt vật chất trở thành trách nhiệm quan trọng khi cha mẹ ốm đau, tuổi già sức yếu.

Trong các bổn phận về thể chất đối với cha mẹ, bổn phận thứ nhất và thứ hai được đề cập trong *kinh Sigālaka* là bổn phận tốt nhất và quan trọng nhất của người con trên đời là thể hiện lòng hiếu thảo của mình đối với cha mẹ, những người đã hy sinh tất cả những gì mình có kể cả mạng sống của mình vì con cái. bình an, hạnh phúc và thành đạt. Việc phụng dưỡng những vật chất này của một người con hiếu thảo đối với cha mẹ từng được nhắc nhở trong một bài kinh khác gọi là *Kinh Sabrahmā* (Với Brahmā, AN 4.63). Trong bài pháp, Đức Phật đã tôn vinh cha mẹ là Phạm thiên, là những người thầy đầu tiên và là món quà xứng đáng vì lòng từ bi bao la và sự hy sinh của họ đối với con cái. Vì vậy, Bậc Đạo Sư khuyên người con khôn ngoan nên hiếu kính và đối xử hiếu kính với cha mẹ mình. Trong đời sống vật chất, Ngài đề cập, *"Tasmā hi ne namasseyya, sakkareyya ca paṇḍito; Annena atha pānena,vatthena sayanena ca; Ucchādanena nhāpanena, pādānaṁ dhovanena ca."*[242]

Bổn phận thứ ba của con cái đối với cha mẹ trong *Kinh Sigālaka* là gìn giữ truyền thống gia đình và dòng dõi. Điều đó có nghĩa là người con nên kế thừa và phát huy những việc tốt mà cha mẹ đã làm và đang làm để giữ gìn thanh danh cho cha mẹ và gia đình. Ví dụ, nếu cha mẹ đang tạo công đức bằng cách tích cực quyên góp hoặc từ thiện, thì con cái nên tích cực tiếp nối di sản. Đây cũng là bổn phận cần thiết và thiết thực mà mỗi người con hiếu thảo nên làm đối với cha mẹ để bảo vệ thanh danh cũng như tránh mang tiếng xấu cho gia đình, dòng tộc.

Hành động sao cho xứng đáng với gia tài của mình là bổn phận

242 Bhikkhu Bodhi, trans, *Sabrahmāka Sutta*: *With Brahmā,* AN 4.63 (Kandy: Buddhist Publication Society, 2012).

"Người ta nên phục vụ họ đồ ăn thức uống, quần áo và giường chiếu, xoa bóp và tắm rửa cho họ, và rửa chân cho họ."

thứ tư của người con đối với cha mẹ theo lời Phật dạy trong đoạn văn trên. Nói cách khác, con cái phải hành động một cách trung thực để xứng đáng với cơ nghiệp mà cha mẹ và tổ tiên để lại. Điều đó có nghĩa là bất cứ tài sản nào được thừa kế từ cha mẹ và gia đình, con cái cần phải bảo vệ và giữ gìn cẩn thận cũng như làm cho chúng ngày càng gia tăng nếu có thể.

Đạo Phật cho rằng con người không chỉ có cuộc sống hiện tại mà còn bị chi phối bởi vòng luân hồi. Như vậy, người con hiếu thảo cũng đã được khuyên là phải phụng dưỡng cha mẹ cho đến cuối đời ngay cả khi họ đã rời xa cõi đời này. Đặc biệt, trong tư tưởng Phật giáo nguyên thủy được đưa ra trong cùng văn bản trên, bố thí cúng dường khi cha mẹ, người thân qua đời là một trong những việc làm, phong tục cao đẹp để tưởng nhớ, tỏ lòng kính trọng công ơn sinh thành, dưỡng dục lớn lao của cha mẹ. thế giới. Thông thường, theo truyền thống Phật giáo, sau khi cha mẹ, người thân qua đời, người đệ tử Phật thường làm nhiều việc thiện như cúng dường vật thực cho chư Tăng hoặc bố thí nhiều của cho người nghèo để tích đức cho mình rồi hồi hướng quả báo. những việc tốt có được cho những người đã khuất.

2.2. Trách nhiệm của con cái đối với cha mẹ trong đời sống thiêng liêng

Thông thường, con cái khi đến tuổi trưởng thành đã được khuyến khích ghi nhớ công ơn sinh thành dưỡng dục của cha mẹ. Tuy nhiên, trong kinh điển Phật giáo nguyên thủy, nếu con cái chỉ làm tròn bổn phận hiếu thảo đối với cha mẹ theo khả năng của mình thì không thể đền đáp công ơn sinh thành dưỡng dục của cha mẹ. Thật ra, trong *Kinh Kataññu* (AN 2:31-32), Bậc Đạo Sư đã khuyến khích con cái phụng dưỡng cha mẹ về mặt tinh thần bên cạnh việc báo đáp cha mẹ qua hành vi thể chất (đã nêu ở trên) bằng cách thuyết giảng những lời dạy có giá trị sau đây:

"...Nhưng bất cứ ai đánh thức cha mẹ không tin đạo của mình sẽ giải quyết và khiến họ bị thuyết phục; đánh thức cha mẹ bất hạnh của mình, an trú và thiết lập họ trong giới hạnh; đánh thức người cha và người mẹ keo kiệt của mình, ổn định và thiết lập họ trong sự hào phóng; đánh thức cha mẹ ngu si của mình, giải quyết

& thiết lập họ trong sự sáng suốt: Đến mức này, người ta trả và trả nợ cho cha mẹ mình."[243]

Đức Phật khuyên con cái không nên làm bất cứ điều ác nào cho cha mẹ vì những điều bất thiện đó sẽ mang lại hại cho chính mình. Đồng thời, cha mẹ của họ cũng nên tránh con đường bất thiện và bước vào con đường chân chính. Nói cách khác, người con hiếu thảo trong đạo Phật không chỉ là cung cấp đầy đủ mọi nhu cầu vật chất cho cha mẹ mà còn phải đặt mục tiêu hướng tới đời sống đạo đức và tri thức của bản thân và cha mẹ. Sự thật theo lời Phật dạy, bên cạnh việc chăm sóc, phụng dưỡng cha mẹ về mặt vật chất, người con nên hướng cha mẹ đến việc phát triển đời sống tinh thần bằng cách hướng dẫn họ trau dồi và giữ gìn các đức tính tín (*Saddhā*), giới (*Sīla*), bác ái. (*Dāna*), và trí tuệ (*Paññā*). Nói cách khác, trong việc hỗ trợ tinh thần, người con cần tạo niềm tin nơi cha mẹ, hướng dẫn họ tránh ác làm thiện, từ bỏ ác tham, thực hành bố thí; và đặc biệt là vượt qua vô minh để đạt được trí tuệ. Lúc đó mới báo đáp được công ơn sinh thành dưỡng dục của cha mẹ.

Niềm tin (*Saddhā*) ở đây là niềm tin vào sự thật. Nó không chỉ có nghĩa là lời dạy của Đức Phật (*Dhamma*), mà còn là chân lý của cuộc sống, chân, thiện, mỹ, không có giả dối hay bất thiện. Trong đạo Phật, người Phật tử tu tập đức tin nghĩa là đặt niềm tin vào giáo pháp và pháp tu do Đức Thế Tôn thuyết giảng để dẫn đến một đời sống phạm hạnh, trí huệ cho mình và người. Là một tín đồ Phật giáo thuần thành, một người được khuyên nên đặt niềm tin tuyệt đối vào Tam Bảo (Phật, Pháp và Tăng). Đức Thế Tôn đã khám phá và khai mở con đường cao thượng qua những lời dạy chân thật về thực tánh của con người và vạn vật đưa đến giải thoát cho mình và cho người. Trong Kinh *Dīghajāṇu*, niềm xác tín được Đức Phật thuyết giảng như sau:

"Và xác tín viên mãn nghĩa là gì? Có trường hợp đệ tử của các bậc thánh có niềm tin, và tin chắc vào sự Giác ngộ của Như Lai: 'Thật vậy, Đức Thế Tôn xứng đáng và chính giác giác ngộ, viên

---

243 Bhikkhu, Thanissaro, trans, *Kataññu suttas: Gratitude,* AN 2:31-32 (USA: Ca, 2017: 511), 18.

mãn. tri thức và hạnh kiểm, thiện tri thức, một chuyên gia về thế giới, vô song như một huấn luyện viên cho những người thích hợp để được điều phục, vị Thầy của chư thiên và loài người, đã giác ngộ, được phước.' Đây được gọi là niềm tin viên mãn."[244]

Là người con Phật chân chính, người con phải giúp cha mẹ mình không chỉ tin Tam Bảo và những điều tốt đẹp trên đời mà còn thiết lập và giữ gìn đức tính chân và thiện. Chính niềm tin là động lực để cha mẹ tích cực làm các điều thiện, tinh tấn từ bỏ các điều bất thiện, đưa đến cuộc sống an vui, hạnh phúc cho mình và người.

Nền tảng đạo đức cho người cư sĩ Phật tử là ngũ giới. Trong kinh *Dhammika* (Sn 2.14), không sát sinh, không trộm cắp, không tà dâm, không nói dối và không sử dụng các chất say là năm cách tích cực để thiết lập giới (*Sīla*) của một cư sĩ dưới lời dạy của Đức Thế Tôn.[245] Các giới luật cơ bản của cư sĩ Phật giáo cũng được đề cập trong một văn bản khác trong Tăng Chi Bộ Kinh như sau:

"Còn giới hạnh viên mãn nghĩa là gì? Có trường hợp đệ tử của bậc thánh từ bỏ sát sanh, từ bỏ trộm cắp, từ bỏ tà dâm, từ bỏ nói dối, từ bỏ uống rượu gây phóng dật». .. Đây gọi là công đức viên mãn."[246]

Phân tích sâu và rộng, đạo đức trong đạo Phật thuộc một trong ba phần của Bát Chánh Đạo trong giáo lý Phật giáo sơ kỳ. Bát chánh đạo hay còn gọi là Trung đạo bao gồm tám yếu tố và được

244 Bhikkhu, Thanissaro, trans, *Dīghajāṇu Sutta: To Dīghajāṇu,* AN 8:54 (USA: Ca, 2017: 511), 572

245 John, D. Ireland, trans, *Dhammika Sutta: Dhammika,* Sn 2.14, PTS: Sn 376-378, 383-404, accessed March 24, 2023, https://www.accesstoinsight.org/tipitaka/kn/snp/snp.2.14.irel.html

"Người ấy không nên giết hại chúng sinh, cũng không khiến cho họ bị giết, cũng không nên xúi giục người khác giết hại... Người ấy nên tuyệt đối tránh trộm cắp. Người trí nên tránh tà dâm như (anh ấy tránh rơi vào) hố lửa than củi... Đã vào triều đình hay trong đám người, vị ấy không nên nói lời dối trá. Vị ấy không nên nói dối (chính mình) và cũng không xúi giục người khác làm như vậy. Vị ấy nên hoàn toàn tránh nói dối. Một cư sĩ đã chọn thực hành Giáo pháp này không nên uống rượu say."

246 Bhikkhu, Thanissaro, trans, *Dīghajāṇu Sutta: To Dīghajāṇu,* AN 8:54 (USA: Ca, 2017: 511), 572

chia thành ba phần sau: Nhóm thứ nhất là Trí tuệ (*Paññā*) liên quan đến chánh kiến, chánh tư duy; hai là Giới (*Sīla*) gồm chánh ngữ, chánh nghiệp, chánh mạng; cuối cùng là Thiền Định (*Samādhi)* gồm có chánh tinh tấn, chánh niệm và chánh định.[247] Vì vậy, đức hạnh của một người đang đi trên con đường Trung Đạo theo quan điểm của Đức Phật dựa trên việc thực hành chánh ngữ, chánh nghiệp và chánh mạng.

Lời khuyên thực tế thứ hai trong đoạn văn trên là một thông điệp đầy ý nghĩa để từ bỏ điều ác và làm điều tốt. Là Phật tử thuần thành và là người con hiếu thảo, nên khuyên cha mẹ quy y Tam Bảo bằng cách giữ tam quy và ngũ giới. Trong trường hợp lệch lạc thì nên khuyên cha mẹ làm và thọ trì các việc thiện về thân, khẩu, ý để đem lại an lạc, hạnh phúc, an lành cho mình và người trong đời này và về sau.

Dāna có nghĩa là thực hành bố thí và từ thiện, một hình thức bố thí cho những người gặp khó khăn. Trong đạo Phật, Đức Phật khuyên người nên thực hành bố thí một cách toàn thiện để loại bỏ lòng ích kỷ bằng lời dạy ý nghĩa như sau:

"Và thế nào là hoàn hảo trong sự hào phóng? Lại có trường hợp đệ tử của các bậc thánh, tánh giác không còn bủn xỉn, sống tại gia, phóng khoáng, rộng rãi, thích hào hiệp, thích đáp ứng, thích bố thí. Đây gọi là bố thí viên mãn."[248]

Tu tập và phát triển bố thí theo lời Phật dạy thuở sơ khai là một trong bốn điều kiện căn bản để có được hạnh phúc và an lạc trong đời này và mai sau. Những người theo đạo Phật tin rằng làm từ thiện mà không mong muốn bất cứ điều gì đáp lại sẽ dẫn đến sự giàu có về tinh thần. Trong tư tưởng Phật giáo, tác dụng của bố thí là làm thanh tịnh và chuyển hóa tâm của người bố thí. Hơn nữa, đức độ lượng giúp hành giả dần dần buông bỏ chấp trước.

Theo Đức Phật, người cư sĩ tại gia mong muốn được bố thí

---

247 Maurice, Walse, trans, *Mahali Sutta: Heavenly Sights, Soul and Body*, DN 6 (Boston: Wisdom Publication, 1995), 146

248 Bhikkhu, Thanissaro, trans, *Dīghajāṇu Sutta: To Dīghajāṇu,* AN 8:54 (USA: Ca, 2017: 511), 572-573

viên mãn, tâm vị ấy không ích kỷ mà phóng khoáng rộng rãi, thích làm từ thiện và cúng dường. Vì vậy, Đức Phật dạy rằng, người con hiếu thảo nên khuyên cha mẹ thực hành hạnh bố thí để đạt được hạnh phúc, bình an và phúc lợi trong đời này và những đời sau.[249]

Những thông điệp quý giá của Bậc Đạo Sư về ý nghĩa thực tiễn của trí tuệ (*Paññā*) được thu thập trong Kinh *Dīghajāṇu* như sau:

"Và trí tuệ viên mãn nghĩa là gì? Có trường hợp vị đệ tử của bậc thánh có trí tuệ sáng suốt, có khả năng phân biệt sinh diệt - cao thượng, thâm nhập, đưa đến sự chấm dứt đúng đắn của phiền não. Đây gọi là là hoàn hảo trong sự phân biệt."[250]

Trí tuệ (*Paññā*) được Đức Phật thuyết giảng trong kinh *Dīghajāṇu* có nghĩa là sự sáng suốt không ảo tưởng, vô minh và dính mắc vào những sự vật thế gian. Đó là khả năng nhận biết và hiểu biết một cách sâu sắc, rõ ràng về sự sinh diệt của con người và tất cả chúng sinh. Do đó, trí tuệ được nhấn mạnh như một trong bốn yếu tố cần thiết cho hạnh phúc và giàu có của một cư sĩ Phật giáo nói riêng và một người trong các kiếp tương lai. Vì vậy, để đền đáp công ơn cha mẹ, người con Phật nên khuyên cha mẹ trau giồi và phát triển trí tuệ bằng cách thường lắng nghe lời Phật dạy và chia sẻ kiến thức của mình với người khác mà không mong cầu đền đáp.

Tóm lại, lòng hiếu thảo đối với cha mẹ trong đạo Phật bao hàm ý nghĩa rất rộng về sự biết ơn và tri ân cả về vật chất lẫn tinh thần. Báo hiếu về mặt vật chất đối với cha mẹ bao gồm yêu thương, vâng lời, kính trọng, phụng dưỡng, phụng dưỡng khi cha mẹ còn sống và thờ cúng, tưởng nhớ sau khi cha mẹ qua đời. Bên cạnh đó, con cái phải chăm lo cho bản thân và gia đình, phải là người tốt, có ích, không làm cha mẹ buồn lòng, xấu hổ. Về mặt tinh thần báo đáp công ơn to lớn của cha mẹ, được thể hiện bằng việc hiếu kính cha mẹ, làm cho cha mẹ hài lòng và tự hào về con cái. Trong việc phụng dưỡng tinh thần, người con hiếu thảo cũng nên hướng cha

---

249 *Kataññu suttas: Gratitude,* AN 2:31-32, 18.

250 Bhikkhu, Thanissaro, trans, *Dīghajāṇu Sutta: To Dīghajāṇu,* AN 8:54 (USA: Ca, 2017: 511), 573

mẹ quy y Tam bảo, trau dồi và giữ gìn các đức tính tín (*Saddhā*), giới hạnh (*Sīla*), bố thí (*Dāna*) và trí tuệ (*Paññā*) theo lời dạy của Đức Phật. Ngoài ra, người con hiếu thảo cũng nên khuyên cha mẹ tin nhân quả để làm điều thiện, tránh điều ác để được hạnh phúc, an lạc và sung túc trong đời này và đời sau. Vì vậy, có thể nói, báo đáp công ơn cha mẹ một cách trọn vẹn cả về vật chất lẫn tinh thần thực sự là thiện pháp và là nhân lành để cha mẹ và con cái cùng nhau đi trên con đường chân chính, bình an và hạnh phúc theo tư tưởng của Đức Phật.

Kết Luận

Nổi bật nhất trong tất cả những phẩm chất đạo đức cao đẹp cần có của một con người là đức hiếu thảo. Nó là thước đo các tiêu chuẩn hoặc lý tưởng đạo đức của một cá nhân so với các tiêu chuẩn hoặc lý tưởng của xã hội loài người. Do đó, một người có thể được coi là hiếu thảo nếu họ luôn sống cuộc sống của mình phù hợp với các chuẩn mực đạo đức và nếu họ thực hiện đúng nghĩa vụ và trách nhiệm của việc làm con hiếu thảo với cha mẹ.

Bổn phận của người con hiếu thảo trong đạo Phật thể hiện ở hai khía cạnh; cụ thể là khía cạnh vật chất và khía cạnh tinh thần. Ngoài ra, người có hiếu luôn sống có trách nhiệm, thủy chung không chỉ với cha mẹ mà còn với những người thân trong gia đình và những người dân trong cộng đồng. Những hành động đạo đức này, bao gồm việc thể hiện lòng tôn kính đối với cha mẹ và bày tỏ lòng biết ơn đối với sự chăm sóc mà họ đã cung cấp trong suốt cuộc đời của một người, sẽ đóng vai trò là cơ sở quan trọng nhất cho sự phát triển những phẩm chất đạo đức cao thượng của một con người trên thế giới. Vì điều này, Đức Phật dạy rằng những người thường xuyên thực hiện quan sát chánh niệm, tuân thủ các hành vi thiện nói trên và tránh tham gia vào các hành động bất thiện có thể giải thoát bản thân khỏi những ràng buộc của cuộc sống hàng ngày.

Vì vậy, Đức Thế Tôn thường khen ngợi những người luôn kính trọng và biết ơn cha mẹ và phê phán những người bất hiếu. Theo lời dạy của Đức Thế Tôn, ai làm tròn các điều lành này thì đáng được khen ngợi và được nhiều phước lành. Do đó, có thể nói rằng Đức Phật và các đệ tử của Ngài là những tấm gương sáng và là hình mẫu lý tưởng về lòng hiếu thảo cho hậu thế và giáo lý mà người tại gia cũng phải noi theo.

***

Sách tham khảo

1. Peter, Harvey, *An Introduction to Buddhism: Teachings, History, and Practices* (Cambridge University Press, 2012), p.p 154-326.
2. Merv Fowler, *Buddhism: Beliefs and Practices* (Sussex Academic Press, 1999), 60-62, ISBN 978-1-898723-66-0.
3. *An Introduction to Buddhism: Teachings, History, and Practices,* 154, 326
4. Dhammananda, K. Sri, *The Dhammapada* (Malaysia: Sasana Abhiwurdhi Wardhana Society, 1988), p. 519.
5. Acharya Buddharakkhita trans. *The Dhammapada: The Buddha's Path of Wisdom.* Sri Lanka: Buddhist Publication Society. 1985.
6. Bhikkhu Bodhi, trans. *The connected discourses of the Buddha: A Translation of Saṃyutta Nikāya.* USA: Wisdom Publications. 2000
7. Bhikkhu Ñāṇamoli and Bhikkhu Bodhi, trans, *Dhanañjāni sutta: to Dhanañjāni.* Sri Lanka: Kandy, Buddhist publication society. 1995.
8. Bhikkhu, Thanissaro, trans. *A Handful of Leaves, Volume IV: An Anthology from the Anguttara Nikāya.* USA: Ca, 2017.

5.4

CUỘC VẬN ĐỘNG PHẬT GIÁO ĐẠI THỪA VÀ SỰ TRUYỀN BÁ TRÊN ĐẤT NƯỚC ẤN ĐỘ

Tỳ kheo ni Thích Nữ Tuệ Anh
Nghiên cứu sinh Tiến Sĩ ĐH Calcutta, West Bengal, Ấn Độ.

Tóm tắt

Với số lượng tín đồ gần gấp đôi các tông phái Phật giáo khác cộng lại, Phật Giáo Đại Thừa đã để lại di sản vô cùng to lớn từ kinh, luật, luận uyên thâm với sự uyển chuyển, linh hoạt trong phương thức truyền bá tại các vùng đất đa dạng về văn hóa tại Ấn Độ và hoằng truyền hội nhập đến các quốc gia khác hơn hai nghìn năm qua. Với sự xuất hiện của các luận sư thân hành, tâm chứng như Long Thọ, Mã Minh, Vô Trước, Thế Thân, Phật Giáo Đại Thừa đã giới thiệu thêm những tác phẩm trác tuyệt với sự viên dung giữa pháp hành và pháp học đáp ứng được những nhu cầu thay đổi tri thức và những thách thức của các luận sư tôn giáo khác đương thời đặc biệt từ thế kỷ thứ 2 đến thế kỷ thứ 6 sau Tây lịch. Bài viết này sẽ cung cấp cho độc giả về sự hình thành và con đường truyền bá của Phật giáo Đại Thừa đến các vùng đất của Ấn Độ dựa vào các dữ liệu khảo cổ, các di tích, văn bản còn sót lại để khái quát nên một bản đồ địa lý ghi dấu Phật giáo Đại Thừa.

Từ khóa: Phật Giáo Đại Thừa, Long Thọ, Mã Minh, Vô Trước, Thế Thân.

Giới thiệu

Như chúng ta đã biết mọi sự vận động Phật giáo qua từng giai đoạn đó là sự thích ứng với sự biến thiên của thời cuộc, căn cơ của con người. Phật giáo sẽ rất khó thích ứng nếu chỉ bảo thủ để gọi là giữ nguyên hình thức mà cuộc sống là sự vận động không ngừng nghỉ. Khi Phật Giáo Bộ Phái đang mất đi sự linh hoạt so với thời cuộc, thì xã hội ấn độ đương thời đang có những chuyển biến to lớn như các học thuyết Số Luận Thắng Luận, Tân Bà La Môn đang hình thành và xiển dương hiệu quả, hai sử thi vĩ đại của Ấn Độ Ramayana và Mahabharata đã được hoàn thiện, sự giao thoa giữa văn hoá Ấn Độ với Ba Tư và Hy Lạp được kết nối. Trước hoàn cảnh xã hội đó Phật giáo muốn tồn tại và phát triển thì phải có sự canh tân, lột xác bản thân tránh nguy cơ nhàm chán, lạc hậu nên Phật giáo Đại Thừa ra đời.

Trong vài thế kỷ trước, khi phương tây tìm về khám phá văn minh từ phương đông, họ tìm thấy Phật giáo, họ tìm hiểu và chuyển dịch tam tạng Pali và ra sức xiển dương tạng Pali không chỉ trong đến các nước vốn có truyền thống Phật giáo mà còn lan toả đến các nước tây phương. Điều đó thật tốt cho Phật giáo nhưng cũng vô tình dấy lên nghi vấn về sự chính thống của Phật giáo Đại Thừa và cũng có những học giả đã từng tuyên bố Phật giáo Đại Thừa không phải Phật ngữ đơn cử như học giả người Nhật thời Edo Tominaga Nagamoto (1715-1746). Vậy ai là người tiên phong trong cuộc vận động Phật giáo Đại Thừa?

Cũng có nhiều học thuyết nói Phật giáo Đại Thừa phiên bản của Phật giáo bộ phái[251] bởi người ta nhìn thấy sự tương đồng địa điểm phát khởi (vùng Andra, nay thuộc bang Andra Pradesh) với Mahasamghika, thậm chí có người còn cho rằng nó được thành lập từ người cư sĩ khởi xướng từ Jean Przylusky[252], Etienne Lamotte[253]

---

251 Hendrik Kern, A.K. Warder là hai học giả chủ trương Phật giáo Đại Thừa xuất phát từ một số vị Tăng có nguồn gốc Mahasamghika

252 Jean Przyluski (17/8/1885 - 28/10/1944) là một nhà ngôn ngữ học người Pháp và là học giả về tôn giáo và Phật giáo gốc Ba Lan.

253 Étienne Paul Marie Lamotte (21/11/1903 - 5/5/1983) là một linh mục người Bỉ và là Giáo sư tiếng Hy Lạp tại Đại học Công giáo Louvain, nhưng

và sau quan điểm này tiếp tục thể hiện trong tác phẩm "A study of early Mahayana Buddhism" của Akira Hirakawa. Tuy nhiên hai luồn ý kiến này nhanh chóng được các học giả chứng minh là nhầm lẫn, Phật giáo Đại Thừa là thành quả của những vị tỳ kheo chân chính lẫn các vị cư sĩ Phật tử tiến bộ như Shizuka Sasaki trong " A study on the origin of Mahayan Buddhism" hay như Kimura Taiken đã nói trong Đại Thừa Phật Giáo Tư Tưởng Luận "đây là một cuộc vận động thông cả tục lẫn tăng"[254]. Nguyên nhân của sự nhầm lẫn này có thể do đến thời kỳ tư tưởng Phật giáo Đại Thừa được xiển dương, vai trò của cư sĩ phật tử được đề cao, điều đó được thể hiện qua các bản kinh như Duy Ma Cật, Thắng Man Phu Nhân, hay như kinh Pháp Hoa… Đó là một sự đột phá tư tưởng, một cuộc cách mạng hoá vì vốn dĩ vai trò của người xuất gia trước đó luôn ở vị thế chủ đạo trong tu tập và hướng dẫn, giáo hoá chúng sinh nên những nhận định ban đầu như người khởi xướng vận động Phật giáo Đại Thừa là người cư sĩ đó là điều dễ hiểu.

Đại Thừa hay Đại Thặng trong Phật giáo Đại Thừa thường được dịch là "cỗ xe lớn". Chữ Thừa hay "Thặng" nghĩa là cỗ xe, cỗ xe lớn thì chở được nhiều người hơn. Phật giáo Đại Thừa hay Phật giáo Phát Triển là tư tưởng, là con đường chứ không phải là một bộ phận tách rời của Phật giáo.Tư tưởng chủ đạo của Phật giáo Đại Thừa là triết lý Phật tánh - Bồ tát đạo và Bát Nhã Tánh Không đã thổi một làn gió mới vào Phật giáo vốn đã được bão hoà ở thời kỳ Phật Giáo Bộ Phái. Đây là bước tiến nhảy vọt cho hệ thống tư tưởng phật giáo. Vậy nó xuất hiện từ khi nào ?

Trước khi có một hệ thống Phật Giáo Đại Thừa hoàn chỉnh với sự giải thích mới mẻ về lời Phật dạy, cuộc vận động này đã trải qua một giai đoạn gọi là Bán Đại Thừa. Giai đoạn Bán Đại Thừa sơ khai này chỉ dừng lại ở phát triển tư tưởng lên đến sáu hạnh ba la mật và một số thần trí lực đặc biệt của Đức Phật mà chưa tiến đến các triết lý chơn như, tánh không… Đạo Phật bước vào giai đoạn

---

được biết đến nhiều hơn với tư cách là một nhà Ấn Độ học và là người có thẩm quyền lớn nhất về Phật giáo ở phương Tây vào thời của ông.

254 Kimura Taiken, *Đại Thừa Phật Giáo Tư Tưởng Luận*, Thích Quảng Độ dịch, Thành Phố Hồ Chí Minh, Nxb Hồng Đức 2020, 53.

Bán Đại Thừa từ rất sớm, nếu không phải trong thời vua A Dục, ít nhất cũng liền sau triều đại của Vua này[255].

Thật khó để nói chính xác mốc thời gian ra đời của Phật giáo Đại Thừa, dựa vào căn cứ bản kinh tiểu phẩm Bát Nhã cổ nhất được tìm thấy ở Nepal có niên đại khoảng năm 50 sau công nguyên, và việc nghiên cứu sự dịch thuật từ Phạn ngữ sang Hoa ngữ phần nào làm sáng tỏ khoảng thời gian xuất hiện của Phật giáo Đại Thừa như Hirakawa và Sasaki đã nói[256], và những nghiên cứu của các học giả đặc biệt là Kimura Taiken trong Đại Thừa Phật Giáo Tư Tưởng Luận, ta có thể khẳng định Phật Giáo Đại Thừa ra đời trong khoảng thế kỷ thứ nhất trước công nguyên cho đến thế kỷ thứ nhất sau công nguyên tức là khoảng 400 năm sau thời của Đức Phật.

Theo lịch sử dịch kinh thì Tiểu phẩm Bát Nhã, bản kinh tối cổ của văn học Phật giáo Đại Thừa do Trúc Phật Sóc dịch đầu tiên vào năm 172 tại Lạc Dương sau khi bản kinh này được truyền qua Trung Quốc và sau đó lại được Chi Lâu Ca sấm (đến Trung quốc năm 167) dịch lại vào năm 178 thời Hậu Hán với tên gọi "Đạo Hành Bát Nhã Kinh", nên Phật Giáo Đai Thừa cùng với văn học của trường phái này không thể xuất hiện ở thế kỷ thứ 2 cho đến về sau mà phải xuất hiện trước đó tức là thế kỷ thứ nhất trước công nguyên đến thế kỷ thứ nhất sau công nguyên hoặc sớm hơn.

Địa điểm phát khởi

Theo Kimura Taiken, địa điểm phát khởi Phật giáo Đại Thừa là Nam Ấn Độ "trung tâm của Đại thừa lúc mới phát khởi. Vấn đề này giữa các học giả tuy có nhiều ý kiến khác nhau nhưng riêng tôi, tôi vẫn nhận Nam Ấn Độ, nhất là khu vực thuộc Án đạt la[257] phái, là trung tâm đầu tiên của Đại thừa, đặc biệt nơi đã phát sinh ra Bát Nhã Đại thừa. Địa phương Án đạt la, như trên đã nói, là khu vực mà phái tự do thuộc Đại chúng bộ rất hưng thịnh, tư tưởng của phái này quan hệ mật thiết với Đại thừa, do đó miền Nam Ấn Độ

255 Dutt, Nalinaksha, Thích Minh Châu dịch, *Đại Thừa Và Sự Liên Hệ Với Tiểu Thừa*, Nxb Thành Phố Hồ Chí Minh 1999, 30.

256 Shizuka, Sasaki, *A Study on the Origin of Mahāyāna Buddhism*, The Eastern Buddhist (New Series), 1997, 85.

257 Phiên âm của địa phương Andra, nay thuộc Andra Pradesh.

có thể là địa điểm cơ bản của Đại thừa. Hiện trong Tiểu phẩm Bát nhã cũng nói: "Kinh Bát Nhã Ba La Mật Đa này bắt đầu ở phương Nam, rồi từ phương Nam tràn qua phương Tây, lại từ phương Tây truyền về phương Bắc". Ta có thể cho câu nói trên đây là một trong những truyền thuyết đáng tin cậy. Tuy thông thường vẫn cho Đại thừa phát khởi ở phương Nam, song trái lại, Bắc Ấn Độ mới là trung tâm phồn thịnh của Đại thừa. Nếu ta đem nghệ thuật và văn học của Phật giáo còn lưu truyền đến ngày nay làm chứng cứ để đối chiếu, ta thấy điều đó rất rõ ràng! Cho nên, nếu nói một cách tổng hợp thì: tư tưởng Đại thừa đã phát khởi ở cả hai miền Nam và Bắc Ấn, Nam Ấn đại biểu cho Không Luận, Bắc Ấn đại biểu cho Hữu Luận. Đến khi cả hai trào lưu hợp lại thì cuộc vận động Đại thừa đã trở nên rõ rệt"[258].

Khi chúng ta đối chiếu các dữ liệu để tìm ra con đường truyền bá của văn học Phật giáo Đại Thừa, thì chúng ta có thể thấy rất nhiều dich giả có xuất thân từ miền đông bắc Ấn độ, các vị dịch giả này đã đem kinh tạng của xứ mình đến Trung Quốc để chuyển ngữ như Ngài Chi Lâu Ca Sấm, một trong những dịch giả thời kỳ đầu của Phật giáo Trung Quốc cũng là dịch giả đến từ xứ Gandhara và không thể không đề cập rằng rất nhiều bản kinh thuộc văn học Phật giáo Đại thừa được tìm thấy ở Bamiyan (ngày nay thuộc Afghanistan), Gandhara và di tích Đôn Hoàng (Trung Quốc) vốn nằm trên con đường tơ lụa - con đường liên thông giữa Trung Quốc và các nước Trung Á. Chính vậy nên Kinh Tiểu Phẩm Bát Nhã hay Phật Giáo Đại Thừa phát khởi từ nam Ấn Độ rồi được truyền bá sang miền tây và phát triển ở phương bắc rồi được truyền sang Trung Quốc là một nhận định rất đáng tin cậy.

Như dữ liệu ở trên, thì những bản kinh Phật Giáo Đại Thừa bằng tiếng Sankrit đã xuất hiện từ thế kỷ thứ nhất trước công nguyên và các bản kinh khác lần lượt xuất hiện và hoàn thiện ở những thế kỷ sau đó. Tiếng Sankrit đã được chọn lựa bởi sự hoàn thiện về mặt diễn đạt, đáp ứng sự bay bổng văn chương của văn học kinh điển đại thừa, điều mà ngôn ngữ Prakit và Pali không thể làm được.

258 Kimura Taiken, *Đại Thừa Phật Giáo Tư Tưởng Luận*, Thích Quảng Độ dịch, Nxb Hồng Đức, 2020, 52.

Có vô số kinh điển về Đại Thừa bằng tiếng sankrit được kết tập và truyền bá trong suốt thời kỳ vàng son của Phật giáo đại thừa từ thế kỷ thứ nhất trước công nguyên cho đến thế kỷ thứ 7 sau công nguyên, nhưng tiếc thay bây giờ chúng ta chỉ có thể tiếp cận những bản kinh này bằng bản dịch bằng tiếng Hán hoặc tiếng Tây Tạng mà không thể có nguyên bản Sankrit để đối chiếu. Tuy nhiên vẫn còn chín quyển kinh bằng chữ Sankrit được tìm thấy và lưu giữ trang trọng ở Nepal, chúng được mệnh danh là Vaipulya-sūtras (những kinh Phương Đẳng hay Phương Quảng). Tựa đề của các quyển kinh này là:

1. Aṣṭasāhasrikā-prajñā-pāramitā (*Tiểu Phẩm Bát Nhã*),
2. Saddharma-puṇḍarīka-sūtra (*Kinh Pháp Hoa*),
3. Lalitavistara-sūtra (*Kinh Đại Trang Nghiêm*),
4. Laṅkāvatāra hay Saddharmalaṅkāvatāra-sūtra (*Kinh Lăng Già*),
5. Suvarṇa-prabhāsa-sūtra (*Kinh Kim Quang Minh*),
6. Gaṇḍavyūhasūtra (*Kinh Hoa Nghiêm*),
7. Tathāgata-guhyaka hay Tathāgata-guṇajñāna-sūtra (*Kinh Như Lai Bí Mật Tạng*),
8. Samādhirāja-sūtra (*Kinh Thiền-định Vương*),
9. Daśabhūmīśvara-sūtra (*Kinh Thập Địa*)[259].

Các địa danh mang dấu ấn Đại Thừa trên đất nước Ấn Độ cổ đại:

Trong Kinh Hoa Nghiêm (Gandavyùha) có nói đến Manjusrì bắt đầu từ Jatavana (Kỳ viên) để đi trong xứ Daksinàpatha, đến tại Màladhvajavyùha caitya, tại thành phố lớn Dhanyàkara [260], tại đây có rất nhiều tín đồ. Ở đây Manjusrì thuyết pháp khiến cho Sudhanu, con một vị chủ ngân hàng rất giàu, phát Bồ đề tâm và dạy Sudhanu đi đến Sugrìvaparvata trong xứ Ràmavartta (cũng trong

259 Winternitz, Maurice, *A History of Indian Literature*, Vol.2, Motilal Banarsidass Publishers, 2015, 294.

260 Địa danh này gần giống với Dhanykatana của xứ Andra.

Daksinàpatha) để học Samanta bhadra bodhisattvacaryà (Phổ hiền Bồ-tát đại nguyện). Sudhanu du hành trải qua nhiều xứ để tìm chân lý và cuối cùng đến tại Dvàravatì. Sau khi đã học tất cả những gì có thể học được ở Nam Ấn, Sudhanu đi đến Kapilavastu và du hành qua nhiều nước ở phương Bắc. Cũng trong tập Manjusrimùlakalpa, Dhànyakataka, Srìparvata và một số địa điểm khác ở Daksinàpatha được đề cập đến và nêu rõ đạo Phật được hưng thịnh tại những chỗ này[261]. Đây cũng là một cơ sở dữ liệu để chúng ta hình dung sự phát khởi và truyền bá, hưng thịnh ở các vùng đất Ấn Độ cổ đại.

Hình 1: Bản đồ truyền bá Phật giáo từ nguồn thư viện Quốc Hội Hoa Kỳ.[262]

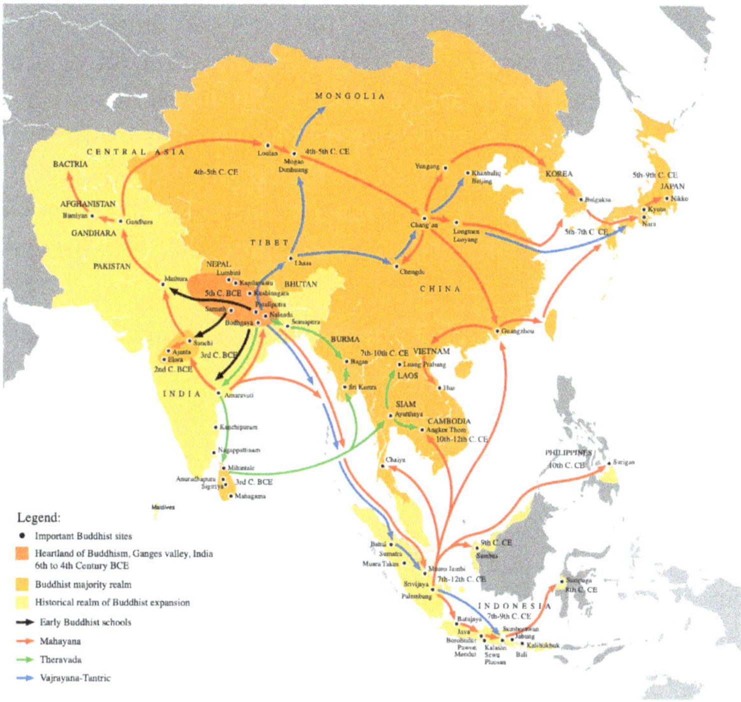

261 Dutt, Nalinaksha, Thích Minh Châu dịch, *Đại Thừa Và Sự Liên Hệ Với Tiểu Thừa*, Nxb Thành Phố Hồ Chí Minh 1999, 32.

262 www.buddhistdoor.net/news/us-library-of-congress-gives-glimpse-into-early-buddhist-texts-from-gandhara.

Nơi phát khởi Phật giáo Đại Thừa Amaravati

Amaravati là thủ phủ của xứ Andra Pradesh và là trung tâm Phật giáo danh tiếng trong quá khứ, đây không những là trung tâm của phái Đại Chúng Bộ, mà còn là nơi khởi nguyên của Phật giáo Đại Thừa. Trong thời cai trị của vua Ashoka, vua cũng đã cho xây dựng bảo tháp Amaravati (3BC). Ở đây nghệ thuật Phật giáo Amaravati (2BC - 4AD) một trong ba phong cách tượng Phật đầu tiên của thế giới, hai trường phái còn lại là Mathura và Gandhara, một điểm chung của ba trường phái này đều có dấu ấn của Phật Giáo Đại Thừa. Trường phái Amaravati này phát triển đến đỉnh cao, các tượng Phật mang phong cách Amaravati có hình dáng cân đối, hài hòa, kỹ thuật tạo y phục tinh tế, mềm mại, làm toát lên vẻ đẹp uy nghiêm của Đức Phật: Tóc trên đỉnh đầu được bới ba hay bốn vòng theo kiểu ushsina, tóc trên trán quăn hình ốc, với khuôn mặt tròn đầy đặn, đôi tai dài và đôi mắt sâu, cổ ba ngấn, vai phải để trần, áo từ vai trái rũ xuống theo kiểu nam thần Yaksha, thân dưới mặc Antariya dài tới mắt cá chân, nếp gấp để trên tay trái, đó là Uttayria dài rộng mà các Tăng nhân khoác ngoài khi đi du hành. Trường phái này được truyền bá đến các nước khác như Indonesia, Campuchia, Srilanka,…

Ở Việt Nam, trường phái Amaravati ảnh hưởng sâu sắc đến nghệ thuật điêu khắc Champa và giới khảo cổ cũng tìm thấy một tượng Phật phong cách Amaravati bằng đồng Champa ở làng Đồng Dương, Thăng Bình, Quảng Nam (1901)[263]. Ngay tại Amaravati, người ta cũng tìm được các tượng Phật có cỡ nhỏ ở có niên đại thế kỷ thứ nhất sau công nguyên và khá nhiều tượng Phật niên đại thế kỷ thứ 2 sau công nguyên. Nghệ thuật điêu khắc Phật giáo Amaravati bằng đồng lên đến đỉnh cao và có tác động không nhỏ đến các nước Phật giáo trên con đường Phật giáo truyền đến nhất là các nước Đông Nam Á và Srilanka.

Như phần trình bày địa điểm phát khởi Phật giáo Đại Thừa ở trên của Kimura Taiken, địa điểm phát khởi là Nam Ấn Độ "trung

263 Ngô Văn Danh, Tượng Phật Đồng Dương Và Nhóm Tượng Phật Amaravati Ở Đông Nam Á, Tạp Chí Nghiên Cứu Phật Học số 4, 15/07/2012.

tâm của Đại thừa lúc mới phát khởi. Vấn đề này giữa các học giả tuy có nhiều ý kiến khác nhau nhưng riêng tôi, tôi vẫn nhận Nam Ấn Độ, nhất là khu vực thuộc Án đạt la[264] phái, là trung tâm đầu tiên của Đại thừa, đặc biệt nơi đã phát sinh ra Bát Nhã Đại thừa... và những di tích còn lại được giới khảo cổ tìm được, Amaravati được nhiều nhà nghiên cứu đồng thuận là nơi phát điểm của Phật giáo Đại thừa.

Hình 2: Tượng Phật Đồng Dương, Việt Nam thuộc trường phái Amaravati[265]

264 Phiên âm của địa phương Andra, nay thuộc Andra Pradesh.
265 https://image.giacngo.vn/w645/UserImages/2015/06/29/11/dong%20duong%20(2).jpg

Phật giáo Đại Thừa ở vùng Ajanta, Ellora.

Cách Amaravati không xa, hình ảnh của Phật giáo Đại Thừa đã hiện diện ở hang động nổi tiếng và cũng là di sản văn hoá thế giới hang động Ajanta và Elora. Quần thể hang động này là sự tổng hợp của ba tôn giáo chính của Ấn Độ, ngoài các hang đá điêu khắc của đạo Hindu, đạo Jains thì còn có hang đá điêu khắc thể hiện tôn giáo Phật giáo. Trong các bức thạch khắc của Phật giáo, có những bức tượng mang dấu hiệu của Phật giáo Đại Thừa như ở trên cây cột lớn bên phải của Chaitya 3 ở Kanheri mà ở trên có ghi dòng chữ "sự hồi hướng cho sự hạnh phúc và phước lành đến tất cả chúng sinh" đây là một thể thức của Phật giáo Đại Thừa chứ không phải của các bộ phái Phật giáo khác. Ở di tích này chúng ta có thể thấy hình ảnh Bồ Tát Quan Thế Âm mười một đầu, với hình ảnh Tara và Phật A Súc Bệ ở hang số 41[266].

Hình 3: Đức Phật trong thủ ấn thuyết Pháp, ngồi theo tư thế một vị vua mang đặc trưng của Phật giáo Đại Thừa ở hang số 10, động Ellora[267].

266 M.K. Dhavalikar, Ajanta: The Hinayana-Mahayana Transition, in Article Published on: 27 October 2016.

267 Hoang Phong, "*Nghệ Thuật Biểu Thị Nhân Dạng Đức Phật*", Thư Viện Hoa Sen, 24/10/2011,

Hình 4: Bồ tát Quán Thế Âm Thập Nhất Diện, hang động Kanheri số 41, Ajanta.

Phật Giáo Đại Thừa ở Mathura

Mathura là một thành phố vẫn giữ nguyên tên gọi nay thuộc bang Uttar Pradesh. Vào tháng 7 năm 1977, người ta tìm thấy các dấu vết của Phật Giáo Đại Thừa ở Govindnagar, ngoại ô phía tây thành phố Mathura, một đế cột được khắc chữ có đề cập đến Phật A Di Đà, đây là bằng chứng bằng bản khắc đầu tiên cho Phật giáo Đại Thừa. Bản khắc có đề cập đến: "năm thứ 26 của vị vua vĩ đại Huveska", tính ra bản khắc này có niên đại từ năm 104 sau công nguyên. Văn khắc đó có nội dung như sau:

"Ngày 26 tháng thứ 2 năm thứ 26 của vị vua vĩ đại Huveska. Vào ngày này bởi Nagaraksita người cha của thương gia, cháu của doanh nhân Balakatta, người con của Buddhapila. Một hình tượng của Bậc Giác Ngộ, Phật A Di Đà được thiết lập để thờ cúng chư

Phật, nguyện nhờ công đức này, cầu cho tất cả chúng sanh đều đạt được trí tuệ vô song của một vị Phật"[268].

Các bản khắc chứ có liên quan đến Bồ tát Quán Thế âm cũng được tìm thấy ở Mathura có niên đại từ thế kỷ thứ 5, bia ký trên tượng đá sư tử,... cũng là những minh chứng sống động cho sự hiện diện Phật giáo Đại Thừa ở đây. Mathura cũng là nơi sản sinh ra nghệ thuật điêu khắc tượng Phật trường phái Mathura (1BC - 6 hoặc 7AD), trường phái này ra đời do sự phát triển của Phật giáo Đại Thừa, vì từ thế kỷ thứ nhất về trước là giai đoạn phi ảnh tượng (aniconic), các bộ phái Phật Giáo không thờ tượng Phật mà chỉ thờ các vật trượng trưng như bánh xe Pháp luân, hoa sen... Mẫu tượng của trường phái Mathura mang đậm bản chất Ấn Độ, tròn trịa, y áo bó sát không có nếp gấp khác hẳn so với các trường phái nghệ thuật khác.

Hình 5: Hình tượng Đức Phật chuyển Pháp Luân được trưng bày ở Bảo Tàng Kolkata theo phong cách Mathura, người viết chụp vào tháng 1/2023.

---

268 Schopen, Gregory (1987). "The Inscription on the Kuṣān Image of Amitābha and the Charakter of the Early Mahāyāna in India" (PDF). *The Journal of the International Association of Buddhist Studies*. **10** (2): 99-138. Archived from the original (PDF) on December 7, 2019.

Phật Giáo Đại Thừa ở Bamiyan.

Một địa phương đặc biệt nữa có liên quan đến Phật giáo Đại Thừa Ấn Độ chính là vùng Bamiyan nay thuộc đất nước Afghanistan, nơi đây từng ghi nhận hai tượng Phật lớn nhất thế giới được điêu khắc tinh xảo trên vách núi đá nhưng hiện nay đã không còn do bị quân Taliban phá huỷ vào năm 2001.

Nhà chiêm bái Phật giáo Trung Quốc Huyền Trang đã đến thăm một tịnh xá Mahāsāṃghika-Lokottaravāda vào thế kỷ thứ 7 tại Bamiyan và địa điểm tu viện này đã được các nhà khảo cổ học tái khám phá. Các bản viết tay bằng vỏ cây bạch dương và các bản viết tay bằng lá cọ trong bộ sưu tập của tu viện này, bao gồm các kinh điển Đại thừa, đã được phát hiện tại địa điểm này và hiện chúng nằm trong Bộ sưu tập Schøyen. Một số bản viết tay bằng ngôn ngữ Gāndhārī và chữ Kharoṣṭhī, trong khi những bản khác bằng tiếng Phạn và được viết dưới dạng chữ Gupta. Các bản viết tay và các mảnh còn sót lại từ bộ sưu tập của tu viện này bao gồm các văn bản nguồn sau:

- *Vajracchedikā Prajñāpāramitā Sūtra*, a Mahāyāna sūtra (MS 2385) Kinh Kim Cang.
- *Bhaiṣajyaguru Sūtra*, a Mahāyāna sūtra (MS 2385) Kinh Dược Sư.
- *Śrīmālādevī Siṃhanāda Sūtra*, a Mahāyāna sūtra (MS 2378) Thắng Man Sư Tử Hống Nhất Thừa Đại Phương Tiện Phương Quảng Kinh.
- *Pravāraṇa Sūtra*, a Mahāyāna sūtra (MS 2378)
- *Sarvadharmapravṛttinirdeśa Sūtra*, a Mahāyāna sūtra (MS 2378)
- *Ajātaśatrukaukṛtyavinodana Sūtra*, a Mahāyāna sūtra (MS 2378) A Xà Thế Vương Thọ Quyết Kinh[269].

Phật giáo Đại Thừa ở Gandhara và vùng Tây Bắc Ấn qua Phật quốc ký của Pháp Hiển

---

269 https://en.wikipedia.org/wiki/Mahāsāṃghika.

Theo ký sự của nhà chiêm bái Pháp Hiển vào thế kỷ thứ 5 ghi lai thì tại xứ Câu diệm di (Kosambi), Gandhara, Kanyakubja cả hai phái đại thừa và tiểu thừa điều phát triển và thịnh hành nhưng phật giáo tiểu thừa vẫn chiếm đa số. Đại thừa Phật giáo ở Khotan (nay là Tajikistan và một phần thuộc Trung Quốc), Ba liên Phất (Patna), Achakuka thịnh hành hơn cả Tiểu Thừa.

Các tư liệu khảo cổ đã cho thấy, trong số các bản viết tay quan trọng được tìm thấy ở Gandhara, nhiều trong số đó là kinh điển Phật giáo Đại Thừa và có ít nhất bảy bản được xác định là kinh điển thuộc về Phật giáo Đại Thừa, ba trong số chúng thuộc về Bồ Tát Tạng, đáng chú ý là người ta đã tìm thấy một bản kinh Bát Nhã Ba La mật được đo niên đại bằng phương pháp cacbon phóng xạ có niên đại từ giữa thế kỷ thứ nhất đến thế kỷ thứ hai sau công nguyên[270]. Bản kinh này trình bày sơ khai của một trong những nền tảng cơ bản nhất của kinh điển Phật giáo Đại Thừa.

Một kinh Đại Thừa lúc sơ khai khác cũng được tìm thấy từ bộ sưu tập Bajuar, không may tựa đề nó đã không còn nhưng có ý nghĩa vô cùng đặt biệt. Cảo bản này với gần 600 dòng ghi lại lời dạy của Đức Phật về quá trình tu luyện của Bồ Tát cho chư Thiên, mô tả cảnh giới tái sinh cuối cùng ở một cõi tịnh độ gần giống với cõi tịnh độ của Phật A Súc Bệ. Đây là hình thái tín ngưỡng Tịnh Độ sơ khai và sau đó được phổ biến rộng rãi ở các nước Đông Á.

Gandhara cũng là một vùng đất cực kỳ đặt biệt, nơi sản sinh rất nhiều bậc kỳ tài của Phật giáo như các ngài Vô Trước, Thế Thân, Liên Hoa Sinh, Chi lâu ca sấm... Đây là nơi Phật giáo Tiểu Thừa lẫn Đại Thừa cực kỳ phát triển hưng thịnh, nơi diễn ra cuộc kết tập kinh điển lần thứ tư trên đất Ấn, do đây là địa bàn của phái Nhất Thiết Hữu Bộ, cuộc kết tập này được cho là cuộc kết tập của phái Nhất Thiết Hữu Bộ nên không được truyền thống Thượng Toạ Bộ chấp nhận. Vùng đất này cũng là điểm cuối của con đường tơ lụa chặng Trung Quốc - Ấn Độ nên đây là nơi ghi dấu nhiều dấu chân của các nhà dịch thuật, các nhà truyền giáo đến Trung Quốc và mở

270 Salomon, Richard, The Buddhist Literature of Ancient Gandhara, An Introduction with selected Translations, Wisdom Publishcation (2018), Tr 80.

ra một vùng đất hứa cho Phật Giáo Đại Thừa ở Trung Quốc.

Gandhara còn được biết như một trường phái nghệ thuật với phong cách Hy Lạp cổ đại (năm 50 BC - 500 AD), các tượng của trường phái này được điêu khắc vô cùng công phu, đường nét mài dũa mềm mại, gương mặt thanh tú, tinh xảo rất đẹp, hai bức tượng khổng lồ ở Bamiyan và các tác phẩm điêu khắc ở di tích Sanchi là tác phẩm tiêu biểu cho trường phái nghệ thuật này. Trường phái này rất được ưa chuộng và vẫn còn ảnh hưởng đến ngày nay.

Hình 6: Tượng Đức Phật Thích Ca theo trường phái Gandhara trưng bày ở Bảo Tàng Delhi, Ấn Độ, người viết chụp tháng 9/2019.

Phật giáo Đại Thừa Bắc Ấn

Đại học Nalanda và Đại học Vikramshila cũng nên được đặt trang trọng trong bản đồ địa lý của Phật giáo Đại Thừa. Đây là hai trường đại học có quy mô hơn cả nghìn tăng sĩ theo học. Đại học Nalanda là một trung tâm Phật học không chỉ chứa hệ thống triết học Nikaya mà cũng là nơi quy tập những tinh hoa triết học Phật giáo đương thời phật giáo đại thừa. Đặc biệt là khi có sự theo học của ngài Long Thọ, nếu ở đây không có những giáo lý để ngài Long Thọ nghiên cứu về Phật giáo Đại Thừa thì làm sao ngài có thể học nghiên cứu sáng tác và trở thành viện trưởng của một trường đại học quy mô nhất nổi tiếng nhất của Ấn Độ thời bấy giờ. Cũng cần nói thêm là, dưới sự dẫn dắt của ngài Long Thọ, Phật giáo Đại Thừa đã dần dần truyền lên và hưng thịnh ở miền bắc Ấn Độ. Một dữ kiện nữa là ngài Huyền Trang cũng tại đây học và nghiên cứu các Kinh Luật Luận của Đại Thừa thì ta càng chắc chắn hơn đây là một trung tâm học thuật đa khoa, sự nghiên cứu Đại Thừa được chú trọng cùng các ngành triết học khác.

Đại học Vikramshila, tọa lạc ở làng Antichak, 50km về phía đông thành phố Bhagalpur, cũng thuộc bang Bihar, do Hoàng đế Dharmapala (783 - 820) sáng lập trong khoảng cuối thế kỉ thứ 8, đầu thế kỉ thứ 9, với lý do là sự suy giảm chất lượng giảng dạy của học viện Nalanda. Vikramshila từng là trung tâm của Phật giáo Kim Cương thừa với hơn 100 giảng sư và hàng ngàn Tăng sinh. Rất nhiều học giả ưu tú theo học ở đây trước khi ra nước ngoài hoằng pháp. Atisha Dipankara (982 - 1054) là một đại sư và là người sáng lập Tân phái (Sarma) của Phật giáo Tây Tạng, từng theo học ở đây. Đây là trung tâm Phật học Kim Cang thuộc Phật giáo Đại thừa được thành lập sau Nalanda khoảng vào thế kỷ thứ 8 và tồn tại đến thế kỷ 11, cùng vận mệnh với đại học Nalanda khi đạo quân Hồi Giáo tràn qua và huỷ diệt.

Phật giáo Đại Thừa là cuộc vận động Phật giáo để thích ứng với hoàn cảnh mới, nội dung, triết lý hay cách hành trì đều không ngoài Phật dạy. Đại Thừa Phật Giáo chỉ khác ở điều cung cấp cho người ta một tầm nhìn rộng mở vô ngại và chắp cho họ thêm đôi cánh để bay cao bay xa hơn trên bầu trời Phật Pháp, vì chỉ bay cao bay xa con người ta mới vượt qua những chướng ngại trước mắt như trong phẩm Hiện Bảo Tháp của kinh Pháp Hoa, thính chúng muốn thấy Phật Đa Bảo, muốn nghe hiểu ý chỉ "hội tam quy nhất" thì phải nhờ thần lực của Phật đưa lên không trung. Sự hình thành và khởi nguyên của Phật giáo đại thừa trên đất nước Ấn Độ giúp chúng ta quay về nguồn cội và trả lời cho câu hỏi khởi nguyên của Phật giáo Đại Thừa vốn bị lịch sử bỏ ngỏ làm cho nhiều người hoang mang, mù mờ về hệ tư tưởng tiến bộ mà cả dân tộc chúng ta đã tin theo hơn hai nghìn năm qua. Chúng ta tin chắc rằng khi tìm hiểu về nguồn cơn của Phật giáo Đại Thừa là chúng ta đã giải nỗi oan về nguồn gốc của Đại Thừa bị gán ghép là con lai với ngoại đạo và củng cố nền tảng chánh tín đối với Phật giáo Đại Thừa ngày càng sâu sắc hơn.

***

TÀI LIỆU THAM KHẢO

1. Kimura Taiken, Thích Quảng Độ dịch, *Đại Thừa Phật Giáo Tư Tưởng Luận*, Thích Quảng Độ dịch, Nxb Hồng Đức, 2020.
2. Dutt, Nalinaksha, Thích Minh Châu dịch, *Đại Thừa Và Sự Liên Hệ Với Tiểu Thừa*, Nxb Thành Phố Hồ Chí Minh 1999.
3. Ngô Văn Danh, "*Tượng Phật Đồng Dương Và Nhóm Tượng Phật Amaravati ở Đông Nam Á*", Tạp Chí Nghiên Cứu Phật Học Số 4, 15/07/2012.
4. Shizuka, Sasaki, *A Study on the Origin of Mahāyāna Buddhism,* The Eastern Buddhist (New Series), 1997.
5. Winternitz, Maurice, *A History of Indian Literature*, Vol.2, Motilal Banarsidass Publishers, 2015.
6. M.K. Dhavalikar, "*Ajanta: The Hinayana-Mahayana Transition*", In Article Published on: 27 October 2016.
7. Salomon, Richard, *The Buddhist Literature of Ancient Gandhara, An Introduction with selected Translations*, Wisdom Publishcation (2018),

8. https://en.wikipedia.org/wiki/Mahāsāṃghika

9. Schopen, Gregory (1987). *"The Inscription on the Kuṣān Image of Amitābha and the Charakter of the Early Mahāyāna in India"* (PDF). *The Journal of the International Association of Buddhist Studies.* **10** (2): 99-138. Archived from the original (PDF) on December 7, 2019.

5.5

DI TÍCH PHẬT GIÁO ĐẠI THỪA TẠI ANDHRA PRADESH

Hà Văn Sơn- Thích Đạt Huyền
Ph.D Research Scholar,
Mahāyāna Buddhist Studies Department
Āchāya Nāgārjuna University, Guntur-522510, A.P., India
Email: thichkhaiphap89@gmail.com
Phone: +91) 8897392792

Tóm tắt

Phật giáo đã được truyền đến Andhra Pradesh vào khoản giai đoạn giữa của vương triều Maurya, nhưng chắc chắn nó phải trước giai đoạn của vua Asoka. Phật giáo trở nên phổ biến rộng rãi trong khoản thời gian từ giai đoạn Asoka và kéo dài đến khoản thời gian của vương triều Ikshvaku, đó là vào khoản thế kỷ thứ 3 trước Tây lịch cho đến thế kỷ thứ 6 Tây lịch. Phật giáo nơi đây đã có sự ảnh hưởng lớn trên nhiều lĩnh vực như văn hoá, nghệ thuật, và xã hội bởi niềm tin tín ngưỡng cũng như giáo nghĩa triết học. Trong khi đó, những bộ phái thuộc Đại Chúng Bộ đã thực sự ảnh hưởng trực tiếp và nắm giữ vai trò quan trọng tại vùng đất này. Vị trí địa lý mà các bộ phái đã thiết lập được xác định là gắn liền với Phật giáo đại thừa về sau. Đó là những thánh tích như Dhanyakataka, Nagarjunkonda, vv,. Tư tưởng Phật giáo Đại thừa đã đóng góp vào hệ thống triết học Phật giáo, nó đã tạo ra một đường hướng mới trong sự thực hành và thờ cúng thông qua lời dạy của các đại luận sư như Long Thọ, Thánh Thiên, Thanh Biện, Trần Na, Và Vô Trước. Bên cạnh đó, những vết tích như kiến trúc và văn bia được xây dựng tại đây được biết đến như là nghệ thuật Phật giáo, đồng thời cũng là điểm đặc trưng cho Phật giáo Andhra Pradesh. Nghệ thuật chạm khắc ở khu vực này thường thanh mãnh và mềm mại với đường nét thọn gọn và mỏng manh hơn. Nó cũng mang một vài khác biệt so với nghệ thuật chạm khắc tại Sanchi và Mathura.

Từ khoá: *Andhradesa Buddhism, Dhanyakataka, Nagarjunakonda*

Dẫn Nhập

Như chúng ta biết, Phật giáo đã bắt đầu kể từ khi ẩn sĩ Gautama đạt được sự giác ngộ tối thượng dưới cội Bồ đề. Sự giác ngộ của Ngài chính là đạt được sự hiểu biết triệt để về Khổ đau, nguốc gốc của Khổ đau, và con đường đưa đến sự chấm dứt khổ đau đó cho nhân loại. Ngoài ra, Ngài cũng thấu triệt hiểu biết về nguyên lý vận hành của vạn vật hiện tượng trong vũ trụ. Đó là sự cấu thành, tồn tại và hoại diệt của tất cả vạn vật trên thế giới này. Những sự thật được chứng ngộ được gọi là Tứ Diệu Đế và học thuyết Duyên Khởi, hay cũng được xem là tinh yếu trong giáo nghĩa Phật giáo. Từ sự giác ngộ đó tăng đoàn cũng được hình thành, Phật giáo bắt đầu được thiết lập nền tảng tại vương quốc Magadha và Kosala. Phật giáo phát triển mạnh mẽ tại đây và đã lan truyền đến đất nước Assaka (Andhra Pradesh ngày nay) sớm nhất vào thới đức Phật còn tại thế và giai đoạn của Ba-la-môn nổi tiếng Bavari cũng phát triển mạnh mẽ tại Kosala.

Sự có mặt của Phật giáo tại Andhra Pradesh đã thực sự nhanh chóng thâm nhập sâu sắc vào đời sống, cũng như lịch sử văn hoá của vùng đất này như là một phần của nó. Andhra Pradesh nắm giữ một vai trò không thể thiếu không chỉ về mặt vị trí địa lý mà còn là sự phát triển và làm giàu cho một nền tư tưởng triết học Phật giáo cũng như vai trò tôn giáo tại đây. Theo lịch sử Phật giáo Andhra

Pradesh, chúng ta không thể phủ nhận sự có mặt của Phật giáo Đại thừa trên bản đồ chung của Phật giáo Ấn Độ và của Andhra Pradesh nói riêng.

Có thể nói rằng, triết học Phật giáo trở nên mạnh mẽ và thịnh vượng tại đây là nhờ vào sự thông tuệ của các vị luận sư như Nāgārjuna (Long Thọ), Aryadeva (Thánh Thiên), Dinnaga (Trần Na), Asanga (Vô Trước), và Vasubandhu (Thế Thân). Họ là những bậc tài trí và có thể hiểu một cách sâu sắc về lời dạy của đức Phật trên khía cạnh bản thể luận và làm cho Phật giáo phát triển vượt trội. Những đại luận sư này đã đóng góp cho sự phát triển của Phật giáo thông qua những tác phẩm luận giải và sớ giải về triết học Phật giáo của họ. Trải dài một khoản thời gian cho quá trình diễn giải về triết học Phật giáo đã đưa đến sự hình thành và phát triển một trường phái gọi là Đại thừa Phật giáo. Theo nhà sử học A.K. Warder, 'những văn bản đã bọc lộ được bản chất của nó, chứ chúng không phải được trình bày bởi những vị đại luận sư, những người thuộc phía bắc Ấn'.[271] Do đó có thể kết luận rằng Đại thừa Phật giáo có nguồn gốc từ phía nam của Andhra, và sau đó được truyền bá ngược lên vùng tây- bắc Ấn trong giai đoạn của vương triều Kanishka.[272]

1. Phật Giáo Du Nhập Andhra Pradesh

Phật giáo đã đến Andhradesa (Andhra Pradesh ngày nay) trong khoản thời gian của Đức Phật, tuy nhiên giả thuyết này vẫn không chắc chắn vì vẫn không đủ chứng cứ để nói lên điều đó. Thay vào đó, các nhà nghiên cứu cho rằng Phật giáo đã có mặt tại Andhradesa ở giai đoạn của vương triều Maruya, hay rõ hơn là giai đoạn gĩữa của đại đế Asoka khoản thế kỷ thứ 3 trước công nguyên. Điều đó được dựa trên các cơ sở dữ liệu trụ đá sắc lệnh của Asoka. Chẳng hạn, trụ đá sắc lệnh số 13 chỉ rõ rằng Andhras sống tại Raja Visaya đã hoàn toàn theo Phật pháp. Trụ đá này đã được khai quật tại khu vực của Dhānyakataka (Amaravati ngày

271 A.K. Warder, Indian Buddhism, p. 352
272 N. Dutt, Mahayana Buddhism, p. 8-9

nay) và những mãnh vỡ cũng giúp cho việc chứng minh rằng Phật giáo thực sự ảnh hưởng tại vùng đất Andhradesa. Điều đó cũng đủ để Asoka ban hành sắc lệnh dựng trụ đá 'Dhamma thambani' tại vùng đất phía nam này như một sự khẳng định vị trí quan trọng của Phật giáo tại đây. Do đó, chúng ta có thể suy ra rằng Phật giáo thật sự có mặt tại Andhradesa vào khoản thời gian trước đó của đại đế Asoka, và Phật giáo đã thiết lập chỗ đứng vững chắc cho sự tồn tại của nó tại đây.

Ngoài ra, theo sự ghi nhận trong Dipavamsa (đảo sử)[273] và Mahavamsa (đại sử)[274] đã nhắc đến việc phái đoàn truyền giáo đã đến vùng đất có tên Mahisha-mandala. Vùng đất là một trong những khu vực nổi trội tại thánh tích Guntupalli. Vua Maharajasada (khoản năm 75- 100 sau công nguyên) của vương triều Mahameghavahana đã cho dựng một trụ đá tại đây và nêu rằng nhà vua đã cúng dường đến khu vực bờ biển và trải dài sông Krishna và Godavari.[275] Bên cạnh đó, với chứng tích từ trụ đá Asoka tại Dhānyakataka đã cho thấy Phật giáo có mặt tại đây, trễ nhất cũng là giai đoạn đầu của vương triều Maurya. Vì vậy, không còn nghi ngờ gì nữa để nói rằng Phật giáo đã phát triển mạnh mẽ trong dòng chảy truyền bá đến vùng đất Andhradesa cũng tương tự như sự thâm nhập của nó tại khu vực Maharashtra và Karataka vào giai đoạn giữa của vương triều Maurya. Sự phát triển Phật giáo tại Andhradesa cũng phụ thuộc vào những vị trí địa lý mà nó thiết lập chẳng hạn như có khá nhiều di chỉ Phật giáo lớn nhỏ trở thành mấu chốt trong tầng lớp xã hội bấy giờ. Phật giáo Andhradesa không chỉ đã ảnh hưởng sâu rộng đến văn hoá lịch sử Ấn Độ , mà còn nắm giữ một vai trò cốt yếu trong tiến trình xuất hiện tư tưởng học thuyết Đại thừa bởi đã có sự chia rẽ tăng đoàn và nó đã đóng góp cho một kho tàng giáo nghĩa đồ sộ của một Phật giáo chung.

---

273 Dipavamsa, An Ancient Buddhist Historical Record (trans) by Hermann Oldenberg, p. 159- 160

274 Mahavamsa, The Great Chronicle of Srilanka (Trans) by Wilhem Geiger, p. 82

275 G. Kamalakar, Buddhism: Art, Architecture, Literature and philosophy, vol. II, p. 451

Ở một khía cạnh khác, căn cứ vào các nguồn sử liệu Phật giáo, sự kiện chia rẽ tăng đoàn diễn ra vào thời kỳ kết tập kinh điển lần thứ 2 tại Vaisali,[276] tại đây tăng đoàn lần đầu bị phân tách thành 2 nhóm. Đó là Thượng Toạ Bộ (Sthaviravadins) và nhóm còn lại gọi là Đại Chúng Bộ (Mahasanghikas). Sự chia rẽ bắt nguồn từ việc có những sự khác nhau trong quan điểm giảng giải về lời dạy của Đức Phật giữa nhóm trưởng lão và nhóm tăng trẻ tại xứ Vaji. Đại Chúng Bộ đã di chuyển từ vùng Magadha theo hai hướng, một hướng tiến lên vùng phía bắc, và một nhóm xuống phía nam. Nhóm đi về hướng nam đã dừng chân tại vùng Andhradesa xung quanh khu vực Dhānyakataka.[277] Sau khi đã thiết lập được vị trí vững chắc tại vùng đất này, tăng đoàn tại đây cũng lại tiếp tục phân chia thành các bộ phái khác, họ đã tập trung và định cư tại các khu vự xung quanh ngọn núi Nāgārjunakonda. Các bộ phái được tách ra bao gồm: Purvasaila (Đông Sơn Bộ), Aparaila (Tây Sơn Bộ), Siddharthaka (Nghĩa Thành Bộ), Rajagirika (Vương Sơn Bộ), and Caityaka (Chế Đa Sơn Bộ).

Có nhiều quan điểm cho rằng giai đoạn Phật giáo thật sự bén rễ sâu sắc và đủ mạnh tại Andhradesa là vào thời kỳ đại đế Asoka và kéo dài đến giai đoạn của vương triều Ikshvaku, đó là khoản thời gian từ thế kỷ thứ 3 trước Tây lịch cho đến thế kỷ thứ 6 sau Tây lịch. Phật giáo đã ảnh hưởng sâu rộng đến các khía cạnh khác như văn hoá, nghệ thuật, xã hội bởi niềm tin và hệ thống giáo nghĩa. Sự tồn tại của các trường phái Phật giáo trực thuộc của Thượng Toạ Bộ và Đại Chúng Bộ tại Andhradesa. Hầu hết, vị trí địa lý của các nhóm này có thể nhận định là gắn liền dọc khu vực của dòng sông Godavari và Krishna. Theo giáo sư Sreelatha Rao cho rằng, hầu hết các vị trí địa lý di tích Phật giáo tại Andhradesa được chia thành 3 đặc điểm chính. Đó là ghats hay còn gọi là khu đồi núi, khu vực bằng phẳng, hay khu vực duyên hải. Những di tích Phật giáo nằm ở khu vực lưng chừng đồi chẳng hạn chư Salihundam, Sankaram, Guntupalli, Ramatirthan, Bavikoṇḍa, Chandavaram, vv,. Các di tích khác thì nằm ở dọc dòng sông Godavari như Pasigam, Kotilingala,

276 N Dutt, Buddhist Sect in India, p. 13- 15
277 N Dutt, Mahayana Buddhism, P. 11

Guntupalli, là những điểm đặc sắc của di tích Phật giáo tại đây. Bên cạnh đó còn có các di tích trải dài theo dòng sông Krishna như Dhānyakataka (Amaravati), Goli, Manchikallu, Gummadidurru, Nāgārjunakoṇḍa, vv,. Do đó, có thể thấy rằng các di tích Phật giáo tại Andhradesa trải dài từ Srikakulam đến Nellore.[278] Với những vị dữ liệu đã nêu trên chúng ta có thể thấy một yếu tố liên kết giữa vị trí các di tích với con đường giao thương bằng đường sông và đường biển của Bengal. Hơn thế nữa, Phật giáo còn nhận được sự hộ trì quan trọng từ các thành viên hoàng gia cũng như giới giàu có trong các hoạt động tôn giáo và sự kiện. Điều này cho thấy Phật giáo truyền đến vùng đất này để tồn tại nó phải được giảng dạy bằng phương ngữ tức là tiếng Telugu, chứ không thuần tuý là ngôn ngữ Sanskrit hay Prakit của phía bắc. Các di tích Phật giáo có thể được phân chia thành hai nhóm chính đó là Nguyên Thuỷ (Hinayana) và Đại Thừa (Mahayana). Bài viết này trình bày về vị trí địa lý của các di tích Đại thừa Phật giáo tại Andhradesa. Dựa trên các nguồn sử liệu Phật giáo, thì các di tích Phật giáo Đại thừa có thể được xác định như Dhānyakataka, Nāgārjunakoṇḍa, Sankaram, Jaggayyapeta, vv,.

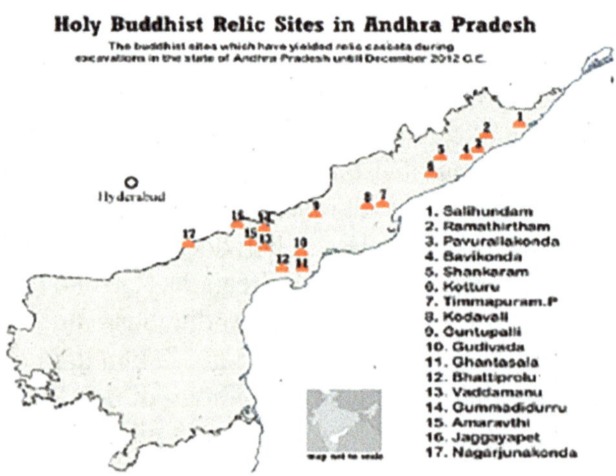

278 G. Kamalakar, Buddhism: Art, Architecture, Literature and philosophy, vol. II, p. 451

Buddhist sites in Andhra Pradesh[279]

2. Dhānyakataka

Di tích Dhānyakataka của Phật giáo hay còn gọi là Amaravati ngày nay, nó nằm bên phải dòng sông Krishna, cách thành phố Guntur khoản 21 . Dhānyakataka được xác định như là một trung tâm quan trọng và nổi tiếng của Phật giáo vào khoản thế kỷ thứ 3 trước Tây lịch đến thế kỷ thứ 3 sau Tây lịch. Với một khối lượng lớn các bia ký được tìm thấy tại địa điểm này đã chứng minh rằng Dhānyakataka là một trung tâm Phật giáo. Toàn bộ công trình kiến trúc của di tích bao gồm nhiều hạn mục, nhưng quan trọng nhất là bảo tháp chính được gọi là Đại Bảo Tháp *(Mahachaitya)*. Bảo tháp này cũng là điểm nhấn cho việc thiết lập trung tâm Phật giáo tại đây, và niên đại của nó không thể xa hơn thế thứ 3 trước Tây lịch.[280]

Mahachaitya at Amaravati[281]

279 https://commons.wikimedia.org/wiki/File:Holy_relic_sites_map_of_Andhra_Pradesh.jpg

280 G. Kamalakar, Buddhism: Art, Architecture, Literature and philosophy, vol. II, p. 391

281 https://commons.wikimedia.org/wiki/File:Amaravathi_Maha_Sthupam-Amaravathi,Guntur_district,_Andhra_Pradesh,_India.jpg

Theo những dữ liệu thu thập được từ các cuộc khai quật và bia ký tại đây, công trình kiến trúc của Đại Bảo Tháp bao gồm dãy lăng cang đã được thêm vào các chi tiết trang hoàn như những bảo tháp khác cùng thời tại Ấn Độ . Nó thì vào khoản thế kỷ thứ 2 sau Tây lịch. Bên cạnh đó, những phần khác trong kiến trúc cũng thể hiện trong bia ký tưởng niệm như chiếc hộp bằng đá chạm khắc chứa đựng những vật phẩm cúng dường, các trụ đứng thẳng hàng, các thanh xà của bảo tháp, tất cả đều được dâng cúng bởi Tăng, Ni, và hàng trăm tín đồ khắp nơi trên đất Ấn chứ không riêng người dân tại khu vự Dhānyakataka. Một điều thú vị hơn, giai đoạn này có thể nói là thời kỳ đỉnh cao của nghệ thuật chạm khắc tại Dhānyakataka trong nghệ thuật Phật giáo niềm nam Ấn.[282]

Craving limestone and votive stupa[283]

Hơn thế nữa, nghệ thuật kiến trúc nơi đây còn tạo nguồn cảm hứng tạo nên một nguồn cảm hứng khi mà chúng đã tạo ra những

282 The Indian Antiquary, a journal of oriental research, XV, p. 259
283 https://kevinstandagephotography.wordpress.com/2019/10/03/amaravati-marbles-british-museum-elliot-marbles/

kiến trúc chạm nổi về sau trở nên nguy nga tráng lệ và vẻ đẹp hoa mỹ. một trong số đó là những trụ đá với biểu tượng hình bánh xe gắn trên đỉnh hay Dharmacakra, nó được xác định vị trí nằm tại cửa phía tây của Mahachaitya. Trụ đá được phỏng đoán vào niên đại từ vương triều của vua Satavahana Pulumavi (khoản năm 59-130 Tây Lịch). Trên khía cạnh khác, nghệ thuật phật giáo tại đây ở giai đoạn đầu chỉ là những biểu tượng hay được gọi là 'không có hình người', nhưng vào giai đoạn thế kỷ 1 trước Tây Lịch đến thế kỷ 1 Tây Lịch bắt đầu xuất hiện nghệ thuật chạm khắc hình người trên đá trong nghệ thuật Phật giáo. Nó có thể là một kết quả tự nhiên của tiến trình phát triển trong tôn giáo. Hay nói cách khác, nó cũng có thể được hiểu thong qua con đường triết học, đó là tiến trình chuyển đổi tư tưởng trong phật giáo, cái được gọi mà Đại Thừa Phật giáo sau này. Tư tưởng mới trong phật giáo chắc hẳn đã phải bắt nguồn từ một mầm móng trong giai đoạn trước đó. Để tạo được sự thuận lợi trong quá trình truyền bá tư tương mới này trong xã hội và nhận được sự chấp nhận thì các nhà triết học đã dùng các thể hiện thông qua con đường nghệ thuật, và nó đã thành công.

Railing pillars[284]

Một dấu vết khác cho thấy Dhānyakatka là một trung tâm Phật giáo Đại thừa đó là có một số lượng lớn các tượng bằng đá và đồng được tìm thấy tại đây như Maitreya, Manjusri, Lokesvara, Vajrapani vv,. Những bức tượng này được xác định niên đại vào khoản thế kỷ thứ 6 đến thế kỷ 11 Tây lịch.[285] Như vậy thông qua các tượng Phật và Bồ Tát này không chỉ nói lên một nền nghệ thuật Phật giáo thịnh vượng trong giai đoạn này mà còn cho thấy một sự chuyển đổi tư tưởng trong Phật giáo từ hình thức Đại Chúng Bộ sang hình thức cuối cùng là Kim Cương Thừa.

Hơn thế nữa, Dhānyakataka còn chỉ ra các dấu tích trên bia ký bằng đá tại Gadaladeniya (thuộc Ceylon)[286] vào khoản những năm 1344 ghi lại rằng học giả Dharmakiti, một người thuộc Thượng Toạ Bộ, đã cho xây dựng một căng nhà 2 tầng tại bảo tháp Dhānyakataka. Do đó, nơi đây cũng là một địa điểm gặp gỡ quốc tế của thương mại và tôn giáo. Mặc dù, sức sống mãnh liệt và cực thịnh của một tôn giáo cũng sẽ bị lụi tàn theo thời gian, và Dhnayakataka không ngoại lệ, về sau nó được đổi tên thành Amaravati- có nghĩa là thành phố của những vị thiên thần sau khi tịch diệt.

Trường phái nghệ thuật kiến trúc tại cũng là một sự thú vị trong nghiên cứu, nó chuyên chở tương tưởng của giai đoạn lúc bấy giờ. Dựa trên những nguồn sử liệu ghi lại về kiến trúc bảo tháp cho thấy sự trang hoàng của bảo tháp Amaravati không thua kém gì so với bảo tháp tại Sanchi về sự quy mô và phong phú. Bảo tháp Amaravati được xây dựng trên một ngọn đồi như một điểm nhấn về khung cảnh quan sát. Tuy nhiên, năm 1797, nhà sử học Colonel Colin Mackenzie ghé thăm nơi này lần đầu trong dịp Dipaldinne, ông ghi nhận lại rằng vị trí của ngọn đồi của Đại Bảo Tháp đã bị đổ nát và trở thành một quả đồi nhỏ, vòm của những tháp nhỏ cao

284 https://kevinstandagephotography.wordpress.com/2019/10/03/amaravati-marbles-british-museum-elliot-marbles/

285 Madras, south Indian inscriptions, vol I, p. 25-28

286 Epigraphia Zeylanica, Vol IV, p. 90

khoản 20 feet, có đường kính khoản 90 feet trên đỉnh. Có những mãnh vỡ được chạm khắc trên đá và những trụ đá, nghệ thuật chạm trổ trên những phiến đá vôi lớn, vv, nằm rải rác xung quanh khu vực này. Lần này ông gọi bảo tháp là một 'công trình kiến trúc bí ẩn'. Theo như báo cáo của ông thì Đại Bảo Tháp hầu như đã tàn lụi, khu vực chính của bảo tháp bị đổ nát và phần còn lại được người dân sử dụng như một bồn chứa nước.[287]

The south gate of stupa Amaravati on 1880[288]

Một trong những vết tích khác được khai quật tại đây mà khiến các nhà học giả phương Tây cảm thấy thích thú trong việc nghiêm cứu để hiểu thêm về Phật giáo đó là những bản thảo Hodgson được tìm thấy tại Nepal. Những bản thảo đó cũng được tìm thấy tại đây cùng với các hình tượng được trang hoàng tương tự như ở bảo tháp Sanchi và Bharhut. Bên cạnh đó, nghệ thuật Phật giáo tại tháp Amaravati cũng được trình bày qua những hình ảnh về cuộc đời Đức Phật, và gần như toàn bộ các mẫu chuyện trong Jataka. Thông qua các hình ảnh này, các nghệ nhân và những người hộ trì muốn thể hiện lòng thành kính dâng cúng lên Đức Phật theo nhiều cách khác nhau. Điều đó cũng đã cho thấy sự tương thích với các

287 G. Kamalakar, Buddhism: Art, Architecture, Literature and philosophy, vol. I, p. 82-83

288 https://commons.wikimedia.org/wiki/File:Amaravati_Stupa_excavation_of_the_South_Gate_1880.jpg

văn bản Phật giáo Đại thừa tại nam Ấn đã đề cập lúc bấy giờ. Đó chính là một tư tưởng mới trong sự thực tập của tín đồ Phật giáo bằng việc bộc lộ tâm thành, có nghĩa rằng một người chỉ cần thành tâm nghĩ tưởng đến các thân Phật khác nhau như các bản kinh đã đề cập.[289] Không những thế, trường phái nghệ thuật Phật giáo Amaravati tại đây cũng đã tạo được sự ảnh hưởng lớn đến phong cách nghệ thuật của tiểu lục địa Ấn. Điều này có thể tìm thấy sự biểu hiện tại các kiến trúc của Nāgārjunakonda.

Jataka stories[290]

3. Nāgārjunakonda

Trong tất cả các di tích Phật giáo thiết lập tại Andhradesa, Nāgārjunakonda là một trong những địa điểm quan trọng cho việc nghiên cứu di tích Phật giáo Đại thừa và địa điểm hành hương. Địa điểm này nằm trên một đồi thuộc dãy núi Nallamlai, và trải dài

---

289 Ibid, p. 97

290 https://kevinstandagephotography.wordpress.com/2019/10/03/amaravati-marbles-british-museum-elliot-marbles/

khoản vài dặm dọc dòng sông Krishna. Vì cân nhắc cho việc tận dụng nguồn nước để mang lại lợi ích chung, vài năm trước nơi này đã được cải tạo trở thành một khu vực chứa nước phục vụ cho việc tưới tiêu của vùng và nó được gọi là đập Nāgārjunasagar.

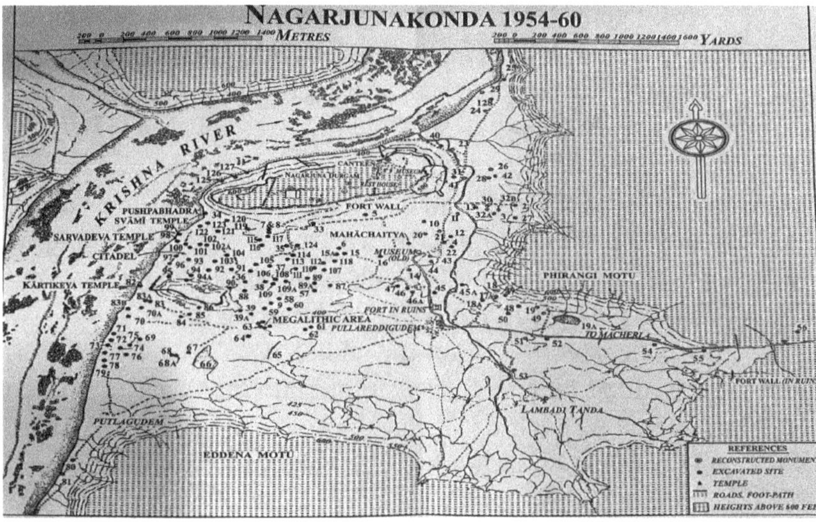

Excavate sites at Nāgārjunakonda[291]

Những di tích Phật giáo được thiết lập tại đây xuất phát từ khi có sự phân chia trong tăng đoàn của Đại Chúng Bộ tại Dhānyakataka. Theo giáo sư B.S.L. Hanumantha Rao nhận định rằng, Đại Chúng Bộ ở miền nam Ấn đã bị phân chia thành các bộ phái như Caityaka, Purvasaila, Aparasaila, Rajagirika, Uttaragirika, and Siddharthaka. Quan điểm học thuyết của những bộ phái này lại bắt nhịp với nguồn tư tưởng mới gọi là Đại thừa. Sự phân chia bộ phái có thể xảy ra vào khoản thế kỷ thứ 1Tây lịch, trong khoản thời gian trị vì của vua Satavahana và đó cũng là lần đầu tiên cho sự có mặt của Phật giáo Đại thừa. Giáo sư Aloka Parasher Sen cho rằng điều này ngụ ý chứng minh những quan điểm được đề cặp trong các bản thảo tại Andhradesa về sự ủng hộ một thế giới đầy tình thương và xoá bỏ sự nghèo đói và đau khổ. Hay giáo sư T.V.R. Mutthi lập luận rằng sự xuất hiện của tư tưởng Phật giáo Đại thừa đã làm thay đổi như

291 Nāgārjunakonda Archaeological Survey of India

một cuộc *"cách mạng Phật giáo"*, bởi vì đó là một sự cấp tiến đa nguyên đưa đến một con đường cho chính thể chuyên chế và ủng hộ cho một bản thể thống nhất của tất cả chúng sanh như một phần không thể thiếu trong đời sống tinh thần. [292]

Theo sử ký của Huyền Trang, khu vực Amaravati đã từng là nơi phát triển cực thịnh của Đại Chúng Bộ ít nhất là kéo dài đến thế kỷ thứ 7 Tây lịch, và họ đã có bản kinh riêng cho mình vào khoản thời gian mà Huyền Trang đã sống và học tập luận A-Tỳ-Đàm tại đây dưới sự hướng dẫn của những vị tăng địa phương.[293] Hơn thế nữa, những bia ký của Andhradesa cũng đề cặp đến tên của bộ phái Sailas (bao gồm Đông Sơn Bộ và Tây Sơn Bộ), là những bộ phái có ảnh hưởng lớn tại khu vực Nāgārjunakonda. Những chứng tích còn cho thấy Tây Sơn Bộ có sức ảnh hưởng mạnh và nổi trội tại đây. Bộ phái này có tên gọi đầy đủ là Aparamahāvinaseliya, và nó thực sự được biết đến rộng rãi tại khu vực Nāgārjunakonda trong thời kỳ vua Ikshvaku. Các bia ký được khai quật tại địa điểm này đã cung cấp một số lượng lớn chữ khắc và chúng được cho là dưới danh nghĩa của bộ phái này. Bên cạnh đó, bia ký còn nhắc đến việc hộ trì của hoàng hậu Bapasirinika, vợ của vua Maharaja Virapurushdatta, cho phép các tín đồ thuần thành cúng dường đến các vị đại đức thuộc Tây Sơn Bộ. Vì vậy, chúng ta có thể đi đến suy luận và đưa ra nhận định rằng bộ phái Sailas đã phát triển sâu rộng tại Nāgārjunakonda như là một trung tâm Phật giáo dưới sự hộ trì của hoàng gia và các nhà cai trị lúc bấy giờ. Tuy nhiên, giáo sư J.Ph. Vogel, đã căn cứ vào các bia ký bằng văn tự Prakit được khai quật tại Nāgārjunakonda, chúng không đề cặp tới sự hộ trì của vua Ikshavaku cho Phật giáo, mà chúng chỉ đề cặp đến sự hộ trì bởi hoàng hậu và các công chúa thuộc hoàng gia của vua Ikshvaku tín tâm với niềm tin Phật giáo.[294]

---

292 G. Kamalakar, Buddhism: Art, Architecture, Literature and philosophy, vol I, p. 30

293 T. Watters, On Yuan Chwang's travels in India, vol II, p. 217

294 Ibid, p. 51-52

The pillar inscription at Nāgārjunakonda[295]

Di tích Nāgārjunakonda là một nơi gắn liền chặc chẽ với tên của một đại luận sư nổi tiếng trong Phật giáo đó là ngài Achaya Nāgārjuna (đại đức Long Thọ). Do đó, từ *'konda'* có nghĩa là *'ngọn đồi'*, nó mang ngụ ý rằng tu viện của ngài Long Thọ tại ngọn đồi này. Ngài sống vào khoản thế kỷ thứ 2 Tây lịch. Long Thọ được biết đến như một vị đại luận sư và là người sáng lập học thuyết của Trung Quán trong Phật giáo. Ngài là bậc đạo sư lỗi lạc trong học thuyết *'tánh không'* thuộc trường phái trung Quán. Hơn thế nữa, để tán thành quan điểm học thuyết tánh không ngài đã viết tác phẩm *'Căn Bản Trung Quán Luận'* (*Mūla-Mādhyamika-kārikā*) để giải thích về học thuyết tánh không. Tác phẩm này cũng giữ vai trò nền tảng cho việc thiết lập trường phái Trung Quán theo hướng Trung đạo. Đồng thời Long Thọ cũng là tác giả của một số tác phẩm nổi tiếng khác như *Prajñpāramitā (Bát Nhã Tâm Kinh), Upāyalauśalya hridaya-śāstra (Phương Tiện Thiện Xảo Tâm Luận), Vigrahavyavaharini-kārikā (Hồi Tránh Luận), vv,.*

---

295 http://standingtall-siddeshwar.blogspot.com/2018/04/pillar-inscription-at-maha-ṣtupa.html

The Mahachaitya at Nāgārjunakonda[296]

Công trình kiến trúc tại di tích Nāgārjunakonda bao gồm một số kiến trúc chạm khắc của Phật giáo, và những hình tượng Bồ tát là điểm nhấn cho di tích này. Sự phát triển vượt bậc của hình thức nghệ thuật kiến trúc đã được chứng minh một cách khắc khe. Trong sự phân loại của những khuôn mẫu kiến trúc khác nhau cho một tổng thể hợp nhất, thứ nhất là tổ hợp của các bảo tháp (hay còn gọi là bia ký *chaitya*), thứ đến là một hoặc hai nơi cư trú (còn gọi là *chaitya- ghara*), và cuối cùng là chánh điện (còn gọi là *mandapa*) nằm giữa sân hình tứ giác, xunh quanh được tiếp nối với các chái của tu viện với các cụm công trình phụ như nhà bếp, kho chứa, nhà tắm, vv,. Hầu hết điểm nổi bật của di tích này là bảo tháp đã tồn tại như một phần riêng biệt với tu viện. Điều đó cho thấy mỗi kiến trúc xây dựng đều có thể tự cung cấp mọi nhu cầu cần thiết, và bản thân công trình cũng có bảo tháp riêng cho việc thờ cúng, hay nơi cư trú cũng là một yếu tố quan trọng cho một tổng thể nhất định. Tổ hợp Đại Bảo Tháp bao gồm bảo tháp và phía sau là khu nhà ở

296 http://www.shunya.net/Pictures/South%20India/Nāgārjunakonda/Nāgārjunakonda.htm

với các tháp có lớp đá bao bọc và 3 chái của tu viện được nối kết xung quanh chánh điện với kết cấu 36 trụ đá được xây dựng bởi hoàng thân Chamtisiri, chị gái của vua Ikshvaku.[297]

Trong cái nhìn tổng thể về di tích Phật giáo này, nó là một nhóm công trình các di tích nơi mà có hơn 30 vị trí Phật giáo đã được xác định, và hầu hết chúng đã thực sự phát triển mạnh.

The Buddha statue and construction at Nāgārjunakonda[298]

Chất liệu sử dụng để xây dựng công trình các bảo tháp hay những kiến trúc khác chủ yếu là gạch và đá cuội, với loại vữa bằng đất sét. Các bức tường được sắp xếp như hình của bánh xe với một gọng và các nan xoè ra từ trung tâm trục bánh xe. Các bảo tháp thì luôn được bao bọc bởi một lớp đá vôi. Nhưng đôi khi chúng được xây dựng trong hình thức chạm khắc trên phiến đá vôi. Hầu hết tất cả các tu viện đều có các chái và chúng được sắp đặt xung quanh chánh điện trung tâm. Chánh điện thì được xây dựng bằng các trụ

297 Indian Archaeology- A Review, p 8-9

298 https://www.deviantart.com/swamirara/journal/Nāgārjunakonda-685582873

gỗ hoặc đá là những kiểu cách được ưa chuộng lúc bấy giờ.[299]

Theo sự trình bày của Haimedorf, cũng giống như kiến trúc xây dựng tại Chenchus[300], các công trình chạm nổi tại đây theo xu hướng cái tiến thuộc kiểu cách thanh mảnh và mền mại trên các bề mặt. Những hình tượng chạm nổi được miêu tả tại Nāgārjunakonda cũng thuộc dạng thanh mảnh, mền mại, tay và chân rắng chắc và dài. Nó cũng là một sự khác biệt so với kiến trúc tại Sanchi và Mathura. Những hình tượng trong kiến trúc tại Nāgārjunakonda thường thì mền mỏng và thon gầy hơn, tân thời và tỉ mỉ hơn. Nó có thể nói rằng, kiến trúc chạm nổi tại Nāgārjunakonda thì tương tự như tại Amaravati trong khoản giới hạn cơ bản về các đặc tính của các khía cạnh hình thức phong cách nghệ thuật, các biểu đạt, và khả năng kỹ thuật. Chúng là điểm nổi trội có thể đại diện cho một mẫu thức tại khu vực rộng lớn này, trong khi đó nghệ thuật Nāgārjunakonda được xem là linh động.[301]

Craving stupa and Buddha statue[302]

Một số nhà nghiên cứu cho rằng nghệ thuật Phật giáo tại Nāgārjunakonda bị ảnh hưởng bởi trường phái Gandhara. Bởi vì các

299 Indian Archaeology 1955-56- A Review, p. 24
300 Một tộc người Lambadis sống tại khu vực phía bắc sông Krishna.
301 K. Krishna Murthy, Nāgārjunakonda A Cultural Study, p. 13-14
302 https://www.metmuseum.org/art/collection/search/38238

cử chỉ điệu bộ của tượng Phật và Bồ tát tại đây với những dáng như ngồi hay đứng đều được quấn y sanghati kín cả hai vai hay đôi khi chỉ quấn một vai trái và để hở bên vai phải.[303] Như vậy một sự thật được chứng minh rằng có một số lượng lớn các bộ phái Phật giáo đã cùng tồn tại ở Nāgārjunakonda, kể cả Trung Quán là một bộ phái nổi bậc và có sức ảnh hưởng mạnh mẽ tại đây. Vì vậy, nếu chúng ta nói rằng Nāgārjunakonda là quê hương của bộ phái Phật giáo Đại thừa xuất hiền sau này, điều này cũng không có gì là quá đáng.

Kết Luận

Dựa trên những chứng tích về Phật giáo tại Andhradesa, đặt biệt là Phật giáo Đại thừa , sự có mặt của Phật giáo tại Andhradesa sớm nhất vào thời gian Phật còn tại thế, hoặc trễ nhất cũng là vào giai đoạn kết tập kinh điển lần thứ hai. Phật giáo đã được thiết lập tại Andhradesa vào những năm trước Tây lịch, nhưng bộ phái Phật giáo Đại thừa có thể bắt đầu xuất hiện vào khoản150- 200 năm sau Tây lịch.[304] Quan điểm này được căn cứ vào thời gian xuất hiện bản Kinh Bát Nhã (*Prajñpāramitā-sutta*), bản kinh này lại thuộc Đại Chúng Bộ, mà Đại Chúng Bộ được xem như là tiền thân của hình thức Đại thừa. Cùng với tư tưởng Phật giáo Đại thừa, thì các vị trí thuộc bộ phái cũng được thiết lập. Trong các di tích thuộc Phật giáo Đại thừa thì Dhānyakataka và Nāgārjunakonda là hai trong các di tích chiếm phần quan trọng nhất đối với Phật giáo tại Andhradesa. Dhānyakataka là một trung tâm tư tưởng Phật giáo Đại thừa và cũng là một trường phái nghệ thuật Phật giáo. Trong khi đó Nāgārjunakonda lại là một trung tâm của một nhóm tổ hợp công trình kiến trúc, bao gồm các bảo tháp, tu viện. Hơn thế nữa, Nāgārjunakonda cũng là một địa danh gắn liền với các đại luận sư triết học Phật giáo lỗi lạc như Long Thọ (Nāgārjuna), Thánh Thiên (Āryadeva), Thanh Biện (Bavaviveka), Trần Na (Dinnaga), Vô Trước (Asaṇga), and Thế Thân (Vasubandhu), họ là những luận sư nổi tiếng với các tác phẩm sớ giải cho Phật giáo Đại thừa . Thế

303 Ibid, p. 16

304 Hajime Nakamura, Indian Buddhist- A Survey with bibliography note, p, 159

nên, có thể nhận định rằng Phật giáo Đại thừa, đặt biệt là trường phái Trung Quán, là thành quả đáng khen của tín đồ Phật giáo tại Andhradesa thông qua hệ thống triết học của họ, nó đã có sự đóng góp to lớn về sau.

***

TƯ LIỆU THAM KHẢO

1. A.K. Warder, *Indian Buddhism*, Delhi, 2004
2. Hajime Nakamura, *Indian Buddhist- A Survey with Bibliography Note,* Motilal Banarsidass, 1978
3. Nalinaksha Dutt, *Mahayana Buddhism*, Motilal Banarsidass, 1978
4. Nalinaksha Dutt, *Buddhist Sect in India*, Motilal Banarsidass, 1998
5. *Dipavamsa, An Ancient Buddhist Historical Record (trans)* by Hermann Oldenberg, Gyan Publishing House, 2020
6. *Mahavamsa, The Great Chronicle of Srilanka (Trans)* by Wilhem Geiger, Gyan Publishing House, 2020
7. G. Kamalakar, *Buddhism: Art, Architecture, Literature and Philosophy,* Vol. I, Delhi, 2005
8. G. Kamalakar, *Buddhism: Art, Architecture, Literature and philosophy,* Vol. II, Delhi, 2005
9. *The Indian Antiquary A Journal of Oriental Research*, Vol XV, Publication Date 1886
10. Madas, *South Indian Inscriptions - A Review*, Vol I, Government Press 1890
11. T. Watters, *On Yuan Chwang's Travels in India,* Vol II, London Boyal Asiatic Society, 1905
12. A. Ghosh, *Indian Archaeology 1955- 1956- A Review*, Delhi 1993
13. A. Ghosh, *Indian Archaeology* 1957- 1958- *A Review*, Delhi 1958

14. K. Krishna Murthy, *Nāgārjunakonda A Cultural Study*, Concept Publishing Company, 1977

15. Paranavitana, Senarath, (edict) *Epigraphia Zeylanica*, Vol IV, London, 1943

16. https://kevinstandagephotography.wordpress.com/2019/10/03/amaravati-marbles-british-museum-elliot-marbles/

17. https://commons.wikimedia.org/wiki/File:Amaravati_Stupa_excavation_of_the_South_Gate_1880.jpg

18. https://commons.wikimedia.org/wiki/File:Amaravathi_Maha_Sthupam-Amaravathi,Guntur_district,_Andhra_Pradesh,_India.jpg

19. https://commons.wikimedia.org/wiki/File:Holy_relic_sites_map_of_Andhra_Pradesh.jpg

20. http://standingtall-siddeshwar.blogspot.com/2018/04/pillar-inscription-at-maha-stupa.html

21. http://www.shunya.net/Pictures/South%20India/Nāgārjunakonda/Nāgārjunakonda.htm

22. https://www.deviantart.com/swamirara/journal/Nāgārjunakonda-685582873

23. https://www.metmuseum.org/art/collection/search/38238

24. Nāgārjunakonda Archaeological Survey of India

TƯỜNG TRÌNH CHUYẾN HÀNH HƯƠNG, TỪ THIỆN VÀ HỘI THẢO PHẬT GIÁO TẠI HÀN QUỐC, ẤN ĐỘ VÀ TÍCH LAN

Ngày 22/06 đến ngày 20/07/2023

(Thích Nữ Giới Hương)

Thời gian thấm thoát trôi qua nhanh. Chuyến hành hương một tháng: Phật tích, hội thảo Phật giáo và từ thiện của Chùa Hương Sen tại ba nước Hàn Quốc, Ấn Độ và Tích Lan đã khép lại với nhiều thành tựu đáng nhớ. Thành kính tri ân Chư tôn thiền đức Tăng ni và các Phật tử đồng hương xa gần đã ủng hộ cho chương trình Bảo trợ Tăng Ni Sinh du học và Từ thiện ba nước. Danh sách các nhà hảo tâm có đăng ở website: https://huongsentemple.com/index.php/vn/tin-tuc/tu-thien/8182-tu-thien-nam-2023 và Fanpage: Huong Sen.

Phái đoàn hơn 15 vị gồm có Ni sư TN Giới Hương (Trụ trì Chùa Hương Sen), Sư cô Trí Minh (em gái của NS TN Giới Hương), Sư cô Viên Bảo, Sư cô Viên Đạo, Sư cô Đức Trí, Sư cô Viên Nhuận, Sư cô Viên Giác, Sư cô Viên Lành, Viên Lệ, Viên Phương, Viên Đào, và Trúc Nghiêm cùng các vị hướng dẫn đoàn như Lunah Kim (cho Tour Hàn Quốc), Thầy Bhante Ratna và chú Ravi (cho Tour Ấn Độ) và Hòa thượng Ven.Kahawatte Siri Sumedha cùng ông Lakman Anu (cho Tour Tích Lan)… đã thực hiện chuyến đi đầy ý nghĩa này.

1.HÀN QUỐC

Ngày 23-30 tháng 6 năm 2023, Hiệp hội Nữ Phật Tử Phật Giáo Quốc Tế Sakyadhita tổ chức hội nghị lần thứ 18 tại Hội trường Coex, Seoul, Hàn Quốc (The 18th Sakyadhita International Conference on Buddhist Women, COEX, Bongeunsa Temple, Korean Bhiksuni Association Center, Seoul, South Korea) với sự tham dự của hơn 3000 đại biểu từ nhiều nước trên thế giới về tham dự. Trong đó, lúc 3g chiều ngày 25 tháng 6, Ni sư TN Giới Hương thuyết trình (workshop) với tiêu đề **"Đức hạnh của**

Nữ đệ tử Phật là những Khí chất giúp vượt qua những Khó khăn của Thời đại" (Virtues to Help Buddhist Women Face Today's Precarious World).

Sau hội nghị, đoàn đã viếng thăm các chùa Hàn quốc như Woljeongsa, Baekdamsa, Naksansa... là những ngôi đại tùng lâm uy nghi tráng lệ của Phật giáo Hàn Quốc.

2. ẤN ĐỘ

Chiều 2 giờ ngày 01 tháng 07 năm 2023, đoàn bay qua thủ đô Delhi, Ấn độ và đến trường đại học Sharda, Greater Noida, tiểu bang Uttar Pradesh, để tham dự cuộc hội thảo Phật Giáo với gần 100 Tăng Ni sinh Việt Nam đang du học tại nhiều trường Đại học Ấn Độ tham dự. Thượng tọa Tiến Sĩ Thích Hạnh Chánh và Ni sư Tiến Sĩ TN Giới Hương đồng tổ chức Hội thảo với chủ đề "Phật Giáo - Tầm Nhìn Lịch Sử và Thực Hành" (*Buddhism - A Historical and Practical Vision*), trong đó Ni sư TN Giới Hương thuyết trình với đề tài: **"Triết Lý Phật Giáo đã đến các Trường Đại Học Hoa Kỳ" (Buddhist Philosophy has come to the American Universities**). Nội dung cuộc Hội thảo được kết tập thành hai tập sách Anh Việt **"Phật Giáo - Tầm Nhìn Lịch Sử và Thực Hành" và "Buddhism - A Historical and Practical Vision**" là thành quả của 23 bài thuyết trình đã được đúc kết và chuyển tặng cho các tăng ni, nghiên cứu sinh và giáo sư cùng thư viện các trường. Nhân dịp này, đoàn cũng cúng dưỡng trai tăng và gởi tặng các sách của Tủ Sách Bảo Anh Lạc, Chùa Hương Sen, đến các vị tham dự.

Sáng sớm 6 giờ ngày 02 tháng 07 năm 2023, đoàn bay qua Chùa Siddhartha United Social Welfare Mission tại thành phố Kolkata, tiểu bang West Bengal, Ấn Độ, để tham dự cuộc Hội Thảo thứ hai tại Ấn Độ với các học giả, nhà văn và các giáo sư Ấn Độ. Hội thảo do Hòa thượng Trụ trì Tiến sĩ Buddha Priya Mahathero cùng Ni sư TN Giới Hương đồng tổ chức với chủ đề: "Sự đóng góp của Phật Giáo cho Hòa Bình Thế Giới" (*The Great Contribution of Buddhism for World Peace and Social Harmony*). Có 24 thuyết trình viên, trong đó Ni sư Giới Hương đã thuyết trình đề tài: **"Sự Đóng góp của Hoàng đế A-dục và**

Vua Trần Nhân Tông cho Hòa bình **Thế giới và Trật tự** Xã hội" (**The Great Contribution for World Peace and Social Harmony of Emperor Asoka of India and Emperor Trần Nhân Tông of Vietnam**).

Sau đó, Hòa thượng Trụ trì Tiến sĩ Buddha Priya Mahathero cùng hội SUSWM đã có lời tán thán sự cống hiến của Ni sư TN Giới Hương, đặc biệt Ni sư đã sáng tác và dịch thuật 80 tác phẩm cho đến nay trong Tủ Sách Bảo Anh Lạc (https://www.

huongsentemple.com/index.php/vn/kinh-sach/tu-sach-bao-anh-lac). Vì vậy, hội SUSWM đã tặng nhiều giải thưởng Awards cho Ni sư như: The International Peace Award, Siddhartha United Social Welfare Mission (SUSWM) Great Service Awards, SUSWM World Award, Dr. Bhimrao Ramji Ambedkar Prajna Ratna Award, Awards của Hội Nanded, Maharashtra…

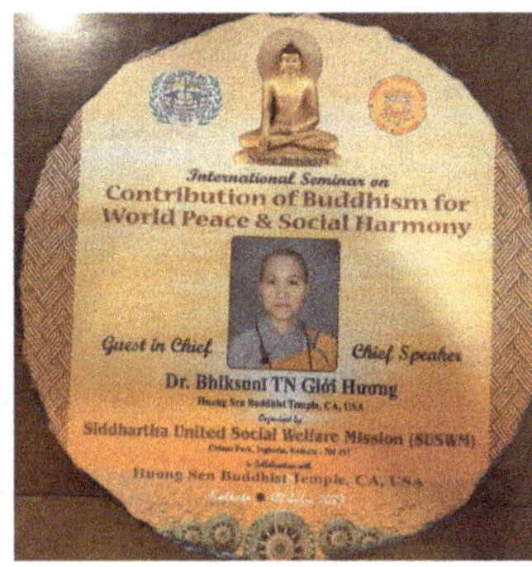

Sau đó, lúc 5 giờ chiều chùa Hương Sen cũng phát quà từ thiện cho những gia đình khó khăn ở địa phương Kolkata quanh chùa Siddhartha United Social Welfare Mission, tiểu bang West Bengal.

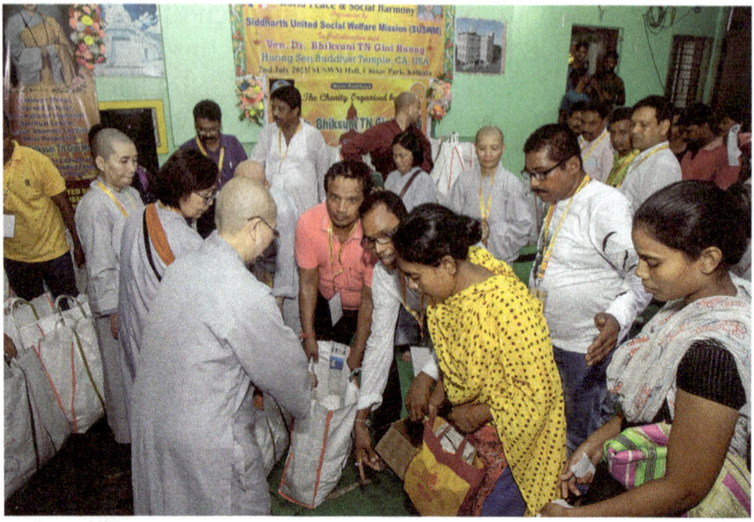

Ngày 3-6 tháng 7 năm 2023, đoàn đi chiêm bái các thánh tích Phật giáo như Lâm-tỳ-ni (*nơi thái tử Sĩ-Đạt-Đa đản sanh*), Câu Thi Na (*nơi Đức Phật nhập Niết Bàn*), Vaishali (*nơi thành lập Ni đoàn và Đức Phật an cư nhiều mùa hạ*), trường Đại học Phật giáo cổ đại Na-lan-đa, Vương Xá Thành, Trường Đại học Na-la-đa hiện đại (nơi sư cô Viên Nhuận đệ tử Ni sư Giới Hương đang học Chương trình Thạc Sĩ Phật Học), vv... Tối ngày 6 tháng 7, dưới sự chứng minh của Thượng Tọa Ratna, Thượng Tọa trụ trì Chùa Bangadesh (Bồ-đề-đạo-tràng), Ni sư Giới Hương và mười quý sư cô đã làm lễ xuống tóc xuất gia truyền mười giới Sadini cho Phật tử Viên Lành, Viên Lệ (*dì của Ni sư TN Giới Hương*) và Viên Phương (*Chị Hai của Ns TN Giới Hương*) tại cây Bồ đề thiêng, nơi Đức Phật giác ngộ.

Sáng ngày 07 tháng 07 năm 2023, đoàn đến Chùa Kiều Đàm Di tại Bồ Đề Đạo Tràng, tiểu bang Bihar, kết hợp với Ni sư Như Phụng (vị tri sự của chùa) để phát 200 phần quà từ thiện cho những gia đình nghèo, người tàn tật, trẻ mồ côi, cô nhi địa phương. Cùng thời gian này, Thầy Ratna cùng sư cô Viên Nhuận, Ni cô Viên Lệ, Ni cô Viên Phương đi cúng dường sách và tịnh tài cho các chùa tại địa phương vùng Bồ-đề-đạo-tràng.

Ngày 8 và 9 tháng 7 năm 2023, sau khi viếng thăm Lộc Uyển, Sarnath, Varanasi và thủ đô Delhi, đoàn rời Ấn Độ và bay qua đất nước Phật giáo Tích Lan, một hải đảo được mệnh danh là hòn ngọc Viễn đông, nơi thờ Cây bồ đề thiêng cổ nhất thế giới, Răng Phật xá lợi và Kinh Tạng Pali được viết trên lá diệp (*Tripitaka writeen in Palm Leaves*).

3. TÍCH LAN

Chiều ngày 10 tháng 7 năm 2023, đoàn viếng Avukana Ancient Rock Temple nơi có tượng Phật đứng cao nhất Tích Lan (Avukana Royal Rock Buddha Statue), hồ biển Ayodhya Ela

Kalawewa, Chùa Wijithapara Rajamaha Viharaya ở Avukana địa phương, để cúng dường kinh sách. Trên đường về Resort Hotel, đoàn đi ngang qua một chùa đang xây dựng có khoảng 50 tượng chư tăng đi khất thực ở bốn hướng và Đức Phật tọa thiền chính giữa. Đây là mẫu kiến trúc khá phổ biến ở chùa tháp Tích Lan.

Ngày 11 tháng 7 năm 2023, đoàn viếng thăm Cây bồ đề cổ nhất thế giới (chiết từ cây bồ đề nơi Đức Phật Thích Ca giác ngộ) Sirimaha Bodhi Tree tại cố đô Anuradhapura, đại tháp Hòa Bình Ratnamali Maha Chetiya Great Stupa, Chùa Ni Anula Silmatha do Bhikkhuni Arama trụ trì, đại tháp Abhayagiri, tháp Jethavana, và khu di tích Midintale (nơi thầy Tỳ Kheo Mihintale, con trai của Vua A Dục đem đạo Phật qua truyền bá tại Tích Lan), có 68 hang đá ẩn sâu trong chân núi, kiến trúc xây rất trang nhã, đơn giản của các ẩn sĩ khổ hạnh.

Ngày 12 tháng 07 năm 2023, đoàn viếng thăm hang Dambulla Royal Rock Caves, nơi có rất nhiều tượng Phật đá lớn (ngồi thiền, nhập Niết bàn, đứng ban pháp từ) và các phạm thiên được khắc trên vách hang đá tự nhiên và được sơn nhiều màu rất đẹp. Sau đó, đoàn đến đảnh lễ tháp tròn Vatadage (Vatadage Buddhist Monument, Madirigiriye) và chiều về, ghé thăm Công viên Giritle National Park (đặc biệt có nhiều voi và thú hoang) và Lake biển hồ tại địa phương.

Sáng 13 tháng 07 năm 2023, đoàn rất hạnh phúc và may mắn được viếng thăm và chiêm bái đảnh lễ bộ Kinh Tạng viết trên Lá Diệp (Tripitaka writeen in Palm Leaves) được thờ tại Chùa Aloka Vihara Matale. Sau khi dùng cơm trưa xong, đoàn viếng thăm Chùa Srivijayathilakaramaya Bogahakotuwa ở Matale, nơi sư huynh của Dr. Sumedha Thero làm trụ trì. Chùa có 10 chú sadi trẻ tuổi đang tu học.

Chiều 2 giờ cùng ngày, chùa Hương Sen tổ chức từ thiện cho dân nghèo tại Chùa Koombiyangoda Maha Vihara Temple, huyện Matale, Srilanka với sự hỗ trợ của Thượng Tọa trụ trì Venerable Royal Pandith Talatuoye Samiddhi Siri Maha Thero kiêm Viện trưởng Trường Sri Vidyasekhara Pirivena. Đây là sư đệ của Thượng Tọa Dr. Sumedha Thero hướng dẫn đoàn. Ngoài phát quà từ thiện, chùa Hương Sen đã cúng dường trai tăng 30 chư tôn Hòa thượng, 40 tăng sinh học trường Cao Đẳng Phật giáo và 20 giáo viên dạy học tại đây.

Sáng ngày 14 tháng 07 năm 2023, đoàn viếng thăm và đảnh lễ Xá Lợi Răng của Phật (Sacred Tooth Relics Temple, Kandy, Sri Lanka). Chiều 2 giờ cùng ngày, đoàn tham dự cuộc Hội thảo Phật học tại Phân Khoa Giáo Dục, trường Đại Học Kandy (Seninar Peradeniya University, Kandy) với chủ đề: "Phật giáo Toàn cầu, đặc biệt liên quan đến Tích Lan" (*Global Spread of Buddhism with Special Reference to Sri Lanka*). Có 10 thuyết trình viên, trong đó, Ni sư TN Giới Hương thuyết trình về đề tài: **"Phật giáo từ Hải đảo Ceylon đến Hoa Kỳ" (Buddhism from Ceylon Island to the United States."**

Ngày 15 tháng 07 tháng 2023, phái đoàn viếng thăm hai chùa tăng và một chùa ni. Đầu tiên là Thiền Viện Trúc Lâm Monastery

(Internatonal Buddhist Meditation Center) do Thượng Tọa Pháp Quang (đệ tử Hòa thượng Thiện Ý, Thủ Đức) xây dựng. Thầy trụ trì đi vắng, đệ tử là Thầy Pháp Bảo và các chú tiểu ở Thiền viện tiếp đón và nấu cơm chay đãi khách phương xa. Hương vị Việt Nam thân quen, khiến các thành viên ăn thỏa thích, sau gần một tháng ăn cơm Hàn quốc, Ấn Độ và Tích Lan. Vừa thưởng thức sườn non kho, canh rau, và đậu hủ chiên xả thơm ngon, còn được "to go" xách mang về để chiều ăn tiếp ở khách sạn nữa.

Sau khi tạm biệt Thiền Viện Trúc Lâm tại xứ cao nguyên sương lạnh Kandy, đoàn viếng thăm chùa Ni Bodimalu Aramaya do Ni sư Bhikkhuni Uduwala Sudhammika trụ trì. Chùa tọa lạc tại Gampolawatta Gampola, gần nhà anh của Dr. Sumedha Thero nên gia đình anh của Dr. Sumedha thường đi chùa này để sát bát cúng cơm và tu tập hàng tuần. Phái đoàn Hương Sen cũng cúng gạo, muối, dầu ăn và tịnh tài cho chùa và chụp hình lưu niệm với Sư cô trụ trì cùng chúng ni Sadini.

Sau đó, đoàn viếng thăm Trung Tâm Tu Học Nigrodha Khetta Pirivena Telembugala Gelioya dành cho các Thầy Tỳ Kheo (Bhikkhu Training Center Nigrodha Khetta Pirivena Telembugala Gelioya) do Hòa thượng Godamunne Pannakitthi Nakaya Maha Thero Sanghanayaka làm trụ trì. Ngôi chùa cuối cùng mà đoàn viếng thăm và cúng dường trong ngày là Chùa Gatame Rajopawanarama tại huyện Peradeniya do Trưởng lão Hòa thượng Keppetiyagoda Siriwimala Nayake Maha Thero làm trụ trì. Chùa có khoảng 70 chư tăng và các chú điệu đang tu học tại đây và đoàn cũng có nhân duyên cúng dường kẹo chololate và tịnh tài cho các chú nhỏ.

Ngày 16 tháng 07 năm 2023, lúc 2 giờ chiều đoàn đến thủ đô Colombo, để tham dự hội thảo tại Chùa Maha Mahinda International Dharmadutha Society, do Hòa thượng Giáo sư Prof. Medagama Nandawansa Thera làm trụ trì. Có khoảng 100 vị giáo sư, học giả, nghiên cứu sinh và tăng ni sinh Tích Lan, Việt Nam, Lào, Miến Điện, Thái Lan… tham dự. Hội thảo với chủ đề: "Phật giáo Tích Lan trong giai đoạn thế kỷ 19-21" (Academic seminar on Buddhism in Sri lanka during the Period of 19th to 21st Centuries). Có 12 thuyết trình viên, trong đó

Ni sư Giới Hương thuyết trình đề tài: **Sự Cống Hiến của Các Nhà Văn Phật Giáo** Tích Lan **(Contributions of Sri Lankan Buddhist Writers).** Tại chùa này cũng có nuôi khoảng 70 chú điệu Sadi, nên đoàn cũng chuẩn bị bánh kẹo và tịnh tài để tặng gieo duyên.

Ngày 17, 18 và 19 tháng 7 là 3 ngày cuối cùng để thăm viếng và cúng dường tám Chùa Ni ở Colombo và các vùng lân cận như: Chùa Newgala Meditation Center Monastery, Sasanaloka Bhikkhuni Asram và Trường Sri Sangamiththa Dhamma (Galigamuwa Town, Kegalle), Chùa Sri Sunanda (Alpitiya Galupitamada), Khemaramaya Temple (Indiparape, Mirigama), Chùa Vishakaramaya (Galgamuva, Veyangoda), Chùa Pradeepaloka, Chùa Uppalawannaramaya, Chùa Sakyadhita Training and Meditation Center (Gorakana, Panadura) và Trung Tâm Tu Học Ni Giới (Sri Lanka's First Bhikkhuni Training Centre and International Faculty of Buddhist Studies (BTC and

IFBS) (Kananvila, Horana), vv…

Tóm lại, chuyến hành hương một tháng ở ba đất nước Hàn Quốc, Ấn Độ và Tích Lan đã khép lại với nhiều cung bậc cảm xúc còn đọng mãi. Những hình ảnh của tọa thiền, tụng kinh nơi đất thánh… sẽ còn mãi trong tâm thức của mỗi thành viên rất khó phai nhạt. Ngày lễ xuất gia gieo duyên dưới cội cây Bồ đề, nơi Đức Phật giác ngộ, thật thiêng liêng khó tả; cuộc hội thảo trao đổi Phật học với Chư Tôn đức Tăng Ni và các học giả trên thế giới và được kết đọng lại thành các tuyển tập kỷ yếu trao nhau kỷ niệm và các buổi phát quà từ thiện chia sẻ thực phẩm và tịnh tài với những người nghèo, thật có ý nghĩa trong tinh thần "lá lành đùm lá rách."

Một lần nữa thành thật tri ân Chư tôn thiền đức và các Phật tử đồng hương xa gần đã ủng hộ cho chương trình Bảo trợ Tăng Ni Sinh du học và Từ thiện ba nước năm 2023 do Chùa Hương Sen tổ chức. Thành thật tri ân các vị tham gia đoàn hành hương cùng các nơi tổ chức hoặc trực tiếp hay gián tiếp đã góp bàn tay cho chuyến đi thành tựu mỹ mãn.

Kính nguyện hồng ân Tam Bảo gia hộ cho Chư tôn thiền đức, quý Phật tử cùng tất cả chúng sanh luôn an lạc trong chánh pháp của Như Lai.

Nam Mô Công Đức Lâm Bồ Tát Ma Ha Tát
tác đại chứng minh.

HÌNH ẢNH HỘI NGHỊ

Hội Nghị Phật Giáo với Tăng Ni sinh Việt Nam
tại Trường Đại Học Sharda,
thành phố Greater Noida,
tiểu bang UP, Ấn Độ,
ngày 01 tháng 07 năm 2023

Biểu ngữ Việt

1. Trường Đại Học Sharda

2. Niệm Phật cầu gia hộ

3. Ni sư TN Giới Hương và các Ni Sinh trước phòng hội thảo

4. Thượng Tọa T Hạnh Chánh, trưởng ban tổ chức, tặng hoa cho Ni sư TN Giới Hương

5. Ni sư TN Giới Hương đứng ở hành lang của trường Đại Học Sharda

6. Lắng nghe thuyết trình

7. Thượng Tọa Thích Hạnh Chánh và Ni sư TN Giới Hương đồng chủ tọa

8. Thầy Thiện Tâm MC dẫn chương trình

9. Tăng Ni Sinh

10. Tặng sách

11. Thượng Tọa Thích Hạnh Chánh, trưởng ban tổ chức, bắt đầu với Diễn văn khai mạc

12. Các Nghiên Cứu Sinh Việt Nam

13. Ni sư TN Giới Hương thuyết trình

14. Tăng Đoàn

15. Ni sư TN Giới Hương cúng dường Tăng Đoàn

16. Thượng Tọa Thích Hạnh Chánh đưa câu hỏi về đề tài của Ni sư TN Giới Hương

17. Thầy Minh Phú thuyết trình

18. Sư cô Viên Nhuận thuyết trình

19. Sư cô Đức Trí thuyết trình

20. Nhóm thuyết trình viên

21. Với nhau

22. Tặng hoa

23. Hình tập thể

24. Cùng nhau mỉm cười

BUDDHIST STUDIES CONFERENCE 2023
BUDDHISM: A HISTORICAL AND PRACTICAL VISION
ORGANIZERS:
THE VIETNAMESE BUDDHIST MONASTIC SCHOLARS IN INDIA
IN COLLABORATION WITH HUONG SEN TEMPLE, CALIFORNIA, USA
Date: 1st July, 2023
HỘI THẢO PHẬT HỌC 2023
PHẬT GIÁO: TẦM NHÌN LỊCH SỬ VÀ THỰC HÀNH

25. Sách tặng

26. Sách tiếng Anh: Buddhism - Historical and Practical Vision

27. Sách tiếng Việt: Phật Giáo - Tầm Nhìn Lịch Sử và Xã Hội

BẢO ANH LẠC BOOKSHELF

1.1. THE VIETNAMESE BOOKS

1. *Bồ-tát và Tánh Không Trong Kinh Tạng Pali và Đại Thừa* (Boddhisattva and Sunyata in the Early and Developed Buddhist Traditions), Thích Nữ Giới Hương, Delhi-7: Tủ Sách Bảo Anh Lạc, 2005. Tổng Hợp Tp HCM Publishing: the 2nd & 3rd reprint in 2008 & 2010.
2. *Ban Mai Xứ Ấn* (The Dawn in India), (3 tập), Thích Nữ Giới Hương, Delhi-7: Tủ Sách Bảo Anh Lạc, 2005; Văn Hóa Sài Gòn Publishing: the 2nd, 3rd and 4th reprint in 2006, 2008 & 2010.
3. *Vườn Nai – Chiếc Nôi* (Phật Giáo Deer Park–The Cradle of Buddhism), Thích Nữ Giới Hương, Delhi-7: Tủ Sách Bảo Anh Lạc, 2005. Phương Đông Publishing: the 2nd, 3rd and 4th reprint in 2006, 2008 & 2010.
4. *Quy Y Tam Bảo và Năm Giới* (Take Refuge in Three Gems and Keep the Five Precepts), Thích Nữ Giới Hương, Tủ Sách Bảo Anh Lạc, Wisconsin, USA, 2008.
5. Phương Đông Publishing: the 2nd, 3rd and 4th reprint in 2010, 2016 &2018.
6. *Vòng Luân Hồi* (The Cycle of Life), Thích Nữ Giới Hương, Phương Đông Publishing: Tủ Sách Bảo Anh Lạc, 2008. Văn Hóa Sài Gòn Publishing: the 2nd, 3rd and 4th reprint in 2010, 2014 & 2016.
7. *Hoa Tuyết Milwaukee* (Snowflake in Milwaukee), Thích Nữ Giới Hương, Văn Hoá Sài gòn Publishing: Tủ Sách Bảo Anh Lạc, 2008.
8. *Luân Hồi trong Lăng Kính Lăng Nghiêm* (The Rebirth in

Śūrangama Sūtra), Thích Nữ Giới Hương, Văn Hóa Sài gòn Publishing: Tủ Sách Bảo Anh Lạc, 2008. Publishing Phương Đông: the 2nd, 3rd and 4th reprint in 2012, 2014 &2016.

9. *Nghi Thức Hộ Niệm, Cầu Siêu* (The Ritual for the Deceased), Thích Nữ Giới Hương, Delhi-7: Eastern Book Linkers, 2008.

10. *Quan Âm Quảng Trần* (The Commentary of Avalokiteśvara Bodhisattva), Thích Nữ Giới Hương, Tổng Hợp Publishing: Tủ Sách Bảo Anh Lạc, 2010. Publishing Phương Đông: the 2nd, 3rd, 4th & 5 reprint in 2010, 2014, 2016 & 2018.

11. *Nữ Tu và Tù Nhân Hoa Kỳ* (A Nun and American Inmates), Thích Nữ Giới Hương, Văn Hóa Sài gòn Publishing: Tủ Sách Bảo Anh Lạc, 2010. Hồng Đức Publishing: the 2nd, 3rd, 4th, 5th & 6th reprint in 2011, 2014, 2016, 2018 & 2020.

12. *Nếp Sống Tỉnh Thức của Đức Đạt Lai Lạt Ma Thứ XIV* (The Awakened Mind of the 14th Dalai Lama), 2 tập, Thích Nữ Giới Hương, Hồng Đức Publishing: Tủ Sách Bảo Anh Lạc, năm 2012. The 2nd, 3rd and 4th reprint in 2010, 2016 &2018.

13. *A-Hàm: Mưa pháp chuyển hóa phiền não* (*Agama – A Dharma Rain transforms the Defilement*), 2 tập, Thích Nữ Giới Hương, Hồng Đức Publishing: Tủ Sách Bảo Anh Lạc, năm 2012. The 2nd, 3rd and 4th reprint in 2010, 2016 &2018.

14. *Góp Từng Hạt Nắng Perris* (Collection of Sunlight in Perris), Thích Nữ Giới Hương, Hồng Đức Publishing: Tủ Sách Bảo Anh Lạc. 2014.

15. *Pháp Ngữ của Kinh Kim Cang* (The Key Words of Vajracchedikā-Prajñāpāramitā-Sūtra), Thích Nữ Giới Hương, Hồng Đức Publishing: Tủ Sách Bảo Anh Lạc, năm 2014. The 2nd, 3rd and 4th reprint in 2015, 2016 &2018.

16. *Tập Thơ Nhạc Nắng Lăng Nghiêm* (Songs and Poems of Śūraṅgama Sunlight), Thích Nữ Giới Hương, Hồng Đức Publishing: Tủ Sách Bảo Anh Lạc. 2014.

17. *Nét Bút Bên Song Cửa* (Reflections at the Temple Window), Thích Nữ Giới Hương, Hồng Đức Publishing: Tủ Sách Bảo

Anh Lạc. 2018.

18. *Máy Nghe MP3 Hương Sen* (Hương Sen Digital Mp3 Radio Speaker): Các Bài Giảng, Sách, Bài viết và Thơ Nhạc của Thích Nữ Giới Hương (383/201 bài), Hương Sen Temple. 2019.

19. *DVD Giới Thiệu về Chùa Hương Sen*, USA (Introduction on Huong Sen Temple). Hương Sen Press Publishing. Thích Nữ Giới Hương & Phú Tôn. 2019.

20. *Ni Giới Việt Nam Hoằng Pháp tại Hoa Kỳ* (Sharing the Dharma - Vietnamese Buddhist Nuns in the United States), Thích Nữ Giới Hương, Hồng Đức Publishing. 2020.

21. *Tuyển Tập 40 Năm Tu Học & Hoằng Pháp của Ni sư Giới Hương* (Forty Years in the Dharma: A Life of Study and Service—Venerable Bhikṣuṇī Giới Hương), Thích Nữ Viên Quang, TN Viên Nhuận, TN Viên Tiến, and TN Viên Khuông, Xpress Print Publishing, USA. 2020.

22. *Tập Thơ Nhạc Lối Về Sen Nở* (*Songs and Poems of Lotus Blooming on the Way),* Thích Nữ Giới Hương, Hồng Đức Publishing. 2020.

23. *Nghi Thức Công Phu Khuya – Thần Chú Thủ Lăng Nghiêm* (Śūraṅgama Mantra), Thích Nữ Giới Hương biên soạn, Hương Sen Press, USA. 2021.

24. *Nghi Thức Cầu An – Kinh Phổ Môn* (The Universal Door Sūtra), Thích Nữ Giới Hương biên soạn, Hương Sen Press, USA. 2021.

25. *Nghi Thức Cầu An – Kinh Dược Sư* (The Medicine Buddha Sūtra), Thích Nữ Giới Hương biên soạn, Hương Sen Press, USA. 2021.

26. *Nghi Thức Sám Hối Hồng Danh* (The Sūtra of Confession at many Buddha Titles), Thích Nữ Giới Hương biên soạn, Hương Sen Press, USA. 2021.

27. *Nghi Thức Công Phu Chiều – Mông Sơn Thí Thực* (The Ritual Donating Food to Hungry Ghosts), Thích Nữ Giới Hương biên soạn, Hương Sen Press, USA. 2021.

28. *Khóa Tịnh Độ – Kinh A Di Đà* (The Amitabha Buddha Sūtra), Thích Nữ Giới Hương biên soạn, Hương Sen Press, USA. 2021.

29. *Nghi Thức Cúng Linh và Cầu Siêu* (The Rite for Deceased and Funeral Home), Thích Nữ Giới Hương biên soạn, Hương Sen Press, USA. 2021.

30. *Nghi Lễ Hàng Ngày - 50 Kinh Tụng và các Lễ Vía trong Năm* (The Daily Chanting Rituals and Annual Ceremonies), Thích Nữ Giới Hương biên soạn, Hương Sen Press, USA. 2021.

31. *Hương Đạo Trong Đời 2022* (Tuyển tập 60 Bài Thi trong Cuộc Thi Viết Văn Ứng Dụng Phật Pháp 2022 - A Collection of Writings on the Practicing of Buddhism in Daily Life in the Writing Contest 2022), Thích Nữ Giới Hương biên soạn, Hồng Đức Publisher. 2022.

32. *Hương Pháp 2022* (Tuyển Tập Các Bài Thi Trúng Giải Cuộc Thi Viết Văn Ứng Dụng Phật Pháp 2022 - A Collection of the Winning Writings on the Practicing of Buddhism in Daily Life in the Writing Contest 2022) Thích Nữ Giới Hương biên soạn, Hồng Đức Publisher. 2022.

33. *Giới Hương - Thơm Ngược Gió Ngàn*, Nguyên Hà. XNB Hương Sen. USA. 2023.

34. *Pháp Ngữ Kinh Hoa Nghiêm* (2 tập). Thích Nữ Giới Hương. NXB Hương Sen. USA. 2023.

35. *Tinh Hoa Kinh Hoa Nghiêm*. Thích Nữ Giới Hương. NXB Hương Sen. USA. 2023.

36. *Phật Giáo và Đại Dịch Coronavirus Covid-19*. Thích Nữ Giới Hương. NXB Hương Sen. USA. 2023

37. *Phật Giáo – Tầm Nhìn Lịch Sử Và Thực Hành*. Hiệu đính: Thích Hạnh Chánh và Thích Nữ Giới Hương. Eastern Book Linkers: Delhi 7. 2023.

1.2. THE ENGLISH BOOKS

1. *Boddhisattva and Sunyata in the Early and Developed Buddhist Traditions,* Bhikṣuṇī Gioi Huong, Delhi-7: Eastern Book Linkers, 1st print 2004, 2nd reprint 2005 & Vietnam Buddhist University: 3rd reprint 2010.

2. *Rebirth Views in the Śūraṅgama Sūtra,* Dr. Bhikṣuṇī Giới Hương, Fifth Edition, Hồng Đức Publishing: Tủ Sách Bảo Anh Lạc. 2018.

3. *Commentary of Avalokiteśvara Bodhisattva,* Dr. Bhikṣuṇī Giới Hương, Fourth Edition, Hồng Đức Publishing: Tủ Sách Bảo Anh Lạc. 2018.

4. *The Key Words in Vajracchedikā Sūtra*, Thích Nữ Giới Hương, Hồng Đức Publishing. 2020.

5. *Sārnātha-The Cradle of Buddhism in the Archeological View.* Hồng Đức Publishing. 2020.

6. *Take Refuge in the Three Gems and Keep the Five Precepts,* Thích Nữ Giới Hương, Hồng Đức Publishing. 2020.

7. *Cycle of Life*, Thích Nữ Giới Hương, Hồng Đức Publishing. 2020.

8. *Forty Years in the Dharma: A Life of Study and Service—Venerable Bhikṣuṇī Giới Hương*. Thích Nữ Viên Quang, TN Viên Nhuận, TN Viên Tiến, and TN Viên Khuông, Xpress Print Publishing, USA. 2020.

9. *Sharing the Dharma -Vietnamese Buddhist Nuns in the United States*, Thích Nữ Giới Hương, Hồng Đức Publishing. 2020.

10. *A Vietnamese Buddhist Nun and American Inmates.* 5th Edition. Bhikṣuṇī Thích Nữ Giới Hương. Hương Sen Press Publishing, USA. 2021.

11. *Daily Monastic Chanting,* Bhikṣuṇī Thích Nữ Giới Hương composed. Hương Sen Publisher. 2023.

12. *Weekly Buddhist Discourse Chanting,* vol 1, Bhikṣuṇī Thích Nữ Giới Hương composed. Hương Sen Publisher. 2023.

13. *Practice Meditation and Pure Land*, Bhikṣuṇī Thích Nữ Giới Hương composed. Hương Sen Publisher. 2023.

14. *The Ceremony for Peace,* Bhikṣuṇī Thích Nữ Giới Hương composed. Hương Sen Publisher. 2023.

15. *The Lunch Offering Ritual,* Bhikṣuṇī Thích Nữ Giới Hương composed. Hương Sen Publisher. 2023.

16. *The Ritual Offering Food to Hungry Ghosts,* Bhikṣuṇī Thích Nữ Giới Hương composed. Hương Sen Publisher. 2023.

17. *The Pureland Course of Amitabha Sutra,* Bhikṣuṇī Thích Nữ Giới Hương composed. Hương Sen Publisher. 2023.

18. *The Medicine Buddha Sutra,* Bhikṣuṇī Thích Nữ Giới Hương composed. Hương Sen Publisher. 2023.

19. *The New Year Ceremony,* Bhikṣuṇī Thích Nữ Giới Hương composed. Hương Sen Publisher. 2023.

20. *The Great Parinirvana Ceremony,* Bhikṣuṇī Thích Nữ Giới Hương composed. Hương Sen Publisher. 2023.

21. *The Buddha's Birthday Ceremony,* Bhikṣuṇī Thích Nữ Giới Hương composed. Hương Sen Publisher. 2023.

22. *The Ullambana Festival (Parents' Day),* Bhikṣuṇī Thích Nữ Giới Hương composed. Hương Sen Publisher. 2023.

23. *The Marriage Ceremony,* Bhikṣuṇī Thích Nữ Giới Hương composed. Hương Sen Publisher. 2023.

24. *The Blessing Ceremony for The Deceased*, Bhikṣuṇī Thích Nữ Giới Hương composed. Hương Sen Publisher. 2023.

25. *The Ceremony Praising Ancestral Masters,* Bhikṣuṇī Thích Nữ Giới Hương composed. Hương Sen Publisher. 2023.

26. *The Enlightened Buddha Ceremony,* Bhikṣuṇī Thích Nữ Giới Hương composed. Hương Sen Publisher. 2023.

27. *The Uposatha Ceremony (Reciting Precepts*), Bhikṣuṇī Thích Nữ Giới Hương composed. Hương Sen Publisher. 2023.

28. *Buddhism: A Historical And Practical Vision.* Edited by Ven.

Dr. Thich Hanh Chanh and Ven. Dr. Bhikṣuṇī TN Gioi Huong. Eastern Book Linkers: Delhi 7. 2023.

29. *Contribution of Buddhism For World Peace & Social Harmony*. Edited by Ven. Dr. Buddha Priya Mahathero and Ven. Dr. Bhikṣuṇī TN Gioi Huong. Tôn Giáo Publishing. 2023.

30. *Global Spread of Buddhism with Special Reference to Sri Lanka*. Buddhist Studies Seminar in Kandy University. Edited by Dr. Ven. Kahawatte Siri Sumedha Thero and Dr. Bhikṣuṇī TN Gioi Huong. Hồng Đức Publishing. 2023.

31. *Buddhism in Sri Lanka During The Period of 19th to 21st Centuries*. Buddhist Studies Seminar in Colombo. Edited by Prof. Ven. Medagama Nandawansa and Dr. Bhikṣuṇī TN Gioi Huong. Tôn Giáo Publishing. 2023.

1.3. THE BILINGUAL BOOKS (VIETNAMESE-ENGLISH)

1. *Bản Tin Hương Sen: Xuân, Phật Đản, Vu Lan (*Hương Sen Newsletter: Spring, Buddha Birthday and Vu Lan, annual/ Mỗi Năm). 2019 & 2020.
2. *Danh Ngôn Nuôi Dưỡng Nhân Cách - Good Sentences Nurture a Good Manner,* Thích Nữ Giới Hương sưu tầm, Hồng Đức Publishing. 2020.
3. *Văn Hóa Đặc Sắc của Nước Nhật Bản-Exploring the Unique Culture of Japan,* Thích Nữ Giới Hương. Hồng Đức Publishing. 2020.
4. *Sống An Lạc dù Đời không Đẹp như Mơ - Live Peacefully though Life is not Beautiful as a Dream*, Thích Nữ Giới Hương. Hồng Đức Publishing. 2020.
5. *Hãy Nói Lời Yêu Thương-Words of Love and Understanding,* Thích Nữ Giới Hương. Hồng Đức Publishing. 2020.
6. *Văn Hóa Cổ Kim qua Hành Hương Chiêm Bái -The Ancient-Present Culture in Pilgrim,* Thích Nữ Giới Hương. Hồng Đức

Publishing. 2020.

7. *Nghệ Thuật Biết Sống - Art of Living.* Thích Nữ Giới Hương, Hồng Đức Publishing. 2020.

1.4. THE TRANSLATED BOOKS

1. *Xá Lợi Của Đức Phật* (Relics of the Buddha), Tham Weng Yew, Thích Nữ Giới Hương chuyển ngữ, Delhi-7: Tủ Sách Bảo Anh Lạc, 2005. Delhi 2006: 2nd reprint. Tổng Hợp Tp HCM Publishing: the 3rd and 4th reprint in 2008 & 2016.
2. *Sen Nở Nơi Chốn Tử Tù* (Lotus in Prison), many authors, Thích Nữ Giới Hương translated from English into Vietnamese, Văn Hóa Sài gòn Publishing: Tủ Sách Bảo Anh Lạc, 2010. The 2nd, 3rd and 4th reprint in 2012, 2014 & 2016.
3. *Chùa Việt Nam Hải Ngoại* (Overseas Vietnamese Buddhist Temples), Võ Văn Tường & Từ Hiếu Côn, vol 2. Translated into English: Thích Nữ Giới Hương. Hương Quê Publishing. 2016.
4. *Việt Nam Danh Lam Cổ Tự* (The Famous Ancient Buddhist Temples in Vietnam), Võ Văn Tường. Translated into English: Thích Nữ Giới Hương. Phương Nam Publishing. 2016.
5. *Hương Sen, Thơ và Nhạc* – (Lotus Fragrance, Poem and Music), Nguyễn Hiền Đức. Translated into English: Thích Nữ Giới Hương. Hồng Đức Publishing. 2020.
6. *Phật Giáo-Một Bậc Đạo Sư, Nhiều Truyền Thống* (Buddhism: One Teacher – Many Traditions), Đức Đạt Lai Lạt Ma 14th & Ni Sư Thubten Chodren, Translated into Vietnamese: Ven. Dr. Thích Nữ Giới Hương, Prajna Upadesa Foundation Publshing. 2018.
7. *Cách Chuẩn Bị Chết và Giúp Người Sắp Chết-Quan Điểm Phật Giáo* (Preparing for Death and Helping the Dying – A Buddhist Perspective), Sangye Khadro, Translated into Vietnamese: Thích Nữ Giới Hương. Hồng Đức Publishing. 2020.

2. BUDDHIST MUSIC ALBUMS from POEMS of THÍCH NỮ GIỚI HƯƠNG

1. Đào Xuân Lộng Ý Kinh (The Buddha's Teachings Reflected in Cherry Flowers), Poems: Thích Nữ Giới Hương. Music: Nam Hưng, Vol. 1. 2013.
2. *Niềm Tin Tam Bảo* (Trust in the Three Gems), Poems: Thích Nữ Giới Hương. Music: Hoàng Y Vũ and Hoàng Quang Huế, Vol. 2. 2013.
3. *Trăng Tròn Nghìn Năm Đón Chờ Ai* (Who Is the Full Moon Waiting for for Over a Thousand Years?). Poems: Thích Nữ Giới Hương. Music: Võ Tá Hân, Hoàng Y Vũ, Khánh Hải, Khánh Hoàng, Hoàng Kim Anh, Linh Phương và Nguyễn Tuấn, Vol. 3. 2013.
4. Ánh Trăng Phật Pháp (Moonlight of Dharma-Buddha). Poems: Thích Nữ Giới Hương. Music: Uy Thi Ca and Giác An, Vol. 4. 2013.
5. *Bình Minh Tỉnh Thức* (Awakened Mind at the Dawn) (*Piano Variations for Meditation*). Poems: Thích Nữ Giới Hương. Solo Pianist: Linh Phương, vol. 5. 2013.
6. *Tiếng Hát Già Lam* (Songs from the Temple). Poems: Thích Nữ Giới Hương. Music: Nam Hưng, vol. 6. 2015.
7. *Cảnh Đẹp Chùa Xưa* (The Magnificent, Ancient Buddhist Temple). Poem: Thích Nữ Giới Hương. Music: Võ Tá Hân, Nam Hưng, Hoàng Quang Huế, vol. 7. 2015.
8. Karaoke *Hoa Ưu Đàm Đã Nở* (An Udumbara Flower Is Blooming). Poem: Thích Nữ Giới Hương. Musician: Nam Hưng, Hương Sen Temple. 2015.
9. *Hương Sen Ca* (Hương Sen's Songs), Thơ: Thích Nữ Giới Hương. Nhạc: Nam Hưng, vol. 9, năm 2018.
10. *Về Chùa Vui Tu* (Happily Go to Temple for Spiritual Practices), Poem: Thích Nữ Giới Hương. Music: Nam Hưng and Nguyên Hà. Volume 10. 2018.

11. *Gọi Nắng Xuân Về* (Call the Spring Sunlight), Poem: Thích Nữ Giới Hương. Music: Nam Hưng, Hương Sen Temple. Volume 11. 2020.
12. Đệ tử Phật (The Buddha's Disciples). Poems: Thích Nữ Giới Hương. Music: Uy Thi Ca and Giác An, Album 12. 2023.

Please consult the **Bảo Anh Lạc Bookshelf** *at this website:*

http://huongsentemple.com/index.php/en/about-us/b-o-anh-l-c-bookshelf

PHẬT GIÁO: TẦM NHÌN LỊCH SỬ VÀ THỰC HÀNH
Tác giả: Bảo Anh Lạc Bookshelf 77 - Thích Nữ Giới Hương

NHÀ XUẤT BẢN TÔN GIÁO
53 Tràng Thi – Hoàn Kiếm - Hà Nội
ĐT: (024)37822845
Email: nhaxuatbantongiao@gmail.com
Chịu trách nhiệm xuất bản
Giám đốc
ThS. Nguyễn Hữu Có
Chịu trách nhiệm nội dung
Tổng Biên tập
Lê Hồng Sơn

Biên tập: **Nguyễn Thị Thanh Thủy**
Trình bày: **Vũ Đình Trọng**
Sửa bản in: **Vũ Đình Trọng**

Số lượng in: 1.000 bản, Khổ: 15,24 x 22,86 cm
In tại: Công ty TNHH Sản xuất Thương mại Dịch vụ In ấn Trâm Anh, 159/57 Bạch Đằng, phường 2, quận Tân Bình, thành phố Hồ Chí Minh.
Số ĐKXB: 2090-2023/CXBIPH/13-94/TG
Mã ISBN: 978-604-61-9646-2
QĐXB: 473/QĐ-NXBTG ngày 20 tháng 9 năm 2023
In xong và nộp lưu chiểu quý III năm 2023

www.ingramcontent.com/pod-product-compliance
Lightning Source LLC
LaVergne TN
LVHW050834051026
849532LV00006BA/1955
9798349533617